பௌத்தசமயக் கலை வரலாறு

முனைவர் கு. சேதுராமன்
பேராசிரியர் மற்றும் தலைவர்
கலை வரலாறு, முருகியல் மற்றும் நுண்கலைத்துறை,
மதுரை காமராசர் பல்கலைக்கழகம், மதுரை.

நியூ செஞ்சுரி புக் ஹவுஸ் (பி) லிட்.,
41-B, சிட்கோ இண்டஸ்டிரியல் எஸ்டேட்,
அம்பத்தூர், சென்னை- 600 050.
☎ : 044 - 26251968, 26258410

Language : Tamil
Bowtha Samaya Kalai Varalaaru
Author: **Prof. G. Sethuraman** M.A., M.Phil., Ph.D.,
First Edition: November, 2011
Second Edition : December, 2020
Third Edition : March, 2025
Copyright: Author
No. of pages: xviii + 326 = 344
Publisher:
New Century Book House Pvt. Ltd.,
41-B, SIDCO Industrial Estate,
Ambattur, Chennai - 600 050.
Tamilnadu State, India.
email: info@ncbh.in
Online: www.ncbhpublisher.in

ISBN: 978-81-2342-009-7
Code No. A 2378
₹ 250/-

Branches
Ambattur 044 - 26359906, **Spenzer Plaza (Chennai)** 044-28490027
Trichy 0431-2700885 **Pudukkottai** 04322- 227773 **Thanjavur** 04362-231371
Tirunelveli 0462- 2323990, 4210990, **Madurai** 0452-4374106
Dindigul 0451-2432172 **Coimbatore** 0422-2380554 **Erode** 0424-2256667
Salem 0427-2450817 **Hosur** 04344-245726 **Krishnagiri** 04343-234387
Ooty 0423- 2441743 **Vellore** 0416-2234495 **Villupuram** 04146-227800
Pondicherry 0413-2280101 **Nagercoil** 04652-234990

பௌத்தசமயக் கலை வரலாறு
ஆசிரியர்: முனைவர் கு. சேதுராமன் M.A., M.Phil., Ph.D.,
முதல் பதிப்பு: நவம்பர், 2011
இரண்டாம் பதிப்பு: டிசம்பர், 2020
மூன்றாம் பதிப்பு: மார்ச், 2025

அச்சிட்டோர்: **பாவை பிரிண்டர்ஸ் (பி) லிட்.,**
16 (142), ஜானி ஜான் கான் சாலை, இராயப்பேட்டை, சென்னை - 14
☎: 044-28482441

All rights reserved. No part of this book may be reprinted or reproduced or utilised in any form or by any electronic, mechanical, or other means, now known or hereafter invented, including photocopying and recording, or in any information storage or retrieval system, without permission in writing from the publishers.

பதிப்புரை

இந்தியப் பெருநாட்டில் தோன்றி வளர்ந்த தொன்மைமிக்க பௌத்தசமயம் இந்தியாவின் மூலைமுடுக்குகளுக்கெல்லாம் பரவிப் பேரரசர்களையும், சிற்றரசர்களையும், எளிய மக்களையும் கவர்ந்த பெருஞ்சமயமாகும். புத்தரின் போதனைகள் இன்றும் மக்களின் மனதில் அழியாத இடத்தைப் பெற்று இருந்துவருகிறது. எண்ணற்ற நூல்களைத் தங்கள் கொள்கைகளை விளக்க எழுதியுள்ளவர்கள் பௌத்த சமயத்தவர்கள். எல்லோரும் எளிதில் புரிந்துகொள்ள வேண்டும் என்று கலைப்படைப்புகள் மூலமும் அவற்றை வெளிப்படுத்தினர். கற்களைக்கொண்டு எண்ணற்ற சிற்பங்கள், கட்டடங்களை இந்தியாவெங்கும் தோற்றுவித்தனர். அஜந்தா போன்ற இடங்களில் உலகம் வியக்கும் ஓவியங்களைத் தீட்டியவர்களும் பௌத்தர்களே. இந்தியாவின் தொன்மைமிக்க கலைப்படைப்புக்களின் முன்னோடிகள் பௌத்தசமயத்தைச் சார்ந்தவையே.

இந்தியாவெங்கும் உள்ள பௌத்தசமயத்தவரின் கலைச் செல்வங்களோடு வெளிநாடுகளிலுள்ள கலைப்படைப்புகளையும் ஆழமாக ஆய்வுசெய்து அனைவருக்கும் பயன்படும் வகையில் இந்நூலினை மதுரை காமராசர் பல்கலைக்கழகக் கலை வரலாற்றுத் துறை பேராசிரியர் முனைவர்.கு.சேதுராமன் உருவாக்கியுள்ளார். தமிழ்நாட்டுக் கலை வரலாற்று வல்லுநராக விளங்கும் இவர் பல கலை வரலாற்று நூல்களையும் கட்டுரைகளையும் வெளியிட்டவர் என்றபெருமைக்குரியவர். இந்தியநாட்டின் பௌத்தசமயக்கலைவரலாற்றை மிக விரிவாக எடுத்துக் கூறும் தமிழ்மொழியில் அமைந்த முதல் நூல் என்று இந்நூலினைக் கூறலாம். எப்போதும் தரமிக்க வரலாற்று ஆய்வு நூல்களை வெளியிடுவதில் முன்னோடியாகவும் முனைப்புடனும் விளங்கும் எமது நியூ செஞ்சுரி புத்தக நிறுவனம் அறிவுலகத் தேவை கருதி இந்நூலை வெளியிடுகிறது. வழக்கம்போல் புதுமையான நல்ல நூல்களுக்கு ஆதரவளிக்கும் தமிழ் கூறும் நல்லுலகம் இந்நூலினைப் போற்றி வரவேற்கும் என நம்புகின்றோம்.

-பதிப்பகத்தார்

நூன்முகம்

இந்தியப் பண்பாட்டு வளர்ச்சியில் தொன்மையான கலைவரலாற்றுச் சின்னங்களின் பங்கு அளவிடற்கரியதாகும். இந்தியாவின் மிகப் பழமையான பாரம்பரியம் மிக்க சமயம் சார்ந்த கலை வளர்ச்சிக்கு அடித்தளமிட்டவர்கள் பௌத்த சமயத்தைச் சார்ந்தவர்களே ஆவர். இவர்கள் தங்களது சமயநெறிகளைப் பரப்புவதற்குக் கலையை ஒரு கருவியாகக் கொண்டனர். அவர்களது கலைப் படைப்புகள் புத்தரின் வாழ்க்கை நிகழ்வுகளான பிறப்பு, துறவு, சொந்த நகரைவிட்டு வெளியேறுதல், போதிமரத்தடியில் தவமிருத்தல், ஞானம் பெறுதல், அதன் பின்பு முதல் போதனை செய்தல், இறுதியில் பரிநிர்வாண நிலையை அடைதல் ஆகியவற்றைக் கதைத் தொடர்பு போல் விளக்கிக் கூறுகின்றன. புத்தரின் முற்பிறப்புகளைக் கூறும் புத்த ஜாதகக் கதைகள் சிற்பங்களிலும் ஓவியங்களிலும் அழகுற வடிக்கப்பட்டன. இந்தியாவில் பௌத்தர்களே சமணர்களுக்கும் இந்துக்களுக்கும் கலைப்படைப்புகளில் முன்னோடிகளாய்த் திகழ்ந்துள்ளனர்.

பௌத்த சமய உலகலாவிய கலைப் படைப்புகளை எடுத்துக் கூறும் நூல்கள் ஆங்கிலத்தில் அதிகம் உள்ளன. ஆனால் பௌத்த சமய கலைப்பணிகளை ஆழமாக ஆய்வுசெய்து எடுத்துக் கூறும் தமிழ்மொழியில் அமைந்த நல்ல நூல்களைக் காண்பது அரிது. இக்குறையைப் போக்க வேண்டும் என்ற எனது நீண்ட நாள் மனக்கனவே "பௌத்த சமயக் கலைவரலாறு" என்ற நூலாக வெளிவருகிறது.

இந்நூல் பௌத்தர்களின் கட்டடக்கலை, சிற்பக்கலை, ஓவியக்கலை ஆகியவற்றை தனித்தனி இயல்களில் எடுத்துக் கூறுகிறது. தமிழகத்தின் பௌத்தகலை பற்றித் தனியொரு இயல் விளக்குகிறது. மேலும் ஆசியநாடுகளில் இக்கலை எவ்வாறு வளர்ந்து செழித்தது என்பது பற்றியும் தனியொரு இயல் விரித்துரைக்கிறது. இறுதியில் பௌத்த கலைத்தாக்கம் பிறசமயங்களில் குறிப்பாக இந்து சமய கலைகளில் எவ்வாறு காணப்படுகிறது என்பது குறித்தும் இந்நூல் ஆய்வுசெய்கிறது. பௌத்தசமயக் கலையை இந்துசமயக் கலையோடு

ஒப்பிட்டுப் பார்க்க விரும்பும் ஆய்வாளர்களுக்கு இவ்வாய்வு நூல் துணைபுரியும். மேலும் பௌத்தசமயக் கலை பற்றி அறிந்துகொள்ள ஆர்வமுள்ள ஆய்வாளர்களுக்கும், மாணவர்களுக்கும் மற்றவர்களுக்கும் பயன்படும் வகையில் இந்நூல் எழுதப்பட்டுள்ளது.

இந்நூலினை எழுதும் வேளையில் என்னை ஊக்கப்படுத்தித் தேவையான ஆலோசனைகளை நல்கிய எனது ஆருயிர் நண்பர் தொல்லியல் ஆய்வாளர் முனைவர்.**வெ.வேதாசலம்** அவர்களுக்கு எனது உளம் நிறைந்த நன்றியைத் தெரிவித்துக் கொள்கின்றேன். அவரே இந்நூலில் இடம்பெற்ற அரிய புகைப்படங்களைத் தானே எடுத்து இந்நூலகத்திற்குத் தந்துதவினார். நானும் அவரும் இந்தியா, இலங்கை போன்ற இடங்களில் உள்ள பௌத்தசமயக் கலை வரலாற்றுச் சின்னங்களுக்கு நேரடியாகச் சென்று ஆய்வு செய்தோம் என்பதை இங்கு குறிப்பிட்டே ஆக வேண்டும். இந்நூலகத்திற்கு என்னைத் தூண்டி உறுதுணை செய்த எனது மாணவச் செல்வங்களான அண்ணாமலைப் பல்கலைக்கழக வரலாற்றுத்துறை விரிவுரையாளர் முனைவர்**சு.கண்ணன்**, மதுரை காமராசர் பல்கலைக்கழக வரலாற்றுத்துறை விரிவுரையாளர் முனைவர் **அ.மகாலிங்கம்** ஆகியோர்க்கு எனது நன்றியைத் தெரிவித்துக்கொள்கிறேன். இந்நூலினை சிறந்த முறையில் வெளியிட்ட நியூசெஞ்சுரி புத்தக நிறுவனத்திற்கு எனது நன்றியைப் புலப்படுத்திக் கொள்கின்றேன். இவ்வாய்வு நூலினை அறிஞர் பெருமக்களும், மாணவச் செல்வங்களும் பொதுமக்களும் வரவேற்றுப் போற்றுவார்கள் என எதிர்நோக்குகின்றேன்.

கு.சேதுராமன்

மதுரை

முன்னுரை

பௌத்தம் உலகின் தலைசிறந்த சமயங்களில் ஒன்றாகும். இந்தியாவில் கி.மு. 6ஆம் நூற்றாண்டில் தோன்றிய புத்தரால் தோற்றுவிக்கப்பட்ட இச்சமயம் ஆசிய நாடுகள் பலவற்றில் பரவியுள்ளது. இந்தியாவிலிருந்து வணிக வழிகள் மூலமாகப் பரவிய இச்சமயம் இன்று இந்தியா தவிர்த்த பிற ஆசிய நாடுகளில் செழித்தோங்கி வருகின்றது. சில நாடுகளில் தேசிய மதமாக அங்கீகரிக்கப்பட்டுள்ளது. புத்தர் சித்தார்த்தராக கி.மு. 563-ல் சாக்கிய வம்சத்தில் பிறந்தார். உலக வாழ்வில் ஏற்படும் துன்பங்களுக்கான காரணங்களை அறிய அவர் மேற்கொண்ட முயற்சியின் விளைவாகத் துறவறம் மேற்கொண்டார். பிராமணர்களின் வேதச் சடங்குகளை வெறுத்தார். சமணர்களின் கடுமையான துறவறத்தையும் ஏற்க மறுத்தார். தனது தவ வலிமையால் ஞானத்தை அடைந்தார். தனக்கென தனியொரு பாதையை வகுத்தார். அதற்கு 'இடைப்பட்ட வழி' என்று பெயரிடப்பட்டது.

பௌத்த சமயத்தின் இதயம் என்பது மூன்று பொக்கிசங்கள் என்று போற்றப்படுகின்ற 'திரிரத்னம்' என்பதாகும். அவை புத்தம், தர்மம், மற்றும் சங்கம் என்பனவாகும். புத்தம் என்பது சமயக்குருவான புத்தரைக் குறிக்கிறது. தர்மம் என்பது புத்தரின் போதனையைக் குறிப்பிடுகிறது. சங்கம் என்பது அவரது கருத்துக்கள் அல்லது தத்துவங்களை ஏற்றுக்கொண்டு, நடைமுறைப்படுத்தி, மக்களுக்கும் எடுத்துச் சொல்லுகின்ற துறவிகளின் குழுவைக் குறிக்கிறது. புத்தர் ஞானம் பெற்ற பின்பு, காசியில் மான் பூங்காவில் தனது முதல் போதனையைத் தொடங்கினார். அதில் நான்கு உண்மைகளை விளக்கினார். அவை 1. துக்கம், 2. துக்கத்திற்கான காரணம் 3. துக்கத்தை விடுதல் 4. துக்கத்தை விட்டொழிப்பதற்கான வழி ஆகியனவாகும். முதலாவது உண்மையில் அவர் 'பிறப்பது துக்கம், வயது முதிர்வு துக்கம், நோய்வாய்ப்படுவது துக்கம், இறப்பது துக்கம், மகிழ்ச்சியற்றதோடு

தொடர்பு கொள்வது துக்கம், மகிழ்விலிருந்து விடுபடுவது துக்கம், விரும்பியனவெல்லாம் நடைபெறவில்லை என்பது துக்கம்' என்று சொன்னார். இத்துக்கம் ஆசையினால் வருகிறது. மீண்டும் பிறக்க வேண்டும் ; இன்பங்களை அனுபவிக்க வேண்டும் ; நீண்ட நாள் வாழ வேண்டும் என்றெல்லாம் நினைப்பதால் வருவதுதான் துக்கம் என்று இரண்டாவது உண்மையை விளக்கினார். இத்துக்கத்தை விடுவிக்க ஆசையை விட்டுவிட வேண்டும் என்பது மூன்றாவது உண்மை. ஆசையை விட்டுவிடுவதற்கு வழி எது எனில், எட்டுப்புனித வழிகளைப் பின்பற்றுவதேயாகும். அவை, சரியாகப் புரிந்து கொள்ளுதல், சரியான எண்ணம், சரியான பேச்சு, சரியான செயல், சரியான வாழ்க்கை முறை, சரியான முயற்சி, சரியான விழிப்புணர்வு, மற்றும் மனஒருமைப்பாடு (சமாதி) என்பனவாகும்.

புத்தர் தமக்கென சீடர்களை உருவாக்கி அவர்களுக்குச் சங்கம் ஒன்றை நிர்மாணித்தார். புத்தரின் போதனையான தர்மத்தை நிலை நாட்டும் வகையில் சங்கத்திலிருந்த துறவிகள் பணியாற்றினர். அவர்களுக்குப் பணம் படைத்த வணிகர்களின் ஆதரவு இருந்தது. அவர்களது முக்கிய பணியே புத்தரின் எட்டுக் கட்டளைகளைப் பின்பற்றி வாழ்வதோடு மக்களுக்கு எடுத்துரைத்து அவர்களை நல்வழிப்படுத்துவதுதான். புத்தரின் இப்போதனையைப் பின்பற்றுபவர்கள் நிர்வாண (சமாதி) நிலையை அடையலாம் என்பது பௌத்த சமயத்தின் மையக் கருத்தாகும். ஏறக்குறைய நாற்பது ஆண்டு காலம், புத்தர் தமது கருத்துக்களைப் போதித்தார். இதற்காக, அவர் நடந்தே பல இடங்களுக்குச் சென்றார். மத்திய கங்கைச் சமவெளி, மகதம், கோசலம் ஆகிய பகுதிகளுக்குப் பயணம் செய்து தம் கருத்துக்களைப் பரப்பினார். தமது போதனைகளை அந்தந்தப் பகுதியின் வட்டார மொழி நடையின் மூலம் எளிதில் பரப்ப வழிவகை செய்தார். புத்தரது காலத்திலேயே மடாலயங்கள் அமைக்கப்பட்டன. மழைக்காலங்களில் பௌத்தத் துறவிகள் தங்குவதற்கே இவை அமைக்கப்பட்டன. இதனைத் தொடர்ந்து செல்வம் மிக்க பலரும் நிலங்களும், பொருளும் வழங்கியதால் நிரந்தரமான மடங்கள்

கட்டப்பட்டன. பின்பு, வாய்மொழியாகச் சொல்லப்பட்டு வந்த பௌத்தத் தத்துவங்கள் வினயபீடம் என்ற பெயரில் ஒழுங்குபடுத்தப்பட்டன.

புத்தர் இறந்தபின் அவரது சாம்பல் பாதுகாக்கப்பட்டது. அதனைப் புனிதப்படுத்துவதற்காக அதன்மீது ஸ்தூபம் எழுப்பப்பட்டது. இதுவே பௌத்தக் கலையின் தொடக்கமாகும். அசோகர் காலத்திலும் அவருக்குப் பின்பும் பௌத்த சமயம் பல ஆசிய நாடுகளுக்கும் சென்றடைந்தது. இச்சமயக் கருத்துக்கள் தலைசிறந்த வணிக வழிகள் மூலமாக இலங்கை, திபெத், சீனா, இந்தோனேசியா, பர்மா, கொரியா, ஜப்பான், ஜாவா போன்ற பகுதிகளைச் சென்றடைந்தது. அசோகர் காலத்து பௌத்த சமயம் ஹீனயானப்பிரிவு எனப்பட்டது. அதாவது மூத்தவர்களின் சமயப்பிரிவு என்று அது கருதப்பட்டது. அசோகர் முன்னமே இருந்த ஸ்தூபங்களைப் பிரித்து அதில் இருந்த சாம்பலைப் பிரித்து வைத்து பல ஸ்தூபங்களை எழுப்பியதாக நம்பப்படுகிறது. குஷாண வம்சத்து மன்னர் கனிஷ்கர் கி.பி.முதலாம் நூற்றாண்டில் ஆட்சிக்கு வந்தபோது புதிய பிரிவான மகாயானம் தோன்றியது. ஹீனயானப் பிரிவினருக்கும், மகாயானப் பிரிவினருக்கும் இடையில் நிலவிய முக்கிய வேறுபாடு யாதெனில் முன்னவர்கள் புத்தரை, அவரது வாழ்க்கையோடு தொடர்புடைய சின்னங்கள் அல்லது குறியீடுகளை வணங்குவதன் மூலமாக ஆராதித்தனர். அதாவது, பௌத்தர்களுக்குப் புத்தரின் வாழ்க்கையில் நடைபெற்ற ஐந்து நிகழ்வுகள் புனிதமானவையாகும். அவை, புத்தரின் பிறப்பு, அவர் குடும்பவாழ்வை வெறுத்து நகரத்தை விட்டு வெளியேறுதல், போதிமரத்தடியில் தவமிருத்தல், அவரது முதல் போதனை, மற்றும் அவரது மறைவு என்பனவாகும். இந்நிகழ்வுகளை அவர்கள், தங்களது கலையில் சாலமரம், யானை, காளை, வெறும் அரியணை, குதிரை, போதிமரம், தர்மச்சக்கரம், பாதச்சுவடு, ஸ்தூபம் என்னும் குறியீடுகளால் காட்டினர். சாலமரம் அவர் சால மரத்தடியில் பிறந்ததையும், யானை அவரது பிறப்பையும், காளை அவர் பிறந்த ரிஷப ராசியையும், வெறும் அரியணை அவரது துறவையும், போதிமரம்

அவரது யோகநிலையையும், தர்மச்சக்கரம் அவரது முதல் போதனையையும், பாதச்சுவடு அவர் நடந்து சென்றதால் பல ஊர்களும் புனிதமடைந்ததையும், ஸ்தூபம் அவரது இறப்பையும் மற்றும் புத்தரையே முழுமையாகவும் குறித்தன. எனவே ஹீனயானப் பிரிவினர் இக்குறியீடுகளையே தங்களது கலைச் சின்னங்களில் பொறித்தனர். மகாயானப் பிரிவினர் புத்தரை மனித உருவில் காட்டத் தொடங்கினர். இது பௌத்த சிற்பக்கலையில் மாபெரும் வளர்ச்சியை ஏற்படுத்தியது.

அசோகர் காலத்தில் ஸ்தூபமும், புத்தரது வாழ்வில் தொடர்புடைய இடங்களில் தூண்களும் எழுப்பப்பட்டன. அவருக்குப் பின்வந்த சுங்கர்களும், சாதவாகனரும், குஷாணரும், குப்தர்களும் அழியாத பாறைகளில் புத்தர் கோயில்களை உருவாக்கினர். அக்கோயில்கள் சைத்தியங்கள் எனப்பட்டன. அவற்றிற்குள்ளேயே பாறையைக் குடைந்து ஸ்தூபங்களையும் அமைத்தனர். புத்தரின் குறியீடாக வெளியில் இருந்த ஸ்தூபம் இப்போது குடைவரைக் கோயில் அல்லது சைத்தியத்திற்குள் ஒரு கருவறையாக அமைந்தது. புத்தர் வாழ்ந்த காலத்திலேயே மடாலயங்கள் கட்டப்பட்டிருந்த போதும் அவை அழிந்துபோகும் பொருட்களால் ஆனதால் புதிய மடாலயங்கள் தேவைப்பட்டன. இதனைக் கருத்தில்கொண்டு சைத்தியங்களுக்கு அருகிலேயே பாறையைக் குடைந்து மடாலயங்களை உருவாக்கினர். இவற்றில் அறைகளும், படுப்பதற்காக மேசை போன்ற பலகைகளும் வெட்டப்பட்டன. இம்மடாலயங்கள் விகாரங்கள் அல்லது சங்காராமங்கள் என்று அழைக்கப்பட்டன. எனவே பௌத்த கட்டடக்கலை என்பது ஸ்தூபம், சைத்தியம், விகாரம் என்ற மூன்று வித அமைப்புமுறைகளைக் கொண்டிருந்தது. சில இடங்களில் இந்த மூன்றும் ஒரே கட்டடத்திற்குள்ளும் அமைக்கப்பட்டன. விகாரங்களில் ஸ்தூபங்களை வைப்பதற்குப் பதிலாக புத்தரின் உருவத்தோடு கூடிய கருவறைகளும் வெட்டப்பட்டன. இந்த மூன்று வகைக் கட்டடக்கலை அமைப்புகளில் தான் சிற்பங்களும் செதுக்கப்பட்டன. இக்கட்டடக்கலைச் சின்னங்கள் சாஞ்சி, பார்கூத், கார்லே, நாசிக், பேத்சா, அஜந்தா, பாஜா

போன்ற பகுதிகளில் அமைக்கப்பட்டன. இவை கலை நுணுக்கங்களுடனும், காண்போரை உவகை கொள்ளும்படியும், அதிசயிக்கும் வண்ணமும் அமையலாயின. பௌத்தக் குடைவரைகளில் காற்றும், வெளிச்சமும் நன்றாகப் படும்படி அமைக்கப்பட்டன. மனித சக்தி அளப்பரியது என்பதற்கு பௌத்த கலைச் சின்னங்களே சான்று பகர்கின்றன. தொடக்கத்தில் முன்பு குறிப்பிட்டதுபோல் புத்தரின் குறியீடுகள் அமைக்கப்பட்டன. மகாயான காலத்தில் புத்தரின் உருவங்கள் வடிக்கப்பட்டன. பாறைகளில் புடைப்புச் சிற்பங்கள் செதுக்கப்பட்டதோடன்றி தனிச்சிற்பங்களும் வடிக்கப்பட்டன. பௌத்த சிற்பக்கலையின் உன்னத நிலையை காந்தாரம், மதுரா, அமராவதி பகுதிகளில் காணலாம்.

பௌத்தக் குடைவரைகளில் சிற்பங்கள் செதுக்கப்பட்ட அளவிற்கு ஓவியங்கள் தீட்டப்படவில்லை எனினும் அஜந்தாவில் உள்ள ஓவியங்கள் மட்டுமே ஓவியக்கலையின் ஒப்பற்ற தன்மையை உலகறியச் செய்துள்ளன. இவர்களது சிற்பங்களும், ஓவியங்களும் புத்தரின் வாழ்க்கை வரலாற்றை விளக்குவனவாகவும், புத்தரின் முந்திய பிறவிகளைக் கூறும் புத்த ஜாதகக் கதைகளை விவரிப்பனவாகவும், புத்தர், போதிசத்துவர், அவலோகிதேசுவரர், தாரா, மைத்ரேயர் போன்றோரின் தனிஉருவங்களாகவும் அமைக்கப்பட்டன. இதனால் கி.மு. இரண்டாம் நூற்றாண்டிற்கும், ஒன்பதாம் நூற்றாண்டிற்கும் இடைப்பட்ட காலம் பௌத்தக் கலையின் பொற்காலம் என்றும், 'புத்தர் யுகம்' என்றும் அழைக்கப்படலாயிற்று.

இந்தியாவில் வளர்ச்சியடைந்த பௌத்தக் கலையானது அச்சமயத்தைப் பின்பற்றிய ஆசிய நாடுகளுக்கும் சென்றது. மூலக் கருத்துக்களை எவ்வித மாற்றத்துக்கும் உட்படுத்தாமல் அந்தந்த நாட்டுப் பண்பாட்டுக் கூறுகளை இணைத்து அப்பகுதிகளில் கலைச்சின்னங்களும், சிற்பங்களும், ஓவியங்களும் அமைக்கப்பட்டன. இந்திய மண்ணில் ஒரு கால கட்டத்தில் தடைப்பட்டுவிட்ட பௌத்தக்கலை பிற ஆசிய நாடுகளில் இன்றுவரை வளர்ந்துவருகிறது. இந்தியாவில் பௌத்தக் கலை என்ற ஒன்று தடைப்பட்டுவிட்டாலும்

அது பிந்திய இந்துக் கோயில் கலைக்கு முன்னோடியாக விளங்கியது என்பது மறுக்க முடியாத உண்மை. மிகப் பழங்காலத்திலேயே பௌத்தர்கள் புகுத்திய பூர்ணகும்பம், கலசத்தின் மீதான தூண் (கும்ப பஞ்சரம்), கூடுகளில் மனித உருவம், கஜலட்சுமி சிற்பம், சூரியன் உலகத்தை வலம்வருதல், பாதச்சுவடு (பின்னாளில் வைணவம்), பரிநிர்வாணம் (பின்னாளில் அனந்தசாயி) போன்ற பல கலைக்கூறுகள் இந்துக் கோயில் கலையில் புகுந்துள்ளன. இவை இந்நூலில் ஆங்காங்கே விளக்கப்பட்டுள்ளன.

பௌத்த படிமக்கலை அமைப்பில் (iconography) இலட்சணங்கள் அல்லது குறியீடுகள் முக்கியப் பங்கு வகிக்கின்றன. புத்தரின் உடலில் 32 பிரதானக் குறியீடுகளில் சில போதிசத்துவர்களுக்கும், சக்கரவர்த்திகளுக்கும் (உலகின் அரசர்கள்) பொருந்தும். புத்தரின் உடலில் உள்ள இலட்சணங்களில் குறிப்பிடத்தக்கது அவரது நெற்றியில் மையத்தில் உள்ள வெள்ளை மயிர்களாலான ஊர்ணம் ஆகும். இது சிவபெருமானின் நெற்றிக் கண்ணுடன் ஒப்பிடத்தக்கது. புத்தரின் ஞானத்தைக் குறிக்கும் சின்னம் உஷ்ணிசம் எனப்பட்டது. அது அவரது தலையின் உச்சியில் சற்றுப் புடைப்பாக இருக்கும். சில உருவங்களில் உஷ்ணிசம் தீப்பிழம்பாகக் காட்சியளிக்கும். அவரது நீண்ட காதுகள் அவர் தனது குடும்ப வாழ்வை விட்டு வெளியேறுவதற்கு முன்பு ஒரு இளவரசராக இருந்தார் என்பதை உணர்த்துகின்றன. அவரது உடலில் காணப்படும் பிற குறியீடுகளாவன, அவரது பொன்னிறமேனி, பரந்து விரிந்த தோள்கள், குறுகிய இடுப்பு, கால் முட்டிவரை நீண்ட கைகள், தர்மச்சக்கரம் மற்றும் அவரது உள்ளங்கையிலும், பாதத்தின் அடியிலும் காணப்படும் குறியீடுகள் ஆகியனவாகும். பௌத்தக் கலையில் புத்தரின் பாதச்சுவட்டினைக் காட்டும் போது அதில் ஏராளமான குறியீடுகள் வரையப்பட்டிருக்கும். அவற்றின் நடுவில் தர்மச்சக்கரம் இருக்கும்.

புத்தரது உருவம் அமர்ந்த நிலையிலோ அல்லது நின்ற நிலையிலோ அமைக்கப்பெறும். அவர் தாமரைப் பீடத்தின் மீது நின்றோ அல்லது அமர்ந்தோ இருப்பார். போதிசத்துவர்களுக்கும்

தாமரைப் பீடம் அமைக்கப்பட்டது. இப்பீடமானது ஒரு தாமரையாகவோ அல்லது இரண்டு தாமரையாகவோ காட்டப்பட்டிருக்கும். இரண்டு தாமரை எனில் அவை ஒன்றன்பின் ஒன்றாக வைக்கப்படும். ஒவ்வொரு தாமரையிலும் பதினாறு இதழ்கள் காணப்படும். தாமரை தூய்மை மற்றும் வளமையின் சின்னமாகும். பௌத்த சமயத்தில் அது ஞானத்தைக் குறிக்கிறது. அமர்ந்த நிலையிலான புத்தரின் உருவத்தில் அவர் பத்மாசனத்தில் அல்லது அர்த்த பத்மாசனத்தில் அமர்ந்திருப்பார். பத்மாசனத்தையே வஜ்ர பரியங்காசனம் என்கின்றனர். அவரது உடல் முழுவதையும் ஆடை மூடியிருக்கும். சில சிற்பங்களில் ஆடை வலது தோளை மறைக்காமல் அமைக்கப்படும். அவரது கண்கள் பாதி மூடி தியானத்தில் இருக்கும். காதுகள் நீண்டு தொங்கும்படி அமைக்கப்படும். நெற்றியில் முன்பு கூறியது போல் வெள்ளை மயிரின் முடிச்சு (ஊர்ணம்) காட்டப்படும். தலையில் சுருள்முடியும் அதற்கும் மேலே உஷ்ணிசமும் வைக்கப்படும். முகத்தில் புன்முறுவல் காட்டப்படும். அவரது தலைக்குப் பின்னால் பிரபை அமைக்கப்படும். அவரது கைகள் மடியில் வைக்கப்பட்டால் அவர் தியானத்தில் உள்ளார் என்று பொருள். அவரது வலது கை விரல் பூமியில் வைக்கப்பட்டிருந்தால் (பூமிஸ் பரிசமுத்திரை) அவர் ஞானம் பெற்றதைக் குறிக்கும். அதாவது அவர் ஞானம் பெற்றதற்கு பூமி சாட்சியாகும். அவரது கைகள் மார்புப்பகுதியில் சக்கரம் போன்று முத்திரை காட்டி வைக்கப்பட்டால் அது தர்மச்சக்கர முத்திரை எனப்படும். இது புத்தர் தனது போதனைக் காட்சியைத் தொடங்கியதைக் காட்டுகிறது. சில சிற்பங்களில் அமர்ந்த நிலையிலான புத்தர் தனது வலது கையைத் தூக்கி அபயமுத்திரை காட்டுகிறார். இடது கை மடியில் வைக்கப்பட்டிருக்கும். நின்ற நிலையிலான புத்தர் சிற்பத்தில் மேலே குறிப்பிட்ட அத்தனை அம்சங்களோடு ஒரு கையில் அபய முத்திரை காட்டி மறுகையால் தனது ஆடையைப் பிடித்திருப்பார். புத்தர் அமர்ந்துள்ள ஆசனத்தில் சிங்கம் பொறிக்கப்பட்டிருக்கும். அவரது தலைக்கு மேலே போதிமரம் காட்டப்படும்.

போதிசத்துவர்களின் உருவங்கள் அதிகமான ஆபரணங்களுடன் காட்டப்படும். அவர்கள் புத்தநிலையை அடைவதற்காகக் காத்திருப்பவர்கள் என்று பௌத்த நூல்கள் கூறுகின்றன. அவர்கள் மனிதர்கள் முக்தியடைய உதவுகின்றவர்கள் என்று நம்பப்படுகிறது. இந்த போதிசத்துவர்களில் குறிப்பிடத்தக்கவர்கள் அவலோகிதேசுவரர் பத்மபாணி, அவலோகிதேசுவரர் வஜ்ரபாணி மற்றும் மைத்ரேயர் ஆவர். பத்மத்தை (தாமரை)க்கையில் வைத்திருப்பவர் பத்மபாணி என்றும், வஜ்ரத்தைக் கையில் வைத்திருப்பவர் வஜ்ரபாணி என்றும் அழைக்கப்பட்டனர். இவர்கள் பொதுவாகப் புத்தரின் இருபக்கங்களிலும் நின்றிருப்பர். அவர்கள் இளவரசர்கள் போன்று தோற்றமளிப்பர். அவர்கள் தலையினைச் சிவபெருமானைப் போன்று முடியையே மகுடம் போல் அலங்கரிக்க வேண்டும். நெற்றியில் ஊர்ணம் வைக்கலாம், அல்லது விட்டுவிடலாம். கழுத்தினை ஒட்டினாற்போல் ஆரமும், தொங்குகின்ற சங்கிலியும், பதக்கமும், கை ஆபரணங்களும் அணிவிக்கப்படும். ஆடை மடிப்புகளுடன் கூடி உடலின் மேல்பகுதியை மறைக்காமல் காட்டப்படும். வலது கை அபயமுத்திரை காட்டும். இடது கையில் வஜ்ரம் அல்லது பத்மம் இருக்கும். மைத்ரேயர் எனில் அவரது இடது கையில் தண்ணீர்க் குடுவை இருக்கும். அவர் மக்களின் தாகத்தைத் தீர்ப்பவர் என்று நம்பப்படுகிறது. போதிசத்துவர் தாமரை பீடத்தில் நின்றிருப்பார். சில சிற்பங்களில் அமர்ந்திருக்கும் காட்சியும் காணப்படுகிறது. போதிசத்துவரின் நெற்றிக்கு மேல், தலையில், மலரானன நெற்றிச்சுட்டி கட்டப்பட்டிருக்கும். மார்பில் பூணூல் அணிவிக்கப்பட்டிருக்கும்.

பிற்காலத்தில் வந்த வஜ்ராயன பௌத்தத்தில் பெண் தெய்வங்களும் இடம்பெற்றன. இத்தெய்வ உருவங்கள் பொதுவாக தாரா என்று அழைக்கப்பட்டன. இவர்களது உருவம் ஞானத்தைக் குறிப்பதாக நம்பப்பட்டது. தாராவின் உருவம் பெரும்பாலும் ஓவியமாகவே தீட்டப்பட்டது. பௌத்த நூற்களிலும், பனை ஓலைகளிலும், மரப்பலகைகளிலும் இவ்வோவியம் தீட்டப்பட்டது.

தந்திரிக பௌத்த நூற்களிலும் வரையப்பட்டது. தாராவின் கல் மற்றும் உலோகச் சிற்பங்கள் பாலர், சேனர் காலத்துச் செங்கல்லால் கட்டப்பட்ட கோயில்களில் வைக்கப்பட்டன. செப்புத் திருமேனிகளும், கற்சிற்பங்களும் மண்டலத்தைக் குறிக்கும் வரை படத்தில் வைக்கப்பட்டன. இது போன்றே ஆரியமாரிசி, மாரிசி போன்ற பெண் தெய்வங்களின் உருவங்களும், வஜ்ராயன பௌத்தத்தில் இடம்பெற்றன. ஆனால் இவை இந்தியாவில் அதிக முக்கியத்துவம் பெற்றதாகத் தெரியவில்லை.

இந்தியாவின் பௌத்தக்கலை மையங்கள்

பொருளடக்கம்

		பக்கம்
1.	பௌத்த சமய வரலாறு	1
2.	படிமக்கலை	12
3.	கட்டடக்கலை	24
4.	சிற்பக்கலை	97
5.	ஓவியக்கலை	193
6.	தமிழகத்தில் பௌத்தக் கலை	226
7.	ஆசியநாடுகளில் பௌத்தக் கலை	247
8.	இந்துக்கலையில் பௌத்தத்தின் தாக்கம்	285
9.	கலைச்சொல் விளக்கம்	300
10.	நோக்கு நூற்பட்டியல்	304
	நிழற்படங்கள்	307

1
பௌத்த சமய வரலாறு

உலகில் தோன்றிய தொன்மையான சமயங்களில் ஒன்றான பௌத்தம் இந்தியாவில் தோன்றி தென்கிழக்கு ஆசியநாடுகளில் வேரூன்றி வளர்ந்தது. இச்சமயம் கௌதமபுத்தரின் போதனைகளை அடிப்படையாகக் கொண்டு எழுச்சி பெற்றது. அவரது போதனைகளின் மூலக்கரு "தர்மச்சக்கரத்தைச் சுழலச்செய்த" முதல் போதனையே ஆகும்.

புத்தர் என்ற சொல்லுக்கு "ஞானம் பெற்றவர்" என்று பொருளாகும். அவரது இயற்பெயர் "சித்தார்த்தர்" என்பதாகும். அதாவது அவரது தந்தையின் விருப்பம் பூர்த்தியடைந்தது என்ற பொருளில் அமைந்த பெயராகும். அவரது கோத்திரம் கௌதம கோத்திரமாதலால் அவர் கௌதம புத்தர் என அழைக்கப்பட்டார். அவரது பிறபெயர்கள் சாக்கிய சிம்மர் மற்றும் சாக்கிய முனி ஆகியவை முறையே "சாக்கியர்களின் சிம்மம்" எனவும், "சாக்கிய வம்சத்து முனிவர்" எனவும் பொருள் கொள்ளப்படுகின்றன. சாக்கிய சத்திரிய குலத்தலைவரான புத்தர் கி.மு.563 இல் கபிலவஸ்து என்ற இடத்தில் பிறந்தார்.[1] இவர் கி.மு. 543 இல் பிறந்தார் என்று மற்றொரு பிரிவினர் கருதுகின்றனர். கி.மு. 483 என்பது பிற்கால நிகழ்வுகளின் காலவரிசையுடன் பொருத்தமுடையதாகத் தோன்றுகிறது என்று

---
1. ஆர். எஸ்.சர்மா, பண்டைக்கால இந்தியா, சென்னை, 2001 ப.162.

டி.டி கோசாம்பி கருதுகிறார்.[2] புத்தரின் பிறப்பு பற்றிய பௌத்த இலக்கியச் செய்தியும், அது தொடர்பான சிற்பக்கலை அமைப்பும் இந்தியாவில் தோன்றிய இறைத்தன்மை பெற்ற எந்த மனிதரின் பிறப்பும் வைதீக சமயத் தொன்மைக்கதைகளை நினைவூட்டுவனவாகவே அமைந்துள்ளன. இராமாயணத்தில் வரும் கதாநாயகர்களைப் போன்றும் மகாபாரதக் கதாநாயகர்களைப் போன்றுமே புத்தரின் பிறப்புக்கதையும் அமைந்துள்ளது. அவரது பிறப்புக்கு முன், ஒரு நாள் அவரது தாயார் மாயாதேவி தூக்கத்தில் ஒரு கனவு கண்டார். அதில் வெள்ளை யானைக்குட்டி ஒன்று அவரது உடலின் இடது பக்கத்தில் நுழைந்தது. இதற்குப் புரோகிதர்கள் மாயாதேவி கருவுற்றிருப்பதாகவும், பிறக்கப் போகும் மகன் உலகை ஆளும் மன்னனாகவோ அல்லது உலக மக்களால் வணங்கப்படும் ஞானியாகவோ விளங்குவான் என்றும் விளக்கமளித்தனர். மாயாதேவி தனது சொந்த ஊரான தேவக்ரதா என்ற இடத்திற்குப் போகும் வழியில் லும்பினி என்ற இடத்தில் உள்ள தோட்டத்தில் இருந்த சால மரத்தடியில் ஆண் குழந்தையைப் பெற்றெடுத்தார். இதனைப் பௌத்த சிற்பக் கலையில் நேர்த்தியாக வடித்துள்ளனர். கி.மு. இரண்டாம் நூற்றாண்டில் பார்கூத் ஸ்தூபத்து வேலித்தூண் ஒன்றில் செதுக்கப்பட்டுள்ள சிற்பத் தொகுதியில் துயில் கொண்டிருக்கும் மாயாதேவியின் இடதுபுறம் இடுப்புக்கு மேல்பகுதியில் துதிக்கையில் மலருடன் ஒரு வெள்ளை யானைக்குட்டி நுழைய முயல்வது நேர்த்தியாகக் காட்டப்பட்டுள்ளது.[3] ஆந்திராவில் சாதவாகனர் ஆட்சிக்காலத்தில் கி.பி. 2-3ஆம் நூற்றாண்டு வாக்கில் சுண்ணாம்புக் கல்லில் செதுக்கப்பட்ட சிற்பத் தொகுதியில் கௌதமபுத்தர் தான் பிறந்ததும் ஏழு அடிகள் வைத்து நடந்ததைக் காட்டும்[4] நிலை இயேசுபிரானின் பிறப்புக் கதையோடு ஒப்பிடத்தக்கதாகும். வெள்ளையானை மாயா தேவியின் இடது பக்கம் உடலில் நுழைந்தது. கௌதமர் தாயாரின் இடுப்புக்கு மேலாக வலது பக்கத்திலிருந்து பிறந்து வெளிவருகிறார். தனது பதினாறாவது வயதில் திருமணம் செய்துகொண்ட அவர், இருபத்தி ஒன்பதாம் வயதில்

---

2. டி.டி. கோசாம்பி, பண்டைய இந்தியா, பண்பாடும் நாகரிகமும், சென்னை, 2006, ப.194.
3. இச்சிற்பத்தொகுதி தற்போது கொல்கத்தா இந்திய அருங்காட்சியகத்தில் வைக்கப்பட்டுள்ளது.
4. அமராவதி சிற்பத்தொகுதிகளில் இதனைக் காணலாம் (பிரிட்டிஷ் அருங்காட்சியகம்).

துறவறம் மேற்கொண்டார். இதற்குக் காரணமாகக் கூறப்படுவது, ஒரு முதியவர், ஒரு நோய்வாய்ப்பட்டவர், ஒருவரின் இறந்த உடல் மற்றும் ஒரு துறவி ஆகியவற்றைப் பார்த்து உலக வாழ்வின் இன்னல்களை உணர்ந்ததாகும். திடீரென்று ஓரிரவு உலக வாழ்வை உதறிவிட்டு, தனது கந்தகன் என்ற குதிரையின் மீதேறி மனித வாழ்வின் துன்பங்களுக்கான உண்மைக் காரணங்களை அறிய வேண்டி நாட்டைவிட்டு வெளியேறினார். சில மைல்தூரம் சென்றபின் ஆடை ஒன்றைத் தவிர தான் அணிந்திருந்த அத்தனை ஆபரணங்களையும் கழற்றி குதிரை மீது வைத்து அதனை நாட்டிற்கு அனுப்பி வைத்துவிட்டு பிறவிப் பெருங்கடலை நீக்க வழி காண்பதற்காக நடக்கத் தொடங்கினர். இந்நிகழ்ச்சி 'மகாபினிஸ்கிரமனம்' என்று (Great Departure) பௌத்த இலக்கியங்களில் குறிப்பிடப்பட்டுள்ளது.[5] புத்தர் துறவறம் பூண்டு வெளியேறும் இந்நிகழ்ச்சி சிற்பமாகச் செதுக்கப்பட்டுள்ளது. இதனைப் பிரிட்டிஷ் அருங்காட்சியகத்தில் உள்ள அமராவதி சிற்பத் தொகுதிகளில் காணலாம்.

தம் நாட்டைவிட்டு வெளியேறிய கௌதமர் சுமார் ஏழு ஆண்டுகாலம் அலைந்து திரிந்தார். மக்கள் துயரங்களைப் பற்றிய காரணங்களையும், அவற்றைப் போக்கும் வழியையும் தெரிந்துகொள்ள அன்றிருந்த பல்வேறு தலைவர்களிடமும், வழிகாட்டும்படி வேண்டினார். அவர்களது பதிலில் அதிருப்தியுற்று தமக்குத் தாமே நேரிடையான சோதனைகளிலும் இறங்கினார்.[6] புத்தரின் இந்த வினாக்களுக்குக் காரணம் அன்றிருந்த மனிதச்சமுதாயத்தின் நிலைமையே ஆகும். அதாவது, "வேதகால இந்துப் பண்பாட்டின் பிற்பகுதியில், நாட்டின் சமய வாழ்க்கைச் சமநிலை குலைந்து போனது. ஒருபுறத்தில் பிராமணர்களின் உதவியுடன் செய்யப்படும் வேள்விகளும் சடங்குகளும் மட்டுமே கொண்டதாக வெகுஜன சமயமும் மறுபுறத்தில் உபநிடதங்களின் போதனைகள் எல்லா வகையான சடங்குகளையும் வேள்விகளையும் மறுத்தலித்ததுடன், இயல்பான தத்துவார்த்தத்தில் புதிய இந்து சமயம் ஒன்றையும் உருவாக்கியிருந்தது. தத்துவார்த்த உயர் பிரிவாளர்கள் சிலர் அதனைத் துறவு வாழ்வு என்று கூறியதுடன் துறவிகள் போலவே வாழ்ந்தனர். அப்போது சாதிப்பகுப்பு மிகவும்

5. Debala Mitra, Buddhist Monuments, Calcutta, 1980. p.2

6. டி.டி.கோசாம்பி,முன்னது,ப.196.

கடினமாகி, இந்து சமுதாயத்தின் மேல் வகுப்பாரில் இருந்தும், மேல்நிலைப் பண்பாட்டிலிருந்தும் கீழ்வகுப்பார் முற்றிலுமாகத் துண்டிக்கப்பட்டிருந்தனர். எல்லாவற்றிற்கும் மேலாக அவர்கள் வேதங்களைப் படிப்பதும் தடை செய்யப்பட்டிருந்தது. அந்தக் காலகட்டத்தில்தான் (கி.மு.563-கி.மு.482) வெகுஜனங்களின் சடங்குகளையும், மேல் வகுப்பாரின் துறவுநிலையையும் எதிர்த்த கௌதமபுத்தர் தோன்றினார்.[7] எனவேதான் அவர் தீவிர முயற்சியில் ஈடுபட்டார்.சில சமயம் மனித அரவமே இல்லாது தனித்து விடப்பட்ட நடுக்காட்டிற்குள் சென்று தவம் செய்தார்.

அவர் கயாவின் நிரஞ்சரா நதிக்கரையின் மீதுள்ள அரசமரத்தின் (போதிமரம்) கீழ் அமர்ந்தபோது சம்போதி ஞானம் பிறந்தது. அதன்பின் அம்மரம், அநேகமாக வழிபாட்டுக்குரிய புனித மரமாகத் திகழ்ந்தது. பின்னர் ஒரு பெரிய யாத்திரைத் தல மையமாக ஆகியதுடன் இலங்கை, சீனா, போன்ற தொலைவு நாடுகளுக்கு இம்மரக்கிளைகள் கொண்டு செல்லப்பட்டு நடப்பட்டன. [8] அதன் பின் காசியை அடுத்துள்ள சாரநாத் மான் பூங்காவில் புத்தர் தமது முதல் போதனையை, உடலை வருத்தும் தீவிர தவவாழ்வைக் கைவிட்டதனால் புத்தரிடம் நம்பிக்கை இழந்து அவரை விட்டுச் சென்ற பழைய சீடர்களுக்கு அருளினார். இதனைத் தொடர்ந்து தன் வாழ்நாளில் மீதமிருந்த அடுத்த 45 ஆண்டுகள் கால்நடையாகவே அவுத், பீகார் மற்றும் பல இடங்களுக்கும் சென்று தம் கொள்கைகளைப் பரப்பினார். பௌத்த சங்கத்தை நிறுவினார். தமது எண்பதாவது வயதில் உத்தரப் பிரதேசத்தில் குஷிநகரில் பரிநிர்வாணமடைந்தார்.

பௌத்த தத்துவம்

பௌத்த சமயத்தின் தத்துவம் அல்லது சாரமாவது புத்தரால் அறிவிக்கப்பட்ட நான்கு உயர்வான உண்மைகளாகும். அவையாவன,

1. மனித வாழ்க்கையில் துன்பங்கள் தவிர்க்க முடியாதவை.

2. ஆசையே துன்பத்திற்குக் காரணம். அதுவே முடிவற்ற மறுபிறவிகளுக்கு இட்டுச் செல்கின்றது.

---

7. எஸ்.அபிட் ஹுசைன், இந்தியாவின் தேசியப்பண்பாடு, புதுடில்லி, 1978, பக். 65-66.

8. டி.டி. கோசாம்பி, முன்னது. ப.196.

3. ஆசையைத் துறந்தால் வலியிலிருந்து விடுபடலாம்.

4. துன்பம் மற்றும் மறுபிறவி ஆகிய சக்கரச் சுழற்சியிலிருந்து விடுபட ஆசையை ஒழித்தலே சரியான வழி என்பனவாகும்.

ஆசையை ஒழிக்க வேண்டுமானால் எட்டு அம்ச மார்க்கத்தனைப் (அஷ்டங்கிக மார்க்கம்) பின்பற்ற வேண்டும் என்று புத்தர் போதித்தார். அதாவது, சரியான நோக்கு, சரியான உறுதி, சரியான பேச்சு, சரியான செயல், சரியான தியானம் ஆகியனவாகும்.[9] அவர் உபதேசித்த இந்த மார்க்கம் கி.மு. மூன்றாம் நூற்றாண்டைச் சேர்ந்த நூல் ஒன்றில் காணப்படுகிறது. "ஒருவன் இந்த எட்டு அம்ச மார்க்கத்தையும் பின்பற்றினால் பிராமணர்களின் சூழ்ச்சிகளுக்கு, சதிகளுக்கு இரையாக மாட்டான். தனது இலட்சியத்தை அடைவான். ஒருவன் அளவுக்கு அதிகமான ஆடம்பரத்தையும், அளவுக்கு அதிகமான கட்டுப்பாடு களையும் தவிர்க்க வேண்டுமென புத்தர் போதித்தார். பிராமணர்களைப் போன்று அதிகமான சடங்காச்சாரங்களைத் தவிர்க்கவும், சமணர்களைப் போன்று கடுந்தவத்தினை விட்டிடவும், விரும்பிய அவர் தனக்கென ஒரு மத்திய பாதையைக் கையாண்டார். நாளொன்றுக்கு ஒரு நேரம் பிச்சையெடுத்து உண்பது என்னும் கொள்கையைக் கையாண்டார். இதற்கு ஆதாரமாக, புத்தர் தன் வீட்டிலேயே பிச்சை பாத்திரத்தை நீட்டி பிச்சை கேட்கும் ஓவியம் ஒன்று அஜந்தா குடைவரை ஒன்றில் காட்டப்பட்டுள்ளதைக் காணலாம். புத்தர் தம் சீடர்களுக்கு ஒழுக்க நெறிகளைப் போதித்தார். அவை,

1. மற்றவர்களின் சொத்துக்களை அபகரிக்கக்கூடாது.

2. வன்முறையில் இறங்கக் கூடாது.

3. போதைப் பொருட்களைப் பயன்படுத்தக்கூடாது.

4. பொய் பேசக்கூடாது.

5. ஒழுக்கக்கேடான நடவடிக்கைகளில் ஈடுபடக்கூடாது என்பனவாகும். இவை அனைத்துத் தரப்பு மக்களுக்கும் பொருந்துவதாக அமைந்தன.

---

9. எஸ்.அபிட் ஹுசைன்சன், முன்னது, ப.67.

புத்தமதம் பரவுதல்

இறைவன் மற்றும் ஆத்மா ஆகியவை இருப்பதை புத்தமதம் ஏற்கவில்லை. இந்தியாவில் தோன்றிய முதல் சமயச் சீர்திருத்தம் என்றே இதனைக் கொள்ளலாம். புத்தர் சிறந்த சமூகச் சீர்திருத்தவாதியாகத் திகழ்ந்தார். பிராமணர்களின் வர்ணாசிரம முறையைப் புத்தர் சாடினார். இதனால் கீழ்த்தட்டு மக்களைப் புத்தமதம் கவர்ந்தது. பெண்களும் சங்கத்தில் அனுமதிக்கப்பட்டு ஆண்களுடன் சரிநிகர் சமத்துவம் பெற்றனர். புத்தரின் ஆளுமையும் தமது சமயக் கோட்பாட்டைப் போதிப்பதற்கு அவர் மேற்கொண்ட முறையும் புத்தமதம் பரவுவதற்குப் பெரிதும் துணைபுரிந்தன. மக்களின் மொழியான பாலிமொழி பயன்படுத்தப்பட்டதும் கூட புத்தமதம் பரவுவதற்கு உதவிற்று. பௌத்தக் கோட்பாடுகள் மக்கள் மனத்தில் ஆழமாகப் பதிவதை அது சாத்தியமாக்கிற்று[10]. மகதம், கோசலம், கௌசாம்பி போன்ற பகுதிகளைச் சேர்ந்த மக்கள் பௌத்த சமயத்தினைத் தழுவினர்.[11] புத்த சமயத்தில் மூன்று பிரதான அங்கங்கள் அடங்கின. அவை, புத்தம், சங்கம், தம்மம் என்பனவாகும்.

புத்தர் மறைந்து சுமார் இருநூறு ஆண்டுகளுக்குப் பின் மௌரியப் பேரரசர் அசோகர் பௌத்த சமயத்தைத் தழுவினார். அவர் காலத்தின்தான் இச்சமயம் உலகசமயமாக மாறியது. அவர்தம் பிரதிநிதிகளை மேற்கு மற்றும் மத்திய ஆசியா, பர்மா, திபெத், சீனா, இலங்கை போன்ற பகுதிகளுக்கு அனுப்பி புத்தமதத்தைப் பரப்பினார். புத்தர் மறைவுக்குப் பின்·நான்கு பௌத்த மாநாடுகள் நடத்தப்பட்டன. பீகார் மாநிலத்தில் ராஜகிரஹம் என்ற இடத்தில் முதலாவது மாநாடு நடைபெற்றது. இங்கு புத்தரின் போதனைகள் சேகரிக்கப்பட்டு பாலிமொழியில் எழுதப்பட்டன. இரண்டாவது மாநாடு கி.மு. 387இல் பீகாரில் வைசாலி என்ற இடத்தில் நடைபெற்றது. மூன்றாவது மாநாடு அசோகர் காலத்தில் கி.மு. 250 வாக்கில் பாடலிபுத்திரத்தில் நடைபெற்றது. இங்குதான் உலகின் பல பகுதிகளுக்கும் பிரதிநிதிகளை அனுப்பி புத்தமதத்தைப் பரப்ப முடிவெடுக்கப்பட்டது.[12] நான்காவது மாநாடு கி.பி. இரண்டாம் நூற்றாண்டில் காஷ்மிரில் நடைபெற்றது.

---

10. ஆர்.எஸ்.சர்மா,முன்னது, ப. 165

11. Sunita Pant Bansal ed., History of India, New Delhi, 2007. p.24

12. மேலது, ப. 25.

இவ்வாறு எழுச்சி பெற்ற பௌத்த சமயம் அதிவேகமாகப் பரவத் தொடங்கியது. அதே சமயம், தொடக்க காலத்தில் இருந்தது போன்ற கட்டுப்பாடும் ஒருங்கிணைப்பும் பௌத்த சமய அமைப்பில் குலைந்துபோய், அது பல பிரிவுகளாகப் பிரிந்துபோனது. அவற்றுள் மிகப் பழமையானதும், மரபுகளை மீறாததுமான பிரிவே ஹீனயானம் எனப்பட்டது. மகாயானம் உள்ளிட்ட பிற பிரிவுகள் அனைத்தும், மரபு சார்ந்த நெறிகளிலிருந்து பெருமளவு மாறுபட்டுச் சென்றன. ஹீனயானம் இலங்கை, பர்மா, மற்றும் தென்கிழக்கு ஆசிய நாடுகளில் தன்செல்வாக்கை நிலைநாட்டியது. மகாயானம் இந்தியா, மத்திய ஆசியா, திபெத், சீனா, ஜப்பான் ஆகிய நாடுகளில் நிலைத்து நின்றது. கனிஷ்கரின் ஆதரவில் செழித்த மகாயானம் இந்தியாவிலும், வெளிநாடுகளிலும் பிரசித்திபெற்றது. "கடவுளர் பால் நம்பிக்கை கொண்ட அப்பிரிவு கடவுளரில் மகாதேவராகப் புத்தரைக் கருதி விரிவான கொண்டாட்டங்கள், சடங்குகளுடன் வழிபாடுகளை நடத்தியது. ஹீனயானம் போதித்த துறவு, சுய கட்டுப்பாடு, சுய பண்பாடு ஆகியவற்றிற்கு மாறாக, பக்தி, வழிபாடு, அறம் ஆகியவற்றை அது வலியுறுத்தியது. இப்பிரிவினர் தங்களைப் "பெரிய ஊர்தி" என்றும் ஹீனயானப் பிரிவினரை "சிறிய ஊர்தி" என்றும் கருதினர். ஹீனயானப் பிரிவினர் பாலி மொழியிலிருந்த சில முக்கியமான திருமறை நூல்களையும் தங்களுடன் தக்கவைத்துக் கொண்டனர். மகாயானப் பிரிவினரோ அவற்றைத் தம் விருப்பம் போல் சமஸ்கிருத மொழியில் எழுதினர். வஜ்ராயனப் பிரிவினரின் கொள்கைகளை ஏற்றதோடு, ஒருபடி ஏறி, தாந்திரீக முறைகளிலும் நம்பிக்கை கொண்டனர்.

பௌத்த சமயத்திற்கு அசோகர் தொடங்கி மன்னர்கள் அளித்து வந்த அரச உதவிகள் பன்னிரண்டாம் நூற்றாண்டு காலம் வரை தொடர்ந்தன.[13] கனிஷ்கர் தலைமையின்கீழ் குஷாணர்கள் வழங்கிய தாராளமான நன்கொடைகள், வரலாற்றில் ஒரு திருப்பத்தை ஏற்படுத்தியது. இவை, மகாயானத்திற்கு ஒரு பலமான அடிப்படையைத் தந்தன.[14] குஷாணர்கள் கி.பி. நான்காம் நூற்றாண்டு வரை ஆண்டனர். இவர்கள் காலத்திலேயே சுங்கர்களும், தெற்கே சாதவாகனர்களும் பௌத்த சமயத்தைப் போற்றி வளர்த்தனர். கி.பி. நான்காம்

13. டி.டி. கோசாம்பி, முன்னது, ப. 373

14. மேலது. ப. 374.

நூற்றாண்டிலிருந்து ஆட்சி செய்த குப்தர்கள் காலத்தில் பௌத்த மடாலயங்கள் புதுப்பிக்கப்பட்டதோடு பௌத்தர்களுக்குக் கொடுக்கப்பட்டு வந்த உதவித் தொகைகளும் அதிகரிக்கப்பட்டன. ஏழாம் நூற்றாண்டின் தொடக்கத்தில் மேற்கு வங்கத்தை ஆண்ட நரேந்திரகுப்த சசாங்கன் பௌத்த சமயத்தை அழிக்க முற்பட்டான். கங்கைச் சமவெளிக்குள் புகுந்து சூறையாடினான். புத்தகயாவில் உள்ள போதிமரத்தை வெட்டி வீழ்த்தியதுடன், பல பௌத்த சிற்பங்களையும் பாழாக்கினான். ஹர்ஷரின் கொடைத் திறத்தால் சில ஆண்டுகளுக்குள்ளாகவே எல்லாம் விரைவாகப் புதுப்பிக்கப்பட்டு, முன்பைவிட நேர்த்தியாக அவற்றின் பழமைத் தோற்றங்கள் மீட்கப்பட்டன.[15] ஹர்ஷரின் மறைவுக்குப் பின் நாளந்தா பல்கலைக்கழகம், இசுலாமியர்களால் சூறையாடப்பட்டுத் தீவைக்கப்பட்டது.[16]

இருப்பினும், பௌத்த சமயமும், பௌத்தப் பண்பாடும் வங்கத்தை ஆண்ட பாலர் மன்னர்கள் காலத்தில் மீண்டும் புத்துயிர் பெற்றன. அவர்கள் கி.பி. எட்டாம் நூற்றாண்டில், ஆட்சிக்கு வந்தனர். வங்கம், பீகார், மற்றும் ஒரிஸ்ஸாவின் ஒருபகுதி அவர்களின் ஆளுகையின் கீழிருந்தன. அவர்தம் ஆட்சி கி.பி. 11ஆம் நூற்றாண்டு வரை தொடர்ந்தது. பாலர்கள் காலத்தில் பௌத்தக்கல்வி நிலையங்கள் கட்டப்பட்டன. விக்ரமபுரத்திலும், ஒரிஸ்ஸாவில் ரத்னகிரியிலும் பெரும் சின்னங்கள் எழுப்பப்பட்டன. அவையும் இசுலாமியரால் இடிக்கப்பட்டன. இசுலாமியரின் துன்புறுத்தலிலிருந்து தப்பி ஓடிய பௌத்தத் துறவிகள் பர்மா, நேபாளம், திபெத், பகுதிகளில் தஞ்சம் புகுந்தனர். பாலர்கள் காலத்துப் பிரசித்தி பெற்றது வஜ்ராயன பௌத்தப் பிரிவாகும். இது முன்னமே குறிப்பிட்டது போல் தாந்திரிகத்தில் நம்பிக்கை கெண்டதாகும். இப்பிரிவு பாலர்கள் காலத்தில் திபெத்திற்குப் பரவியது. வஜ்ராயன பௌத்தம் திபெத்தில் கி.பி.9-10ஆம் நூற்றாண்டுகளில் வேரூன்றி பின் சிக்கிமுக்கும், பூடானுக்கும் பரவியது. பாலர் பல்கலைக்கழகங்களிலிருந்து, திபெத்தில் தாந்திரிகக் கருத்துக்களை வளப்படுத்த, ஆசிரியர்கள் அனுப்பப்பட்டனர். அவர்களில் குறிப்பிடத்தக்கவர் பத்மசம்பவர் என்பவராவார். மேற்குத்

---

15. மேலது, பக். 374-395

16. Philip Rawson, Indian Asia, Oxford, 1977, p.74.

திபெத்திலிருந்து காஷ்மீரத்து பௌத்தமடாலயங்களுக்குத் தொடர்பு ஏற்படுத்தப்பட்டது. கலைப்பரிமாற்றங்களும் ஏற்பட்டன. நேபாளத்திலிருந்தும், நாளந்தா மற்றும் மத்திய இந்தியாவிலிருந்தும் தென்னிந்தியாவிலிருந்தும் கலையும் கலை வல்லுநர்களும் இடம் பெயரத் தொடங்கினர். சில கலை வல்லுநர்கள் சீனாவிலிருந்து சென்றனர். வஜ்ராயன பௌத்தம் சீனாவுக்கும் பரவியது.[17] ஜாவா, சுமத்திரா, பர்மா, தாய்லாந்து போன்ற பகுதிகளுக்கும் வஜ்ராயன பௌத்தம் பரவியது. தேரவாதா பௌத்தமும் சில பகுதிகளில் செல்வாக்குப் பெற்றது. குறிப்பாக பர்மாவில் அதன் தாக்கம் குறிப்பிடத்தக்கதாகும்.[18] பௌத்தம் மத்திய மற்றும் தென்கிழக்கு ஆசிய நாடுகளுக்கு அதிகமாகப் பரவியதற்கு முக்கிய காரணம் இம்மதம் தொடர்ந்து வந்த வெளிநாட்டு வணிகர்களைக் கவர்ந்ததாகும். அடிக்கடி ஏற்றுமதி செய்யப்பட்ட தங்கம் மற்றும் தந்தம் ஆகியவற்றில் பணியாற்றியோரும், பயணிகளாக வந்தோரும் இதற்குக் காரணமாகும். இந்தியாவின் தொன்மையான பௌத்த சின்னங்கள் தலைநகரங்களில் அமைந்திருந்தன. ஆனால் பின்னாளில் இந்திய வணிகச் சாலைகளில் அவை அமைக்கப்பட்டன. சீனாவுக்குச் செல்லும் பெருவழிகளில் அமைந்த பௌத்தச் சின்னங்கள் சீனா, ஜப்பான் போன்ற பகுதிகளில் அம்மதம் பரவ ஏதுவாயிற்று. இலங்கையில் அனுராதபுரத்திலும் பிற இடங்களிலும் பௌத்த சமயச் சின்னங்கள் புகழ்பெற்று விளங்குகின்றன. இருப்பினும் அந்நாட்டு சிங்கள மக்கள் இந்தியாவின் பௌத்தச் சின்னங்களை, குறிப்பாக புத்த கயாவின் புராதனச் சின்னங்களையும், போதி மரத்தையும் காணவேண்டி வந்து போய்க் கொண்டிருக்கின்றனர். இன்னும் அந்நாடுகளிலெல்லாம் பௌத்த சமயமும், பௌத்தச் சின்னங்களும் போற்றிப் பாதுகாக்கப்பட்டு வருகின்றன.

இந்திய மண்ணில் தோன்றிய பௌத்த மதம், தனது சொந்த மண்ணில் செல்வாக்கிழந்துவிட்டபோதும் தான் போய்ச் சேர்ந்த இடங்களில் சிறப்புற்று விளங்குகிறது என்பதில் ஐயமில்லை.

பௌத்த மத அழிவிற்கான காரணங்கள்

அசோகரும், சுங்கரும், குஷாண கனிஷ்கரும், குப்தர்களும் ஹர்ஷரும், பாலரும் இன்னும் பலரும், சாதாரண மக்களும் ஆதரித்து, போற்றிப் பாதுகாத்து, எண்ணற்ற அழியாக் கலைச் சின்னங்களை

---

17. மேலது. ப.75.

18. மேலது, ப.76.

உருவாக்கிக் கொடுத்து, வெளிநாடுகளுக்கெல்லாம் பரவுவதற்கு வழி வகைசெய்து போற்றி வந்த பௌத்தமதம் ஒருகால கட்டத்தில் தான் பிறந்த மண்ணில் சமணத்தைப் போன்றோ அல்லது வைதீக இந்து சமயத்தைப் போன்றோ தொடர்ந்து ஆதரவு பெறாமல் செல்வாக்கிழந்தது. இதற்குப் பல காரணங்கள் கூறப்படுகின்றன. பௌத்த சமயத்தின் பல்வேறு பிரிவுகளும் தமக்குள் போட்டி பூசலில் ஈடுபட்டனர். ஒருபிரிவினர் புத்தரை ஒரு ஆசிரியராக அல்லது குருவாகக் கருதினர். மற்றொரு பிரிவினர் அவரைக் கடவுளாக்கி, உருவ வழிபாட்டுக்கு ஆயத்தமாகி, பல கோயில்களை எழுப்பி, சிற்பங்களையும் ஓவியங்களையும் படைத்தனர். பிறிதொரு பிரிவினர் தாந்திரிகக் கொள்கைகளை உருவாக்கினர். புதிய புதிய கடவுளர்கள், குறிப்பாகப் பெண் கடவுளர்கள் உருவாக்கப்பட்டனர். இவை புத்தரின் கொள்கைகளுக்கு மாறானதெனப் பலர் கருதினர். எந்தச் சடங்கு முறைகளை அவர் எதிர்த்தாரோ அந்தச் சடங்குமுறைகள் வெளிப்படையாகவோ அல்லது மறைமுகமாகவோ பௌத்த சமயப் பிரிவுகளில் புகுந்தன. பௌத்த மதம் அது எதிர்த்துப் போராடிய பிராமணீயத்தின் கொடுமைகளுக்கு, பொல்லாங்குகளுக்குப் பலியாயிற்று. புத்த சமய சங்கம் பெருமளவில் பெற்ற நன்கொடைகள் மூலம் திரண்ட சொத்துக்கள் புத்தத் துறவிகளை ஆடம்பர வாழ்வு வாழத் தூண்டி அவர்களை தர்மநெறியிலிருந்து விலகச் செய்தன. பௌத்த மடாலயங்கள் பெற்ற நன்கொடைகளில் கணிசமானவை பௌத்தத்தின் ஆண், பெண் துறவிகளால் வழங்கப்பட்டவை. இவ்வாறு நன்கொடையளிக்குமளவிற்கு அவர்களிடம் இருந்த பணம், உண்மையில் வைசாலிப் பேரவையில் எடுக்கப்பட்ட முடிவுகள் வெளிப்படையாக இகழ்ச்சிக்கு உள்ளாக்கப்பட்டதையோ, அல்லது ஓசையேதுமின்றி நிறுத்தி வைக்கப்பட்டதையோ எடுத்துக் காட்டுகின்றது" என்று டி.டி.கோசாம்பி குறிப்பிடுகிறார்.[19] மலை போல் குவிந்த இந்த காணிக்கைகளும், அதோடு பௌத்த மடாலயங்களுக்கு அளிக்கப்பட்ட அரசு மானியங்களும், பௌத்தத்துறவிகளின் வாழ்க்கையைக் கவலையற்றதாக்கின. நாளந்தா போன்ற மடாலயங்கள் 200 கிராமங்களிலிருந்து ஏராளமான வருமானத்தைப் பெற்றன. கி.பி. ஏழாம் நூற்றாண்டு வாக்கில் பௌத்த மடாலயங்கள் சுகவாசிகளின் ஆதிக்கத்தின் கீழ் வந்தன. கௌதம புத்தர் கண்டித்த ஒழுக்கக்கேடுகளின் கேந்திரங்களாக அவை மாறின என்றெல்லாம் ஆர்.எஸ்.சர்மா சாடுகிறார்.[20]

---

19. டி.டி. கோசாம்பி, முன்னது, ப. 382

செல்வத்தைக் குவித்த பௌத்த மடங்கள் அவற்றில் பெண்களைத் தங்குவதற்கு அனுமதித்தன. பெண்களைப் போகப் பொருளாகக் கருதும் நிலை உருவானது. புத்தர் தனது பிரதம சீடரான ஆனந்தரிடம் பின்வருமாறு கூறியதாகச் சொல்லப்படுகிறது. "மடாலயங்களில் பெண்கள் அனுமதிக்கப்பட்டிருக்கவில்லை-யென்றால் புத்தமதம் ஓராயிரம் ஆண்டுக்காலம் நீடித்திருக்கும். ஆனால் இந்த அனுமதி அளிக்கப்பட்டுவிட்டதால் அது ஐந்நூறு ஆண்டுகாலம் நீடிக்கும்" என்பதே அக்கருத்து.[21]

பிராமண மன்னனான புஷ்யமித்திர சுங்கனும், மிஹிரகுலன் என்னும் ஹூணமன்னனும் பௌத்தர்களுக்கெதிரான செயல்களில் ஈடுபட்டனர் என்றும் அவர்கள் பல பௌத்தர்களைக் கொன்று குவித்தனர் எனவும் கூறப்படுகிறது. கௌட மன்னன் ஷஷாங்கன் புத்த கயாவிலுள்ள போதி மரத்தை வெட்டி வீழ்த்தினான். சீனப் பயணி யுவான்சுவாங், "1600 ஸ்தூபங்களும், மடங்களும் அழிக்கப்பட்டன. ஆயிரக்கணக்கான பௌத்தத் துறவிகளும், அம்மதத்தைப் பின்பற்றிய சாதாரண மக்களும் கொல்லப்பட்டனர்" என்று குறிப்பிடுகிறார். பௌத்த மடாலயங்களில் குவிந்திருந்த செல்வங்கள் துருக்கியப் படையெடுப்பாளர்களைக் கவர்ந்தன. அவர்களின் படையெடுப்பின் போது நாளந்தாவில் பல பௌத்தத் துறவிகள் கொல்லப்பட்டனர். முன்னமே குறிப்பிட்டது போல் இதில் தப்பிய சிலர் நேபாளத்துக்கும், திபெத்துக்கும் தப்பிச் சென்று தஞ்சம் புகுந்தனர்.

பிராமணீயச் சடங்குகளை மீண்டும் புகுத்தியதால் கி.பி. ஏழாம் நூற்றாண்டிலேயே வைணவர்கள் புத்தமதத்தைத் தமது உட்பிரிவு என்று பிரகடனப்படுத்தத் தொடங்கினர். புத்தரை மகாவிஷ்ணுவின் அவதாரங்களில் ஒருவரெனப் பறை சாற்றினர். இதனைக் குறிக்கும் கி.பி. எட்டாம் நூற்றாண்டைய கல்வெட்டொன்று மாமல்லபுரத்தில் உள்ளது. எனவே சாதாரண மக்களின் மனங்கள் பௌத்த சமயத்திலிருந்து விலகி வைதீக சமயத்தினை நாடின. இதுபோன்ற பல காரணங்களால் பௌத்த சமயம் கி.பி. 12ஆம் நூற்றாண்டுவாக்கில், இசுலாமியப் படையெடுப்புகளோடு தொடர்ந்து, தான் பிறந்த மண்ணிலிருந்து மறையத் தொடங்கியது. ❑

---

20. ஆர்.எஸ்.சர்மா,முன்னது, பக்.166-167

21. மேலது, ப. 167.

2
படிமக்கலை

பௌத்த படிமக்கலை கி.பி. ஒன்றாம் நூற்றாண்டிலிருந்துதான் தொடங்குகிறது. அதற்கு முன்பு புத்தர் மனித உருவில் அல்லாது குறியீடுகள் (Symbols) மூலமாகவே கலைகளில் வடிக்கப்பட்டார். புத்தர் உருவவழிபாட்டை ஒதுக்கியதால் ஹீனயானப் பிரிவினர் அவருக்கு உருவம் கொடுக்கவில்லை. எனவே கி.பி. ஒன்றாம் நூற்றாண்டில் மகாயான பௌத்தம் தோன்றியவுடன் பௌத்தக் கலையில் மாற்றம் ஏற்பட்டது. புத்தரின் உருவம் வடிக்கப்பட்டது. காந்தாரம், மற்றும் மதுரா சிற்பங்களில் புத்தரின் உருவம் இடம்பெற்றது. கிரேக்க-பௌத்தம் அல்லது ஹெலனிஸ்டிக் காந்தாரச்சிற்பங்கள் அக்காலக் கட்டத்தில் புத்தரை மனிதவடிவில் காட்டின. இது ஹெலனிஸ்டிக் மற்றும் இந்தியப் பாணிகளின் கூட்டுக்கலையாக அமைந்தது. புத்தரின் உருவத்தை அமைக்கும் கருத்தினை இந்தியர்கள் வெளிநாடுகளிலிருந்து பெற்றனர் என்ற கருத்தும் நிலவுகிறது.[1] அதன் பின்பு இந்தியாவிலும், வெளிநாடுகளிலும் புத்தர் மனித உருவில் வணங்கப்பட்டார். இவ்வியலில் புத்தர் மற்றும் பௌத்த சமய தெய்வங்களின் உருவ அமைப்பு அல்லது படிமக்கலை (iconography) பற்றி சுருக்கமாக விளக்கமளிக்கப்படுகிறது.

---
1. Ananda K. Coomaraswamy, The Origin of the Buddha Image, New Delhi, 1980, p-1

கௌதம புத்தர்

மனிதப்பிறவி எடுத்த புத்தர்களில் முதன்மையானவர் மற்றும் பிரசித்தி பெற்றவர் கௌதம புத்தரேயாவார். அவரே இந்திய பௌத்தக்கலையில் அதிகமான பிரதிநிதித்துவம் பெறுகிறார். அவரது உருவங்கள் பௌத்த குடைவரைகளிலும் சைத்தியங்களிலும் அல்லது தனிசிற்பங்களிலும் நின்ற நிலையிலோ அல்லது அர்த்த பத்மாசனத்தில் அமர்ந்த நிலையிலோ வடிக்கப்பட்டிருக்கும். அவர் போதிப்பது போன்றோ, அல்லது தியானிப்பது போன்றோ அல்லது பூமியைத் தொட்டுக் கொண்டிருப்பது போன்றோ காட்சியளிப்பார். தனது உடல் முழுவதையும் மறைக்கும் பொருட்டு ஒரே ஆடையை அவர் அணிந்திருப்பார். இதற்கு உதாரணமாக மதுராவில் உள்ள கி.பி. ஐந்தாம் நூற்றாண்டைச் சேர்ந்த நின்ற நிலையிலான புத்தரின் உருவத்தைக் குறிப்பிடலாம்.[2] அவரது தியானச் சிற்பங்களில் அவரது இரு கரங்களும் ஒன்றன் மீது ஒன்றாகத் தொடைமீது வைக்கப்பட்டிருக்கும். உள்ளங்கையானது மேல் நோக்கியிருக்கும். மாரன்மீது தனது வெற்றியின் சாட்சியாகப் பூமிதேவியை அழைக்கும் பொருட்டு வடிக்கப்படும் சிற்பங்களில் அவர் அமர்ந்த நிலையில் தனது வலது கரத்தைப் பூமி மீது வைத்திருப்பார். மாரன் புத்தரின் தியானத்தைக் கலைத்து அவரைத் தீயவழிப்படுத்த முயன்று தோற்றவனாவான். பூமியைத் தொடுவது போன்றுள்ள இந்த முத்திரை பூமி ஸ்பரிச முத்திரை எனப்படுகிறது. இதற்கு உதாரணமாக குஷாணர் காலத்தைச் சேர்ந்த காந்தாரத்தில் பாக்ட்ரோ என்ற இடத்தில் உள்ள சிற்பத்தைக் குறிப்பிடலாம். இவ்வகைச் சிற்பத் தொகுதியில் பொதுவாக புத்தரின் இடதுபுறம் அவலோகிதேசுவரரும் வலதுபுறம் மைத்ரேயரும் நின்றிருப்பர்.[3] புத்தர் தனது முதல் போதனையின்போது நன்னெறியான தர்மச்சக்கரத்தை சுழலவிடும் காட்சியில் காட்டப்படும் இரண்டு கரங்களும் மார்புக்கு அருகில் வைக்கப்பட்டும் ஆள்காட்டி விரலின் நுனியும், ரேகைப்பகுதியும் தொட்டுக்கொண்டு இடது கையின் விரல்களில் ஒன்றைத் தொடும். உள்ளங்கை உள்நோக்கிக் காட்டப்பட்டிருக்கும். இதற்கு உதாரணமாக, குப்தர் காலத்திய (கி.பி. 5ஆம் நூற்றாண்டு), சாரநாத் தொல்லியல் அருங்காட்சியகத்தில்

---

2. மேலது படம் 5.

3. J.N. Banerjea, Buddhist Iconography in `The cultural Heritage of India', Vol.VII, Kolkatta, 2006, p. 555

வைக்கப்பட்டுள்ள புத்தரின் உருவமைதியைக் குறிப்பிடலாம். நின்ற நிலையிலுள்ள புத்தர் தன் உடல் முழுவதும் அங்கியால் போர்த்தப்பட்டு ஒருகையைத் தொங்கவிட்டு மறுகையால் அபய ஹஸ்தம் காட்டி நிற்பார். புத்தரின் உருவங்களில் அவரது தலையில் சுருள் முடிக்கு மேல் ஒரு ஞான முடிச்சு (உஸ்ணிசம்) சிவபெருமானின் நெற்றிக்கண் போன்று அமைந்திருக்கும். இதுவும் ஞானத்தின் குறியீடு எனப்படுகிறது. அமர்ந்திருக்கும் புத்தரின் தலைக்குப் பின்னால் இந்துக் கடவுளருக்கு வைப்பது போன்று பிரபை எனப்படும் பிரபஞ்சத்தைக் குறிக்கும் ஒளிவட்டம் காட்டப்பட்டிருக்கும்.

புத்தரின் பிறப்பைக் காட்டும் சிற்பத் தொகுதிகளில் ஒரு வெள்ளை யானைக்குட்டி வருவது போன்றும் மறுபக்கம் குழந்தை ஏழு அடி எடுத்து வைத்து நடந்து வருவதே போன்றும் அல்லது சில சமயங்களில் தாயார் மாயாதேவி படுத்திருக்க குழந்தை சித்தார்த்தர் அருகில் படுத்திருப்பது போன்றும் சிற்பம் வடிக்கப்படும். இதற்கு உதாரணமாக குஷாணர் காலத்தைச் சேர்ந்த கராச்சி தேசிய அருங்காட்சியகத்தில் உள்ள ஒரு சிற்பத் தொகுதியையும் சாதவாகனர்களின் (கிபி.2ஆம் நூற்றாண்டு) அமராவதிச் சிற்பத்தையும், புதுடில்லி அருங்காட்சியகத்தில் உள்ள குப்தர்காலச் சிற்பத்தையும் குறிப்பிடலாம். புத்தரின் இறப்பு அல்லது பரி நிர்வாணத்தைக் காட்டும் சிற்பம் படுத்திருக்கும் பாங்கில் அமைக்கப்பட்டிருக்கும். புத்தர் படுத்துக் கொண்டு, ஒரு பக்கம் சாய்ந்து,தனது வலது கையை மடக்கித் தலைக்குக் கீழ் தலையணையில் வைத்திருப்பார். அவரது முகத்தில் கருணையும், அமைதியும் ஒன்றுசேர்ந்து காட்டப்பட்டிருக்கும். இதற்கு உதாரணமாக இலங்கையில் பொலன்னருவாவில் உள்ள 46 அடி நீளமான புத்தரின் பரிநிர்வாணச் சிற்பத்தைக் குறிப்பிடலாம். காந்தாரத்திலும், மதுராவிலும் குஷாணர் காலத்தைச் சேர்ந்த புத்தரின் வாழ்க்கையைச் சித்திரிக்கும் சிற்பத் தொகுதியிலும் பரிநிர்வாணக்காட்சி சிற்பமாகக் காட்டப்பட்டுள்ளது.

போதிசத்துவர்கள்

போதி என்ற சொல்லுக்கு "ஞானம்" என்று பொருள். "சத்துவம்" என்பது சாரத்தைக் (essence) குறிக்கும். போதிசத்துவர் ஞானம் பெற்றவர். ஆனால் அனைத்து மனித இனத்தையும் புத்தரின் உண்மை வழிக்கு அனுப்பி வைக்காமல் தான் நிர்வாணநிலை அடைவதில்லை

என்ற கொள்கையுடன் திகழ்ந்தவர்.[4] மகாயான பௌத்தப்பிரிவின் கொள்கையின்படி எவரொருவர் தானம், சீலம், சாந்தி, வீர்யம், பிரஞ்னம், சத்தியம் ஆகிய செயல்களைச் செய்து விளங்குகின்றனரோ அவர்கள் யாராயினும் போதிசத்துவர் ஆகலாம் என்று கூறப்பட்டது. இது பல போதிசத்துவர்கள் உருவாவதற்கு வழி வகுத்தது. கௌதம புத்தரே தமது முந்தைய பிறவிகளிலும், அவர் புத்தராக அவதரித்த இறுதிப் பிறவியிலும் போதிசத்துவராகத் திகழ்ந்தார் என்று நம்பப்படுகிறது. போதி சத்துவர்கள் ஐந்து தியானி புத்தர்களிடமிருந்து வந்தவர்கள் ஆவர். தியானி புத்தர்களானவர்கள், சமநத்பத்ரர், வஜ்ரபாணி, ரத்னபாணி, பத்மபாணி (அவலோகதீசுவரர்) மற்றும் விஸ்வபாணி ஆகியோராவர். இவர்கள் முறையே வைரோசனர், அக்சோபியா, ரத்ன சம்பவர், அமிதாபர், மற்றும் அமோசித்தி ஆகியோரிலிருந்து வெளிப்பட்டவர்களாவர்.[5] சிட்டகார்க்கு அருகில் உள்ள ஒரு இடத்தில் காணப்படுகின்ற பத்து நேர்த்திக் கடனுக்காக(Votive) அமைக்கப்பட்டுள்ள மூன்றடி உயரமுள்ள, ஒற்றைக் கல்லாலான ஸ்தூபம் ஒன்றில் தியானிபுத்தர்களின் உருவங்கள் பொறிக்கப்பட்டுள்ளன. அவர்களின் இருபக்கங்களிலும் போதி சத்துவர்கள் சாமரம் வீசிக்கொண்டு நிற்கின்றனர்.[6] மகாயான பௌத்தத்தில் வேறு பல போதிசத்துவர்களும் குறிப்பிடப்படுகின்றனர். நேபாள பௌத்த சமயத்தின்படி கண்டாபாணி என்பவர் வஜ்ரசத்வ போதிசத்துவர் ஆவார். ஒவ்வொருவருக்கும் மனைவி அல்லது பெண் சக்திகள் உண்டு,. சிற்பங்களில் இச்சக்திகள் தங்களது பிரபுக்களுடன் தனிமையில் நிற்பர். போதி சத்துவர்களில் பிரபலமாக குறிப்பிடத்தக்கவர்கள், அவலோகதீசுவரர்,மஞ்சுஸ்ரீ, மைத்ரேயர் போன்றவராவர். இவர்களது சிற்பங்கள் இந்தியா, திபெத், சீனா, ஜப்பான் ஆகிய நாடுகளின் பௌத்தக் கலைகளில் பல்கிப் பெருகியுள்ளன.

அவலோகிதேசுவரர் (பத்மபாணி)

போதிசத்துவர்களில் பிரபலமானவர் அவலோகிதேசுவரர் ஆவார். அவலோகிதேசுவரர் தற்போதைய யுகத்தை வழிநடத்தும் போதி

4. R.S. Gupte, Iconography of the Hindus, Buddhists and Jains, Bombay, 1980, p. 110
5. மேலது
6. Bebala Mitra, முன்னது, ப. 135.

சத்துவர் ஆவார். இப்பெயருக்குத் தனது பிரபுவை அல்லது தலைவனைப் பார்த்துக்கொண்டிருப்பவர் என்று பொருள் கொள்ளப்படுகிறது. திபெத்திய நூலான மணிகம்பும் இவரது தோற்றம் பற்றிக் குறிப்பிடுகிறது. ஒருகாலத்தில் தியானி புத்தர்களில் ஒருவரான அமிதாபர் கடுமையான தவமிருந்தபோது அவரது வலது கண்ணிலிருந்து தோன்றிய வெண்மைக்கதிர் ஒன்று வெளிவந்து பத்மபாணி அவலோகிதேசுவரர் அதிலிருந்து தோன்றினார். அமிதாபர் அவரை வாழ்த்தினார். எனவே அவலோகிதேசுவரர் தியானி புத்தரான அமிதாபரின் ஆன்மீகக் குழந்தையாவார்.[7] மகாவாஸ்து அவதானம் என்ற நூல் இவரை போதி சத்துவப்பிறப்பெடுத்த பகவான் மக்களைக் கண்காணித்து அவர்களது செல்வத்தைப்பெருக்கவும் சந்தோசமாக இருக்கவும் அறிவுறுத்துபவர் என்று வர்ணிக்கிறது. அவலோகிதேசுவரர் பற்றிய கருதுகோள் அசோகர் காலத்திலிருந்தே நிலவிவருகிறது. அவரது கையில் இருக்க வேண்டிய குறியீட்டுச் சின்னங்கள் ருத்ராட்சம்,பத்மம் போன்றவைகளாகும். அவரது மந்திரம் "ஓம் மணி பத்மே ஹம்" என்பதாகும். அவரது 333 அவதாரங்களைப் பற்றி பௌத்தத் தொன்மம் ஒன்று குறிப்பிடுகிறது. வடஇந்தியாவில் அவரது வழிபாடு கி.பி. மூன்றாம் நூற்றாண்டிலிருந்து வழக்கிலிருந்துள்ளது. கி.பி.ஏழாம் நூற்றாண்டு வாக்கில் அவர் போதிசத்துவர்களில் பிரபலமானவரானார்.[8] பிந்திய காலச் சிற்பங்களில் இவருடன் தாரா என்னும் பெண் தெய்வமும் இடம் பெற்றது. சாதனமாலா என்னும் நூலின் சாதனங்களில் இவரது பல்வேறு வகை வடிவங்கள் பற்றிக் குறிப்பிடப்பட்டுள்ளது. மத்திய காலச் சிற்பங்கள் பல சாதனங்களில் சொல்லப்பட்ட விசயங்களோடு ஒத்துள்ளன. அவற்றில் சிலவற்றின் உருவ அமைதியைப் பார்க்கும் போது அது வைதீக இந்துக் கடவுளர்களான விஷ்ணு மற்றும் சிவன் ஆகியோரின் உருவ அமைதியோடு ஒத்துப்போகிறது. அவர்களது இயல்புகளான காத்தல், கொடுத்தல் போன்றவையும் ஒரேமாதிரி யானவை. அன்பே உருவான கடவுளாகக் கருதப்படும் சிவபெருமானின் நோய்தீர்க்கும் இயல்பு தியானி போதி சத்துவரையே நினைவூட்டுகிறது. சில அவலோகிதேசுவரர் உருவங்கள் சிவனின் அச்சுறுத்தக்கூடிய உருவங்களை ஒத்துள்ளன. இதற்கு உதாரணமாக

7. R.S. Gupte, முன்னது, பக். 111-112

8. மேலது,ப.112

அவலோகிதேசுவரரின் ஒரு அமைப்பான ஹரிஹரி-ஹரிவாகனோத்பவ லோகதீசுவரரைக் குறிப்பிடலாம்.[9] அவலோகிதேசுவரருக்குச் சில சிற்பங்களில் ஆறு கரங்கள் உள்ளன. உதாரணமாக, பீகாரில் குர்க்கிஹார் என்ற இடத்தில் கிடைத்த, கி.பி.10ஆம் நூற்றாண்டைச் சேர்ந்த அவரது உருவத்தில் அவர் ஆறுகரங்களுடன் சுகாசனத்தில் அமர்ந்துள்ளார். அவரது பிரதானக் குறியீடுகளான ருத்ராட்சமும், பத்மமும் (தாமரை) நேர்த்தியாக உள்ளன.[10]

மஞ்சு ஸ்ரீ

பௌத்த போதி சத்துவர்களில் தொன்மையானவர் மஞ்சுஸ்ரீ ஆவார். பௌத்தத்தில் அவர் மதிக்கத்தக்க ஓரிடத்தைப் பெற்றுள்ளார். அவரை வணங்கும் பக்தர்களுக்கு அவர், ஞானம் அல்லது அறிவு, நினைவாற்றல், சிந்திக்கும் திறம், பேச்சாற்றல் ஆகியவற்றைக் கொடுப்பார் என்று நம்பப்படுகிறது. அவரது பெயர் மஞ்சுஸ்ரீ மூலகல்பத்திலும் குஹ்யசமாஜ தந்திரத்திலும் சுஹாதிவதி வியூகத்திலும் குறிப்பிடப்பட்டுள்ளது. பிந்திய பௌத்த நூல்களில் அவர் அடிக்கடி குறிப்பிடப்படுகிறார். அவரது சிற்பங்கள் சாரநாத், மகதம், வங்காளம், நேபாளம் ஆகிய பகுதிகளில் கிடைத்துள்ளன. அவர் சீனாவுக்குச் சொந்தமானவர் என்றும், பஞ்சசீர்சா (ஐந்து சிகரங்களைக் கொண்ட மலை) மலையில் வாழ்ந்தவர் எனவும் சுவயம்புபுராணம் குறிப்பிடுகிறது.[11] மஞ்சுஸ்ரீயை உருவாக்க புத்தர் தனது நெற்றியிலிருந்து ஒரு ஒளிக்கதிரை எடுத்து வீசினார் அது ஜம்புமரத்தை ஊடுருவிச்சென்றது. மரத்திலிருந்து ஒருதாமரை வெளிவந்தது. அதிலிருந்து மஞ்சுஸ்ரீ உதயமானார். உருவமைதியில் அவரது நிறம் மஞ்சளாகவும், ஒரு முகம் இரண்டுகரங்களுடன் அமைக்கப்பட வேண்டும். வலது கரத்தில் ஞானவாளும், (இருளை அகற்றுவதற்காக) இடது கரத்தில் தாமரைமீது வைத்த நூலும் (அறிவைப் புகட்ட) தாங்கியிருப்பார். ஏராளமான ஆபரணங்கள் அணிந்திருப்பார். நேபாள நாகரீகத்தை உருவாக்கியவர் எனவும், வேளாண்மை மற்றும் தெய்வீகக் கட்டடக்கலையின் கடவுள் எனவும் இவர் கருதப்பட்டார்.[12]

இவர் குப்தர் காலத்திற்கு முந்திய காலத்தில் அறியப்படவில்லை. இவருக்கும் அவலோகிதேசுவரருக்கும் உள்ள வேறுபாடு என்னவெனில்

---

9. T.N. Banerjea, முன்னது ப. 557, படம் 12.
10. மேலது, படம் 11 (பக். 564 மற்றும் 565 க்கு இடையில்)
11. R.S.Gupte, முன்னது, ப. 113
12. மேலது, ப. 114

பிந்தியவர் ஒரு கருதுகோளின் (ideology), அல்லது கோட்பாட்டின் அடிப்படையில் தோற்றுவிக்கப்பட்டவர். ஆனால் மஞ்சுஸ்ரீயோ மனிதராக வாழ்ந்ததாகக் கருதப்படுகிறது. சாதனமாலை பதினான்கு விதமான மஞ்சுஸ்ரீ பற்றிக் குறிப்பிடுகிறது. அவற்றில் சில அக்சோபியா அல்லது அமிதாபாவுடனும், மற்றவை தனியாகவோ அல்லது ஐந்து தியானி புத்தர்களுடனோ தொடர்பு படுத்தியும் காட்டப்பட்டுள்ளன. இவர் கைகளிலிருக்கும் வாளையும், நூலையும் இவரை பிராமணீயக் கடவுளர்களான பிரம்மாவுக்கும், சரஸ்வதிக்குமான மகாயானப் பிரதிநிதியாவார் எனக் கூறப்படுகிறது.[13] சில சிற்பங்களில் அவருக்கு இரண்டுக்கும் மேற்பட்ட கரங்கள் உள்ளன. உதாரணமாக பீகார் மாநிலம் நாளந்தாவில் கிடைத்துள்ள கி.பி.10ஆம் நூற்றாண்டைய மஞ்சுஸ்ரீ சிற்பத்தில் ஆறு கரங்கள் உள்ளன. இதில் மேலிருகரங்களில் வாளும், நூலும் காணப்படுகின்றன. பலவேறுபட்ட இவரது சிற்பங்கள் வடக்கு மற்றும் கிழக்கிந்தியப் பகுதிகளில் அதிகமாகக் கிடைத்துள்ளன. சாரநாத் அருங்காட்சியகத்தில் உள்ள சிதைந்துபோன மஞ்சுஸ்ரீ சித்தாய்க்கவீரா என்ற நூலில் குறிப்பிடப்பட்டிருக்கும் உருவ அமைதிக்கு ஒத்ததாக அமைந்துள்ளது. இதில் மஞ்சுஸ்ரீ தனது இடது கையில் நீலவண்ணத் தாமரையும், வலது கையில் வரதமுத்திரைகாட்டியும் உள்ளார். மிகவும் அரிதான இவ்வகைச்சிற்ப அமைதி லோகேஸ்வரரின் ஒரு அமைப்பான லோகநாதரின் சிற்பமைதியுடன் ஒப்பிடத்தகுந்ததாக உள்ளது.

மைத்திரேயர்

தியானி போதிசத்துவர்களின் வழிபாடும் பல மாற்றங்களுக்கு உள்ளாகியது. எதிர்காலபுத்தர் (Future Buddha), எனக் கருதப்பட்ட மைத்திரேயர் மத்திய காலக் கலையில் சிற்பமாக வடிக்கப்பட்டுள்ளார். இவரது ஒரு கரத்தில் நாககேசரப் பூங்கொத்து வைக்கப்பட்டிருக்கும். இவரது மற்றொரு முக்கிய குறியீடு கிரீடத்தின் மீதோ அல்லது அதன் பக்கவாட்டிலோ வைக்கப்பட்டிருக்கும் ஸ்தூபமாகும். இந்த ஸ்தூபம், புத்த கயாவுக்கு அருகில் உள்ள குக்குடபாதகிரியில் அமைந்துள்ள காஸ்யப புத்தரின் ஸ்தூபம் என அடையாளம் காட்டப்படுகிறது. மைத்திரேயர் துஸிதா சொர்க்கத்திலிருந்து கீழிறங்கி வரும்போது காஸ்யபர் மைத்திரேயருக்கு புத்தரின் ஆடைகளைக் கொடுத்தார்

---

13. J.N. Banarjea, முன்னது, ப.560.

எனப்படுகிறது. மைத்திரேயர் தனிச்சிற்பமாகப் பெரும்பாலும் காட்டப்படுவதில்லை. இவர் நன்றாக ஆடை அணிந்து ஏழு மானுஷி புத்தர்களுடனோ அல்லது வஜ்ராசன புத்தருடனோ சேர்ந்து காட்டப்படுவார்.[14] இவர் கௌதமபுத்தர் இறந்து 5000 ஆண்டுகளுக்குப் பின் மானுஷிபுத்தராக அவதரிப்பார் என்று நம்பப்படுகிறது.

இவரது சிற்பங்கள் காந்தாரக் கலையிலிருந்து தொடங்கி அண்மைக் காலம் வரை வடிக்கப்பட்டன. இவரது சிற்பங்கள் இலங்கை, பர்மா, சியாம் போன்ற நாடுகளில் புத்தருடன் இணைந்து வடிக்கப்பட்டுள்ளன. காந்தாரச் சிற்பங்களில் மைத்ரேயர், புத்தர்போன்று அமர்ந்த நிலையில் வடிக்கப்பட்டுள்ளார். அவரது கூந்தல் ஒரு முடிச்சுப் போடப்பட்டு உஷ்ணிசமாக அமைந்துள்ளது. இவரது கரங்கள் தர்மச்சக்கர முத்திரை காட்டியோ அல்லது போதிசத்துவராகவோ அமைந்திருக்கிறது என்று ஆர்.எஸ் குப்தே குறிப்பிடுகிறார்.[15] சில இடங்களில் இவர் துவார பாலகராகவும் காட்டப்பட்டுள்ளார்.சில நேரங்களில் இவர் சடை மகுடமும், வேறு சிலவற்றில் கிரீட மகுடமும் அணிந்துள்ளார். மகுடம் அதிகமான அலங்காரங்களுடன் காணப்படும். திபெத்தில் இவர் புத்தராகவும், போதிசத்துவராகவும் காட்டப்பட்டுள்ளார். கையில் உள்ள குறியீடுகள், இடத்திற்கு இடம் பல மாற்றங்களுக்கு உள்ளாகியுள்ளன எனத் தெரிகிறது.

ஜம்பலா

ஜம்பலா என்பவர் பௌத்த சமயத்து குபேரனாவார். எனவே இவர் செல்வத்தின் அதிபதியாவார். பௌத்த சமயத்தில் இவர் லோகபாலர், அதாவது திசைக்காவலனாக ஆக்கப்பட்டார். நேபாளம் மற்றும் திபெத்தில் உள்ள இவரது சிற்பங்களில் இவரது கையில் கீரிப் பிள்ளையை வைத்திருப்பது போன்று காட்டப்பட்டுள்ளது. ஆனால் பெரும்பாலான இந்தியச் சிற்பங்களில் இவர் பொன் நிறைந்த பெரிய பை வைத்திருப்பார். இவர் அக்ஸோபியாவிலிருந்து வெளிவந்தவராகக் கருதப்படுகிறார். இவர் உருவமைதியில் லலிதாசனத்தில் அமர்ந்திருப்பார். இவரது ஒரு கால் நாணயக் குடுவை அல்லது பையின்

---

14. மேலது, பக்.556-557.

15. R.J Gupte, ப.111

மீது வைக்கப்பட்டிருக்கும். இந்த நாணயக் குடுவைக்குள் ஏழு குடுவைகள் வைக்கப்பட்டிருக்கும். அவை குபேரனின் எட்டு பொக்கிசங்களைக் குறிப்பதாகும். குபேரனைப்போன்றே ஜம்பலாவும் பெருத்த வயிறுடையவர். குபேரன் செல்வக் கடவுளான இலட்சுமியுடன் தொடர்புபடுத்திக் காட்டப்படுவது போல் ஜம்பலா பூமாதேவியின் பெயர் கொண்ட வசுதாராவுடன் தொடர்புபடுத்திக் காட்டப்படுவார். இவரது சிற்பங்கள் கிழக்கு மற்றும் வடஇந்தியாவின் பல பகுதிகளில் காணப்படுகின்றன. எல்லோராவில் ஐந்து குடைவரைகளில் இவரது எட்டு சிற்பங்கள் காணப்படுகின்றன.

பெண் தெய்வங்கள்

வைதீக இந்து சமயத்தில் இருப்பது போல் பௌத்த சமயத்திலும் பின்னாளில் பெண் தெய்வங்களுக்கு முக்கியத்துவம் கொடுக்கப்பட்டது. அவர்கள் பௌத்த சக்திகள் என அழைக்கப்படுகின்றனர். அவர்களில் குறிப்பிடத்தக்கவர்கள் தாரா, சுண்டா, மகாமயூரி, சரஸ்வதி, பிர்குதி ஹாரிதி, ஜாங்குலி போன்றோராவர்.

இவர்களில் தாராவின் உருவம் ஐந்து வண்ணங்களில் அமைக்கப்படும். அவையாவன பச்சைத் தாரா, வெள்ளைத் தாரா, மஞ்சள் தாரா, நீலத் தாரா, சிவப்புத் தாரா ஆகியனவாகும். இவள் 21 விதங்களில் உருவமைக்கப்பட்டார். இவளது வழிபாடு கி.பி. ஏழாம் நூற்றாண்டுவாக்கில் மகாயானப்பிரிவில் தொடங்கப்பட்டது. வெள்ளைத்தாரா அவலோகிதேசுவரரின் சக்தியாக ஆக்கப்பட்டார். யுவான்சுவாங்கின் கருத்துப்படி கி.பி. 6ஆம் நூற்றாண்டிலேயே இவரது சிற்பங்கள் வழக்கிலிருக்க வேண்டும் பாலர் காலத்தில் இது ஜாவாவுக்குப் பரவியதாக ஆர். எஸ்.குப்தே கருதுகிறார். திபெத்தில் இப்பெண் தெய்வத்தைக் காக்கும் கடவுளாக வணங்குகின்றனர். வெள்ளைத் தாரா தன் கையில் மலர்ந்த முழுத் தாமரையையும் பச்சைத் தாரா நீலோத்பலத்தையும் வைத்திருப்பாள். முன்னவர் பகலையும், பின்னவர் இரவையும் குறிப்பர் என்று குப்தே கருதுகிறார். வெள்ளைத் தாராவின் வலது கை வரத முத்திரை காட்டும். இடதுகையில் மலர்ந்த முழுத் தாமரை இருக்கும். தாரா இந்துப் பெண் தெய்வமான உமா அல்லது பார்வதியுடன் ஒப்பிடப்படுகிறாள். ஸ்ரீவைணவத்தில் எவ்வாறு இறைவனான வரை இறைவியின் மூலமே அணுக வேண்டுமென்ற

முறைமை உள்ளதோ அது போன்று தந்திராயன பௌத்தத்திலும் அதே முறைமை வலியுறுத்தப்படுகிறது.

வஜ்ராயன பௌத்தத்தில் பன்னிரண்டு தாரிணிகளைப் பற்றிக் குறிப்பிடப்படுகிறது. அவற்றில் ஒன்று சுண்டா ஆகும். நிஸ்பன்ன யோகாவளியிலும், மஞ்சுவஜ்ரமண்டலத்திலும் சுண்டா, தியானி புத்தரான வைரோசனருடன் தொடர்புபடுத்தப்படுகிறாள். கி.பி. 200 வாக்கில் எழுதப்பட்ட மஞ்சுஶ்ரீ மூகல்பத்தில் இவரது பெயர் குறிப்பிடப்படுகிறது. இவள் இரண்டு, நான்கு அல்லது ஆறு கைகளுடன் அமைக்கப்படுவாள். இவள் இரண்டு கைகளில் ஒரு பாத்திரத்தைத் தாங்கியிருப்பாள்.

மகாமாயூரி இந்தியா, நேபாளம், திபெத், சீனா, ஜப்பான் போன்ற நாடுகளில் பிரபலமான பெண் தெய்வமாவாள். சர்ப்பக்கடி விஷத்தைப் போக்கும் கடவுளாக வணங்கப்பட்டாள். மகாமாயூரி தனது கரங்களில் ஒன்றில் பொன் மயிலை வைத்திருப்பாள். இவள் ஆறு கரங்களையுடையவள். ஒரு கரத்தில் வரதமுத்திரை காட்டுவாள். இவள் தியானி புத்தர் அமோகசித்தியோடு தொடர்படுத்தப்படுகிறார். இவரது தலைக்கிரீடத்தில் அமோக சித்தியின் உருவம் பொறிக்கப்பட்டிருக்கும். சில சிற்பங்களில் அவரது உருவம் இல்லாமலிருக்கலாம். அத்தகைய மகாமாயூரி சிற்பம் மஞ்சள் வண்ணத்தில் காட்டப்படும். வஜ்ராயனப் பிரிவின் செல்வாக்கால் பல வைதிக சமயக்கடவுளர்கள் பௌத்த சமயத்திலும் வேறு பெயர்களில் இடம்பெற்றனர் என்பதை மறுக்கவியலாது. அவ்வகையில் குறிப்பிடத்தக்க ஒரு கடவுள் சரஸ்வதியாவார். வைதீக சமயத்தில் சரஸ்வதி கல்வியின் அதிபதியாவார். பௌத்தத்தில் கல்வி அல்லது ஞானத்தின் கடவுளாக பிரக்ஞ்னாபாரமிதா இருந்தார். வஜ்ராயனப்பிரிவு வந்தபின் அவருக்குப் பதில் அவரிடத்தைச் சரஸ்வதி பெற்றாள். எல்லோராவில் பிரக்ஞ்னாபாரமிதாவுக்குப் பதில் சரஸ்வதியின் சிற்பமே உள்ளது. இவளது வலது கரம் வரதமுத்திரையைக் காட்டும். இடதுகரம் வெள்ளைத்தாமரை வைத்திருக்கும். வஜ்ரவீணாசரஸ்வதியாக இருக்கும்போது இவள் வீணை வைத்திருப்பாள். வஜ்ரசாரதாவாக இருக்கும்போது வெள்ளைத் தாமரையில் அமர்ந்திருப்பாள். அவரது கிரீடத்தில் சந்திரன் இருக்கும். மூன்று கண்களையுடைய இவள் இடது கையில் புத்தகமும் வலதுகையில் தாமரையும் வைத்திருப்பாள்.[16]

16. மேலது, பக்.117-118

சாதனமாலையில் குறிப்பிடப்பட்டுள்ள பிர்குதி தியானி புத்தரான அமிதாபருடன் தொடர்பு படுத்தப்படுகிறார். இந்த தியானபுத்தருடன் பிர்குதி, தாரா, சாதன குமாரன்,ஹயகிரீவன் ஆகியோர் உடனிருப்பர். ரக்தலோகேஸ்வர அவலோகீசுவரருடன் பிர்குதி தாராவுடன் இருப்பாள். கார்சர்பனருடனும் பிர்குதி சேர்ந்து சிற்பத்தில் அமைக்கப்படுவாள். அவளுடன் சேர்ந்திருக்கும்போது அவரது இரு வலதுகைகளில் ஒன்று மேல்நோக்கித் தூக்கப்பட்டு வில்போன்று அமைந்திருக்கும். மற்றொரு கையில் ருத்ராட்சம் இருக்கும். இடது கைகள் இரண்டிலும் ஈட்டியும், பாத்திரமும் வைக்கப்பட்டிருக்கும். திபெத், மங்கோலியா, ஜப்பான் நாடுகளில் உள்ள பிர்குதியின் சிற்பங்களில் கீழ்வலதுகை வரத முத்திரை காட்டும், மேல்வலதுகையில் ருத்ராட்சமும் இருக்கும். சிலநேரங்களில் திரிதண்டமும், பாத்திரமும் இருக்கும். சடைமுடி தரித்திருப்பாள். நான்கு கரங்களும், ஒரு முகமும் , மஞ்சள் வண்ணமும் கொண்ட இப்பெண் தெய்வம் பற்றி சாதனமாலையின் இரண்டு சாதனங்களில் விரிவாகக் கூறப்படுள்ளது.[17]

ஹாரிதி என்ற சொல்லுக்குக் குழந்தைகளைக் களவு செய்பவள் என்று பொருளாகும். இவளது மற்றொரு பெயர் அபிரதியாகும். இவள் பஞ்சிகாவின் மனைவியாவாள். இவள் குழந்தைகளைத் தின்னும் பழக்கமுடையவள். ராஜகிரிஹத்தின் மக்கள் ஹாரிதியிடமிருந்து தம் குழந்தைகளைக் காக்கும்படி புத்தரிடம் வேண்டினர். புத்தர் ஹாரிதியின் 500 குழந்தைகளில் கடைசிக்குழந்தையான பிரியங்கராவைத் தூக்கிச் சென்றார். இயக்கியான ஹாரிதி தனது குழந்தை காணாததை நினைத்து மனம் தைந்து புத்தரிடம் முறையிட்டாள். புத்தரோ 500 குழந்தைகளில் ஒருவனை மட்டும் இழந்ததற்காக ஏன் வருத்தப்படுகிறாய்? என்று கேட்டார். நீ மட்டும் ராஜகிரிஹ மக்களின் குழந்தைகளைத் தின்று தீர்த்தாய் என்றார். இதனால் ஹாரிதி தன் தவறை உணர்ந்தாள். இராஜகிரிஹமக்கள் ஹாரிதிக்கும் அவளது குழந்தைகளுக்கும் உணவளிக்க ஒப்புக் கொண்டனர். வடஇந்தியாவிலும் நேபாளத்திலும் ஒவ்வொரு வீட்டிலும்இவர்களுக்கென உணவு ஒதுக்கி வைக்கும் பழக்கம் இருந்தது. வடஇந்தியாவின் அனைத்து விகாரங்களிலும் ஹாரிதிக்கு என்று ஒரு பலிபீடம் வைக்கப்பட்டிருந்ததை யுவான்சுவாங்கும், இட்சியும் கண்டுள்ளனர். ஹாரிதியின் சிற்பம்

---

17. மேலது, பக் 118-119

அமர்ந்த மற்றும் நின்ற நிலையில் செதுக்கப்படும். அமர்த்திருக்கும் போது குழந்தையை கையிலோ அல்லது மார்புடன் அணைத்துக் கொண்டோ இருப்பார். அருகில் ஐந்து குழந்தைகள் இருப்பர். ஒரு கையில் கருவுறும் தன்மையைக் குறிக்கும் மாதுளம் பழம் இருக்கும். இவள் தாய்மையின் சின்னமாவாள். இவள் இந்தியா, நேபாளம், திபெத், சீனா, ஜாவா, துருக்கிஸ்தான் ஆகிய பகுதிகளில் பிரபலமடைந்தாள். காந்தாரச் சிற்பங்களில் இவளுக்குக் கிரீடம் வைக்கப்படவில்லை. அவளது தலைமுடியே கிரீடம் போன்று அமைக்கப்பட்டது. ஹாரிதி பெரும்பாலும் தன் கணவர் பஞ்சிகாவுடன் சேர்த்துக் காட்டப்படுவார்.

பௌத்த சமயத்தில் சர்ப்ப தெய்வமாக ஜாங்குலி கருதப்படுகிறாள். இத்தெய்வத்தின் தலையில் சர்ப்பம் தலையலங்காரமாக இருக்கும். சர்ப்பகுண்டலங்களையும் சர்ப்ப மேகலையையும் அணிந்திருப்பாள். இவள் சர்ப்பம் தீண்டிய விஷத்தினை அகற்றியும், சர்ப்பம் தீண்டாமல் தடுத்தும் மக்களைக் காப்பாள். இவள் புத்தர் போன்றே காலத்தால் முந்தியவள். இவளது தன்மைகள் பற்றி புத்தர் தனது சீடரான ஆனந்தருக்கு உபதேசித்ததாகக் கருதப்படுகிறது. இவளது உடல் வெள்ளையாக இருக்கும். ஒரு முகமும், நான்கு கரங்களும், சடைமகுடமும் கொண்டிருப்பாள். ஆபரணங்கள் மற்றும் வெள்ளை சர்ப்பங்கள் அணிந்திருப்பாள். இரண்டு கரங்களில் வீணைவாசிப்பாள். ஒருகரத்தில் சர்ப்பம் வைத்திருப்பாள். மற்றொரு கையில் அபய முத்திரைகாட்டுவாள். சீனாவிலும் திபெத்திலும் இவளது சிற்பங்கள் காணப்படுகின்றன.[18]

மேற்கூறிய இறையுருவங்கள் தவிர வேறு பல, அரிதாக அமைக்கப்பட்டுள்ள சிறு தெய்வங்களின் சிற்பங்களும் பௌத்த சின்னங்களில் இடம் பெற்றுள்ளன. அவற்றில் குறிப்பிடத்தக்கவை, பன்னிரண்டு பாரமிதர்கள், பன்னிரண்டு பூமிகள், பன்னிரண்டு தாரிணிகள், நான்கு பிரதிசம்வித்கள், ஆறு திசையணங்குகள், காவல் தெய்வங்கள், எட்டு உஸ்நிசங்கள், பஞ்சரக்ஷங்கள் எனப்படும் ஐந்து காக்கும் பெண் தெய்வங்கள், தக்கினிகள் போன்றவையாகும். ஆனால் இவை எல்லாம் மிக அரிதாகவே கலைப்படைப்பில் இடம் பெற்றுள்ளன. பிற்காலத்தில் பௌத்த, வைதீக சமயங்களின் கடவுளர்களின் ஒத்த தன்மையான குண இயல்புகளுடன் கூடிய சிற்பங்கள் வடிக்கப்படுவது தவிர்க்க முடியாததாக இருந்தது. பின்னால் வரும் சிற்பக்கலை என்ற இயலில் மேலே குறிப்பிடப்பட்ட இறையுருவங்களின் வரலாற்றுச் சிறப்புமிக்க சிற்பங்களின் வளர்ச்சி விளக்கப்பட்டுள்ளது.

500

18. மேலது, பக். 115.

3
கட்டடக்கலை

ஸ்தூபம்

பௌத்த கட்டடக்கலைச் சின்னங்களில் முதன்மையானது ஸ்தூபம் ஆகும். ஸ்தூபம் என்ற சொல்லுக்குச் சமாதி என்ற பொருள் உண்டு. பிற்காலத்தில் அமைக்கப்பட்ட இந்துக் கோயில்கள் போன்றே ஸ்தூபமும் பிரபஞ்சத்தின் சிற்றுருவே என்ற கருத்தும் நிலவுகிறது. இந்த நம்பிக்கைக்கு முன்னோடியாக விளங்குவது மெசபடோமிய நாகரீகமாகும். வேதங்களில் குறிப்பிடப்பட்டிருக்கின்ற ஸ்தூபம் முதன் முதலில் கி.மு.6 ஆம் நூற்றாண்டுவாக்கில் சமணர்களால் நிறுவப்பட்டது.[1] பின்னர் பௌத்த சமயத்தவர்கள் இதனைப் பின்பற்றினர். யஜுர் வேதத்தில் போற்றுதற்கரிய சின்னம் என்ற பொருளில் ஸ்தூபம் 'விஷ்ணோ ஸ்தூபா' (Vishnoh Stupa) என்று அழைக்கப்படுகிறது. பௌத்த சமயத்தில் ஸ்தூபம் புத்தருக்கோ அல்லது அவரது சீடர்களுக்கோ அமைக்கப்பட்ட நினைவுச் சின்னத்தைக் குறிக்கிறது. புத்தருடைய அஸ்தியை எடுத்து வைத்து அதன் மீது அரைவட்ட வடிவில் அமைக்கப்பட்டதே ஸ்தூபம் எனப்படுகிறது. அஸ்தி இல்லாமலும் சில இடங்களில் ஸ்தூபங்கள் அமைக்கப்பட்டுள்ளன. அஸ்தி வைக்கப்பட்டிருந்தாலும், அல்லது வைக்கப்படாமலிருப்பினும் ஸ்தூபம் புத்தருக்கே உரியதாகிறது. இலங்கையிலும், பர்மாவிலும் இன்றும் ஸ்தூபங்கள் வணங்கப்பட்டு

---

1. Christopher Tadgell, The History of Architecture in India, 1990, p.19.

வருகின்றன. பௌத்த இலக்கியங்களில் புத்தரின் அஸ்தி அல்லது சாம்பல் பல பகுதிகளாகப் பிரிக்கப்பட்டு பல முக்கிய இடங்களில் வைக்கப்பட்டு அவற்றின் மீது ஸ்தூபங்கள் அமைக்கப்பட்டதாகக் கூறப்பட்டுள்ளன. தொடர்ந்து வந்த காலங்களில் புத்தரின் வாழ்க்கையோடு தொடர்புடைய இடங்களிலும், புத்தத் துறவிகளின் அஸ்தியினை வைத்தும், நேற்றிக்கடன் சின்னமாகவும் ஸ்தூபங்கள் அமைக்கப்பட்டன.

ஸ்தூபம் பல பெயர்களால் அழைக்கப்படுகிறது. அவை தாதுகர்ப்பம், சைத்தியம், தாக்பா, தோயே போன்றவையாகும். தாதுகர்ப்பம் என்பது அஸ்தியுடன் அமைக்கப்பட்ட ஸ்தூபம் ஆகும். சைத்தியம் என்பது அஸ்தி இல்லாத ஸ்தூபம் ஆகும். தவிர, புனிதமான எந்தப் பொருளும், பூசை செய்யப் பயன்படுத்தப்படுகின்ற எந்தப் பொருளும் சைத்தியம் என்றே அழைக்கப்படுகின்றது. உதாரணமாக, மரம், சிறுமண்டபம், கோவில், இறந்த மற்றும் சடலங்களை எரித்த அஸ்தியின் மீது எழுப்பப்பட்ட எந்தவிதமான நினைவுச் சின்னங்களும் சைத்தியம் என்றே அழைக்கப் படுகின்றன.[2]

எனவே சைத்தியம் என்பது புனிதமான பொருட்களைக் குறிக்கின்ற ஒரு பொதுவான சொல் ஆகும். ஆனால் தாதுகர்ப்பம் என்பது அஸ்தியுடன் அமைக்கப்பட்ட ஸ்தூபத்தை மட்டுமே குறிக்கும். தாதுகர்ப்பம் என்பதையே இலங்கையில் தாக்பா என்று அழைக்கின்றனர். தோயே என்பது பாலி மொழியிலிருக்கும் தூபோ என்பதற்கும், வடமொழியில் உள்ள ஸ்தூபா என்பதற்கும் சமமான சொல்லாகும். எனவே ஸ்தூபா என்பது, சாதாரணமாகக் கட்டப்பட்ட ஸ்தூபத்திற்கும், அஸ்திவைத்துக் கட்டப்பட்ட ஸ்தூபிக்கும் பொதுவான சொல்லேயாகும்.

ஸ்தூபங்கள் மூன்றுவகையாக அமைக்கப்பட்டன. இவற்றில் ஒன்று சமர்ப்பணம் செய்யப்பட்ட ஸ்தூபம். இரண்டாவது, குறிப்பாக, அஸ்தி வைக்கப்பட்ட ஸ்தூபம், மூன்றாவது நினைவு ஸ்தூபம் ஆகும். இவை தவிர, புத்தரோ அல்லது மற்ற புத்தத் துறவிகளோ பயன்படுத்திய பொருட்களை வைத்துக்கட்டப்பட்ட ஸ்தூபங்களும் உள்ளன. சாஞ்சி, சதாரா ஆகிய இடங்களில் உள்ள ஸ்தூபங்கள் சமர்ப்பணம்

---

2. Ananda K. Coomaraswamy, History of Indian and Indonasian Art, Delhi, 1972, pp.15 - 20.

செய்யப்பட்டவை என்று அலெக்ஸாண்டர் கன்னிங்ஹாம் கருதுகிறார். அவரது கருத்துப்படி மாணிக்கயாலாவில் உள்ள ஸ்தூபம் நினைவுச் சின்னமாக அமைக்கப்பட்டதாகும். அஸ்தியுடன் அமைக்கப்பட்ட ஸ்தூபங்கள் பல உள்ளன. அவை, பல அளவுகளிலும், பலவகைப்பட்ட பொருட்களாலும், புத்தத்துறவிகளின் தகுதி அடிப்படையில் அமைக்கப்பட்டுள்ளன.[3] மாணிக்கயாலாவில் கண்டெடுக்கப்பட்ட கல்வெட்டு 'கோமாங்கஸா' என்று தொடங்குகிறது. இதன் பொருள் விட்டுக் கொடுக்கப்பட்ட உடல் என்பதாகும். இது உறுதியாக, ஆதிபுத்தர், பசியோடிருந்த ஒரு சிங்கத்திற்குத் தனது உடலைக் கொடுத்தார் என்பதையே குறிக்கிறது என்று கன்னிங்ஹாம் கருதுகிறார்.

ஸ்தூபத்தின் தோற்றம்

புத்தருக்கு முன்பே ஸ்தூபங்கள் அமைக்கப்பட்டிருக்க வேண்டுமென்பதை முன்பே குறிப்பிட்டோம். இதுபற்றி பாலிமொழி இலக்கியங்கள் குறிப்பிடுகின்றன. மகாபரிநிப்பானசுத்தா (II, 11.141-3) என்ற நூல் புத்தருக்கும் அவரது சீடர் ஆனந்தாவுக்கும் நடந்த உரையாடல் பற்றிக் குறிப்பிடுகிறது. புத்தர் இறந்தபின் அவரது சாம்பலை என்ன செய்வது என்று சீடர் புத்தரிடம் கேட்டார். அதற்கு அவர் தனது உடல் ஒரு சக்கரத்தைச் சுற்றும் பேரரசர் போன்று நடத்தப்பட வேண்டும் என்று பண்டைய மரபினைச் சுட்டிக்காட்டிக் கூறினார்.

இறந்தபின் உடலைப் பல துணிகளைப் போட்டு மூடி இரண்டு இரும்புப் பெட்டிகளில் வைத்து எரிக்க வேண்டும். அவை நான்கு சாலைகள் சந்திக்கின்ற இடத்தில் ஒரு ஸ்தூபத்தில் வைக்கப்பட வேண்டும். ததாகதாவின் சீடருடைய (சாவகர்) சாம்பலும் இது போன்றே வைக்கப்பட வேண்டும்.[4] புத்தரே புத்தத்துறவிகளின் சமாதிகள் மீது ஸ்தூபங்களைக் கட்டத் தூண்டினார். பழங்கால ஸ்தூபங்களைப் பாதுகாக்கவும், அவர்களது பூசை முறைகளைத் தவறாது பின்பற்றும்படியும் கூறினார். ததாகதா, பிரத்யோகாஸ், கிராவஜா ஆகிய புத்தத்துறவிகளுக்கு ஸ்தூபங்கள் அமைப்பதன் பலனைப் புத்தர் ஆனந்தாவுக்கு உபதேசித்தார். புத்தத் துறவிகளுக்கு அமைக்கின்ற ஸ்தூபங்களை வணங்குபவர்கள் சொர்க்கத்தில்

---

3. Alexander Cunningham, Bilsa Topes, London, 1854, p.8.
4. Karel Werner, ed. Symbols in Art and Religion, Delhi, 1991, p.82.

பிறப்பார்கள் என்றார்.[5] மக்களிடம் ஏற்கனவே நிலவிவந்த வழிபாட்டு முறையைப் புத்தர் ஏற்றுச் செயல்படுத்தினார் என்பதனையே இது உணர்த்துகிறது. ஆரியருக்குச் சதுரவடிவ சமாதிகளும், ஆரியரல்லாதவர்களுக்கு வட்ட வடிவ சமாதிகளும் அமைக்கப் பட்டிருந்ததாக சதபதபிராமணம் கூறுகிறது.[6] ரிக் வேதத்தில் ஸ்தூபம் என்ற சொல் இடம் பெறுகிறது. ஸ்தூபம் என்பது ஒளிக்கிரணங்களின் குவியல் என்று வேத விளக்கம் எழுதிய சயணாச்சாரியார் கூறுகிறார். வேதங்களில் சமாதி என்ற பொருளில் ஸ்தூபம் பயன்படுத்தப்பட்டதாகத் தெரியவில்லை. ரிக் வேதத்தில் ‘முருண்மயம்க்ருஹம்’, ‘பரிதி’ போன்ற சொற்கள் பயன்படுத்தப்பட்டுள்ளன. இவற்றில் ‘முருண்மயம்க்ருஹம்’ என்பது சமாதியையும் ‘பரிதி’ என்பது சமாதியைச் சுற்றியுள்ள பிரகாரம் அல்லது வேலியையும் குறிப்பதாகக் கருதப்பட்டது. பரிதி என்பது பௌத்தர்கள் அமைத்த ஸ்தூபத்தைச் சுற்றியுள்ள வேலிக்கு (railing) உதாரணமாக அமைந்ததெனலாம். இப்பரிதி கல்லால் கட்டப் பட்டிருக்கலாம் என்றும் கருதுகின்றனர். ரிக்வேதத்தில் ‘ஹிரண்ய ஸ்தூபம்’ என்ற சொல் பயன்படுத்தப்பட்டுள்ளது. அது ஒரு மிகப்பெரிய ஒளிக்குவியல் ஆகும். இதிலிருந்து தான் இவ்வுலகமே தோன்றியது என்பர். எனவே அது வாழ்க்கையின் குறியீடாக உள்ளது. பௌத்தர்களுக்கு முந்திய பண்பாட்டுப்பிரிவினர் ஹிரண்ய ஸ்தூபத்தை மகாபுருஷராக அதாவது இறைவனின் வடிவமாகக் கருதினர். இவரே ஒளியாகவும் சுவர்ண பீடமாகவும் நம்பப்பட்டார். புத்தரும் பரிபூரணமாகப் பக்குவமடைந்த நிலையில் இறையருளாக ஆகிவிட்டார். எனவே அவருக்கு ஸ்தூபம் அமைப்பதற்கு அவர் தகுதியுடையவராகிறார். ஸ்தூபம் என்பது ஞானிகளின் ஆன்மீகச் சின்னமாகும். சாதாரண மனிதர்களுக்கு அது ஒளியின் வடிவமாகவும் உள்ளது. அது யாருடைய அஸ்தியைத் (relics) தன்னுள் கொண்டுள்ளதோ அவர்களது ஒளிவடிவமாகத் தோன்றுகிறது. புத்தர்

5. Alexander Cunningham, முன்னது, பக்.7-8.

6. ஆரியர்களின் வீடுகளின் தரை அமைப்பும், அவர்கள் வளர்த்த யாக குண்டங்களின் அமைப்பும் சதுர வடிவிலேயே அமைந்தன. பிற்காலத்தில் கட்டப்பட்ட கோயில்களின் கருவறையின் தரையமைப்பும் சதுரமே. சதுரமே அவர்களின் அடிப்படைத் தளமாக இருந்துள்ளது. பெருங்கற்காலப் புதைகுழிகளைச் சுற்றி வட்ட வடிவமாகவே கற்கள் வைக்கப்பட்டன. அவை ஆரியரல்லாதோரின் வழக்கமாகும்.

சூரிய பரம்பரைச் சத்திரிய வம்சத்தில் தோன்றியவர். எனவே அவர் சூரிய ஒளிக்கற்றைகளில் ஒன்றாகக் கருதப்படுகிறார். எனவே ஸ்தூபமும், சக்கரமும் பௌத்தர்களின் முக்கியக் குறியீடுகளாக்கப்பட்டன.

வேதத்தில் 'அக்னி ஸ்தூபம்' என்ற ஒரு சொல் வருகிறது. இது உலகை உற்பத்தி செய்யும் ஒரு சக்தியைக் குறிப்பதாகக் கருதப்படுகிறது. யாகங்களில் வைக்கப்படும் தூண் (ஸ்தம்பம்) அக்னிஸ்தூபமாக உருவகப்படுத்தப்படுகிறது. இதற்கு உதாரணமாக, பௌத்தத்தில், லாரியா நந்தன்கரில் உள்ள ஸ்தூப அமைப்பைச் சொல்லலாம். இங்கு ஸ்தூபமும், தூணும் சேர்த்து அமைக்கப்பட்டுள்ளன. கண்டசாலா என்ற இடத்தில் ஸ்தூபத்தின் நடுவில் மரத்தூண் வைக்கப்பட்டுள்ளது. இந்தத் தூண் மேருமலையைக் குறிக்கும் குறியீடு என்ற ஒரு கருத்தும் நிலவிவருகிறது. பிற்காலத்தில் தூண்கள் அழிந்துபோய் அவை இருந்ததற்கான ஆதாரத்துடன் ஸ்தூபம் மட்டுமே நிலைத்துள்ளது. எனவே பண்டைய ஸ்தூபங்கள் உலகத்தினையும் உருவமில்லாத (unmanifested) இறைவனையும் குறிக்கும் குறியீடுகள் என்பர். இந்த ஸ்தூபத்தில் நிலை நிறுத்தப்பட்டுள்ள கடவுள் மகாபுருஷரான புத்தராவார். அவரது அஸ்தியின் மீது ஸ்தூபம் கட்டப்பட்ட போதும் அது துன்பத்தைக் குறிக்கும் சின்னம் அல்ல. அது இன்பமான நிகழ்ச்சியைக் குறிப்பதாகவே அமைகிறது. மகாபுருஷரான புத்தர் உலகத்தில் மகிழ்ச்சிகரமாகத் தோன்றி உலகிற்கு ஒளியைக் கொடுத்தார். அவரால் கொடுக்கப்பட்ட ஒளி அழிவின்றி நிலைபெற்று நிற்கின்றது. அவரது நெற்றியிலிருந்து வெளிவந்த ஒரு ஒளிக்கிரணமானது உலகம் முழுமையும் பரவிக்கிடக்கின்றது. எனவே ஸ்தூபம் என்பது ஒரு பொன்மலை (a gold mount) எனப்படுகிறது. அது தர்மம், அறிவு, இறைமை வாய்ந்த இறை தர்மநாயகன் ஆகியவற்றின் சின்னமாக விளங்குகிறது. எனவே ஸ்தூபமானது இந்தியாவின் மண்ணில் வேரூன்றியிருந்த சமயச் சக்தியிலிருந்து தோன்றியது ஆகும். அது வேறொரு இடத்திலிருந்து இங்கு வந்ததோ அல்லது பௌத்தர்களால் கண்டுபிடிக்கப்பட்டதோ அல்ல. மக்கள் அனைவருமே அதில் தமது பக்தியை அர்ப்பணித்தனர். மக்களது மரபு வழிபாட்டுப் பழக்கங்களான நாகவழிபாடு, பறவை வழிபாடு, மரவழிபாடு போன்றவற்றை பௌத்தர்கள் தங்களது வழிபாட்டு முறைகளோடு ஏற்றுக் கொண்டிருந்தனர். இந்தியத் தொல்லியல் ஆய்வில் வல்லுநராகத் திகழ்ந்த இங்கிலாந்தைச் சேர்ந்த ஜான் இர்வின், ஸ்தூபங்கள் வெறும்

சாதாரண சாம்பல்குன்றுகள் அல்ல என்று கூறினார். லாரியா நந்தன்கரில் உள்ள ஸ்தூபத்தில் மனித, மிருக உடல்களின் அழிவுகள் (remains) இருப்பதைக் கண்டுபிடித்த அவர், ஜீவ சக்தியின் உருவமே இந்த ஸ்தூபம். ஜீவசக்தி கொடுப்பதற்காகவே இந்த ஸ்தூபத்தில் மனித, மிருக சாம்பல்களை வைத்துள்ளனர் என்கிறார். வேத காலத்தில் யாகங்கள் செய்யும்போது பலியிடுவது வழக்கம். பலியில் மிஞ்சிய சாம்பலை வைத்து சமாதி கட்டினர். அதுவே பிற்காலத்தில் ஸ்தூபத்தின் முன்மாதிரியாக அமைந்தது. வேதத்தில் உலகத்தைப் பிரமாண்டமாகவும், உலகத்தின் நடுவில் மேருபர்வதம் என்னும் மலை இருப்பதாகவும் சொல்லப்படுகிறது. அந்த உலகமே புத்த ஸ்தூபம் என்றும், அந்த மேருபர்வதமே ஸ்தூபத்தின் நடுவில் வைக்கப்பட்டிருக்கும் தூண் என்றும் ஜான்இர்வின் கூறுகிறார்.[7] கால ஓட்டத்தில் ஸ்தூபத்தின் நடுவில் வைக்கப்பட்ட மரத்தூண் எடுக்கப்பட்டு, அதைக் குறிக்கும் பொருட்டு ஸ்தூபத்தின் உச்சியில் சதுரவடிவமான துளை அமைக்கப்பட்டது. பின்பு உச்சியில் மட்டும் சிறிய தூண் ஒன்று அமைக்கப்பட்டது. அதைச் சுற்றி ஒரு வேலியும், அதற்கு மேலே மூன்று குடைகளும் அமைக்கப்பட்டன.

ஸ்தூபத்தின் அமைப்பும் வளர்ச்சியும்

பொதுவாக ஒரு ஸ்தூபமானது மேதி,[8] அண்டா, ஹார்மிகா, சத்திராவளி (three parasols) போன்ற பகுதிகளை மட்டுமே கொண்டு தொடங்கப்பட்டது. தொடக்கத்தில் மண்ணால் கட்டப்பட்டது. பின்னாளில் அது பல மாற்றங்களைப் பெற்று வளர்ச்சியுற்றது. மேதி என்னும் அடித்தளம் அல்லது அஸ்திவாரம் பூமியை அல்லது நிலத்தைக் குறிக்கிறது. அரைவட்டவடிவமான அண்டா (dome) பகுதிதான் அஸ்தியைத் தாங்கும் முக்கிய பகுதியாகும். அது நீரைக் குறிக்கிறது. ஹார்மிகா என்னும் சிறிய வேலி போன்ற பகுதி (vedhi) காற்றைக் குறிக்கிறது. முக்குடைகளைக் கொண்ட சத்திராவளி நெருப்பைக் குறிக்கிறது. ஸ்தூபத்தின் உச்சிமுனை (finial)

---

7. John Irwin, The Stupa and the Cosmic Axis, in D.R. Bhandarkar birth Centenary Volume, Calcutta, 1981, pp.249 - 269.
8. இதனை நவீனகால சிங்களச் சான்றுகள் ஆசனம் அல்லது அரியாசனம் என்கின்றன. சில நேரங்களில் ஸ்தூபத்தின் உயரத்தைக் கூட்டுவதற்காகப் பல அடுக்குகளைக் கொண்டதாக அமைந்தது.

முழுமையினை அல்லது ஆகாச வெளியைக்குறிக்கும் தர்மகாயம் எனப்படுகிறது. எனவே ஸ்தூபமானது பஞ்சபூதங்களின் அடிப்படையில் அவற்றின் குறியீடாகக் கருதப்படுகிறது.[9] நேபாளத்தில் உள்ள சில ஸ்தூபங்களின் ஹார்மிகாவில் மனிதக்கண் வரையப்பட்டுள்ளது.[10] இதன்மூலம் ஸ்தூபம் மனித உருவத்தோடு ஒப்புநோக்கத்தக்கதாக அமைக்கப்பட்டதென்ற கருத்து வலியுறுத்தப் படுகின்றது எனக் கருத முடிகிறது.[11] தொடக்க கால ஸ்தூபங்கள் புத்தரை நினைவுகூரத்தக்கனவாக அமைக்கப்பட்ட போதும், பிற்காலத்தில் ஸ்தூபம் பௌத்தச் சின்னங்களான திரிரத்னம், தர்மம், சங்கம் ஆகியவற்றின் குறியீடாகக் கருதப்படத் தொடங்கியது.

தொடக்கத்தில் மண்ணால் (முர்த்திகா ஸ்தூபம்) செய்யப்பட்ட ஸ்தூபங்கள் எவ்வாறு, எப்பொழுது, தற்கால நிலைமைக்கு வளர்ச்சியடைந்து வந்தன என்பதை, சான்றுகள் சரிவரக் கிடைக்காத சூழலில், கண்டறிவது கடினமான விசயமாக உள்ளது. இருப்பினும் ஸ்தூபங்களின் உருவ அமைப்பில் ஏற்பட்டுள்ள மாற்றங்களும், வளர்ச்சிகளும் ஒரே நாளிலோ அல்லது குறுகிய காலத்திலோ ஏற்பட்டது என்று சொல்லிவிட முடியாது. எனினும் அசோகர் காலத்தில் ஸ்தூபத்தில் சில கலை நுணுக்கங்கள் புகுத்தப்பட்டிருக்கவேண்டும் எனத்தெரிகிறது. அசோகருக்குப்பின் வடக்கே சுங்கர்கள் காலத்திலும், தெற்கில் ஆந்திரர்கள் எனப்படும் சாதவாகனர் காலத்திலும் ஸ்தூபங்களில் மாற்றங்களும், வளர்ச்சி நிலைகளும் ஏற்பட்டுள்ளன என்று அறிகிறோம். அசோகர் பௌத்த சமயத்தைத் தழுவிய பின்பு அம்மதத்தை இந்தியாவிலும் பிற ஆசிய நாடுகளிலும் பரப்பும்பணியில் ஈடுபட்டார் என்பது வரலாறு. அவர் பௌத்த பள்ளிகளையும், மடாலயங்களையும், ஸ்தூபங்களையும் எழுப்பினார் என்பதைக் கல்வெட்டுகளும், பௌத்த இலக்கியங்களும் தெரிவிக்கின்றன. அசோகர் 8400 ஸ்தூபங்கள் கட்டியதாக அபிதம்ம

---

9. Philip S. Rawson, The Symbolism of Indian Art, in Symbols in Art and Religion, ed. by Karel Werner, Delhi, 1991, p.22.
10. Richard Waterstone, India, London, 1995, p.36.
11. இந்துக் கோயில்கள் கூட பிற்காலத்தில் ஆறு பாகங்களாகக் கட்டப்பட்டு மனித உருவத்தோடு அடையாளங் காணப்பட்டன.

பீடகம்[12] என்னும் பௌத்த இலக்கியம் குறிப்பிடுகிறது. இதில் குறிப்பிடப்பட்டுள்ள எண்ணிக்கை மிகைப்படுத்தப்பட்ட ஒன்றெனத் தோன்றினும் அசோகர் ஏராளமான ஸ்தூபங்களை அமைத்திருப்பார் என்பது மறுக்க முடியாததாகும். இதைப் போன்றதுதான் சங்ககாலச்சோழ மன்னன் செங்கணான் எழுபத்தி எட்டு கோயில்களைக் கட்டினான் என்று கூறுவதும் ஆகும்.

மகாபரிநிப்பான சூத்தம், அமிதம்ம சூத்தம் ஆகிய பாலிமொழி இலக்கியங்கள் அசோகருக்கு முன்பே ஸ்தூபங்கள் இருந்ததைச் சுட்டிக்காட்டுகின்றன. ஆனால் அந்த ஸ்தூபங்களின் அமைப்பு எப்படியிருந்தன என்பதனை அவை குறிப்பிடவில்லை. தனது காலத்திற்கு முன்பு இருந்த சில ஸ்தூபங்களை அசோகர் திருப்பணி செய்ததாக நம்பப்படுகிறது. நிகாலி சாகர் என்ற இடத்தில் உள்ள அவரது கல்வெட்டில் அவர் ஒரு ஸ்தூபத்தைத் திருப்பணி செய்ததாகக் குறிப்பிடப்பட்டுள்ளது. ஸ்தூபம் என்ற சொல்லைக் குறிப்பிடும் முதல் சான்று இக் கல்வெட்டேயாகும். அபிதம்ம பீடகத்தில் ஒரு கதை சொல்லப்பட்டுள்ளது. அதன்படி, புத்தர் பரிநிர்வாணம் அடைந்த பின்பு அவரது புனிதச்சாம்பல் தனக்குத்தான் வேண்டும் என்று எட்டு ராஜ்யத்தைச் சேர்ந்த மன்னர்கள் உரிமை பாராட்டினர். இவர்களுக்குள் சச்சரவுகள் ஏற்பட்டன. இதனைத் தீர்க்க துரோணர் என்னும் பிராமண இளைஞன் முன்வந்தான். அவன் அந்த எட்டுப் பேருக்கும் புனிதச் சாம்பலை சமமாகப் பங்கிட்டளித்தான். அவர்களுக்குப்பின் வந்து கேட்ட இருவரில் ஒருவருக்குச் சாம்பலை அளந்த பாத்திரத்தினையும் மற்றொருவனுக்கு கரித்துண்டு ஒன்றையும் கொடுத்தான். சாம்பலை வாங்கிச்சென்ற அனைவரும் வெவ்வேறு இடங்களில் ஸ்தூபங்களை எழுப்பினர். அவையே முதன்முதலில் எழுப்பப்பட்ட ஸ்தூபங்களாகும்.[13] சுமார் 20 ஆண்டுகளுக்குப் பின் ஸ்தூபங்களில் வைக்கப்பட்டிருந்த புனிதச் சாம்பலை எடுத்து ஒன்று

---

12. இது மிகைப்படுத்திக் கூறப்பட்ட ஒன்றாகும். இது சங்ககாலச் சோழ மன்னன் செங்கணான் எழுபதுக்கும் மேற்பட்ட கோயில்களைக் கட்டினான் என்று சொல்லப்படுவதோடும், தமிழ்ச்சங்கங்களில் ஆயிரக்கணக்கான புலவர்கள் கலந்து கொண்டார்கள் என்று இறையனார் அகப்பொருள் குறிப்பிடுவதோடும் இணைத்துப் பார்க்கத் தக்கதாகும்.

13. சாம்பலைப் பெற்றுச் சென்றவர்கள் 1. அஜாதசத்ரு, 2. லிச்சாவிகள், 3. பிலிய்கள், 4. கோசலர்கள், 5. பிராமணர்கள், 6. மல்லர்கள், 7. மல்லியர்கள், 8. மோரியர்கள் (மௌரியர்) ஆவர். இவர்கள் முறையே வைசாலி, கபிலவஸ்து, அலகப்போ, ராமகிராமம், பிபிடிபோ, குஷிநகரம், பாவா, பிப்பிலவனம் ஆகிய இடங்களில் ஸ்தூபங்களை எழுப்பினர்.

சேர்த்து அஜாதசத்ரு இராஜகிருஹம் என்ற இடத்தில் ஒரு பெரிய ஸ்தூபத்தை அமைத்தார். அதன்பின் அசோகர் இந்த ஸ்தூபங்களிலிருந்த புனிதச் சாம்பலை எடுத்து நாட்டின் பல இடங்களில் ஏராளமான ஸ்தூபங்களை எழுப்பினார்.[14] இவற்றில் பல பௌத்தத்தின் எதிரியாக விளங்கிய புஷ்யமித்திர சுங்கனால் இடிக்கப்பட்டதாகக் கருதுவர். பஞ்சாபிலும், பாடலிபுத்திரத்திலும் இருந்த பௌத்தர்களைத் துன்புறுத்திய அவர் அச்சமய நூல்களையும் தீயிட்டுக் கொளுத்தினார். இருப்பினும் அவரால் பௌத்த சமயத்தை முழுமையாக அழித்திட இயலவில்லை. அசோகர் காலத்திலேயே பௌத்த சமயக்கருத்துக்கள் மக்கள் மனதில் வேரூன்றிவிட்டன. பின்னால் வந்த சுங்கர்கள் பௌத்த சமயத்தை ஆதரித்தனர். அச்சமயம் சார்ந்த கலையை வளர்த்தனர். அவர்கள் காலத்தில் ஸ்தூபம், சைத்தியம் மற்றும் விகாரங்கள் பெரும் வளர்ச்சி பெற்று உச்சநிலையெய்தின.

அசோகர் காலத்து ஸ்தூபங்கள்

அசோகரது காலத்து ஸ்தூபங்கள் வட்டவடிவமான, எளிமையான, செங்கலால் கட்டப்பட்ட கட்டிடங்கள் ஆகும். அவற்றில் மேதி என்னும் பீடம் அமைக்கப்படவில்லை. அவரது காலத்தூண்களைப் போன்றே ஸ்தூபத்தின் அண்டப் பகுதியின் சுவர் பூமியிலிருந்தே எழுப்பப்பட்டது. செங்கல் கட்டிடத்திற்கு மேல் சுண்ணாம்பு பூசி மெருகேற்றப்பட்டது. அண்டாவைச் சுற்றி சிறு, சிறு மாடங்கள் அமைக்கப்பட்டன. விழாக்காலங்களில் விளக்குகள் வைப்பதற்காகவே இந்த மாடங்கள் ஏற்படுத்தப்பட்டன. இவ்வமைப்பே பிற்காலத்தில் இந்துக்கோயில்களில் பெரிய மாடங்களாக வளர்ச்சி பெற்று தேவகோட்டங்களாக மலர்ந்திருக்க வேண்டும். அண்டத்தின் உள்பகுதியில் அஸ்தி மண்டபம் அமைக்கப்பட்டு அதனுள் அஸ்தி பாத்திரம் வைக்கப்பட்டு பின் அது மூடப்பட்டது. அதன்மீதே அரைவட்டவடிவமான அண்டம் கட்டப்பட்டது. அதன்மீது ஒரு குடைக்கம்பு வைக்கப்பட்டிருக்கும். இந்தக் குடை மரியாதைக்குரிய சின்னமாகவே கருதப்பட்டது. புத்தர் சத்திரியர் குலத்தோன்றல் என்பதாலும், அவரே ஒரு தர்மச்சக்கரவர்த்தி என்பதாலும் அதனைக் குறிக்கும் மரியாதைச் சின்னமாகக் குடை

---

14. Christopher Tadgell, முன்னது, ப.14.

வைக்கப்பட்டிருக்கக்கூடும். இக்குடைக்கம்பு சில இடங்களில் மரத்தாலும், வேறு சில இடங்களில், குறிப்பாக சாஞ்சி, சாரநாத் ஆகிய ஸ்தூபங்களில், கல்லினாலும் அமைக்கப்பட்டது. சாஞ்சி, சாரநாத் ஸ்தூபங்களில் சிதைந்து போன குடைக்கம்புகள் கிடைத்துள்ளன.[15] ஸ்தூபத்தைச் சுற்றிலும், வலம் வருவதற்காக இடம்விட்டு மரத்தாலான சுற்றுச்சுவர் எழுப்பப்பட்டது. இதன் நான்கு பக்கங்களிலும் நுழைவாயில்கள் அமைக்கப்பட்டன.[16] அசோகர் காலத்தில் சாஞ்சியில் கட்டப்பட்ட ஸ்தூபத்திற்குப் பயன்படுத்தப்பட்ட செங்கல் 41 சென்டிமீட்டர் நீளமும், 25 சென்டிமீட்டர் அகலமும் 8 சென்டிமீட்டர் கனமும் கொண்டதாகும்.[17]

சுங்கர் கால ஸ்தூபங்கள்

அசோகர் காலத்திற்குப்பின் வந்த சுங்கர்கள் ஸ்தூபத்திற்குப் பல புதிய அமைப்புகளைச் சேர்த்தனர். அசோகர் கட்டிய ஸ்தூபங்களை விரிவுபடுத்தியதோடு சில முன்னேற்றங்களைப் புகுத்தினர். அவரது ஸ்தூபங்களை அப்படியே வைத்து அதனடிப்பகுதியில் அண்டத்தைச் சுற்றி ஒரு பீடம் எழுப்பி அதன்மேல் பகுதியில் அண்டத்தைச் செப்பனிட்டு, அதனை ஒரு மூடிபோல், சீர்திருத்தி அமைத்தனர். சுங்கர் காலத்தில் கட்டப்பட்ட ஸ்தூபங்களில் குறிப்பிடத்தக்கவை சாஞ்சி, பார்கூத், புத்தகயா போன்ற இடங்களில் உள்ளவையாகும்.

சாஞ்சி மகா ஸ்தூபம்

மத்தியப் பிரதேசம் போபாலுக்கு அருகில் 20 மைல் தொலைவில் சாஞ்சி உள்ளது. விதிசா மாவட்டத்தில் உள்ள சாஞ்சி மகா ஸ்தூபத்தை 1818இல் தளபதி டெய்லர் கண்டறிவித்தார். சீனப் பயணி பாகியான் இதனைச் சாச்சி என்று குறிப்பிட்டுள்ளார். சாச்சி என்பது அமைதி என்னும் பொருள் தரும் சாந்தி என்ற சொல்லின் திரிபாகும். இதன் பிற பெயர்கள் கக்னவ் அல்லது கக்னயா ஆகும். அசோகர் தமது கலைப்பணிக்குச் சாஞ்சி பகுதியையே முக்கியமாகத் தேர்ந்தெடுத்தார்.

---

15. Ananda K. Coomaraswamy, History of Indian and Indonesian Art, Delhi, 1972, p.20.
16. James C. Harle, Art and Architecture of Indian Sub-Continent, London, 1994, p.26.
17. மேலது, p.490, Fn.19

இதற்கு ஒரு காரணம் இப்பகுதி பௌத்த சமயத்தோடு நெருங்கிய தொடர்பு கொண்டிருந்தது ஆகும். மற்றொரு காரணம் அசோகரது மூத்த மனைவி சாக்கியமாதா சாஞ்சிப் பகுதியைச் சேர்ந்தவர் மட்டுமன்றி புத்தர் தோன்றிய அதே குலத்தில் பிறந்தவருமாவார். சாஞ்சியில் மொத்தம் பதினோரு ஸ்தூபங்கள் உள்ளன. அவற்றில் பெரியதாக உள்ளதே எண்.1 ஸ்தூபமாகும். இது மகாஸ்தூபம் எனப்படுகிறது. இதுவே அசோகரால் கட்டப்பட்டுப் பின்பு சுங்கர்களால் விரிவுபடுத்தப்பட்டதென்பர். தற்போதுள்ள சாஞ்சி ஸ்தூபம் மலையின் மேற்குப்பகுதியில் 50 கஜம் (150 அடி) நீளமும், 100 கஜம் (300 அடி) அகலமும் (width) கொண்ட மைதானத்தில் அமைக்கப் பட்டுள்ளது. மனித மிருகங்களின் தாக்குதல்களால் இந்த ஸ்தூபம் சிதைந்து காணப்படுகிறது. அங்கு கிடந்த சிற்பத்தொகுதிகளை அடையாளம் கண்டு இந்த ஸ்தூபத்தைத் திருப்பணி செய்துள்ளனர். இந்த ஸ்தூபத்தின் அண்டம் 120 அடி விட்ட அளவில் கட்டப்பட்டுள்ளது. இதன் பீடத்தின் உயரம் 16 அடி ஆகும். அண்டத்தின் உச்சிப்பகுதி தட்டையாக அமைக்கப்பட்டு அதன்மீது ஹார்மிகா கட்டப்பட்டுள்ளது. ஹார்மிகாவின் அடிப் பகுதியில் ஒரு சிறு பீடம் அமைந்துள்ளது. அதன்மீது குடைக்கம்பினை நட்டு அக்குடைக்கம்பில் மூன்று குடைகளை வைத்துள்ளனர். ஹார்மிகா 34 அடி நீளம் கொண்டது. இவை அனைத்தும் கல்லினால் கட்டப் பட்டுள்ளன. குடைகளையும் சேர்த்து இந்த ஸ்தூபத்தின் மொத்த உயரம் 100 அடி என்று அலெக்ஸாண்டர் கன்னிங்ஹாம் கூறுகிறார். பீடத்தின் விளிம்பைச் சுற்றியும், சிறிது தூரம் தள்ளியும் மொத்தம் இரண்டு சுற்றுச்சுவர்கள் கட்டப்பட்டுள்ளன.

பீடம் அல்லது மேதி 16 அடி உயரம் உள்ளதால் அதன் சுற்றுச் சுவருக்குப் போவதற்கு, தெற்குப்பக்கத்தில் தரையிலிருந்து படிக்கற்களும் கட்டப்பட்டுள்ளன. வெளிச்சுற்றுச்சுவர் கிழக்கிலிருந்து மேற்காக 144 அடி விட்டமும், வடக்கிலிருந்து தெற்காக 15-1அடி விட்டமும் கொண்டுள்ளது. சுற்றுச் சுவரின் அமைப்பு சிறு சிறு நிலை அமைப்பு களைப் போல் இரண்டு செங்குத்துக் கற்களுக்கிடையில் மூன்று குறுக்குச் சட்டங்கள் (cross bars) சொருகப்பட்டு அதன் உச்சியில் ஒரு இணைப்புக்கல் (coping stone) செருகப்பட்டிருக்கும். இந்த நிலை அமைப்புகள் ஒன்றோடொன்று சங்கிலிபோல் இணைக்கப்பட்டிருக்கும். இவ்வேலி அல்லது சுற்றுச்சுவர் 9அடி

உயரம் கொண்டது. செங்குத்துக் கல் 10 அங்குலம் அகலமும், குறுக்குச்சட்டம் ஒவ்வொன்றும் 2அடி 1 அங்குலம் அகலமும், அதே அளவு நீளமும், இரு குறுக்குச் சட்டங்களுக்கிடையிலான இடைவெளி 4 அங்குலமாகவும் அமைக்கப்பட்டுள்ளன. இணைப்புக் கல்லின் மேல் பகுதியான உஷ்ணிசம் 2 அடி 3 அங்குலம் உயரம் கொண்டுள்ளது. இவை அனைத்தும் மரவேலைப்பாட்டின் அடிப்படையில் கட்டப்பட்டதாகும்.[18] வேலியானது (railing) பாதுகாப்பின் சின்னமாகக் கருதப்படுகின்றது. பண்டைக்காலத்திலேயே வேதகாலத்துக் கிராமங்களைச் சுற்றி மூங்கில் மரவேலிகள் போடப்பட்டதாகக் கருதுவர். அத்தகைய வேலியின் ஓரிடத்தில் மட்டும் கிராமத்தின் நுழைவாயில் (gramadhvara) அமைக்கப்பட்டிருக்கும். இதனையே பின்னாளில் ஸ்தூபத்தை அமைத்தவர்களும் பின்பற்றியிருக்க வேண்டும் எனக் கலை வல்லுநர்கள் கருதுகின்றனர்.[19] ஸ்தூபங்களைச் சுற்றி அமைக்கப்பட்ட வேலிகளில் பெரியதும், கம்பீரமானதும், அமைப்புரீதியில் உன்னதமானதும் சாஞ்சி ஸ்தூபத்தைச் சுற்றியுள்ள வேலியேயாகும். இந்த வேலியின் நான்கு பக்கங்களிலும் நான்கு வாயில்களையொட்டித் தோரணங்கள் அமைக்கப்பட்டுள்ளன. இந்தத் தோரணங்களுக்கும் வேலிக்கும் தொடர்பு இல்லை எனினும் இவை வேலிக்கு மேலும் அழகூட்டுவனவாக அமைந்துள்ளன. ஸ்தூபத்தின் எந்தப் பகுதியிலும் சிற்பங்கள் இல்லாத போது இந்தத் தோரணங்கள் மட்டும் முழுக்க முழுக்க சிற்பங்களாலேயே அலங்கரிக்கப்பட்டுள்ளன.

சாஞ்சி ஸ்தூபத்தின் பிரதானப் பகுதி கட்டி முடிக்கப்பட்ட சிலகாலம் கழித்துதான் வேலியும் தோரணமும் அமைக்கப்பட்டிருக்க வேண்டும். பார்கூத் வேலி போன்று அல்லாது சாஞ்சி வேலியின் ஒரு பகுதி மட்டுமே அலங்கார வேலைப்பாடுகளைக் கொண்டுள்ளது. மொத்த சாஞ்சி ஸ்தூபப்பகுதியும், வேலியும், தோரணமும்

---

18. தொடக்கத்தில் இவ்வேலி மரத்தால் கட்டப்பட்டிருந்தது. ஸ்தூபம் விரிவுபடுத்திக் கட்டப்பட்ட காலத்தில் மரவேலி உடைத்தெரியப்பட்டது. அதன்பின்பு கல்லினால் கட்டப்பட்டது. இந்தியாவில் கல்லினால் கட்டிடம் கட்டும் மரபு இதிலிருந்தே தோன்றியிருக்க வேண்டும். (Satish Grover, The Architecture of India - Buddhist and Hindu, New Delhi, 1998, p.38)

19. Percy Brown, Indian Architecture, Vol.I, Bombay, 1942, p.15

கட்டிமுடிக்க நீண்டகாலம் ஆகியிருக்க வேண்டும். வேலியைக் கட்டுவதற்கான தூண்களும், குறுக்குச் சட்டங்களும் வெவ்வேறு உபயதாரர்களால் கொடுத்திருக்கப்பட வேண்டும் என்பதை அங்குள்ள பிராமி கல்வெட்டுகளின் எழுத்தமைதி மூலம் அறிய முடிகிறது.[20] சாஞ்சியின் தோரணங்கள் நான்கும் மிகக் குறைந்த இடைவெளியில் அடுத்தடுத்து கட்டியிருக்கப்பட வேண்டும். அவை கால வரிசை அடிப்படையில் தெற்கு, வடக்கு, கிழக்கு, மேற்கு என்று அமைக்கப்பட்டிருக்க வேண்டும். இதற்கு ஆதாரமாக சாஞ்சி மூன்றாவது ஸ்தூபத்தில் ஒரே ஒரு தோரணம் தான் உள்ளது. அதுவும் தெற்குப் பக்கத்தில் அமைந்துள்ளது.[21] சாஞ்சியின் மகாஸ்தூபத்தின் (ஸ்தூபம் எண் : 1) வேலியும் (railing) தோரணங்களும் (மூன்றாவது ஸ்தூபத்தின் தோரணம் உட்பட) கி.மு. முதல் நூற்றாண்டின் மத்தியில் ஆந்திர அரசர்களான சாதவாகனர்களால் கட்டப்பட்டிருக்க வேண்டும் என வி.எஸ். அகர்வால் கருதுகின்றார்.[22] மகாஸ்தூபத்தின் தெற்குத் தோரணத்தில் உள்ள கல்வெட்டு ஒன்று இத்தோரணத்தின் தரங்கப்பட்டிக் கற்களில் ஒன்று சாதவாகன அரசர் ஸ்ரீ சதகர்ணியின் கட்டடக் கலைஞர் களில் ஒருவனான ஆனந்தன் என்பவனால் தானமளிக்கப்பட்டதாகக் கூறுகிறது. ஸ்ரீசதகர்ணி கி.மு. ஒன்றாம் நூற்றாண்டின் மத்தியில் ஆட்சி செய்த இரண்டாம் சதகர்ணியே என்றும் கருதப்படுகிறது.[23]

தோரண அமைப்பு

சாஞ்சி ஸ்தூபத்தின் நான்கு தோரணங்களும் விரிவாக ஆராயத்தக்க வகையில் அமைந்துள்ளன. ஒவ்வொரு தோரணமும் இரண்டு சதுரத் தூண்களைக் கொண்டுள்ளன. இத்தூண்களைச்சுற்றி உச்சியில் இயக்கர், இயக்கி, யானைகள் மற்றும் சிங்கங்களின் உருவங்கள் காணப்படுகின்றன. இதில் யானைகள் புத்தரின் பிறப்புக் கதையோடும், சிங்கங்கள் அவரது வம்சத்தோடும் தொடர்புடையனவாகும். தூண்களின் மேற்பாகத்தில் மூன்று தரங்கப்பட்டிக் கற்கள் (architraves)

---

20. Maurizio Taddei, India, London, 1977, p.56.
21. மேலது, ப.56.
22. B.C. Sinha, Glorious Art of the Sunga Age, Delhi, 1985, p.63
23. மேலது, ப.64

செருகப்பட்டிருந்தன. இந்த மூன்று பட்டிக் கற்களும் விட்டங்களும் மூன்று சிறுசிறு தூண்களால் இணைக்கப்பட்டிருந்தன. தூண்களுக்குப் பீடம் அமைக்காது அவை பூமியில் நடப்பட்டிருந்தன. இவற்றின் நான்கு பக்கங்களிலும் புத்தரின் வாழ்க்கை வரலாறு மற்றும் ஜாதகக் கதைகள் செதுக்கப்பட்டுள்ளன. தூணின் நடுப்பகுதியில் உள்ள போதிகையில் ஒவ்வொன்றிலும் ஒவ்வொரு வகை சிற்பங்கள் செதுக்கப்பட்டிருக்கின்றன. வடக்கு மற்றும் கிழக்குத் தோரணங்களில் யானையின் உருவமும், மேற்கே பூதகணங்களின் உருவங்களும், தெற்கில் சிங்கத்தின் உருவங்களும் அமைக்கப்பட்டுள்ளன. இவை தோரணத்தின் மேற்பகுதியைத் தாங்கிக்கொண்டிருப்பது போல் அமைந்துள்ளன. இந்த போதிகையின் உயரம் 4 அடி 6 அங்குலம் ஆகும். தரையிலிருந்து போதிகை வரையிலான உயரம் 18 அடி 2 அங்குலம் உள்ளது. இரு தூண்களுக்கும் இடைப்பட்ட தூரம் 7 அடி 1 அங்குலம் ஆகும். இரு பட்டிக் கற்களுக்கும் இடையிலான தூரம் 2 அடி 2 அங்குலமாகும். வேலிகளில் அமைக்கப்பட்டிருந்ததைப் போன்றே இந்தப் பட்டிக் கற்கள் தூண்களில் செருகப்பட்டிருக்கின்றன. அடியில் உள்ள பட்டிக்கல் பெரிதாகவும், நடுவில் உள்ளது அதற்குச் சிறிது அளவு சிறியதாகவும், அதற்கு மேல் உள்ள பட்டிக்கல் மேலும் சிறியதாகவும் அமைக்கப்பட்டுள்ளன. இவற்றை இணைக்கும் சிறு தூண்கள் 'லகு ஸ்தம்பங்கள்' என அழைக்கப் படுகின்றன.

லகுஸ்தம்பங்களுக்கு இடைப்பட்ட பகுதிகளில் குதிரை வீரர்கள் மற்றும் யானை வீரர்களின் சிற்பங்கள் செதுக்கப்பட்டுள்ளன. லகுஸ்தம்பங்கள் பட்டிக்கற்களுக்கு ஆதரவாகவும் அப்பகுதி முழுமைக்கும் மேலும் அழகூட்டுவதாகவும் உள்ளன. உச்சியிலுள்ள பட்டிக்கல்லின் நடுவில் தர்மச்சக்கரம் வைக்கப்பட்டு அதன் இரு பக்கங்களிலும் இரு கவரிவீசும் பெண்கள் நிறுத்தப்பட்டுள்ளனர். இரு தூண்களின் உச்சியிலும் திரிரத்னச் சின்னங்கள் (trirathna) அமைக்கப்பட்டுள்ளன. இதன் மூலம் பௌத்த சமயக் கொள்கைகள் வெளிப்படுத்தப்பட்டுள்ளன. பட்டிக் கற்களின் இரு ஓரங்களும் சுருள் போன்று (spiral) அமைக்கப்பட்டு அவற்றின் மீது இறக்கையுடன் கூடிய சிங்கங்கள் உட்கார்ந்த நிலையில் அமைக்கப்பட்டுள்ளன. போதிகைக்குக்கீழ் பட்டிக்கல்லுக்கு இடைப்பட்ட சாலபாஞ்சிகையில் இயக்கிகள் ஒய்யாரமாக நிற்கின்றனர். இது தூண்களுக்கு அரணாக (supportive)வும் அழகை மேம்படுத்தவும் அமைக்கப்பட்டதெனக்

கருதப்படுகிறது. இங்குள்ள இயக்கிகளின் முடியலங்காரம் மற்றும் ஒட்டியாணம் ஆகியவை திபெத்தியப் பெண்களின் அலங்காரங்களை ஒத்திருப்பதாகப் பெர்ஸி பிரௌன் கூறுகிறார்.[24]

தூண்களில் செதுக்கப்பட்டுள்ள சிற்பங்களின் தொகுதிகள் ஒன்றோடொன்று தொடர்புடைய கதைகளைச் சித்தரிப்பனவாகத் தொடர்ச்சியாக அமைக்கப்பட்டுள்ளன. தூண்கள் சதுரம் சதுரமாகப் பிரிக்கப்பட்டு அதில் சிற்பங்கள் செதுக்கப்பட்டுள்ளன. இவை பிற பண்பாட்டின் தொடர்பினாலோ அல்லது அசோகரின் தூண்களை அடிப்படையாகக் கொண்டோ எழுந்தவை அல்ல. இத்தோரணங்கள் வேதகாலத்திலிருந்தே வழக்கிலிருந்த மர வேலைப்பாட்டின் அடிப் படையில் எழுந்தவையாகும். இதன் மேல்பகுதி கனமாக அமைக்கப் பட்டிருந்தபோதும் இத் தோரணங்கள் இன்றுவரை நிலைத்து நின்றுள்ளது வியப்பிற்குரியதாகும். இந்தத் தேரணங்களின் பாகங்கள் அனைத்தும் தனித்தனியாக அமைக்கப்பட்டு பின் அவை ஒன்றோடொன்று இணைக்கப்பட்டு வைக்கப்பட்டுள்ளன. ஆனால் காண்போரை வியக்க வைக்கும் இத் தோரணங்கள் ஒவ்வொன்றும் ஒரே கல்லில் அமைந்த பிரமாண்டமான கட்டமைப்பாகத் தோன்றுகின்றன.

சாஞ்சி ஸ்தூபத்தின் நான்கு பக்கங்களிலும் நான்கு வாயில்களுக்கு அருகிலும் சிறு மண்டபக் கோயில்களில் நான்கு சிற்பங்கள் தீபாராதனை செய்வதற்காக அமைக்கப்பட்டுள்ளன. இச்சிற்பங் களுக்கடியில் இவை பற்றி தெரிவிக்கின்ற கி.பி. நான்காம் நூற்றாண்டுக் கல்வெட்டுகளை அலெக்ஸாண்டர் கன்னிங்ஹாம் கண்டு பிடித்துள்ளார். இந்த நான்கு சிற்பங்களும் கரக்குச்சிந்தா, கனகமுனி, காசியப்பமுனி, சாக்கியமுனி என்று பெயரிடப்பட்டுள்ளன.[25] தெற்குப் பக்க வாயிலுக்கு வெளியில் அசோகரது தூண் ஒன்றுள்ளது. அது 31 அடி 11 அங்குலம் உயரமானது. தூணின் உச்சியில் நான்கு சிங்கங்கள் அவற்றின் பின்பகுதிகள் ஒன்றோடொன்று உரசிக் கொள்வது போல் அமைந்துள்ளன. இது இந்திய அரசுச் சின்னமாக விளங்கும் சாரநாத் தூணைப் பெரிதும் ஒத்துள்ளது. மேற்கு வாயிலுக்கு வெளியே 40 அடி உயரமான தூண் ஒன்றுள்ளது. இதன் உச்சியில் மனித உருவம் ஒன்று காணப்படுகிறது. இவ்வுருவம் அசோகரின் உருவமாக இருக்கலாம் என்று கன்னிங் ஹாம் கருதுகிறார். ஆனால் தபேல மித்திரா இதனை

---

24. Percy Brown, முன்னது, பக்.13 - 18.
25. Alexandar Cunningham, Bilsa Topes, p.123

வஜ்ரபாணியின் உருவம் என்றே குறிப்பிடுகிறார். இது மேலும் ஆய்வுக்குரியதாகும். சாஞ்சியிலுள்ள இரண்டாவது ஸ்தூபத்தின் கர்ப்பக்கிருஹத்தில் அஸ்தி இருப்பதாகக் கண்டுபிடிக்கப்பட்டுள்ளது. இதில் காணப்படும் கல்வெட்டுகள் மூலம் இதில் உள்ள எலும்புச் சாம்பல்கள் மௌரியர் காலத்தில் வாழ்ந்த பௌத்த ஞானிகள் மற்றும் ஆசிரியர்களுடையதெனத் தெரியவருகிறது. இவர்களில் சிலர் அசோகரின் மூன்றாவது பௌத்தக் குழுவில் இடம் பெற்றவர்களென்றும், மற்றவர்கள் சமயப் பிரச்சாரத்திற்காக இமயமலை சென்றவர்களென்றும் கருதப்படுகிறது.[26] இது அசோகர் காலத்தில் கி.மு.220இல் கட்டப்பட்டிருக்கலாம் எனக் கருதப்படுகிறது. இருப்பினும் அங்குள்ள கட்டட அமைப்பும் கல்வெட்டின் அமைப்பும் அது கி.மு.100-ல் சுங்கர்காலத்தில் அமைக்கப்பட்டிருக்க வேண்டு மென்பதைக் காட்டுகின்றன. இந்த ஸ்தூபத்தைச் சுற்றிலும் நான்கு பக்கங்களிலும் வாயில்களைக் கொண்ட வட்டமான வேலி கட்டப்பட்டுள்ளது. இதில் உள்ள வாயில்களின் அமைப்பு ஸ்வஸ்திகத்தின் வடிவில் பிரபஞ்சத்தின் படம் அமைக்கப்பட்டது போல் உள்ளதென சூசன் கருதுகிறார்.[27] வாயிலை ஒட்டியுள்ள வேலியின் தூண்களில் அலங்கார வேலைப்பாடுகள் காணப்படுகின்றன. ஒரு தூணின் உச்சியில் சாரநாத் தூணில் உள்ளது போல் நான்கு பக்கங்களில் சிங்கங்களும் அவற்றின் மீது தர்மச்சக்கரமும் உள்ளன. மற்ற தூண்களில் மரங்களும், வித்யாதரர்களும், தாமரை மலர்களும் காணப்படுகின்றன. மூன்றாவது ஸ்தூபம் புத்தரின் சீடர்களில் ஒருவரான சாரிபுத்திராவின் அஸ்திக்காகக் கட்டப்பட்டிருக்கலாம் எனத் தெரிகிறது. இவர் புத்தருக்கு முன்பே கி.மு. 543 -ல் மறைந்து போனார் எனக் கருதப்படுகிறது. மொக்கலாயனர் என்பவரது சாம்பலும் இதில் உள்ளதெனக் கருதப்படுகிறது. இதில் தெற்குப் பகுதியில் உள்ள தோரணம் கி.பி. முதலாம் நூற்றாண்டின் தொடக்கத்தில் எழுப்பப்பட்டதென ஒரு கருத்து நிலவுகிறது. ஆனால் இதன் படிக்கற்கள், அஸ்திப்பெட்டி ஆகியவற்றில் உள்ள கல்வெட்டுக்களின்

---

26. Susan L. Huntington, The Art of Ancient India, Newyork, 1993, p.62.

27. மேலது.

அமைதி கி.மு.இரண்டாம் நூற்றாண்டின் மத்திய காலத்தைச் சேர்ந்ததாகக் காணப்படுகிறது.[28] சாஞ்சிக்கு ஆறு மைல் தொலைவில் உள்ள சோனேரியிலும், சோனேரிக்கு மூன்று மைல் தொலைவில் உள்ள சாத்தாரா மற்றும் போஜ்பூர், ஆகிய இடங்களிலும் சில ஸ்தூபங்கள் உள்ளன. அவை அளவில் சிறியன ; கட்டடக்கலை நுணுக்கத்தில் பின் தங்கியன.

பார்கூத் ஸ்தூபம்

சாஞ்சிக்கு அடுத்தபடியாக சிறப்பு மிகுந்த ஸ்தூபமாகக் கருதப்படுவது பார்கூத் ஸ்தூபமாகும். உத்திரப்பிரதேசத்தில் அமைந்துள்ள இது அசோகர் காலத்திலேயே கட்டப்பட்டு சுங்கர் காலத்தில் விரிவுபடுத்தப் பட்டதாகக் கூறுவர். இதனை 1873 இல் அலெக்ஸாண்டர் கன்னிங்ஹாம் கண்டுபிடித்தார். சாஞ்சி ஸ்தூபத்தைவிட அளவில் சிறியதான பார்கூத் ஸ்தூபத்தின் சுற்றளவு 120 அடி, அகலம் 68 அடி ஆகும். செங்கலால் கட்டப்பட்ட இதன் பெரும்பகுதி அழிந்த நிலையில் உள்ளதால் இது திருத்திக் கட்டப்படாமலேயே உள்ளது. இதன் சுற்றுச்சுவர் அல்லது வேலியின் உயரம் 9அடி, சுற்றளவு 330 அடி ஆகும். இது சாஞ்சி ஸ்தூபத்தின் சுற்றுச்சுவரை விட சிறியதே ஆகும். இதில் மொத்தம் 228 குறுக்குச் சட்டங்கள் உள்ளன. நான்கு வாயில்கள் அமைக்கப்பட்டுள்ளன. எண்பது தூண்கள் நிறுத்தப்பட்டுள்ளன. சுற்றுச்சுவர் அல்லது வேலி சாஞ்சி ஸ்தூபம் எண் 2 இல் உள்ளது போன்று ஸ்வஸ்திக அமைப்பில் கல்லினால் கட்டப்பட்டிருக்கிறது. நான்கு வாயில்கள் உள்ளன. நான்கு வாயில்களுக்கு முன்பும் சாஞ்சி ஸ்தூபத்தில் உள்ளது போன்றே தோரணங்கள் நிறுத்தப்பட்டுள்ளன. கிழக்குத் தோரணம் மட்டுமே இன்று காணக்கிடைக்கிறது.[29] இத்தோரணத்தில் கவின்மிகு சிற்பத் தொகுதிகள் செதுக்கப்பட்டுள்ளன.தோரணத்தின் சிதைவுற்ற பகுதிகள் கல்கத்தா அருங்காட்சியகத்தில் வைக்கப்பட்டுள்ளன. இத்தோரணத்தில் காணப்படும் கல்வெட்டின் அடிப்படையில் இது சுங்கர் காலத்தில் (கி.மு.184-72) கட்டப்பட்டிருக்க வேண்டும் என அறியமுடிகிறது.

28. B.C. Sinha, முன்னது, ப.66
29. மேலும் இரண்டு தூண்கள் சிதைந்த கல்வெட்டுகளுடன் காணப்படுகின்றன. அவற்றில் தோரணம் என்ற சொல் உள்ளது. எனவே நான்கு வாயில்களிலுமே தோரணங்கள் அமைத்திருப்பர் என அலெக்ஸாண்டர் கன்னிங்ஹாம் கருதுகிறார். (Alexander Cunningham, The Stupa of Bharhut, Varanasi, 1962, p.128)

இத்தோரண அமைப்பில் வெளிநாட்டாரின் தாக்கம் இருந்திருக்கக் கூடும் என்று பெர்ஸி பிரௌன் கருதுகிறார். சிற்பங்களில் உள்ள கரோஷ்டி எழுத்துக்களின் அடிப்படையில் பார்க்கும் போது இதனை அமைத்தவர்கள் பஞ்சாபிலிருந்தோ அல்லது அசோகரின் சுனார் பாறைப் பகுதியிலிருந்தோ வந்தவர்களாகவே இருக்கலாம் என்றும் அவர் யூகிக்கின்றார்.[30] இங்குள்ள ஹனீசக்கில் மற்றும் இயற்கையுடன் கூடிய சில மிருகங்களின் உருவங்களும் இங்குக் காணப்படுவதால் பிரௌன் அவ்வாறு நினைத்திருக்கக்கூடும். தோரணத்தின் இரு தூண்களை இணைக்கும் குறுக்குச்சட்டங்களை இணைக்கும் சிறுசிறு தூண்கள் அசோகரின் தூண்களைப் போன்றுள்ளன. இத்தோரணம் அழகாகத் தோன்றினாலும் சாஞ்சி ஸ்தூபத்தோடு ஒப்பிடுகையில் இதன் தரம் குறைந்தே காணப்படுகிறது. இதன் அடித்தூண் சாஞ்சியிலுள்ளது போல் இல்லாமல் எட்டு பட்டை அமைப்புக் கொண்ட நான்கு தூண்கள் அதன் மீது அமைக்கப்பட்டுள்ளன

அவை பலகையால் இணைக்கப்பட்டுள்ளன. இந்தப் பலகைக்கு மேல் இறக்கையுடைய இரண்டு சிங்கங்களும், இரண்டு காளைகளும் அதன் மேல் உள்ள பாரத்தைச் சுமப்பது போல் அமைக்கப்பட்டுள்ளன. இத்தூண்களும், சாஞ்சியைப் போலவே பீடம் அமைக்கப்படாமலேயே தரையிலிருந்து எழுப்பப்பட்டுள்ளன. அசோகரின் தூண்கள் பலவும் பீடமின்றியே அமைக்கப்பட்டிருந்தன. பார்கூத் தோரணத் தூண்கள் மூன்று குறுக்குப்பட்டிக் கற்களால் இணைக்கப்பட்டுள்ளன. இங்கும் அடிக்கல், நடுகல், மற்றும் மேற்கல் ஆகியவை சாஞ்சியில் உள்ளது போன்றே காணப்படுகின்றன. இரு பட்டிக்கற்களுக்கு இடைப்பட்ட வெளியில் அசோகர் தூண்களைப் போன்ற தூண்களும் அவற்றிற்கிடையே கவரி வீசும் உருவங்களும் அமைந்திருக்கின்றன. சாஞ்சியில் தோரணத் தூணின் மேற்பகுதியில் யானையின் மீது தர்மச்சக்கரம் உள்ளது. ஆனால் பார்கூத்தில் ஹனிசக்கில் மீது இச்சக்கரம் அமைந்துள்ளது. இரண்டு ஓரத்தூண்களிலும் சாஞ்சியைப் போன்றே திரிரத்னம் செதுக்கப் பட்டுள்ளது. பட்டிக்கற்களின் ஓரத்தில் சுருள் அமைப்பில்லாது மகர உருவம் காணப்படுகின்றது. இது புனிதமான மற்றும் வாழ்க்கையின்

30. Percy Brown, முன்னது, ப.8

உயிர்நாடி என்பதன் குறியீடாக அமைந்துள்ளது என்று கருதப்படுகிறது.[31] தோரணத்தையும் சுற்றுச்சுவரையும் இணைக்கும் தூண்களில் இயக்கர், இயக்கியர் உருவங்கள் செதுக்கப்பட்டுள்ளன. சுற்றுச்சுவர்களில் புத்த ஜாதகக் கதைகளும், புத்தர் வாழ்க்கை வரலாறும் சிற்பவடிவில் நேர்த்தியாகக் காட்டப்பட்டுள்ளன. தோரணத்தின் சதுரமான தூண்களின் உச்சிப்பகுதியில் தாமரையும், சிங்கங்களும் வைத்திருப்பது மௌரியர் தூண்களை நினைவுபடுத்துவதாக உள்ளது. ஆனால் இத்தூண்கள் அசோகரின் தூண்களைப் போன்று மெருகூட்டப்பட்டவையல்ல.

புத்தகயா ஸ்தூபம்

புத்தரின் வாழ்க்கைப் பாதையில் முக்கிய பங்கு வகித்த புனிதத் தலங்களில் ஒன்று புத்தகயா. இங்குதான் போதி மரத்தின் அடியில் அமர்ந்து தவம் மேற்கொண்ட சித்தார்த்தருக்கு ஞானம் கிடைத்து புத்தரானார். இங்குதான் புத்தருக்கு ஞானம் கிடைத்தது என்று உபகுப்தர் அசோகருக்குத் தெரிவித்தார் எனவும், அசோகர் இங்கு போதி கோயில் ஒன்றை எடுப்பித்தார் எனவும் நம்பப்படுகிறது.[32] இங்கு கட்டப்பட்டிருந்த ஸ்தூபங்கள் பெரிதும் அழிந்துபோயின. ஆனால் இதன் வடிவம் பார்கூத்தில் புடைப்புச் சிற்பமாக அமைந்துள்ளது. வேலியின் ஒரு சில பகுதிகள் மட்டுமே எஞ்சியிருந்தன. இது சாஞ்சி மற்றும் பார்கூத் ஸ்தூபத்தைவிட சிறியது. வேலியில் ஒரு தூணில் செதுக்கப்பட்டிருந்த ஒரு கல்வெட்டு இந்த ஸ்தூபம் சாஞ்சி மற்றும் பார்கூத்துக்குப் பின்னால் சுங்கர் காலத்திலேயே எழுப்பப்பட்டிருக்க வேண்டும் என்பதை நினைவூட்டுகிறது. மார்ஷல் இதன் காலத்தை கி.மு.முதல் நூற்றாண்டு என்கிறார். இதற்கு ஆதாரமாக இருப்பது இந்திரமித்திரர் மற்றும் பிரம்மமித்திரர் என்ற அரசர்களின் கல்வெட்டுகள் வேலியின் தூணில் செதுக்கப்பட்டிருப்பதாகும். இங்கு சங்கரமனம் என்ற இடம் உள்ளது. இதில் ஒரு திண்ணை கட்டப்பட்டுள்ளது. இது வஜ்ராசனம் என அழைக்கப்படுகிறது. இது புத்தர் சிறிது நடந்துசெல்வதற்கு ஏற்றாற்போல் வசதியாக அமைத்திருக்கலாம் என்று தெரிகிறது. இதனைச் சங்கரமன சைத்தியம் என்று அழைப்பர். பாலி மொழியில் இது சங்கமா (Meditative walk)

---

31. Susan L. Huntington, முன்னது, ப.65
32. B.C. Sinha, முன்னது, ப.67

என அழைக்கப்படுகிறது. இது 53 அடி நீளமும் 3 அடி அகலமும் கொண்டது. ஸ்தூபத்தின் இரண்டு பக்கங்களிலும் தூண்கள் எழுப்பப்பட்டுள்ளன. அவற்றில் ஒன்று மட்டுமே இப்போது எஞ்சியுள்ளது.

சாரநாத்திலுள்ள ஸ்தூபமும், தட்சசீலத்திலுள்ள தர்மராஜீக ஸ்தூபமும் அசோகரால் கட்டப்பட்டதாகக் கூறப்படுகிறது. அவரது காலத்தைச் சேர்ந்த மற்றொரு ஸ்தூபம் ஜெய்ப்பூர் பகுதியில் பைராட் என்ற இடத்தில் உள்ளதாகும். இதன் இடிபாடுகளைப் பார்க்கும்போது இதனைச் சுற்றிலும் வட்ட வடிவமான ஆலயம் இருந்தது தெரிய வந்தது. செங்கற்களால் கட்டப்பட்டு சுண்ணாம்புக்காறை பூசப்பட்டிருந்தது. இடையிடையே 16 எண்கோண மரத்தூண்கள் உள்ளன. கிழக்குப் பகுதியில் தலைவாயில் உள்ளது. இது இரு மரத்தூண்களால் தாங்கப் பெற்றுள்ளது. சுற்றிலும் 7 அடி அகலத்திற்கு நடைபாதை அமைக்கப்பட்டுள்ளது. இவையனைத்தும் பிற்காலத்தில் ஒரு நீண்ட சதுரவேலிக்குள் அடைக்கப்பட்டன. இந்த அமைப்பை ஜீன்னாபிரியிலுள்ள துலஜா-லேனா பிரிவைச் சேர்ந்த கி.மு. முதல் நூற்றாண்டைச் சேர்ந்த சைத்தியச் குடைவரையிலும் காணலாம். இதன் அமைப்பும், வடிவமும் பிற்காலக் கோயில்களில் கையாளப்பட்டுள்ளன. குறிப்பாகக் கேரளத்தில் இத்தகைய வட்ட வடிவக் கோயில்கள் இருக்கின்றன.[33] தமிழகத்தில் பிள்ளையார்பட்டி குடைவரையும், கட்டுமானக் கோயில்களில் அழகர்கோயில் விமானமும் வட்டவடிவினைக் கொண்டவையாகும். பீகாரில் நந்தன்கரிலுள்ள கி.மு. முதலாம் நூற்றாண்டைச் சேர்ந்த ஸ்தூபம் ஒரு வகை செங்கற்களால் ஆனதாகும். இது பல கோண அமைப்புள்ள மேடை மீது கட்டப்பட்டுள்ளது. பல அடுக்குகள் மீது ஸ்தூபம் அமைப்பதற்கு இது ஒரு முன்னோடியாக இருந்திருக்கக்கூடும் என்று கருதப்படுகிறது.[34]

பௌத்த சமயத்தில் மகாயானம், ஹீனயானம் என்ற பிரிவுகள் தோன்றியதால் அவர்களது வழிபாட்டு முறையிலும் பல மாற்றங்கள் வந்தன. அது போன்றே அவர்களது கட்டடக்கலையிலும் மாற்றங்கள் ஏற்பட்டன. முதலாவதாக ஸ்தூபத்திற்குக் கூரை அமைக்கப்பட்டது. பின்பு இதுவே, அதாவது, இவ்வகை ஸ்தூபமே, ஒரு வழிபாட்டு

---

33. P.R. Srinivasan, Temple Art and Architecture in India, p.79

34. மேலது, பக்.78 - 79

முறையாக (cult object) மாறிவிட்டது. இந்த மாற்றம் உருவ வழிபாட்டுக்கு வித்திட்டது. அதன் பின்பு ஸ்தூப கிருஹங்களும், சங்காராமங்களும் தோன்றின. இந்த ஸ்தூப கிருஹங்களில் ஸ்தூபத்திற்குள் வைக்கப்படும் அஸ்தி இல்லாமல் ஸ்தூபமே ஒரு வழிபாட்டுச் சின்னமாக்கப்பட்டது. முந்தைய ஸ்தூபங்களுக்கு இவை பிரதிபிம்பமாக அமைக்கப்பட்டன.

தென்னிந்திய பௌத்த ஸ்தூபங்கள்

தென்னிந்தியாவில் ஆந்திரம் மற்றும் தமிழகத்தில் பண்டைக் காலத்திலிருந்தே பௌத்த கலை வளரத் தொடங்கியது. தமிழகத்தில் பௌத்த கலைபற்றி தனியொரு இயல் தரப்பட்டுள்ளது. எனவே இங்கு ஆந்திரத்து பௌத்த ஸ்தூபங்கள் பற்றி காண்பது அவசியம். ஆந்திராவில் உள்ள அமராவதி இந்தியாவின் பௌத்த சிற்பக்கலை வரலாற்றில் சிறப்பாகக் கருதப்பட்டுவரும் மூன்று சிற்பப் பள்ளிகளில் ஒன்றாகும். ஆந்திராவை சாதவாகனர்கள் சுமார் 400 ஆண்டு காலம் ஆட்சி செய்தனர். வைதீக சமயத்தவர்களான அவர்கள் பௌத்த சமயத்தை ஆதரித்தனர். இதனால் அச்சமயம் ஆந்திராவில் பரவியது மட்டுமின்றி சிறந்ததோர் கலைச் சிறப்பைப் பெற்றது. தக்காணத்திலிருந்து சென்ற ஒரு குழு புத்தரின் வாழ்க்கை வரலாற்றை அவரது மகா பரிநிர்வாணம் வரை நாடகமாக அமைத்து அதனை அசோகரின் தந்தையான பிம்பிசாரரின் முன்னிலையில் நடித்துக் காட்டினர் என பௌத்த சமயத்தைச் சேர்ந்த அவதான சதகம் (கி.மு.3ஆம் நூற்றாண்டு) என்ற நூல் குறிப்பிடுகிறது. இது அக்காலத்திலேயே வட இந்தியாவுக்கும் தென்னிந்தியாவுக்கு மிடையே நிலவி வந்த வாணிபத்தொடர்பையும், தென்னிந்தியாவில் பௌத்த சமயம் செல்வாக்குப் பெற்று விளங்கியதையும் குறிக்கிறது.

1973-74 இல் ஐ.கே. சர்மாவும் அவரது தொல்லியல் சகாக்களும் அமராவதியில் களஆய்வு செய்தனர். அமராவதி ஸ்தூபத்திற்கு அடியில் மட்பாண்டங்கள் கண்டுபிடித்தனர். அவற்றில் கருப்பு-சிவப்பு வண்ணப் பானைகள் காணப்பட்டன. அங்கு கண்ணாடி போன்று பளபளப்பாக இருந்த வடஇந்திய கருப்புப்பானைகளும் கண்டுபிடிக்கப்பட்டன.[35] அமராவதியில் கண்டெடுக்கப்பட்ட

---

35. H. Sarkar and S.P. Nainar, Amaravati, Delhi, 1992, p.4

இப்பாண்டங்கள் பம்பாயில் டாடா ஆய்வுக் கழகத்தில் சோதனையிடப்பட்டு அவை கி.மு.4 ஆம் நூற்றாண்டைச் சேர்ந்தவை எனக் கண்டுபிடிக்கப்பட்டது. ஆனால் மட்பாண்டங்களின் காலத்தையோ அல்லது அதில் பொறிக்கப்பட்டிருந்த பிராமி எழுத்துக்கள் கூறும் பெயர்களைக்கொண்டோ அமராவதி ஸ்தூபத்தின் காலத்தையோ, அல்லது அங்கு பௌத்த சமயம் செல்வாக்குப் பெற்று விளங்கிய காலத்தையோ கணக்கிட முடியாது. தொல்பழங்காலச் சின்னங்களும், ஸ்தூபமும் வெவ்வேறு காலத்தைச் சேர்ந்தவை எனினும் நீண்ட இடைவெளி இருந்திருக்க முடியாது என்று ஒரு காலத்தில் கருதப்பட்டபோதும், அமராவதி ஸ்தூபம் கி.மு. இரண்டாம் நூற்றாண்டினைச் சேர்ந்ததாக இருக்கக்கூடும் என்று கருதிய ஐ.கே. சர்மா பின்னாளில் தன்னுடைய கருத்தை மாற்றி அதனை கி.பி. இரண்டாம் நூற்றாண்டினைச் சேர்ந்ததெனக் கொள்வதே சரி என்று விளக்கியிருக்கின்றார்.[36]

ஆந்திரப்பிரதேசத்தில் கிருஷ்ணா, கோதாவரி நதிகளுக்கு இடைப்பட்ட பகுதியில், கடலோரத்தில் வெவ்வேறு அமைப்பிலான ஸ்தூபங்கள் பல கிடைத்துள்ளன. இவை பெரும்பாலும் கி.மு.200 முதல் கி.பி.300 வரையான காலத்தைச் சேர்ந்தவை. சில பாறைகளைக் குடைந்து அமைக்கப்பட்டவை, சில செங்கற்களால் கட்டப்பட்டவை. சங்கரன்கொண்டா, குண்டுபள்ளி ஆகிய ஸ்தூபங்கள் பாறைகளைக் குடைந்து அமைக்கப்பட்டவையாகும். குண்டுபள்ளியில் ஒரு வட்டவடிவமான குகை வெட்டி அதற்குள் மையத்தில் ஸ்தூபம் அமைக்கப்பட்டுள்ளது. இதுவே சைத்திய மண்டபம் அமைவதற்கு முன்னோடியாக இருந்திருக்க வேண்டும். 18 அடி விட்டம் உள்ள இதன் கூரையும் வட்ட வடிவமாக உள்ளது. இதன் உட்பகுதி ஒரு கூடை கவிழ்த்து வைக்கப்பட்டது போன்று அமைந்துள்ளது. இதன் அமைப்பும் அலங்காரமும் கூடை போன்றே உள்ளது. இதன் உயரம் 14 அடி 9 அங்குலம் ஆகும். இது கி.மு. 200 இல் குடைந் தெடுக்கப்பட்டதாகக் கருதப்படுகிறது. குண்டுபள்ளி ஸ்தூபத்திற்குச் சற்று காலத்தால் பிந்தியது சங்கரன்கொண்டா ஸ்தூபமாகும். இங்குள்ள பல்வேறு அமைப்பு கொண்ட ஸ்தூபங்கள் அனைத்துக்கும்

---

36. I.K. Sharma, Development of Early Saiva Art and Architecture, Delhi, 1982, p.5.

பீடங்கள் அமைக்கப்பட்டுள்ளன. இதன் அமைப்பு மற்றும் பிற இயல்புகள் அனைத்தும் ஹீனயான சைத்தியத்தை நினைவூட்டுகின்றன. இங்கு செதுக்கப்பட்டுள்ள ஸ்தூபங்களில் மிகப்பெரியது ஒரு விகாரத்திற்குள் அமைக்கப்பட்டுள்ளது ஆகும். அதன் விட்டம் 65 அடி ஆகும். அதன் மேற்பகுதி அழிந்துபட்டிருப்பதால் அதன் உயரம் கணக்கிடப்படாமலுள்ளது. இதன் பீடம் வட்ட வடிவமாக உள்ளது. மிகத் தொன்மையிலேயே சங்கரன்கொண்டா பௌத்தத்தலமாக இருந்தபோதும் அது மகாயான காலத்தில்தான் பிரபலமடைந்திருந்தது என்பதற்கு அங்குள்ள சிற்பங்களின் வடிவமைப்புகள் ஆதாரமாய் அமைகின்றன. குண்டுபள்ளி மற்றும் சங்கரன்கொண்டா ஸ்தூபங்கள் கலையழகு மிக்கவை என்று சொல்லமுடியாத நிலையிலிருப்பினும் அவற்றின் தொன்மை மறுக்க முடியாததாகும். மற்ற முக்கிய பௌத்த தலங்களான ஜக்கயப்பேட்டை, பட்டிப்புரோலு, கோலி, கண்டசாலை, அமராவதி, நாகர்ஜுனகொண்டா, குடிவாடா, பெத்தகஞ்சா, நாகுலபாடு, ஆதூரு, தூபகுண்டா, சந்தாவரம், கரிஹபாடு, சின்னகஞ்சா, இராமதீர்த்தம், கனுபர்த்தி, ஆறுகொலனு, பெத்திமத்தூர், கொடவல்லி, புத்தாம், சாலிகுண்டம், போன்றவை ஸ்தூபங்களைக் கொண்டுள்ளன.

ஆந்திராவில் உள்ள ஸ்தூபங்கள் அமைப்பில் வடக்கே உள்ள ஸ்தூபங்களைப் போன்றிருப்பினும் அவற்றில், கட்டிடப் பொருட்கள், கட்டப்பட்ட முறை, ஆகியவற்றில் மாற்றங்கள் இருந்துள்ளன. ஸ்தூப வாஸ்து சாத்திரங்கள் வடக்கே தொடங்கி தெற்கு நோக்கி வளர்ச்சியடைந்து வந்து அமராவதியில் அது தெய்வீக நிலையடைந்து விட்டது என்பது இதன் மூலம் அறியப்படுகிறது. ஆந்திரப்பகுதியில் உள்ள ஸ்தூபங்கள் யாவும் பளிங்குக்கற்களால் அலங்காரமாக அமைக்கப்பட்டவையாகும். இருப்பினும் அவை அனைத்திலுமே பீடம் தவிர மற்ற பகுதிகள் சிதைந்தும் அழிந்தும் போயின. ஆந்திரத்து ஸ்தூபங்களில் முதலாவது வகையைச் சேர்ந்தவை உயரம் குறைவான மேடை மீது அரைவட்ட வடிவில் செங்கற்களால் கட்டப்பட்டவை. பின்பு அதன் மீது பளிங்குக்கற்கள் அல்லது பலகைகள் பொருத்தப்பட்டன. இரண்டாவதாக பெரிய ஸ்தூபங்கள் செங்கற்களால் கட்டப்பட்டு அதற்குள் மணல் பரப்பப்பட்டு அதன் பின்பு பளிங்குப் பலகைகள் போடப்பட்டன. இது சிக்கனம் கருதி செய்யப்பட்டதென பி.ஆர்.சீனிவாசன் கருதுகிறார். ஆனால் இம்முறை அறிவியலடிப்படையில் சரியானதல்ல. இதனால் செங்கற் கட்டிடம்

சுருங்கும் என்று பின்னர் அறியப்பட்ட போது மூன்றாவது பாணி ஒன்று பயன்படுத்தப்பட்டது. அதன்படி கட்டிடத்தின் அடிப் பகுதியிலிருந்தே ஸ்தூபம் ஒரு சக்கரத்தினைப் போன்று, அதாவது வட்டவடிமாக அதன் நடுவில் ஒரு அச்சுப் போன்ற பகுதி விட்டு சக்கரத்தின் கம்பிகள் போன்று ஆரங்கள் அமைத்து ஒரு ஆரத்திற்கும் மற்றொரு ஆரத்திற்கும் இடைப்பட்ட பகுதியில் உச்சிவரை மணல்பரப்பி, இறுதியில் அவை மூடப்பட்டன. நடுப்பகுதியில் மரத்தூண் அமைக்கப்பட்டது. அதன் பின்பு வெளியில் பளிங்குப் பலகைகள் பொருத்தப்பட்டன. இந்தச் சக்கர அமைப்பானது புத்தரது தர்மச் சக்கரத்தை நினைவூட்டுவதாக அமைந்திருப்பினும், உண்மையில் இது கட்டிடத்திற்கு வலுவூட்டுவதற்காகவே அமைக்கப்பட்டது. இதனை நவீன காலத்தில் போடப்படும் பைல் அடிப்படை(pile foundation) க்கு வித்திட்ட ஓர் அமைப்பு என்று குறிப்பிடலாம். இத்தகைய முறையானது கண்டசாலா, பட்டிப்புரோலு ஆகிய இடங்களில் உள்ள ஸ்தூபங்களை நிர்மாணித்தவர்களால் பின்பற்றப்பட்டிருந்தபோதும் அவற்றில் சில மாற்றங்களும் புகுத்தப்பட்டன.

கண்டசாலாவில் உள்ள ஸ்தூபத்தின் அடிப்பாகம் முதலில் ஒரு கன சதுர அமைப்புடனான ஒரு நடுப்பகுதியும், அதைச்சுற்றி ஆறு ஆரங்களும் அமைக்கப்பட்டு அவை ஒரு வட்ட வடிவச் சுவரால் அடைக்கப்பட்டன. அதிலிருந்து மேலும் ஆறு ஆரங்கள் அமைத்து அவை மற்றொரு சுவரால் இணைக்கப்பட்டன. மீண்டும் ஆறு ஆரங்கள் அமைக்கப்பட்டு பின் அது பெரிய கனமான சுவரால் இணைக்கப்பட்டது. இந்த அடிப்படையின் (base) மேல் அண்டா பாகம் எழுப்பப்பட்டது. பட்டிப்புரோலுவில் உள்ள ஸ்தூபத்தின் நடுப்பகுதி சதுரவடிவமானது. இதற்கு அடுத்து சக்கரத்தின் ஆரம் போல் அமைத்து அதனைச்சுற்றி வட்டவடிவமான சுவர் எழுப்பப்பட்டது. இவ்வகை ஸ்தூப அமைப்பு முறை பட்டிப்புரோலுவில்தான் துவக்கப்பட்டிருக்கக்கூடும்.

நாகர்ஜூனகொண்டாவில் பல்வேறு வகையில் அமைக்கப்பட்ட ஸ்தூபங்கள் உள்ளன. இங்குள்ள ஸ்தூபங்கள் பெரும்பாலும் சக்கர அமைப்பில் அமைக்கப்பட்டன. சில சிறு ஸ்தூபங்களின் நடுப்பகுதி ஸ்வஸ்திக் அமைப்பில் கட்டப்பட்டன. இவ்வகையான அடிப்படை யுடன் கட்டப்பட்ட ஸ்தூபங்கள் ஆந்திரக் கலைஞர்களின் தனிச்சிறப்பு அம்சமெனக் கருதப்படுகிறது. ஸ்தூபங்களில் மற்றொரு சிறப்புத்

தன்மையுமுண்டு. இவற்றில் நான்கு பக்கங்களிலும் பிதுக்கங்கள் உண்டு. இது 'ஆயக வேதிகா' என்று அழைக்கப்படுகிறது. இந்த வேதிகாவின் மேல் ஐந்து தூண்கள் நிறுத்தப்பட்டிருக்கும். அவை ஆயக கம்பங்கள் என்று அழைக்கப்பட்டன. ஸ்தூபத்தின் அனைத்துப் பகுதிகளும் சிற்பங்களால் அலங்கரிக்கப்பட்டிருக்கும். இத்தகைய கலை நுணுக்கங்கள் ஆந்திரக் கலைஞர்களுக்கேயுரிய தனிச்சிறப்பு இயல்பு என்று பி.ஆர். சீனிவாசன் கருதுகிறார்.[37] ஆனால் இத்தகைய கலையம்சங்கள் ஆந்திராவின் தனிச் சிறப்புகள் எனச் சொல்ல முடியாது. மாறாக அவை சேத்திகா எனப்படும் புத்தபிரிவினரின் அமைப்பாக இருக்கலாம் என எச்.சர்க்கார் கூறுகிறார். ராமதீர்த்தம், சாலிகுண்டம் ஆகிய பகுதிகளில் உள்ள சில ஸ்தூபங்களில் ஆயக வேதிகா இல்லை என்றும், நாகார்ஜுன கொண்டாவில் உள்ள அனைத்து ஸ்தூபங்களிலும் சக்கர அமைப்புடைய ஸ்தூபங்கள் இல்லை என்றும் அவர் கருதுகின்றார். மூன்று ஸ்தூபங்களில் ஸ்வஸ்திக அமைப்பு உள்ளது என்பதற்கான சான்றுகள் கிடைத்துள்ளன. எனவே இது சேத்திகா அமைப்பாகவே இருக்கக்கூடும் என்பது அவர் கருத்து.

இம்முறையானது பௌத்த மதத்தின் எந்த ஒரு பிரிவினராலும் அமைக்கப்பட்டதல்ல. பெரிய ஸ்தூபங்களைத் தாங்கும் பலத்தைக் கொடுப்பதற்காகவும், செலவுகளைச் சிக்கனமாக்கவும் வசதி கருதி பெரிய ஸ்தூபங்களில் இம்முறை பின்பற்றப்பட்டுள்ளது. சிறு ஸ்தூபங்களுக்கு இவ்வகை நுணுக்கங்கள் தேவையற்றதாயின. அலெக்சாண்டர் ரீயும் பி.ஆர்.சீனிவாசனைப் போன்றே இம்முறை ஆந்திரர்களுக்குரிய ஒரு சிறப்பான அம்சமே எனக் கூறுகிறார். தர்மச் சக்கரத்திற்கு ஒரு கட்டடக்கலை உருவமைப்பினைக் கொடுத்தது ஆந்திராவின் கட்டடக்கலைத் திறனைக் காட்டுவதாகக் கூறுகிறார். ஆயக ஸ்தம்பங்கள் ஐந்தும் புத்தரின் வாழ்க்கையில் ஐந்து முக்கிய நிகழ்ச்சிகளான பிறப்பு, உலக வாழ்க்கையைத் துறத்தல், ஞானம் பெறுதல், முதல் பிரச்சாரம் மற்றும் இறப்பு அல்லது பரிநிர்வாணம் ஆகியனவற்றைக் குறிக்கும் குறியீடுகளாகக் கொள்ளலாம் என்று கருதப்படுகிறது.[38]

---

37. P.R. Srinivasan, முன்னது, ப.80
38. H. Sarkar and S.P. Nainar, முன்னது, ப.10

அமராவதி ஸ்தூபம்

கிருஷ்ணா நதியின் வடக்கில் அமைந்துள்ள அமராவதி பௌத்த கலைச் சின்னங்களில் குறிப்பிடத்தக்க சிறப்பினைப் பெற்றுள்ளது. இது 'தீபத்தின்னே' அதாவது "விளக்குகளின் மலை" என்றும் அழைக்கப்பட்டது.[39] குண்டூருக்கு வடக்கே 35 கிலோமீட்டர் தூரத்தில் இவ்வூர் அமைந்துள்ளது. இதற்கு அருகாமையில் உள்ள தரணிகோதா என்னும் கிராமமே பிந்தய சாதவாகனர்களின் தலைநகராக விளங்கிய தான்யக்கடகம் ஆகும். கலையம்சம் பொருந்திய அமராவதி ஸ்தூபம் துரதிர்ஷ்டவசமாக அழிந்துவிட்டது. கி.பி. 639 இல் அமரவாதி ஸ்தூபத்தைப் பார்வையிட்ட சீனப்பயணி யுவான் சுவாங் இந்தியாவின் பிற வரலாற்றுச் சிறப்புமிக்க சின்னங்களைவிட அழகிலும், அமைப்பிலும் மேலோங்கியிருந்ததாகக் குறிப்பிடுகிறார்.[40] ஆனால் அவர் வருவதற்கு ஒரு நூற்றாண்டுக்கு முன்பு இந்த ஸ்தூபத்தின் சில பகுதிகள் சிதைவுற்றுவிட்டன. இருந்தும் எஞ்சிய பகுதிகளையே ஆர்ப்பரித்து எழுதியுள்ளார். அப்போதிருந்து அழிவுகள் தொடர்ந்தன. இதன் முழுமையான பகுதிகள் இன்று கிடைக்கவில்லை. சிறு சிறு துண்டுப் பகுதிகள்தான் கிடைத்துள்ளன. இச்சிறு துண்டுகளைச் சிரமப்பட்டு ஒன்றுசேர்த்து செப்பனிடும் பணியைச் செய்தவர் பெர்குஸன் ஆவார். அமராவதி ஒரு காலத்தில் சிந்தலப்பூடி ஜமீன்தாரியின் ஒரு பகுதியாகும். அப்போதைய ஜமீன்தார் வாசி ரெட்டி வெங்கடாத்ரி நாயுடு ஆவார். இங்கு கண்மாய் ஒன்றை ஜமீன்தாரின் ஆட்கள் வெட்டும்போது ஸ்தூபத்தின் மேற்பகுதி இடிபாடுகளுக்குள்ளாயின. அதிலிருந்து கிடைத்த சிற்பத் தொகுதிகள் பற்றியும் அவர்கள் கண்டு கொள்ளவில்லை. 1797-இல் சென்னை மாநில நில அளவை அதிகாரியாயிருந்த மெக்கன்ஸி வந்து பார்த்தபோது இங்கு ஏதோ ஒரு புராதனச் சின்னம் இருந்திருக்க வேண்டும் என்று கருதினார். இங்கு கண்மாய் வெட்ட வேண்டாம் என்று அவர் கேட்டுக் கொண்டார். ஆனால் ஜமீன்தார் அதற்குச் செவிசாய்க்கவில்லை. தான் கண்ட ஸ்தூபத்தின் சிதைவுப் பகுதிகளை அங்கேயே வரை படமாக்கிய மெக்கன்ஸி வைஸ்ராயிக்கு எழுதி கண்மாய் வெட்டுவதற்குத்

39. மேலது, ப.3

40. Devaprasad Ghosh, The Development of Buddhist Art in South India, in the Indian Historical Quarterly, Vol.4, 1928, p.725.

தடுப்பாணை வாங்கினார். இங்குள்ள கலைச் சின்னம் 90 அடி விட்டமுள்ளதும் 20 அடி உயரமுள்ளதுமாக இருக்க வேண்டும் என்று திட்டமிட்டார். மெக்கன்ஸி மீண்டும் 1818 இல் அமராவதிக்குச் சென்று பார்வையிட்டார். அங்கு ஸ்தூபத்தின் தெளிவான வரைபடம் தயாரித்தார்; சில சிற்பத் தொகுதிகளையும் கண்டறிந்தார்.

மெக்கன்ஸியின் அறிக்கைக்குப் பின் பல ஐரோப்பிய அதிகாரிகளும் பிறரும் அமராவதியால் கவரப்பட்டனர். 1845 இல் சர் வால்டர் எலியட் மேட்டின் தென் மேற்குப் பகுதியைத் தோண்டினார். அவர் சில சிற்பத் தொகுதிகளைக் கண்டார். 1876 - 77 இல் இராபர்ட் சீவில் தாம் கண்டுபிடித்த சிற்பங்களைப் பதிவு செய்தார். 1881 இல் - ஜேம்ஸ் பர்கசும், 1905 -06 மற்றும் 1908 -09 ஆண்டுகளில் அலெக்ஸாண்டர் ரீயும் ஆய்வு செய்து சரியான முறையில் வகைப்படுத்தி அறிக்கை சமர்ப்பித்தனர். எனினும் ஆர். சுப்பிரமணியம் மற்றும் கே. கிருஷ்ணமூர்த்தி ஆகியோரின் முயற்சியால் தான் 1958-59 இல் பெரும்பாலான கட்டடக்கலைத் தொடர்பான பகுதிகளும், கல்வெட்டுகளும், நினைவுச் சின்னங்களும் கிடைத்தன. 1973-74 இல் ஐ.கே. சர்மாவின் ஆய்வின்போது மேலும் பல செய்திகள் கண்டறியப்பட்டன. 1818 முதல் 1974 வரை கண்டுபிடிக்கப்பட்ட அமராவதி ஸ்தூபத்தின் எச்சங்கள் பல அருங்காட்சியகங்களுக்குக் கொண்டு செல்லப்பட்டு பார்வைக்கு வைக்கப்பட்டன. பெரும்பான்மையான சிற்பத் தொகுதிகள் சென்னை அரசு அருங்காட்சியகத்திலும், கணிசமான பகுதிகள் இலண்டனில் உள்ள பிரிட்டிஷ் அருங்காட்சியகத்திலும், சில சிற்பங்கள் கல்கத்தா அரசு அருங்காட்சியகத்திலும் வைக்கப்பட்டன. சென்னை அரசு அருங்காட்சியகத்தில் அமராவதி சிற்பங்கள் மட்டும் ஒரு தனி அரங்கத்தில் வைக்கப்பட்டுள்ளன. அமராவதி ஸ்தூபத்தின் மாதிரி படம் செதுக்கப்பட்ட பலகை ஒன்றும் அமராவதியின் சிதைவுகளில் கண்டெடுக்கப்பட்டது. இம் மாதிரிப் படத்தையும், மெக்கன்ஸியின் வரை படங்களையும், பிற ஸ்தூபங்களின் அமைப்புகளையும் வைத்து ஆராய்ந்து பெர்குஸன் அமராவதி ஸ்தூபம் இப்படித்தான் இருந்திருக்க வேண்டும் என்ற ஒரு முடிவுக்கு வந்தார். அவரது யூகம் அமராவதி ஸ்தூபத்தின் உண்மையான அமைப்போடு ஒத்திருப்பதாகப் பலரும் கருதினர். இது போன்ற அமைப்புடைய, ஆனால் அளவில் பெரியதான, ஸ்தூபம் ஒன்று கர்னூல் மாவட்டத்தில் உள்ள சந்தாவரம் என்ற

இடத்தில் கண்டுபிடிக்கப்பட்ட பின்பு பெர்குஸனின் மாதிரி அமராவதி ஸ்தூபத்தின் அமைப்பு சரியானதே என முடிவு செய்யப்பட்டது.

அமராவதி ஸ்தூபத்தில் எழுதப்பட்டுள்ள புழுமவி வசிட்டி புத்திரரின் ஆட்சிக் காலத்தைச் சேர்ந்த கல்வெட்டு ஒன்று இந்த ஸ்தூபத்தை "மஹாசைத்தியம்" என்று குறிப்பிடுகிறது. அமராவதியைச் சுற்றியுள்ள பல இடங்களில் பெருங்கற்கால புதைகுழிகள் பல கண்டுபிடிக்கப்பட்டன. அமராவதி ஸ்தூபம் சாரநாத்திலோ அல்லது நகரஹாராவிலோ உள்ளது போன்று நினைவுச் சின்னமும் அல்ல, சாஞ்சி, சோனாரி, மணிக்கிய லாடோ ஆகிய இடங்களில் உள்ளது போன்று அஸ்தி வைக்கப்பட்ட கூடு போன்ற சின்னமும் அல்ல. மாறாக, இது ஒரு கல்பெட்டியின் மீது கட்டப்பட்ட கெட்டியான கட்டிடமாகும். இதன் உயரம் 192 அடி. அண்டா பகுதியின் விட்டம் 162 அடி 7 அங்குலம். பீடத்தின் உயரம் 20 அடி. இங்கு இரண்டு திருச்சுற்றுக்கள் உள்ளன. இவற்றில் ஒன்று பீடத்தின் மேற்பகுதியில் உள்ளது. மற்றொன்று ஸ்தூபத்தின் மொத்தப் பகுதியையும் சுற்றி வருவது போன்று அமைக்கப்பட்டுள்ளது. பீடமும் வட்ட வடிவில் அமைக்கப்பட்டுள்ளது. அதன் நான்கு பாகங்களிலும் 6 அடி முன்பக்கம் பிதுக்கம் காணப்படுகிறது. இது பிதுக்கப் பகுதியைச் சதுரமாகக் காட்டுகிறது. இந்தப் பிதுக்க அமைப்பே ஆயகவேதிகா எனப்படுகிறது. இதன் மீது ஐந்து தனித்து நிற்கும் தூண்கள் நிறுத்தப் பட்டுள்ளன. பீடத்தில் சக்கரம், போதிமரம், ஸ்தூபம் (தகோபா) ஆகிய உருவங்கள் செதுக்கப் பட்டுள்ளன. ஆயக வேதிகத் தூண்கள் செவ்வக வடிவில் அமைந்துள்ளன. அவற்றின் உச்சியில் சதுரவடிவ அமைப்பு காணப்படுகிறது. இந்தத் தூண்களைக் கல்வெட்டுகள் "ஆர்யக கம்பே" (Aryaka Khambhe) என்று அழைக்கின்றன. இவ்வகையமைப்பு கலிங்க நாட்டுப் பகுதியில் ஒரு பொதுவான தன்மையானது என்பது பட்டிப்புரோலு, கண்டசாலை ஆகிய இடங்களில் காணப்படும் இத்தகைய அமைப்பு மூலம் புலப்படுகிறது.[41]

அமராவதியிலுள்ள பலகைகள் சிலவற்றில் வாயிலின் இருபக்கங்களிலும், பக்கத்திற்கு ஒன்றாக இரு பூதகணங்கள் நின்று கொண்டிருக்கின்றன. அவை தலையில் ஒரு பாத்திரம் அல்லது தட்டினை வைத்துள்ளன. இவை பக்தர்கள் கொண்டுவரும் பூசைப்

41. மேலது, ப.727

பொருட்களை எதிர்கொண்டு வாங்கிச் செல்வதற்காக அமைக்கப்பட்டிருக்கக்கூடும் எனக் கருதப்படுகிறது.[42] இந்த அமைப்பே பின்னாளில் இந்து கலையில் பிச்சாடனர் உருவ அமைதியில் இடம் பெறலாயிற்று. பிச்சாடனர் பிச்சைப் பாத்திரத்தைத் தலையில் ஏந்திய பூதகணத்தைத் தன்னுடன் அழைத்துச் செல்வதை அவ்வுருவ அமைதியில் காணலாம். அமராவதியில் ஆயகவேதிகாவின் மீது நிறுத்தப்பட்டுள்ள தூண்களில் மத்தியில் உள்ள தூண் சற்று உயரமானதாக உள்ளது. அதற்கு மேல் வட்டவடிவ ஸ்தூபம் அமைக்கப் பட்டுள்ளது. பீடத்திற்கும் அண்டாப்பகுதிக்கும் இடைப்பட்ட பகுதியில் ஒரு வேதிகா அமைந்துள்ளது. இதன் உயரம் 9 அடி. இது சாதாரணமாக இரு நிறுத்தத்தூண்களுக்கு மேல் ஒரு குறுக்குப் பலகை போட்டு அதன்கீழ் மூன்று செருகு பலகைகளுக்குப் பதிலாகச் சிற்பங்களுடன் கூடிய ஒரே செவ்வக வடிவப் பலகையைச் செருகி அமைக்கப்பட்டுள்ளது. இது கி.மு.140 இல் பெஷ்நகரில் கட்டப்பட்ட விஷ்ணு கோயில் பிரகாரத்தை ஒத்திருப்பதாக பெர்குஸன் கருதுகிறார். இந்த வேதிகை அல்லது வேலியின் உட்பகுதியில்தான் அமராவதி ஸ்தூபத்தின் மாதிரி வடிவங்கள் செதுக்கி வைக்கப்பட்டுள்ளன. வெளிப்பகுதிகளில் தூண்களிலும், மேல்பலகையிலும் செருகு பலகையிலும் புத்த ஜாதகக் கதைகள் செதுக்கப்பட்டுள்ளன. இந்த மொத்த அமைப்பையும் சுற்றி 15 அடி திருச்சுற்று இடை வெளிவிட்டு ஒரு வேலி கட்டப்பட்டுள்ளது. இது பொதுவாக ஸ்தூபங்களைச் சுற்றி அமைக்கப்படும் மாதிரியில் அமைந்துள்ளது. இத்திருச்சுற்று முழுமையும் பளிங்குக் கற்களாலானது. ஆங்காங்கே தனித்தூண்கள் இடம் பெற்றுள்ளன. இவை விளக்குக் கம்பங்கள் எனக் கருதப்படுகின்றன. வெளிப்பக்க வேலியின் நிறுத்தத் தூண்கள் அனைத்தும் உள்ளும், புறமும் சிற்பங்களால் அலங்கரிக்கப்பட்டுள்ளன.

தூண்களின் மத்தியில் முழுத்தாமரையும், மேலும், கீழும் அரைத் தாமரையும் அலங்கரிக்கின்றன. கூர்ந்து நோக்கின் இத்தாமரை வடிவங்கள் தூணுக்குத்தூண் மாறுபட்டு காணப்படுகின்றன. பலகைகளிலும் தாமரைகள் செதுக்கப்பட்டுள்ளன. நிறுத்தத்

42. James Burgess, The Buddhist Stupas of Amaravati and Jaggayapetta, London, 1887, Plate XXXI, Figs. 6 and 7 (Quoted from Devaprasad Ghosh, p.727).

தூண்களுக்கு மேல் உள்ள பலகை உஷ்ணிசம் எனப்படுகிறது. இதன் இருபக்கங்களிலும் கல்பலகை செதுக்கப்பட்டுள்ளது. அவற்றை மனிதர்கள் தூக்கிச் செல்வது போல் இயற்கையாகக் காட்டப்பட்டுள்ளது. இங்கு தூக்கிச் செல்லும் முறையைப் பார்க்கும் போது கல்பலகையின் கனம் தெளிவாக்கப்படுகிறது. இத்தூண்களில் பார்கூத், புத்தகயா மற்றும் மதுரா போன்று பெரிய தனித்த இயக்கர், இயக்கியர், நாட்டியப் பெண்கள் ஆகியோரின் உருவங்கள் காணப்படவில்லை. இங்கு தனித்த சிற்பங்களுக்குப் பதிலாக சிற்பத் தொகுதிகள் அதிகம் காணப்படுகின்றன.[43] அமராவதி ஸ்தூபத்தின் வேலி (railing) 600 அடி சுற்றளவும் 14 அடி உயரமும் கொண்டது. இது பார்கூத்தில் உள்ள வேலியின் அளவில் இரண்டு மடங்கு பெரியதாகும். இந்த வேலி சாஞ்சி ஸ்தூபம் 2 இன் வேலியைப் பெரிதும் ஒத்துள்ளது. இதில் காணப்படும் அலங்கார அமைப்புகளும், விளக்கமான சிற்ப அமைதியும் சாஞ்சி 2வது ஸ்தூபத்தை நினைவுபடுத்துகின்றன. அமராவதியின் தாமரைப் பதக்கங்கள் பெரிய அளவினதாகவும் பளிச்சென்று கவரும் படியும் அமைந்துள்ளன. ஆனால் இங்கு சாஞ்சி போன்றோ அல்லது பார்கூத் போன்றோ நான்கு வாயில்களிலும் தோரணங்கள் அமைக்கப்படவில்லை. மாறாக, இங்கு வாயில்களில் தூண்கள் அமைக்கப்பட்டிருந்தன. தூண்களின் உச்சியில் சிங்கங்கள் அமர்ந்துள்ளன. தவிர வாயில்களின் ஒவ்வொன்றின் இருபக்கங்களிலும் பக்கவாட்டில் இரண்டு தூண்கள் நிறுத்தப்பட்டிருந்தன. பலகைகளில் செதுக்கப்பட்டுள்ள ஸ்தூபத்தின் அமைப்பு எளிமையாகக் காட்டப் பட்டுள்ளது. இதில் வட்ட வடிவமான மேதி என்னும் அடித்தளத்தின் மீது அரைவட்டமான அண்டா பகுதி நிறுத்தப்பட்டுள்ளது இது நேர்த்திக் கடன் செய்த ஸ்தூபங்களில் ஒன்றாக அமைந்துள்ளது.[44]

தென்னிந்தியாவின் பிற முக்கிய ஸ்தூபங்கள் நாகார்ஜூன கொண்டா, ஜக்கயப்பேட்டை, கண்டசாலை ஆகிய இடங்களில் கிடைத்துள்ளன. இவை முந்திய ஸ்தூபங்களைப் போன்று கட்டப்படவில்லை. நாகார்ஜூன கொண்டா ஸ்தூபம் மத்தியில் ஒரு திடமான இடத்தை வைத்து அதிலிருந்து குறுக்குச் சுவர்கள் அமைத்த

---

43. மேலது, ப.729

44. Christopher Tadgell, The History of Architecture in India, New Delhi, 1990, p.33.

அடித்தளத்துடன் அமைக்கப்பட்டது. அடித்தளத்தின் அமைப்பு சக்கரத்தில் உள்ள ஆரங்கள் போன்று அமைந்திருந்தது. குறுக்குச் சுவர்களுக்கு இடைப்பட்ட வெளிப் பகுதியில் மணல் போடப்பட்டது. இதனால் பலம் அதிகரித்ததோடு குறைந்த அளவு செங்கற்களே பயன்படுத்தப்பட்டன. இவ்வமைப்பு நவீன காலத்தில் அமைக்கப்படுகின்ற தூண் அடித்தள பணி (pillar foundation) மற்றும் பைல் அடித்தளப்பணி (pile foundation)ஆகியவற்றை ஒத்திருந்தது. ஜக்கயப்பேட்டையில் உள்ள ஸ்தூபத்தில் சாஞ்சி ஸ்தூபத்தை ஒத்த சிற்பத் தொகுதிகள் காணப்படுகின்றன.

பிற்கால ஸ்தூபங்கள்

இந்தியாவில் உள்ள பிற்கால ஸ்தூபங்களில் குறிப்பிடத்தக்கவை சாரநாத் மற்றும் நாளந்தா ஸ்தூபங்கள் ஆகும். சாரநாத்தில் உள்ள உயரமான ஸ்தூபத்தில் புத்தரின் முதல் போதனையைக் காட்டும் சிற்பத் தொகுதி தற்போதும் காணப்படுகிறது. இது ஒரு காலத்தில் பிரம்மாண்டமான அமைப்புடன் திகழ்ந்தது. செங்கல்லால் கட்டப்பட்ட இதன் மேல் கவிகை அமைப்பானது புத்தரின் சிற்பங்களை நான்கு திசையிலும் தாங்கியுள்ளது. இதன் முழுமையான அமைப்புக்கட்டிடம் இதனைக் குப்தர்காலத்துச் சின்னமாக்கியுள்ளது.[45] நாளந்தாவிலுள்ள ஸ்தூபம் ஏழுமுறை தொடர்ந்து விரிவுபடுத்தப்பட்டுள்ளது. இது செங்கல்லாலான பிரமிடு போன்றதொரு அமைப்பைக் கொண்டுள்ளது. இதில் உச்சிவரை படிக்கட்டுகள் அமைந்துள்ளன. ஒரு காலத்தில் இது உயரமான பீடத்தின் மீது அமைக்கப்பட்ட உயரமானதொரு ஸ்தூபமாக விளங்கியிருக்க வேண்டும். இதன் ஒவ்வொரு மூலையிலும் ஒரு சிறு ஸ்தூபமும் அமைக்கப்பட்டது. குப்தர் காலத்திலும் பால வம்சத்தவர்களாலும் மாற்றியும், விரிவுபடுத்தியும் அமைக்கப்பட்ட இது எந்தெந்தக் காலத்தில் எவ்வாறெல்லாம் நிலவியது என்பது அறியமுடியாத நிலை ஏற்பட்டுள்ளது. அக்காலத்தில் ஸ்தூபங்களைச் சுற்றி பௌத்த ஞானிகளின் சாம்பல்களைக் கொண்டுள்ள சிறு ஸ்தூபங்களும், மடாலயங்களும், கோயில் அல்லது வழிபாட்டறைகளும், பிரச்சாரக் கூடங்களும், பயணிகள் தங்கும்

45. A.L. Basham, The Wonder that was India, Delhi, 1989, p.353.

இல்லங்களும் அமைக்கப்பட்டன. இதற்கு ஆதாரமாக அமைவது சாஞ்சி, நாளந்தா போன்ற ஸ்தூபங்களாகும்.[46]

சைத்தியங்கள்

குப்தர்களுக்கு முந்திய நூற்றாண்டுகளில் ஸ்தூபங்களுக்கு அடுத்த படியாக அமைக்கப்பட்ட சமயச் சின்னங்கள் மலைகளைக் குடைந்து வெட்டப்பட்டவையாகும். அவற்றில் அசோகரின் பேரன் தசரதனால் பராபர் குன்றுகளில் ஆசீவகர்களுக்கு வெட்டப்பட்ட குடைவரைகளே காலத்தால் முந்தியவை. அக்குடைவரைகளில் கலை நயம் மிக்கவை சுதாமா மற்றும் லோமாஸ்ரிஷி ஆகியனவாகும். இவற்றின் உட்சுவர்கள் அசோகரின் தூண்களைப் போன்று மெருக்கேற்றப்பட்டவையாகும். இதற்கு அடுத்தபடியாக பௌத்தர்களுக்காக மேற்கு இந்தியாவில் பல குடைவரைகள் வெட்டப்பட்டன. அவை சைத்தியங்கள் அல்லது வழிபாட்டுத்தலங்கள் எனப்பட்டன. இவை சுங்கர்கள் மற்றும் சாதவாகனர்களாலும், பின் வந்தோராலும் வெட்டப்பட்டவையாகும். இந்த செயற்கையான குகைத்தலங்கள் இயற்கையான சமணக் குகைத் தலங்களிலிருந்து பெரிதும் மாறுபட்டவையாகவும், கலைநயத்தில் தன்னிகரற்றவையாகவும் விளங்கின. இவை அரைவட்ட வடிவில் அமைந்திருந்தன.

பாஜா

இந்த சைத்தியங்களில் தொன்மையானது கி.மு. 100 இல் வெட்டப்பட்ட, மகாராட்டிரத்தில் உள்ள கோண்டிவிதே சைத்தியமாகும். இது அசோகரால் வெட்டப்பட்ட சுதாமா குடைவரையை நினைவூட்டுவதாக அமைந்துள்ளது. இதன் சைத்திய கிருஹம் குவிமாட அமைப்புடையதாக (domical) விளங்குகிறது. இதன் மண்டபம் எளிமையான கூரையைக் கொண்டுள்ளது. இதன் உட்சுவர்களில் ஜன்னல்கள் (jalas) வெட்டப்பட்டுள்ளன.[47] இன்று எவ்வித மாற்றமுமின்றி பாதுகாப்பாகவுள்ள பௌத்த சைத்தியங்களில் ஒன்று தக்காணத்தில் பூனாவுக்கு அருகில் அமைந்துள்ள பாஜா குடைவரையாகும். இது மலையில் ஆழமாக வெட்டப்பட்ட அரைவட்ட வடிவக் குடைவரையாகும். இது 16.75 மீட்டர் நீளமும் 8

---

46. பார்க்க மேலது, Fig.XVIII
47. Christopher Tadgell, முன்னது, ப.22

மீட்டர் அகலமும் கொண்டது. கி.மு.100 வாக்கில் வெட்டப்பட்ட இக்குடைவரையில் கல்லிலேயே மரத்தைஒத்த வேலைப்பாடுகள் காணப்படுகின்றன. இதன் முகப்பு சிதைந்துள்ளதால் இதன் கலையம்சம் எவ்வாறு அமைந்திருக்கும் என்று அறியமுடியவில்லை. இதற்கு முன்னால் வாயிலில் மரத்தாலான நுழைவாயில் அமைந்துள்ளது. பாறையில் வெட்டப்பட்ட முகப்பின் (facade) முக்கியத் தன்மையானது அதில் அமைந்துள்ள குதிரை லாயம் போன்ற வளைவு ஆகும். இதனுடைய தொன்மை வடிவம் பராபரில் உள்ள லோமாஸ் ரிஷி குடைவரைவாயிலில் காணப்படுகிறது.

லோமாஸ் ரிஷி குடைவரை போன்றோ அல்லது கோண்டிவிதே சைத்திய மண்டபம் போன்றோ அல்லாது பாஜா சைத்தியம், இரண்டு அறைகளுக்குப் பதிலாக, ஒரே மண்டபத்தைக் கொண்டுள்ளது. இந்த மண்டபம் அல்லது அறை அரைவட்ட அமைப்புடையது. இதன் சுவரோரப் பகுதியில் எண்பட்டை வடிவத்தூண்கள் வரிசையாக நிறுத்தப்பட்டுள்ளன. இவை எளிமையாகக் காட்சியளிக்கின்றன. அவை செதுக்கப்பட்ட வளைவுகளைத் தாங்கியுள்ளன. சைத்திய அறையின் இறுதிப் பகுதியில் பாறையிலேயே வெட்டப்பட்ட ஸ்தூபம் ஒன்றுள்ளது.[48] இந்த ஸ்தூபத்திலும் எந்த அலங்கார வேலைப்பாடும் இல்லை. இதன் சத்திராவளி (முக்குடை)யைச் சுற்றி இரண்டு வேலிகள் கட்டப்பட்டுள்ளன. இச்சைத்தியத்தின் முகப்பில் உள்ள சிற்பங்கள் மாடி முகப்பிலிருந்து எட்டிப் பார்ப்பது போன்றும், சாளரங்களிலிருந்து பார்ப்பது போன்றும் அமைந்துள்ளன. இவை சுங்கர் காலத்துச் சுடுமண் பொம்மைகளைப் பெரிதும் ஒத்துள்ளன.[49] சைத்திய அறையின் உட்பகுதியில் கூரையின் வரிவில் வளைவுகள் மற்றும் ஸ்தூபத்தின் சத்திராவளி ஆகியன முதலில் மரவேலைப்பாடாகவே இருந்தன. பின்னர் மாற்றப்பட்டுள்ளன. இதற்கு ஆதாரமாக அங்கு மரத்தாலான வரிவில் வளைவு ஒன்று பிராமி கல்வெட்டுடன் கண்டறியப்பட்டுள்ளது.[50] தற்போது இங்கு சத்திராவளி இல்லை எனினும் முன்பு அது அமைக்கப்பட்டிருந்தது என்பதைக் காட்டும் துளை காணப்படுகிறது.

---

48. A.L. Basham, முன்னது, ப.354
49. Susan, L. Huntington, The Art of Ancient India, Newyork, 1993, p.77.
50. Edith Tomory, History of Fine Arts in India and the West, Madras, 1989, p.33.

பிதால்கொரா

பாஜாவுக்கு அடுத்த குறிப்பிடத்தக்க பௌத்த குடைவரை பிதால்கொரா என்ற இடத்தில் உள்ளதாகும். இங்குள்ள குடைவரைகள் வளைவான மலையில் வெட்டப்பட்டுள்ளன. இதன் அமைவிடம் அழகான தோற்றமுடையது. இந்த மலையின் அடிவாரத்தில் ஆறு ஒடுகிறது. மலையின் ஒரு பகுதியில் நீர்வீழ்ச்சி காணப்படுகிறது. இருப்பினும் தற்போது இவ்விடத்திலுள்ள குடைவரைகள் புல அழிந்த நிலையில் காணப்படுகின்றன. இங்கு மரவேலைப்பாடுகளைக் கற்களில் அமைக்கக் கலைஞர்கள் முயன்றுள்ளனர். ஆனால் அவர்கள் கற்களின் கன பரிமாணத்தை மனதில் கொள்ளாததால் அவை நாளடைவில் சிதைந்து போயின. இதனை ஆறாவது குடைவரையில் காணலாம். இந்த இரண்டு அறைகளுக்கும் இடையிலான சுவர் சில சென்டிமீட்டர் கனமே உடையதாக அமைந்துள்ளது. இங்குள்ள குடைவரைகள், பிற குடைவரைத் தலங்களைப் போன்றே ஒன்றுக்கும் மேற்பட்ட கால கட்டங்களில் கட்டடக்கலை மற்றும் சிற்பக்கலை வளர்ச்சியைக் கண்டுள்ளன.[51] கட்டடக்கலை அமைப்பைப் பார்க்கும்போது இங்குள்ள 12 மற்றும் 13வது குடைவரைகள் பெரியளவிலான சைத்திய மண்டபங்களாகும். மூன்றாவது குடைவரையானது பாஜாவின் காலத்தைச் சேர்ந்ததாகத் தெரிகிறது. அதாவது 3வது குடைவரை கி.மு. 100 க்கும் - 70க்கும் இடையில் வெட்டப்பட்டிருக்க வேண்டும். இதற்கு ஆதாரமாக அமைவது இங்குள்ள கல்வெட்டின் எழுத்தமைதியாகும்.[52] 12வது குடைவரை நன்கு வளர்ச்சியடைந்த சைத்தியமாகும். இதில் தூண்கள் இல்லை. ஆனால் 13வது குடைவரையில் தூண்கள் உள்ளன. இதன் குடைவரை அமைப்பு நீண்ட அறையையும், வட்டவடிவமான கருவறையையும் கொண்டுள்ளது. இதில் பழைய குடைவரைகளின் அமைப்பும் புதிய கூறுகளும் காணப்படுவதால் இது பழமைக்கும் புதுமைக்கும் இடைப்பட்ட காலத்தைச் சேர்ந்ததெனக் கருதமுடிகிறது.[53]

3,4, மற்றும் 2வது குடைவரைகள் பொதுவான முகப்பினைப் பார்த்தாற்போல் அமைந்துள்ள காரணத்தால் அவை ஒரே

---

51. Susan, L. Huntington, முன்னது, ப.81
52. மேலது, ப.82
53. மேலது

கட்டடக்கலைக் கூறினைக் கொண்டுள்ளன. இங்குள்ள நீளமான சைத்திய அறையும், அதில் உள்ள தூண்களும், ஸ்தூபமும் பெரிதும் சிதைந்துள்ளன. பல தூண்கள் காணப்படவில்லை. பாஜா சைத்தியத்தைப் போன்றே பிதால்கொராவிலும் வளைந்த விதானங்களில் மரவேலைப்பாடுகள் காணப்படுகின்றன. இங்குள்ள எண்பட்டைவடிவத் தூண்களில் அடித்தளமும் (base) இல்லை; உச்சிப்பகுதி (capital) யும் காணப்படவில்லை. 4 வது குடைவரையில் நீள்சதுர வாயில் உள்ளது. இங்குள்ள கதவுச்சட்டத்தில் வட்டவடிவத் துளைகள் உள்ளன. இவை மரக்கதவினைச் சொருகுவதற்கு அமைக்கப் பட்டிருக்க வேண்டும். நுழைவாயிலுக்கு வலது பக்கம் யானைகள் நிறுத்தப்பட்டுள்ளன. அவை குடைவரைகளைத் தாங்குவது போன்று அமைந்துள்ளன. இதனையே பிற்காலத்தில் சாளுக்கியர் மற்றும் பல்லவர் கோயில்களின் அத்திட்டானத்திலும் மதுரை மீனாட்சி சுந்தரேசுவரர் கோவிலின் சுவாமி விமானத்திலும் கட்டிடத்தை யானைகள் தங்குவது போன்று காட்டப்பட்டிருப்பதைக் காணலாம். குடைவரை நாலில் உள்ள துவாரபாலகர்கள் ஒரு கையில் ஈட்டியும் மற்றொரு கையில் கேடயமும் வைத்துள்ளனர். அமராவதி ஸ்தூபத்தில் உள்ளது போன்று பிதால்கொராவிலும் பூத கணங்கள் தங்களது தலையில் பாத்திரம் வைத்திருப்பது நோக்கத்தக்கதாகும்.[54]

பேத்சா

மேற்குத் தக்காணத்தில் பேத்சா என்ற இடத்தில் கி.பி. முதலாவது நூற்றாண்டில் வெட்டப்பட்ட இரண்டு குடைவரைகள் உள்ளன. அவற்றில் ஒன்று சைத்தியம் ஆகும். இது அரை வட்டவடிவ அமைப்புக் கொண்டது. இந்தச் சைத்தியத்திற்குள் நுழைவதற்கான பாதை பாறையின் முகப்பரப்பில் வெட்டி அமைக்கப்பட்டுள்ளது. சைத்தியத்தின் முகப்பு ஒரு சிறு முற்றம் போன்று காட்சியளிக்கிறது. இதில் நான்கு தூண்கள் வைக்கப்பட்டுள்ளன. நடுவில் இரண்டு தூண்களும் சுவரின் பக்கங்களில் அரைத்தூண் அமைப்பில் (pilaster) இரண்டு தூண்களும் உள்ளன. எண்பட்டை வடிவத்தூண்களின் அடித்தளத்தில் யானை உள்ளது. அதாவது யானையிலிருந்து எண்பட்டைவடிவத் தூண்கம்பு வெளி வருகிறது. தூணின் உச்சியில்

54. மேலது, பக்.84 - 85.

இரண்டு குதிரைகள் அமர்ந்த நிலையில் உள்ளன. அவற்றிற்கிடையில் ஒரு ஆணும், பெண்ணும் அமர்ந்திருக்கின்றனர். அவர்களது கைகள் குதிரைகளின் மீது போட்டுக்கொண்டு இயல்பாக உள்ளன. கம்புப் பகுதிக்கும் உச்சிப்பகுதிக்கும் இடையே மணி (bell) போன்ற அமைப்பு காணப்படுகிறது. இது அசோகரின் தூண்களில் காணப்படும் மணிபோன்ற அமைப்பையும், ஹெலியோடரஸின் கருடத்தூணில் உள்ள மணி போன்றதொரு அமைப்பையும் ஒத்துள்ளது. இங்கு குதிரைகளின் அருகில் அமர்ந்துள்ள மனித உருவங்களைக் குதிரை ஓட்டுநர்கள் என்று சூசன் ஹண்டிங்டன் கருதுகிறார். மேலும் அவை, இவ்வமைப்பு சாஞ்சி தோரணங்களில் உள்ள குதிரை ஓட்டுநர்களின் உருவமைப்பு, ஆடை அலங்காரம் ஆகியவற்றுடன் ஒத்திருப்பதாக அவர் கூறுகிறார்.[55] தூண்களையுடைய முற்றம் போன்ற சிறு மண்டப அமைப்பு பேத்சாவுக்கு முந்திய பாஜா குடைவரையிலோ அல்லது பிதால்கொரா விலோ காணப்படவில்லை. எனவே பேத்சாவில் உள்ள இவ்வமைப்பு பௌத்த கட்டடக்கலையில் ஒரு வளர்ச்சி நிலையாகக் கருதப்படலாம்.

இந்த முற்றத்தின் இரண்டு ஓரங்களிலும் குதிரை லாயம் போன்ற வளைவுகளைக் கொண்ட அலங்கார வேலைப்பாடு காணப்படுகிறது. இவை மர வேலைப்பாடுகளை நினைவூட்டுகின்றன. சைத்தியத்தின் நுழைவுச்சுவரில் ஒரு மைய வாயிலும், அதற்கு இடது புறமாக ஒரு வாயிலும், வலதுபுறமாக ஜாலா எனப்படும் ஜன்னல் அமைப்பும் காணப்படுகிறது. இரண்டு வாயில்களின் மேல் பகுதியிலும் ஒன்றனுக்கு மேல் ஒன்றாக நான்கு குதிரைலாய அமைப்பு கொண்ட வளைவுகள் உள்ளன. அவை சைத்தியம் நான்கு தளங்களைக் கொண்டுள்ளது போன்றதோர் தோற்றத்தைக்காட்டுகின்றன. இங்கு தூணின் உச்சியில் உள்ள மனித, குதிரை உருவங்களைத்தவிர வேறு சிற்பங்கள் காணப்படவில்லை. வாயிலும், அதன் சுவரும் அலங்காரங்கள் இல்லாது காணப்படுவதால் அவற்றில் ஒருகாலத்தில் ஓவியங்கள் தீட்டப்பட்டிருக்கக் கூடும் என்று நம்பப்படுகிறது. ஆனால் அதற்கான தடயங்கள் ஏதும் கிடைக்கவில்லை. சைத்தியக்குடைவரையின் உள்மண்டபத்தில் எந்தவித அலங்காரவேலைப்பாடுகளோ அல்லது சிற்பங்களோ இல்லை. இம்மண்டபத்தின் இரண்டுபக்க சுவர்களை

55. மேலது, ப.102

ஒட்டினாற்போல் சிறிது இடம் விட்டு இரண்டு வரிசையாக எண்பட்டைவடிவத் தூண்கள் நிறுத்தப்பட்டுள்ளன. மத்திய மண்டபத்தின் இறுதிப்பகுதியில் ஸ்தூபம் ஒன்று அமைந்துள்ளது. குடைவரைச் சுவருக்கும் தூண்களுக்கும் இடையில் சுற்றுப்பாதை (circumambulatory) உள்ளது. மைய மண்டபத்தின் வளைந்த விதானத்தில் தொடக்ககாலத்தில் மரத்தாலான உத்திரங்கள் இணைக்கப்பட்டிருக்கக் கூடும். அதற்கான துளைகள் காணப்படுகின்றன. பக்கவாட்டுப்பகுதியில் உள்ள வண்டிக்கூடு அமைப்பிலும் தொடக்கத்தில் மரவளைவுகள் வைக்கப்பட்டிருக்க வேண்டும். இச்சைத்தியத்தில் உள்ள ஸ்தூபம் சாஞ்சி ஸ்தூபத்தை ஒத்திருந்தபோதும் இதன் அண்டா (drum) பகுதி இரட்டிப்பாக (double drum) உள்ளது. ஸ்தூபத்தின் உச்சியில் உள்ள தாமரைவடிவப் பீடம் ஒரு காலத்தில் முக்கியமான சத்திராவளியைத் தாங்கியிருக்க வேண்டும். இச் சைத்தியத்தைத் தவிர பேத்சாவில் ஒரு மடாலயமும் இரண்டு தனித்த கருவறைகளும், ஒரு முற்றுப் பெறாத குடைவரையும், ஒரு துறவிக்காக வெட்டப்பட்ட ஸ்தூபத்துடன் கூடிய மேற்கூரையில்லா கஜபிரிஷ்ட வடிவக் குகையும் ஸ்தூபத்துடன் கூடிய வட்டவடிவ, முற்றுப்பெறாத கருவறையும் உள்ளன.[56]

கார்லே

மகாராஷ்டிரத்தில் பூனே மாவட்டத்தில் உள்ள ஒரு கிராமம் கார்லே ஆகும். இங்குள்ள முன்னாளில் வலூரகம் என்று அழைக்கப்பட்ட உயரமான மலையில் பன்னிரெண்டு குடைவரை மடாலயங்களும், சில குடைவரை நீர்த்தொட்டிகளும், 360 அடிஉயரத்தில் ஒரு சைத்தியக்குடை வரையும் உள்ளன.[57] ஹீனயானப் பிரிவினரின் குடைவரைக் கலை உச்சநிலையினை அடைந்தது கார்லே சைத்தியத்தில் தான். இங்குள்ள கல்வெட்டு இதனை பூதபாலன் என்னும் வங்கியாளர் ஒருவர் வெட்டியதாகக் கூறுகிறது. இவரையே அறிஞர்கள் சுங்க அரசர்களில் கடைசியாக ஆட்சிபுரிந்த தேவபூதி என்று அடையாளம் காண்கின்றனர். இந்த சைத்தியம் இரு தளங்களைக் கொண்ட முகப்பைக் கொண்டுள்ளது. இக்குடைவரையின் அடிப்பக்கத்தில் மூன்று வாயில்கள் அமைந்துள்ளன. இதன் மேல் அரங்கில் பொதுவாக சைத்தியங்களில் அமைக்கப்படுகின்ற வளைவுகள் உள்ளன. முகப்பு மண்டப இடைகழியின் (vestibule) சுவரில் தம்பதிகளின் சிற்பங்கள் உள்ளன. இவர்களது ஆடை ஆபரணங்களில், ஒவ்வொரு தம்பதிக்கு மிடையே வேறுபாடுகள் காணப்படுகின்றன.

---

56. Debala Mitra Buddhist Monuments, Calcutta, 1980, p.153

57. மேலது. ப.154

பலதாரமணம் இருந்ததற்கான சான்றாக ஒரு ஆணுக்கு இரண்டு பக்கங்களிலும் மனைவியர் நின்றிருக்கும் சிற்பங்களும் உள்ளன. சமகாலப பொருளாதார வரலாற்றை அறிய விரும்புவோர் தம்பதிகளின் ஆடை, ஆபரணங்கள், உடல் வனப்பு போன்றவற்றை ஆராய்ந்து முடிவுக்கு வரலாம்.

பௌத்த குடைவரைகளின் ஆபரணம் என்று கருதப்படும் கார்லே சைத்தியத்தில் முப்பத்தி ஏழு எண்பட்டை வடிவத் தூண்கள், மைய மண்டபத்தின் இரு பகுதிகளிலும், நிறுத்தப்பட்டுள்ளன. குடைவரையின் சுவருக்கும் தூண்களுக்கும் இடையே திருச்சுற்றுப்பாதை விடப்பட்டிருக்கிறது. தூண்களின் அடியில் அடித்தளமாக பானை அல்லது கலசம் வைக்கப்பட்டுள்ளது. ஒரு காலத்தில் மரத்தூண்களைப் பாதுகாப்பாக வைப்பதற்கு ஏதுவாக அடியில் மண்பானை வைத்து அதில் மணல் போட்டு தூண்களை வைத்திருக்க வேண்டும். இது எறும்பு, கரையான் ஆகியவற்றிலிருந்து தூண்களைக் காப்பதற்கே ஆகும். இதுவே பின்னாளில் பேத்சாவிலும், கார்லேயிலும் கட்டடக்கலை நுட்பங்களில் ஒன்றாகப் பரிணமித்தது. நாசிக்கில் தூணில் அடியிலிருந்த கலசம் தூணின் உச்சிப் பகுதிக்குச் சென்றது. அதுவே வைதீக இந்துக் கோயில்களில் தூண்களின் பலவித வளர்ச்சிக்கு வழிகோலியது. உதாரணமாக இந்துக்கோயில் அரைத்தூண்களில் கலசம் இடம்பெற்றது. முதலாம் பராந்தக சோழன் ஆட்சிக்காலத்தில் கம்ப பஞ்சரமாக தூண் அமைக்கப்பட்டது. முதலாம் இராசராசன் காலத்தில் கீழே கலசம் அல்லது கும்பம் வைத்து அதிலிருந்து தூண் வெளிவருவது போன்று கும்ப பஞ்சரமாகியது. பிற்காலத்தில் மேலும் அழகூட்டப்பட்டது. கார்லேயில் தூண்களின் உச்சியில் கவிழ்ந்த தாமரை அமைப்பு காணப்படுகிறது. அதில் ஒரு மணிச்சட்டமும் (abacus) இடம்பெற்றுள்ளது. மணிச்சட்டத்தில் இரண்டு யானைகள் கீழே அமர்வது போன்று காட்டப்பட்டுள்ளன. அவற்றிற்கு முன்பாக தம்பதிகள், குதிரை வீரர்கள், போன்றோர் உள்ளனர். இவற்றில் ஏழு தூண்களுக்கு அடித்தளமும், உச்சிப்பகுதியும் அமைக்கப்படவில்லை. குடைவரையின் இறுதிப்பகுதியில் உயரமான சிலிண்டர்வடிவ ஸ்தூபம் உள்ளது. அதில் அண்டா பகுதியைச் சுற்றி இரண்டு அடுக்குகளாக வேலி அமைக்கப்பட்டிருக்கிறது. ஸ்தூபத்தின் உச்சியில் மரத்தாலான சத்திராவளி உள்ளது. இது தொடக்க காலத்தில் வைக்கப்பட்டு இன்று வரை பாதுகாக்கப்பட்டு வருகிறது.

கார்லேயில் இடைகழியின் முன்பாக பேத்சா, கன்னேரி, சூனார் ஆகிய இடங்களில் உள்ளது போன்று இரண்டு தூண்கள் உள்ளன. அவற்றிற்கு முன்பாக இங்கு இரண்டு சிம்மத் தூண்களும் வைக்கப்பட்டுள்ளன. இப்பொழுது பழுதுபடாமல் இருக்கின்ற தூண் சாரநாத் தூணை நினைவுபடுத்துகிறது.[58] இங்கு சாரநாத்தில் உள்ளது போன்று தூணின் உச்சியில் மணி போன்ற அமைப்பும் அதற்கு மேல் நான்கு சிங்கங்கள் நான்கு திசைகளை நோக்கி அமர்ந்த வண்ணமும், அதற்குமேல் தர்மச்சக்கரமும் நேர்த்தியாக அமைந்துள்ளன. குடைவரைச்சுவரின் மேல்புறத்தில் சிறு சிறு தூண்கள் நிறுத்தப்பட்டுள்ளன. சைத்தியத்தின் முகப்பில் குதிரைலாட அமைப்பு கொண்ட சாளரமும் அது நீண்டு வண்டிக்கூடு போன்று வளைந்த சட்டங்களுடன் காணப்படுவதும் கட்டடக்கலையின் செம்மையினைக் காட்டுகிறது.

கன்னேரி

கார்லேக்கு அடுத்து இறுதியாக அமைக்கப்பட்ட ஹீனயான சைத்தியம் மகாராட்டிரத்தில் கன்னேரியில் உள்ளது. இது கார்லேயுடன் ஒப்பிடும்போது சைத்தியக்கலை அழிவை நோக்கிச் செல்வதைக் காட்டுகிறது. கி.பி. இரண்டாம் நூற்றாண்டின் இறுதிக்காலத்தில் வெட்டப்பட்ட இச்சைத்தியத்தின் சுவர்களில் அதிகமான துளைகளைக் காணமுடிகிறது. இது ஏராளமான மரச்சட்டங்கள் செருகப்பட்டதை உணர்த்துகின்றது. மேலும் இவை மரவேலைப்பாட்டிலிருந்து கல்லைப் பயன்படுத்தும் மரபு வந்து மீண்டும் மரவேலைப்பாட்டை நோக்கிச் செல்வதைக் காட்டுகிறது. இங்குள்ள இரண்டு கல்வெட்டுகள் இவற்றை கடைசி சிறந்த சாதவாகன அரசரான யஜ்ன ஸ்ரீ சதகர்ணி (கி.பி.174 முதல் 203) ஆட்சிக் காலத்தில் வெட்டப்பட்டதெனக் குறிப்பிடுகின்றன.[59] இந்த சைத்தியம் கார்லே அளவுக்குப் பெரியதாக இல்லை எனினும், இது ஓரளவு பெரிய அரை வட்டவடிவ மைய மண்டபத்தையும், முற்றத்தையும் கொண்டுள்ளது. இதில் முகப்புப்பகுதிகள் பாதுகாப்பான நிலையில் இடிபாடுகளில்லாமல் வைக்கப்பட்டுள்ளன. முகப்பில் உள்ள

---

58. Edith Tomory, முன்னது, ப.38

59. Susan L. Huntington, முன்னது, ப.172

வேலிப்பகுதி நாசிக்கில் உள்ள மூன்றாவது விகாரத்தை ஒத்துள்ளது. முகப்புப் பகுதிக்குச் செல்லும் வாயிலின் இருமருங்கிலும், நாசிக்கில் உள்ளது போன்று, இரண்டு மனித உருவங்கள் காணப்படுகின்றன. இவையே பின்னாளில் இந்துக் கோயில்களில் துவார பாலகர்கள் (door keepers) என்று பரிணமித்துள்ளதைக் காணலாம். கன்னேரி சைத்திய வாயிலிலுள்ள மனித உருவங்கள் உடைந்துள்ளதால் அவற்றின் கைகளில் வைக்கப்பட்டுள்ள குறியீடுகளை அடையாளம் காண முடியவில்லை. ஆனால் வேலியின் வலதுபுறத்தில் வைக்கப்பட்டுள்ள நாகராஜாவின் சிற்பத்தை வைத்து அவற்றின் உருவ அமைப்பைக் கணக்கிட முடிகிறது. முகப்புப் பகுதியிலேயே இரண்டு உயரமான குடைவரைத் தூண்கள் வைக்கப்பட்டுள்ளன. வலது பக்கத்தூணில் புத்தரும் அவருக்கு இருபக்கங்களில் போதிசத்துவர்களும் செதுக்கப்பட்டுள்ளனர். அவர்களுக்கு மேல் நான்கு புத்தர்கள் உள்ளனர். இவை புத்தர் மற்றும் போதிசத்துவர்களின் கற்சிற்பங்கள் குஷாணர்களின் கலைஞர்களுக்கு மட்டுமே உரித்தானதல்ல, பிற பகுதிகளிலும் அக் கலைக்கூறு இடம்பெற்றிருந்தது என்பதையே உணர்த்துகின்றன.[60] கார்லேயில் உள்ளது போன்று கன்னேரியிலும் தம்பதிகளின் சிற்பங்கள் செதுக்கப் பட்டுள்ளன.

மற்ற சைத்தியங்களைப் போலல்லாது, அதாவது எண்பட்டையில்லாது, கன்னேரியில் மைய மண்டபத்தில் உள்ள தூண்கள் சதுரவடிவில் அமைக்கப்பட்டுள்ளன. அவற்றில் சிலவற்றில் அடித்தளம் அமைந்துள்ளது. சிலவற்றில் உச்சிப்பகுதி அலங்கரிக்கப்பட்டுள்ளது. அடித்தளம் அமைந்துள்ள தூண்களில் உச்சிப்பகுதி அலங்காரம் இல்லை. உச்சியில் அலங்கரிக்கப்பட்ட தூண்களில் அடித்தளம் இல்லை. ஒரு சில தூண்களில் மட்டுமே இரண்டும் ஒருசேர அமைந்துள்ளன. இம்மாதிரியான வேறுபட்ட அமைப்புகளுக்கு என்ன காரணம் என்பது தெரியவில்லை. இருப்பினும் சாதவாகன வம்சத்தின் கடைசி சிறந்த அரசரான யஜ்னஸ்ரீசதகர்ணியால் தொடங்கப்பட்ட இச்சைத்திய குடைவரை ஏதேனும் அரசியல் சூழலால் சரியாக முற்றுப் பெறாமல் இருந்திருக்கலாம்.

ஹீனயானப்பிரிவின் இறுதிக்கட்ட குடைவரைகள் கொல்வி மற்றும் தாம்னர் என்ற இடங்களில் வெட்டப்பட்டன. இவ்விரண்டு

---

60. மேலது, ப.173

இடங்களும் இராஜஸ்தானுக்கும், மத்தியப்பிரதேசத்துக்கும் இடைப்பட்ட எல்லைப் பகுதியில் அமைந்துள்ளன. கொல்வியில் குடைவரையின் பின்சுவரில் புத்தரின் உருவச்சிலை ஒன்று அமைந்துள்ளதும், அதனை ஸ்தூபத்திற்குப் பின்னால் இரண்டு பக்கச் சுவர்கள் வைத்து ஒரு கோயில் போன்று காட்டியிருப்பதும் மகாயான பௌத்தப் பிரிவின் தாக்கத்தையே காட்டுகிறது. தாம்னரில் உள்ள சைத்தியத்தில் புத்தரின் உருவம் பின்சுவரில் இல்லாது திருச்சுற்றுப் பாதையில் செதுக்கப்பட்டுள்ளது.

அஜந்தா

பௌத்த குடைவரைக் கோயில்களில் மிகவும் சிறப்பாக அமைந்துள்ளவை அஜந்தா குடைவரைகளாகும். இது மகாராட்டிரத்தில் ஔரங்காபாத்திலிருந்து 109 கிலோமீட்டர் தூரத்தில் அமைந்துள்ளது. இங்கு முப்பது குடைவரைகளும் அரைவட்ட வடிவ பாறையில் வெட்டப்பட்டுள்ளன. இதன் அருகாமையில் வகோரா ஆறு ஓடுகிறது. இங்குள்ள குடைவரைகள் இரண்டு கட்டங்களாக வெட்டப்பட்டுள்ளன. முதலாவது கட்டமாக சாதவாகனர் காலத்தில், கி.மு.200க்கும் கி.பி.200க்கும் இடையில் வெட்டப்பட்டன.[61] இரண்டாவது கட்டக் குடைவரைகள் வாகாடகர் மற்றும் குப்தர் காலத்தில் (கி.பி.450-700) வெட்டப்பட்டவையாகும்.[62] இக்குடைவரைகள் முதன் முதலில் 19ஆம் நூற்றாண்டில் கண்டறியப்பட்டன. இவை மழைக் காலங்களில் புத்த மடாலயத்துறவிகள் தியானம் செய்வதற்கென வெட்டப்பட்டதாகக் கருதப்படுகிறது. குடைவரையிலிருந்து ஆற்றுக்கு வருவதற்குப் படிகள் வெட்டப்பட்டுள்ளன. இங்குள்ள கி.மு. இரண்டாம் நூற்றாண்டைச் சேர்ந்த இரண்டு குடைவரைகள் நாசிக் மற்றும் கோண்டே குடைவரைகளை ஒத்துள்ளன. இங்குள்ள முப்பது குடைவரைகளில் ஐந்து சைத்தியங்கள். மற்றவை விகாரங்கள் ஆகும். சைத்தியங்கள் கவிகை மாடக் கூரையமைப்பைக் (vaulted ceiling) கொண்டுள்ளன. நுழைவாயில்களுக்கு மேலே குதிரைலாட அமைப்புடைய சாளரங்கள் செதுக்கப்பட்டுள்ளன. இச்சைத்தியங்கள் பெரிய, நீண்ட

---

61. இக்காலகட்டத்தில் குடைவரைகள் 9, 10 (சைத்தியங்கள்), 8, 12, 13, 15அ (விகாரங்கள்).
62. இக்காலத்தில் குடைவரைகள் 19, 26 (சைத்தியங்கள்), 1, 2, 3, 5, 14, 16, 17, 23, 24, 28, 29 (விகாரங்கள்).

மண்டபங்களாகும். இவை மூன்று பிரிவுகளாகப் பிரிக்கப்பட்டுள்ளன. இவற்றின் மைய மண்டபத்தில் இரு பக்கங்களிலும், திருச்சுற்றுப்பாதை விடப்பட்டு, தூண்கள் நிறுத்தப்பட்டுள்ளன. குடைவரைகளின் உள்பகுதியில் ஸ்தூபங்கள் வெட்டப் பட்டுள்ளன. இந்த ஸ்தூபங்களில் முதன் முறையாக நின்று கொண்டோ அல்லது அமர்ந்துகொண்டோ இருக்கின்ற பெரிய புத்தரின் உருவச்சிற்பம் செதுக்கப்பட்டுள்ளது. இக்குடைவரைகளின் அமைப்பு மரவேலைப்பாடுகளை நினைவூட்டுவனவாக அமைந்துள்ளன. இங்கு விட்டங்களும், சட்டங்களும் பொருத்தப்பட்டுள்ளன. ஆனால் அவற்றின் பயன் யாதென்று அறிய முடியவில்லை. அஜந்தாவில் உள்ள முற்றுப்பெறாத குடைவரைகளை வைத்து இங்கு எவ்வாறு அவை வெட்டப்பட்டுள்ளன என்ற தொழில் நுட்பங்களைக் காணமுடிகிறது. இவை மேலிருந்து கீழாக வெட்டப்பட்டுள்ளன.

இங்குள்ள 19 வது எண் குடைவரை ஒரு சைத்திய மண்டபமாகும். இதில் ஒரு முகப்பு மண்டபமும் இரண்டு தூண்களும் வெட்டப்பட்டுள்ளன. இதன் மேல் உள்ள கபோதத்தில் கூடுகள் அமைந்துள்ளன. கூடுகளுக்குக் கீழே வட்டவடிவக் குமிழ்கள் செதுக்கப்பட்டுள்ளன. இந்தக் கபோதம், கூடு மற்றும் வட்டவடிவக் குமிழ்களே பிற்காலத்தில் இந்துக் கோயில்களில், குறிப்பாக பல்லவர், முற்காலச் சோழர், முற்காலப் பாண்டியர் கோயில்களில் அலங்கார வேலைப்பாடுகளாக இடம்பெறலாயின.[63] கபோதப் பகுதிக்கு மேல் சைத்திய அல்லது குதிரைலாட அமைப்புடைய சாளரம் வெட்டப்பட்டுள்ளது. இதில் ஒரே ஒரு வாயில் உள்ளது. அது சிறப்பு மிக்க அலங்காரத்தினைக் கொண்டுள்ளது வாயிலின் இரு பக்கங்களிலும் சுவர்களில் புடைப்புச் சிற்பங்கள் செதுக்கப் பட்டுள்ளன. மைய மண்டபத்தில் சதுர அடித்தளம் கொண்ட பதினைந்து தூண்கள் உள்ளன. உள்ளே உள்ள தூண்களின் உச்சியில் திண்டு போன்று (cushion) அலங்கரிக்கப்பட்டுள்ளது. போதிகையின் ஏந்தப் பகுதி அலங்காரமாகச் செதுக்கப்பட்டுள்ளது. மண்டபத்தின் மையத்தில் அமைந்துள்ள ஸ்தூபத்தின் அண்டாப்பகுதி நீண்டொடுங்கியதாகவும், சிற்பங்கள் செதுக்கப்பட்டதாகவும் உள்ளது.

---

63. கபோத கூடு அமைப்பு அனைத்துக் கோயில்களிலும் இடம் பெற்றிருந்தது. வட்டவடிவக் குமிழ்கள் கழுகுமலை மற்றும் முற்காலச் சோழர் கோயில்களில் இடம்பெற்றன.

அண்டாப் பகுதியிலிருந்து வளைந்த நாசி அல்லது மாடத்தில் புத்தரின் நின்ற நிலையிலான சிற்பம் செதுக்கப்பட்டிருக்கிறது. அண்டாப்பகுதியைச் சுற்றி ஹார்மிகாவும், முக்குடைகொண்ட சத்திராவளியும் காணப்படுகின்றன. இதன் நான்கு பக்கங்களிலும் உருவச்சிலைகள் உள்ளன. சத்திராவளிக்கு மேலே கூரையை ஒட்டினாற்போல் ஹார்மிகாவுடன் கூடிய சிறிய ஸ்தூபம் ஒன்றும் வெட்டப்பட்டுள்ளது.

குடைவரையின் முகப்பு அலங்காரமாகச் செதுக்கப்பட்டுள்ளது. இங்குள்ள சைத்திய அல்லது குதிரைலாட அமைப்புள்ள சாளரத்தில் இயக்கர் உருவங்கள் செதுக்கப்பட்டுள்ளன. இரண்டு பக்கங்களிலும் அலங்கார வேலைப்பாடு கொண்ட சிற்ப வரிகள் உள்ளன. நுழைவாயிலின் இரு பக்கங்களிலும் இரு நின்ற நிலையிலான புத்தரின் சிற்பங்கள் காணப்படுகின்றன. சைத்திய மண்டபத்தின் சுவர்கள், ஓரப்பகுதி (aisle)யின் கூரைகள் ஆகியவற்றில் புத்தர், செடி, கொடிகள், பூக்கள், பறவைகள், மிருகங்கள் ஆகியோரின் ஓவியங்கள் தீட்டப்பட்டுள்ளன.[64]

அஜந்தாவின் 26வது குடைவரை மற்றொரு குறிப்பிடத்தக்க சைத்தியமாகும். 14வது குடைவரையைப் போன்றே இக்குடைவரையிலும் ஒரு முன்மண்டபம் அல்லது முற்றம் இருந்துள்ளது. இது பின்னாளில் நில அதிர்வில் சிதைந்துவிட்டது.[65] ஆனால் இதன் நான்கு தூண்களின் அடித்தளம் மட்டும் இன்றும் அங்கு நிலைத்து நிற்கிறது. இதன் உச்சியில், கலசப்பகுதியில் பூ அலங்காரம் செதுக்கப்பட்டுள்ளது. சைத்திய சாளரம் மிகப்பெரியதாகும். இங்கு புத்தர் மற்றவர்களால் சூழப்பட்டுள்ளார். இங்கு மூன்று வாயில்கள் உள்ளன. மத்தியில் உள்ளது சைத்திய மண்டபத்தின் மையத்துக்கும், பக்கவாட்டில் உள்ளவை இடைகழி (aisle)அல்லது திருச்சுற்றுப் பகுதிக்கும் செல்வதற்காக அமைக்கப்பட்டவையாகும். வாயில்களின் சட்டங்கள் அனைத்தும் சிற்பங்களால் அலங்கரிக்கப்பட்டுள்ளன. சைத்திய மண்டபத்தின் உட்பகுதி கட்டடக்கலை அமைப்பில் 19 வது குடைவரையை ஒத்துள்ளது. தூண்களின் உச்சிகளில் புத்தர் மற்றும் பிற சிற்பங்கள் செதுக்கப்பட்டுள்ளன. ஸ்தூபத்தின் மாடத்தில் இரண்டு

64. Search India - Visit.com., pp.1 - 3.

65. Edith Tomary, முன்னது, ப.43

தூண்களுக்கு மத்தியில் அமர்ந்த நிலையிலான புத்தரின் திருவுருவம் காணப்படுகிறது. இடது இடைகழியின் சுவரில் புத்தரின் பரி நிர்வாணத்தைக் காட்டும் ஏழு மீட்டர் அளவுள்ள பெரிய சிற்பம் செதுக்கப்பட்டுள்ளது. இந்தச் சிற்பத்தினைப் பார்க்கும்போது மரவேலைப்பாட்டை நினைவுபடுத்தும் கல்வேலைப்பாடு முறை மறைந்து கல் வேலைப்பாடே முழுமையடைந்த நிலையெய்தியதை உணரமுடிகிறது.[66]

கோண்டேன் என்ற இடத்தில் உள்ள சைத்தியத்தில் தூண்களின் அடித்தளம் சுருங்கிக் காணப்படுகிறது. இதன் மைய மண்டபத்தில் இருபக்கங்களின் ஓரத்திலும் திருச்சுற்றுப்பாதையை விட்டு 32 தூண்கள் நிறுத்தப்பட்டுள்ளன. ஆனால் இவற்றில் பல உடைந்து போய்விட்டன. எஞ்சியுள்ளவற்றில் சில கூரையிலிருந்து தொங்குவதுபோல் தோற்றமளிக்கின்றன. வளைவுப் பகுதியில் உள்ள சில மரவளைவுச் சட்டங்கள் இன்றும் நிலைத்துள்ளன. இக்குடைவரையின் முகப்பில் உள்ள தூண்களில் சில மரவேலைப்பாட்டைக் கொண்டுள்ளன.

எல்லோரா

எல்லோராவில் மகாயானப் பிரிவைச் சேர்ந்த ஒரே ஒரு சைத்தியக் குடைவரை உள்ளது. அது விஸ்வகர்மா குடைவரை என்று அழைக்கப்படுகின்ற குடைவரை எண்.10 ஆகும். இங்கு முகப்பின் அலங்கார அமைப்பு முந்தியவற்றை விட பெரிதும் மாறுபட்டு காணப்படுகிறது. இந்த சைத்திய மண்டபத்தில் ஸ்தூபம் நீக்கப்பட்டது. அதற்குப் பதிலாக புத்தரின் உருவச்சிலை விகாரங்களில் செதுக்கப்பட்டுள்ளது. கி.பி. ஏழாம் நூற்றாண்டைச் சேர்ந்த இக்குடைவரை கி.மு. 2ஆம் நூற்றாண்டுக் குடைவரையமைப்பிலிருந்து மாறுபட்ட நிலையைக் காட்டுகிறது. ஆனால் இதுவும் முடிவுப் பகுதியில் அரைவட்ட வடிவமாகவே உள்ளது. சைத்திய மண்டபத்தின் உள்ளே உள்ள தூண்களும், அலங்கரிக்கப்பட்ட பலகணி வரிசையும் அஜந்தாவில் உள்ள குடைவரைகள் 19 மற்றும் 26 லிருந்து சிறிது மாறுபட்டுள்ளன. இங்கு ஸ்தூபத்திற்குப் பதிலாக பெரிய அமர்ந்த நிலையிலான புத்தர் சிற்பம் செதுக்கப்பட்டுள்ளது. முகப்பில் இரண்டு

---

66. மேலது, ப.44

தள முன்மண்டபம் (veranda) உள்ளது. இங்குள்ள தூண்களின் உச்சியில் பின்னாளைய இந்துக் கோயில்களின் தூண்களில் காணப்படும் நாகபந்தத்தின் தலைகீழ் அமைப்பு காணப்படுகிறது. சைத்திய சாளரத்தின் இருபுறமும் மாடங்கள் (niches) அமைந்துள்ளன. ஒவ்வொரு பக்கத்திலும் உள்ள மாடத்திற்கும் சாளரத்துக்கும் இடைப்பட்ட பகுதியில் சிற்பங்கள் செதுக்கப்பட்டுள்ளன. குடைவரையின் உச்சிப்பகுதியில் ஏராளமான சிற்பத் தொகுதிகள் உள்ளன. அதற்கும் மேலே புருவ வரி (brow line) காணப்படுகிறது. சைத்திய சாளரத்துக்குக் கீழேயும் இருவரிகளாக சிற்பத் தொகுதிகள் செதுக்கப்பட்டுள்ளன. இச் சைத்தியக் குடைவரை கி.பி.650-ல் வெட்டப்பட்டிருக்கவேண்டும் என்று கருதப்படுகிறது.[67]

எல்லோராவின் 11, 12 ஆம் குடைவரைகள் மூன்று தளங்களைக் கொண்ட பௌத்தச் சின்னங்களாகும். 11வது குடைவரை இரண்டு அல்லது மூன்று இந்துக்கடவுளரின் உருவங்களையும் கொண்டுள்ளது. 15வது குடைவரை இந்து சமயம் சார்ந்ததெனினும் அதில் சில பௌத்த சிற்பங்களும் உள்ளன. 10வது, விஸ்வகர்மா, குடைவரையைப் போன்றே 11வதில் பெரிய திறந்த முற்றம் உள்ளது. முதன் முறையாக இங்கு ஒரு வாள் ஏந்திய ஸ்திரகேது, கொடியேந்திய ஞானகேது, மற்றும் தாமரை ஏந்திய மஞ்சுஸ்ரீ ஆகியோரின் உருவங்கள் இடம்பெறுகின்றன. தாமரை மீது நூல் ஒன்று உள்ளது. இது மஞ்சுஸ்ரீயின் உருவ அமைதிகளில் குறிப்பிடத்தக்க ஒரு அம்சமாகும். கட்டடக்கலை அமைப்பில் இது 12வது குடைவரையைவிட எளிமையானதாகும்.[68] இதன் தரைத்தளத்தில் ஆறு தூண்களையுடைய முகப்பு உள்ளது. இதன் பக்கவாட்டு மற்றும் பின் சுவர்களில் பத்மாசனத்தில் அமர்ந்த நிலையிலான போதிசத்துவர்களின் சிற்பங்கள் செதுக்கப்பட்டுள்ளன. நுழைவாயிலின் இருபக்கத்திலும் மஞ்சுஸ்ரீ மற்றும் மைத்திரேயர் ஆகியோர் வாயிற் காப்போராக உள்ளனர். இங்குள்ள நான்கு போதிசத்துவர்களுக்கு மேலே இரு பக்கவாட்டுச் சுவர்களிலும் ஐந்து தியானி புத்தர்களுக்கான சன்னதிகள் உள்ளன. தாராவும், சுண்டாவும் புத்தரை நோக்கியுள்ளனர். இவர்கள் குசபந்தம் (மார்புக்கச்சை) மற்றும் கீர்த்திமுகம் ஆகியவற்றை அணிந்துள்ளனர். தென்னிந்தியக் கோயில்களில் உள்ளது போன்று இந்நுழைவாயிலின் இரண்டு

67. J.C. Harle, முன்னது, ப.132, pl.103.
68. மேலது.

பக்கங்களிலும் தண்டங்களில் (club) கை வைத்துக்கொண்டுள்ள துவார பாலகர்களைக் காணலாம்.[69] இக்குடைவரை, ஏறத்தாழ 26X13X102 மீட்டர் அளவுடையது.[70] இதன் முதல் தளத்தில், தூண்களையுடைய மண்டபத்தின் நான்கு பக்கங்களிலும் சன்னதி அறைகள் காணப்படுகின்றன. இவற்றிற்காகப் பாதைகள் முற்றத்திலிருந்து பிரித்து விடப்பட்டுள்ளன. இரண்டாவது தளத்தில் பெரிய குறுக்கு மண்டப அறை உள்ளது. இதில் ஒவ்வொன்றிலும் எட்டுத் தூண்கள் கொண்ட ஐந்து வரிசைகள் உள்ளன.

பிற சைத்தியங்கள்

ஆந்திரப் பிரதேசத்தில், கிருஷ்ணா ஆற்றுப் பகுதியில் நாகார்ஜுனகொண்டாவைச் சுற்றி ஏராளமான பௌத்தச் சின்னங்கள் எழுப்பப்பட்டுள்ளன. இப்பகுதியில் உள்ள கல்வெட்டுகளில் நான்கில் பௌத்த பிரிவுகள் பற்றிச் சொல்லப்பட்டிருக்கிறது. அவை, 1. அபர மகாவின சேலியம், 2. பகுஸ்ருதீயம், 3. மஹீசாகஹம் மற்றும் 4. மஹா விஹாரவாசின் என்பதாகும்.[71] இங்குள்ள தொன்மையான கட்டடக்கலைச்சின்னம் மகாசைத்தியம் என்று அழைக்கப்படுகிறது. இங்குள்ள சைத்திய கிருஹங்கள் இரண்டு வகையாக அமைக்கப் பட்டிருக்கின்றன. அவற்றில் ஒரு பிரிவில் ஸ்தூபம் வைக்கப்பட்டுள்ளது. மற்றொரு பிரிவில் புத்தரின் உருவச்சிலை வைக்கப்பட்டுள்ளது. இவை இக்சுவாகு அரசவம்சத்துப் பெண்களால் கி.பி.3-4 நூற்றாண்டுகளில் எழுப்பப்பட்டவையாகும்.[72] இவற்றில் பெரும்பாலும் ஒரே அறை வெட்டப்பட்டு அதன் முடிவுப்பகுதி அரைவட்டமாகக் காட்டப்பட்டுள்ளது

கிருஷ்ணா மாவட்டத்தில் குண்டபள்ளியில் உள்ள சைத்திய குடைவரை குவிகை மாட அமைப்பில் வெட்டப்பட்டுள்ளது. குடிசைக் கட்டடங்களில் வைத்திருப்பது போன்ற மரச்சட்டங்கள் செருகப்பட்டுள்ளன. நுழைவாயிலுக்கு மேலே குதிரை லாட வகையைச் சேர்ந்த சைத்திய சாளரம் ஒன்று உள்ளது. இதில் உள்ள ஸ்தூப பீடமும் அண்டாவும் வட்ட வடிவில்

69. மேலது, ப.134
70. Edith Tomory, ப.44
71. H. Sarkar and B.N. Misra, Nagarjunakonda, Delhi, 1987, p.31
72. J.C. Harle, முன்னது, ப.38

அமைக்கப்பட்டிருக்கின்றன. மகா ராட்டிரத்தில் பூனே மாவட்டத்தில் உள்ள ஜுன்னாரில் உள்ள சைத்திய குடைவரை துல்ஜாலேனா குடைவரைப் பிரிவைச் சேர்ந்ததாகும். இது பைரட்டில் கட்டப்பட்ட கட்டட வகையைச் சேர்ந்ததாகும். இது பைரட்டில் கட்டப்பட்ட கட்டடவகை சைத்தியத்தை ஒத்துள்ளது. இது சற்றுக் காலத்தில் பிந்தியதாக இருக்க வேண்டும். இதில் ஸ்தூபத்தைச் சுற்றி பன்னிரண்டு எண் பட்டைத் தூண்கள் வெட்டப்பட்டுள்ளன. தூண்களுக்கு மேலுள்ள வளைவுப் பகுதியில் குவிகைமாடகூரை அமைந்துள்ளது. இங்குள்ள தூண்களின் அடித்தளமும், உச்சிப்பகுதியும் கலசஅமைப்பில் வெட்டப்பட்டுள்ளன. தூண்கள் படிக்கற்கள் கொண்ட அடித்தளத்தின் மீது நிற்கின்றன. ஆந்திரப் பிரதேசத்தில் குண்டூர் மாவட்டத்தில் செஸர்லாவில் உள்ள சைத்தியம் தனித்து நிற்கும் பௌத்த சின்னமாகும். தெற்கு ஆசியாவில் உள்ள இத்தகைய ஒரு சில சின்னங்களில் இதுவும் ஒன்று. கி.பி.மூன்றாம் நூற்றாண்டில், இக்சுவாகு மரபினரால் செங்கல்லால் கட்டப்பட்டுள்ளது. சுமார் ஏழு மீட்டர் நீளமுள்ள இச்சைத்தியம் அரைவட்ட வடிவத்தில் கஜபிரிஷ்ட அமைப்புடன் கட்டப்பட்டுள்ளது.[73] இது பிற்காலத்தில் சைவக் கோயிலாக மாற்றப்பட்டுள்ளது.

விகாரங்கள்

பௌத்த கட்டடக்கலை வளர்ச்சியில் மூன்றாவது முக்கிய கலைச் சின்னமாகக் கருதப்படுவது விகாரம் ஆகும். விகாரம் என்பது பௌத்தத் துறவிகள் தங்குவதற்காக அமைக்கப்பட்ட குடைவரை அறைகளைக் கொண்டதாகும். இவை தொடக்கத்தில் மரத்தால் கட்டப்பட்டு பின்பு பாறையில் செதுக்கப்பட்டு வளர்ச்சி பெற்றன.[74] தென்னிந்தியாவில் சமணத்துறவிகள் மலைகளில் இயற்கையாக அமைந்த குகைத்தளங்களை, நீரூற்று உள்ள இடங்களாகப் பார்த்து தேர்ந்தெடுத்து அவற்றில் கற்படுக்கைகளை ஏற்படுத்திக்கொண்டு எளிய வாழ்க்கை வாழ்ந்தனர். இப்படுக்கைகளை அரசர்கள் மற்றும் பக்தர்கள் வெட்டிக் கொடுத்துள்ளனர். ஆனால் பௌத்தர்களோ தங்களது மடாலயங்களான விகாரங்களைப் பாறையைக் குடைந்து

---

73. Susan L. Huntington, முன்னது, ப.182
74. இவை இன்று இல்லை எனினும் இவற்றின் அடித்தளங்களின் சுவடுகள் இன்றும் சாஞ்சியிலும், காந்தாரத்திலும் காணக்கிடைக்கின்றன.

அமைத்துள்ளனர். விகாரங்கள் சைத்தியங்களை ஒட்டியோ அல்லது தனியாகவோ அமைக்கப்பட்டன. விகாரங்கள் சங்காராமங்கள் என்று அழைக்கப்பட்டன.[75] இவற்றில் தங்கியிருந்த தொடக்க காலப் பௌத்தத்துறவிகள் பரிவிராஜகர்கள் என்று அழைக்கப்பட்டனர். புத்தர் வாழ்ந்த காலத்தில் இத்துறவிகள் மழைக்கு மட்டுமே புகலிடம் நோக்கி ஒதுங்கினர். அவரது காலத்திலேயே விகாரங்களுக்கு நிலதானம் பெறுவது ஏற்றுக்கொள்ளப்பட்டது. இதற்கு உதாரணமாக வணிகரான அனாத பிண்டிகரால் கொடுக்கப்பட்ட ஜெடாவனத்தையும், இராஜகிருகத்தின் மற்றொரு வணிகரால் தானம் செய்யப்பட்ட அறுபது தங்குமிடங்களையும் குறிப்பிடலாம்.[76]

பாலி இலக்கியங்கள் நன்கு வளர்ச்சியடைந்த விகாரம் எவ்வாறு இருக்க வேண்டும் என்று விவரிக்கின்றன. அவற்றில் தங்கும் அறை, பரிவேனங்கள் எனப்படும் தனியார் தங்குமிடங்கள், மண்டபங்கள், உபத்தான சாலைகள் எனப்படும் தொண்டு நடைபெறும் பிரகாரங்கள், அக்னிகுண்டங்களைக் கொண்ட அக்கிசாலைகள், கொத்தகங்கள் எனப்படும் முகப்புகள், சங்கமங்கள் எனப்படும் உலா மேடைகள், சங்கம சாலைகள் எனப்படும் உலா மேடையுடன் கூடிய அறைகள், கப்பிய குடிகள் என்னும் விகாரத்திற்கு வெளியில் உள்ள சாமான்கள் வைப்பு அறைகள், வச்சகுடிகள் எனப்படும் பாதுகாப்பு அறைகள், ஜன்டா கரம் என்னும் குளியலறைகள், ஜன்டா கரசாலைகள் என்னும் குளியலறையுடன் இணைக்கப்பட்ட வழியிடங்கள், உதபானங்கள் என்னும் கிணறுகள் மற்றும் பொக்கரணி எனப்படும் குளங்கள் ஆகியன இருக்கவேண்டும் என்று அவை விளக்கமாகக் கூறுகின்றன.[77] தொடக்கத்தில் துறவிகளின் இருப்பிடங்களாக விளங்கிய சங்காராமங்கள் கால ஓட்டத்தில் பௌத்த கல்வி நிலையங்களாகவும் செயல்பட்டுள்ளன. இதற்கு உதாரணமாக நாளந்தா, விக்கிரமசீலம் மற்றும் சோமபுரத்தைக் குறிப்பிடலாம். சைத்தியங்களைப் போன்று பாறையைக் குடைந்து வெட்டப்பட்ட விகாரங்களில் மத்திய முற்றம் அமைக்கப்படவில்லை. அதற்குப் பதிலாக ஒரு உள்மண்டபமும்

---

75. A.L. Basham, முன்னது, ப.356.
76. Edith Tomory, முன்னது, ப.44
77. சுவடுகள் இன்றும் சாஞ்சியிலும், காந்தாரத்திலும் காணக்கிடைக்கின்றன.

அதைச்சுற்றி சிறுசிறு அறைகளும் வெட்டப்பட்டன. ஒவ்வொன்றிலும் உயரமான கல் படுக்கையும் அமைக்கப்பட்டது. இதனால் காற்றுப்போவதற்கும், வெளிச்சம் வருவதற்கும் வசதியில்லாமலிருந்தது. தூண்களையுடைய தாழ்வாரத்திலிருந்து மத்திய மண்டபத்திற்குச் செல்ல வழி அமைக்கப்பட்டது. ஹீனயானப் பிரிவைச் சேர்ந்த விகாரங்கள் மேற்குத்தொடர்ச்சி மலைப்பகுதியிலும், அஜந்தா, எல்லோரா மற்றும் கிழக்குக் கடற்கரைப்பகுதியில் ஒரிஸ்ஸாவிலும் அமைக்கப்பட்டன. மேற்குத் தொடர்ச்சிமலையில் இவற்றை நாசிக், பேத்சா, கோண்டேன் மற்றும் பிதால்கொராவில் காணலாம்.

நாசிக்

மகாராட்டிரத்தில் நாசிக்கில் உள்ள குடைவரைகள் பல விகாரங்கள் ஆகும். இவற்றில் குடைவரை எண்.3, 8, மற்றும் 15 ஆகியவை கி.பி. முதல் நூற்றாண்டைச் சேர்ந்தவை. இவை அனைத்தும் தூண்களையுடைய முகமண்டபங்களையும், தூண்கள் இல்லாத மண்டபங்களையும் கொண்டுள்ளன. இவற்றில் உள்ள பெரும்பான்மையான அறைகளில் கல்படுக்கைகள் உள்ளன. இவற்றின் முகப்புப் பகுதிகள் சிறப்பாக அலங்கரிக்கப்பட்டுள்ளன. இவற்றில் தொன்மையானது நகபான குடைவரை எனப்படும் குடைவரை எண்.10 ஆகும். இதன் முகப்புப்பகுதி நான்கு தூண்களைக் கொண்டுள்ளது. இதன் எண்பட்டைத் தூண்களின் கலசஅடித்தளம் படிகளின் மேல் நிறுத்தப்பட்டுள்ளது போல் செதுக்கப்பட்டுள்ளது. தூணின் உச்சிப்பகுதியில் மணிபோன்ற அமைப்பு உள்ளது. அதற்கும் மேலே மிருகங்கள் மரச்சட்டங்களை ஒத்த கற்சட்டங்களைத் தாங்கியுள்ளன. தூண்களின் அடிப்பகுதியில் உள்ளது போன்றே உச்சிப்பகுதியிலும் படிக்கட்டு அமைப்பு போன்றதொரு கட்டடக்கலைக் கூறு காணப்படுகிறது இதன் கீழுள்ள மணி போன்ற அமைப்புக்கு மேலே பெட்டி போன்ற பகுதியில் நெல்லிக்காய் (amalaka) வைத்திருப்பதைக் காணலாம். இவ்வமைப்பே பின்னாளய வட இந்திய இந்துக் கோயில்களின் உச்சியை அலங்கரிக்கின்றது. முகப்புப் பகுதி மூன்று சதுரவுத்திரங்களைக் கொண்டுள்ளது. அவற்றில் இரண்டு ஜன்னல் களாகும். மற்றொன்று நுழைவாயிலாகும். நுழைவாயில் பகுதி ஒரு தோரணம் போன்று அலங்கரிக்கப்பட்டுள்ளது.[78]

---

78. Edith Tomory, முன்னது, ப.46.

நாசிக்கில் உள்ள குடைவரை எண்.3 இல் தாழ்வாரத்தில் உள்ள தூண்கள் சற்று வித்தியாசமாக அமைந்துள்ளன. இத்தூண்கள் ஒரு படிக்கட்டிலிருந்து எழுவது போல் வந்து பூதகணம் போன்ற உருவச்சிலையால் தாங்கப்படுகின்றன. இக்குடைவரையின் நுழைவாயில் குடைவரை எண்.8 போன்றே தோரண அமைப்பில் வெட்டப்பட்டுள்ளது. இதன் இருபக்கமும் உருவங்கள் செதுக்கப்பட்டுள்ளன. இவர்கள் போதிசத்துவர்களாக இருக்கலாம். இதனை ஒத்த ஆனால் இவற்றைவிட அழகான போதிசத்துவர் உருவங்கள் சாஞ்சியிலும், கார்லேயிலும் உள்ளன. தோரணத்தின் தூண்கள் சிற்பத் தொகுதிகளாகப் பிரிக்கப்பட்டுள்ளன. இவற்றில் ஜோடியாக உருவங்கள் காணப்படுகின்றன. இவை மதுராவில் கதவுச்சட்டத்தில் குஷாணர் மற்றும் குப்தர்காலத்தில் அமைக்கப்பட்ட உருவங்களுக்கு முன்னோடிகளாக அமைந்துள்ளன.[79] குடைவரையின் பின்சுவரில் ஸ்தூபம் மற்றும் அதனை வணங்குவோரின் உருவங்கள் பொறிக்கப்பட்டுள்ளன. இந்த ஸ்தூபத்தின் அண்டா பகுதியும் ஹார்மிகாவும் இணைந்து ஒரு கலசம் போன்றே தோற்றமளிக்கின்றன. ஹார்மிகா கலசத்தின் வாய் போன்றுள்ளது.[80] ஸ்தூபத்தின் இருபக்கங்களிலும், வணங்குவோருக்கு மேலே சிங்கமும், தர்மச்சக்கரமும் பொறிக்கப்பட்டுள்ளன. கௌதமிபுத்திரக்குடைவரை என்று அழைக்கப்படும் இந்த எண்.3 சாதவாகனர் காலத்தில் கி.பி.124க்கும் 130க்கும் இடைப்பட்ட காலத்தில் வெட்டப்பட்டதெனக் கருதப்படுகிறது. இதில் சாதவாகன மன்னர் கௌதமபுத்திரரின் 14 வது மற்றும் 24வது ஆட்சியாண்டுக் கல்வெட்டுகள் இடம் பெற்றுள்ளன.[81] இக்குடைவரையில் மத்திய சதுர மண்டபத்தினைச் சுற்றிப் பதினெட்டு அறைகள், ஒரே மாதிரியாக வெட்டப்பட்டுள்ளன. தாழ்வாரத்திலிருந்து இரண்டு அறைகள் அமைக்கப்பட்டுள்ளன. இக்குடைவரையின் வெளிப்புறம் மிக அழகாகச் செதுக்கப்பட்டிருந்தபோதும் மத்திய மண்டபமும் சுற்றியுள்ள அறைகளும் எளிமையாகக் காணப்படுகின்றன. ஸ்தூபத்தைத் தவிர வேறு அலங்காரங்கள் ஏதுமில்லை.

---

79. J.C. Harle, முன்னது, ப.55
80. Susan, L. Huntington, முன்னது, pl.9.12
81. மேலது, பக்.166-167

பேத்சா

பேத்சாவில் உள்ள விகாரக் குடைவரை கி.பி. முதல் நூற்றாண்டின் தொடக்க காலத்தில் வெட்டப்பட்டது. குடைவரைக் கலையில் இன்று எஞ்சி இருக்கின்ற சின்னங்களில் தனிச்சிறப்பு வாய்ந்தது இக்குடை வரையாகும். இதன் முகப்பு சிதைந்து போயினும் இதன் உள்பகுதிகள் பாதுகாக்கப்பட்டுள்ளன. இதில் மைய மண்டபம் உள்ளது. இது அரைவட்ட வடிவில் வெட்டப்பட்டிருக்கிறது. இந்த மைய மண்டபத்தைச் சுற்றி நீள்சதுர அறைகள் உள்ளன. இந்த மைய மண்டபம் ஒரு சைத்திய மண்டபமாக முதலில் வெட்டப்பட்டு பின்னாளில் அது விகாரமாக மாற்றப்பட்டிருக்க வேண்டும்.[82] ஆனால் இவற்றில் திருச்சுற்றுப்பாதையோ அல்லது தூண்களோ இல்லாததால் இக்கருத்து சரிதானா என்பது சந்தேகமாக உள்ளது ; இந்த மைய மண்டபம் 5.45 X 9.73 மீட்டர் அளவுடையதாகும். இங்கு அறைகளின் வாயில்களின் மேற்பகுதியில் சைத்திய வளைவுகளும், மரவேலைப்பாட்டை ஒத்த அலங்காரங்களும் காணப்படுகின்றன. இந்த அலங்காரங்கள் இந்த குடைவரை வெட்டப்பட்ட காலத்திற்குச் சற்றுப் பிந்திய காலத்தில் தான் செதுக்கப்பட்டிருக்க வேண்டும் என்று ஒரு கருத்து நிலவுகிறது. ஆனால் இந்த முடிவுக்கான சரியான ஆதாரம் இல்லை என்றும் இங்கு ஒரு குறிப்பிட்ட காலத்திற்குப்பின் கலைப்பணி நடைபெற்றதற்கான சான்றுகள் இல்லை என்றும் சூஸன் கருதுகிறார். இங்குள்ள சைத்திய சாளரங்களில் உள்ள பூவேலைப்பாடுகளும், பிற அலங்காரங்களும் அக்காலத்தில் மரவேலைப்பாட்டு நுணுக்கங்களைக் காட்டுகின்றன. இங்குள்ள நிலவறை அறைகள் நடைமுறைக்கு மாறாக, அதாவது ஒரு கற்பலகைக்குப் பதிலாக, இரண்டு கற்பலகைகளைக் கொண்டுள்ளன. இந்தக் கற்பலகைகளே கற்படுக்கைகளாக இருந்ததால் இங்கு ஒவ்வொரு அறையிலும் இரண்டு துறவிகள் வாழ்ந்துள்ளனர் என்பதை உணரமுடிகிறது. இங்கு மொத்தம் ஒன்பது அறைகள் உள்ளன.

பாஜா

கி.மு. முதல் நூற்றாண்டில் பாஜாவில் சைத்தியக் குடைவரை வெட்டப்பட்டது போன்றே விகாரங்களும் வெட்டப்பட்டன. இங்குள்ள விகாரங்களில் குறிப்பிடத்தக்கது குடைவரை எண்.19 ஆகும்.

82. மேலது, ப.104

இதில் கட்டடக்கலை நுணுக்கங்களும், சிற்பங்களும் அழகுற அமைக்கப்பட்டிருக்கின்றன. இதில் நீள்சதுர தாழ்வாரம் உள்ளது. இதன் ஒரு முனையில் ஒரு அறை வெட்டப்பட்டிருக்கிறது. அடுத்த பகுதியில் பல அறைகள் காணப்படுகின்றன. உள்சதுர மண்டபத்தின் இரண்டு சுவர்களில் இரண்டிரண்டு அறைகள் உள்ளன. இங்கு அறைகள் ஒரு வரிசையாக அமையாமல் இருப்பது தொடக்ககாலக் கட்டடக்கலை அமைப்பையே காட்டுகிறது. இக்குடைவரையின் முகப்பில் கூட தூண்கள் வைத்திருப்பது எவ்வகை முறைமையையும் பின்பற்றாததைக் குறிப்பிடுகிறது. இங்கு வாயிலின் இரண்டு பக்கங்களில் ஒருபக்கம் இரு தூண்களும், மறுபக்கம் ஐந்து தூண்களும் வைத்திருப்பதைக் காணலாம். இத்தூண்களின் அடிப்பகுதியும் மேல் பகுதியும் நீள்சதுரத்திலும், நடுப்பகுதி எண்பட்டையாகவும் அ[illegible]நுள்ளன. இது பின்னாளைய இந்து கோயில்களிலும் இடம் பெறுகின்ற ஒரு கட்டடக்கலைக் கூறாகும்.

இந்த விகாரத்தின் வெளிப்பக்கம் அலங்கார வேலைப்பாடுகள் இல்லாமல் எளிமையாக அமைந்துள்ளது. ஆனால் உள்பக்கம் சிற்ப அலங்காரங்கள் செதுக்கப்பட்டுள்ளன. உள்மண்படத்தின் கூரை அரைவட்ட வண்டிக்கூடு போன்று அமைந்துள்ளது. அதில் மரச்சட்டங்கள் போன்றே கல்லால் வில்வடிவ சட்டங்கள் வெட்டப்பட்டுள்ளன. இதற்குக் கீழே ஏழு நேற்றிக்கடன் ஸ்தூபங்கள் அமைந்துள்ளன. அவற்றிற்கு இடையிடையே மானுட புத்தர்களின் சிற்பங்கள் அமைக்கப்பட்டுள்ளன. இவர்களில் ஒருவரே சாக்கியமுனி; இவர்கள் மண்ணுலக புத்தர்கள் எனப்பட்டனர்.[83] தாழ்வாரத்தின் வலது மூலையில், நடுமண்டபத்திற்குச் செல்லும் வாயிலின் இருபுறமும் சூரியன் மற்றும் இந்திரனின் உருவங்கள் பொறிக்கப்பட்டுள்ளன. இவர்கள் தங்களது வாகனங்களில் அமர்ந்துள்ளனர். இது சமயக் காழ்ப்புணர்ச்சியின் ஆரம்பகாலம் என்று குறிப்பிடலாம். அக்காலத்தில் வைதீக இந்துக் கடவுளர்களில் முக்கியமாகக் கருதப்பட்ட சூரியனும், இந்திரனும் இங்கு வாயிற்காப்போர்களாகக் காட்டப்பட்டிருப்பது சமயக் காழ்ப்புணர்ச்சியின் அடையாளமாகும்.

இந்த விகாரத்தின் முன்சுவரில் நீட்டிக்கொண்டிருக்கும் பாறையை வெட்டி அமைக்கப்பட்ட மேடை ஒன்றுள்ளது. இது

---

83. மேலது, Fig.5.26

ஒருவேளை அக்காலத்தில் வழிபாட்டிற்காக இறையுருவமோ அல்லது அதோடு தொடர்புகொண்ட பொருள்களோ வைப்பதற்காக அமைக்கப்பட்டிருக்க வேண்டும். அல்லது இது புத்தத்துறவிகள் தியானம் செய்யும்போதோ அல்லது கற்பிக்கும்போதோ அமர்வதற்காகப் பயன்படுத்தப்பட்டிருக்க வேண்டும். துறவிகள் வாழும் அறைகளின் வாயில்களின் இருபக்கங்களிலும் குதிரை லாடம் போன்ற வளைவினையுடைய மாடங்கள் அமைக்கப்பட்டிருந்தன. அவற்றில் பூசைக்குரிய பொருட்கள் வைக்கப்பட்டிருக்கக்கூடும்.

பிதால்கொரா

பிதால்கொராவில் உள்ள குடைவரை எண்.4 இன் நுழைவாயில் பரந்த அளவில் இருப்பதால் இது ஒரு முக்கிய விகாரமாக இருந்திருக்க வேண்டும். ஆனால் இன்று இதன் பெரும்பகுதி சிதைந்து காணப்படுவதால் இதன் இயல்பான பண்டைய நிலை என்னவென்று புரியவில்லை. இங்குள்ள அறைகளின் கூரைகள் கவிகைமாட அமைப்பில் செதுக்கப் பட்டுள்ளன.

அஜந்தா

அஜந்தாவில் உள்ள விகாரங்கள் பெரும்பாலும் ஒரே அமைப்பினையுடையனவாகும். இக்குடைவரைகளில் உள்ள ஓவியங்களில் கூட விகாரங்களின் அமைப்புகள் காட்டப்பட்டுள்ளன. இதனைப் பார்க்கும்போது கி.பி.10 ஆம் நூற்றாண்டின் இறுதியில் தஞ்சையில் முதலாம் இராஜராஜன் வரைந்த ஓவியங்களில் சிதம்பரம் நடராசர் கோயிலின் அமைப்பு வரையப்பட்டுள்ளது நினைவுக்கு வருகிறது. அஜந்தாவில் 2வது குடைவரையில் (பூர்ண அவதானம்) இரண்டு தளங்களையுடைய விகாரம் வரையப்பட்டுள்ளது. தரைத்தளத்தில் கதவுச் சட்டத்தில் பூ வேலைப்பாடுகள் கொண்ட அலங்காரம் காட்டப்பட்டுள்ளது. இரண்டு அரைத்தூண்களுக்கு இடையில் பின்னல் வளைகொண்ட சாளரம் வெட்டப்பட்டுள்ளது. மேல்தளத்தில் இரண்டு நிலைகளைக் கொண்ட வாயில் உள்ளது. இது புத்தரால் பார்வை யிடப்பட்ட 'சந்தனமர மடாலயம்' என்ற நினைவில் வரையப்பட்டதென்பர்.[84]

---

84. M.K. Dhavalikar, Ajanta - A Cultural Study, Poona, 1973, p.20.

அஜந்தாவின் முதலாவது குடைவரை, இங்குள்ள விகாரங்களில் குறிப்பிடத்தக்க ஒன்றாகும். இதில் ஒரு முற்றம், மத்திய மண்டபம், தங்கும் அறைகள், மற்றும் ஒரு கோயில் ஆகியவை அமைக்கப்பட்டுள்ளன. இதன் முகப்பு மிக நேர்த்தியாக அலங்கரிக்கப்பட்டுள்ளது. இதில் ஆறு தூண்கள் உள்ளன. இவற்றின் அடித்தளம் சதுரமாக உள்ளது. கம்புப் பகுதி சில தூண்களில் எண்பட்டையாகவும், பதினாறு பட்டையாகவும், வேறு சில தூண்களில் மரச்சட்டங்கள் செதுக்கியது போன்றும் உள்ளது. இதன் உச்சிப்பகுதி ஏந்து வளைவு (bracket) கொண்டுள்ளது. இதன் நான்கு பக்கங்களிலும் பூதகணங்களின் உருவங்கள் செதுக்கப்பட்டுள்ளன. தூணின் கம்புப்பகுதிக்கும், உச்சிப்பகுதிக்கும் இடையில் மகர அலங்காரங்கள் காணப்படுகின்றன. அதற்கும் கீழே நெல்லிக்கனி போன்றதொரு கட்டடக்கலைக் கூறு காணப்படுகிறது. இந்த மகரங்களே பிற்காலத்தில் இந்து கோயில்களில் மகர தோரணங்களாக மலர்ந்துள்ளன. இவை சாளுக்கியர் , பல்லவர் மற்றும் பாண்டியர் குடைவரைத் தூண்களில் பின்னாளில் இடம் பெறலாயின . ஒரு தூணில் புத்தர் பிரச்சாரம் செய்வது போன்றும், மற்றொரு தூணில் மாரன் புத்தரை மனமாற்றம் செய்ய முயற்சிப்பது போன்றும் சிற்பங்கள் செதுக்கப்பட்டுள்ளன. இக்குடை வரையில் புத்தர் தனது குடும்ப வாழ்க்கையை விட்டு துறவு மேற்கொண்டதற்குக் காரணமான நான்கு முக்கிய முன்னறிகுறிகளான நோயாளி, முதியவர், பிச்சைக்காரர் மற்றும் சவம் ஆகியன சிற்பவடிவில் காட்டப்பட்டுள்ளன.

குடைவரையின் முற்றத்தின் இருபக்கங்களிலும் துறவிகளின் அறைகள் உள்ளன. முற்றத்தின் வெளியில் தூண்களையுடைய முக மண்டபம் (porch) ஒன்று உள்ளது. இதன் வலது பக்கத்தில் ஓர் அறையும், இடதுபுறத்தில் இரண்டு அறைகளும் வெட்டப்பட்டுள்ளன. குடைவரையின் மைய மண்டபத்திற்குச் செல்ல மூன்று வாயில்கள் உள்ளன. மண்டபத்தின் உள்சுற்றுப்புறத்தில் இருபது தூண்கள் கூரையைத் தாங்குவது போல், சதுரமாக நிறுத்தப்பட்டுள்ளன. மண்டபத்தைச் சுற்றி பதினான்கு அறைகள், குறுகிய வாயிற்கதவுடன் வெட்டப்பட்டுள்ளன. அறைகளின் பின்சுவரில் மாடம் அமைந்துள்ளது. சிறிய தூண்களை யுடைய இடைமண்டபம் ஒன்று நுழைவாயிலுக்கு எதிர்ப்புரத்தில் உள்ளது. இங்கு பெரிய புத்தர் சிலை வஜ்ரபரியாங்காசனத்தில் அமர்ந்திருப்பது போன்று செதுக்கப்பட்டுள்ளது.[85] இங்குள்ள சன்னதியின் கதவுச் சட்டங்களில்

---

85. **இந்த உருவமானது சாரநாத்தில் உள்ள அளவிற்கு அழகானதாகவோ, ஆன்மீகப் பார்வை கொண்டதாகவோ அமைந்திடவில்லை (Debala Mitra, Ajanta, New Delhi, 1966, p.14)**

சுருள்வடிவம், பூவேலைப்பாடுகள், நாகங்கள், தம்பதிகள், மகரங்களில் நின்றுகொண்டிருக்கும் பெண்கள், போன்ற அலங்கார வேலைப்பாடுகள் இடம் பெற்றுள்ளன. இக்குடைவரையின் ஒவ்வொரு அங்குலமும் ஓவியம் தீட்டப்பட்டிருந்தது. ஆயினும் அவற்றில் பல இன்று அழிந்து போய்விட்டன. வேறு சில சிதைந்துள்ளன. எஞ்சியுள்ளவை தொன்மையின் அழகை நினைவூட்டுகின்றன.

அஜந்தாவின் இரண்டாவது குடைவரையும் ஒரு விகாரமே. இது சிறிய அளவினதாக இருந்தபோதும் 1வது குடைவரையின் பல கட்டடக்கலைக் கூறுகளைப் பிரதிபலிக்கிறது. இங்குள்ள முற்றத்தின் அல்லது தாழ்வாரத்தின் இரண்டு பக்கங்களிலும், பக்கத்திற்கு ஒன்றாக இரண்டு அறைகள் காணப்படுகின்றன. இவற்றின் ஒவ்வொன்றிற்கும் முன்பும் ஒரு தூண்களையுடைய முகமண்டபம் உள்ளது. முற்றத்தில் உள்ள தூண்கள் 1வது குடைவரையை விட மாறுபட்டவையாக உள்ளன. இதன் கம்புப் பகுதி (shaft) முப்பத்திரண்டு பட்டைகளைக் கொண்டவையாக அமைந்துள்ளன. இதன் நுழைவாயில் அழகாக அலங்கரிக்கப்பட்டுள்ளது. இதன் இருபக்கங்களிலும் அலங்கரிக்கப் பட்ட சாளரங்கள் காணப்படுகின்றன. குடைவரையின் மைய மண்டபத்தில் பன்னிரண்டு தூண்கள் நிறுத்தப்பட்டுள்ளன. இதில் மொத்தம் பத்து அறைகள் அமைந்துள்ளன. தூண்களின் அலங்கார அமைப்பு 1வது குடைவரையைப் போன்றே உள்ளது. இதன் பின்சுவரில் அமர்ந்த நிலையில், பிரச்சாரம் பண்ணுவது போல் புத்தர்சிலை அமைந்துள்ளது.

அஜந்தாவின் மூன்றாவது குடைவரை முடிக்கப்படாமல் விடப்பட்டுள்ளது. இதில் தூண்களையுடைய தாழ்வாரம் மட்டுமே உள்ளது. மைய மண்டபத்திற்குச் செல்வதற்காக ஒரு வாயில் வெட்டப்பட்டு அத்தோடு விடப்பட்டுள்ளது.[86] நான்காவது குடைவரையானது அஜந்தாவில் உள்ள விகாரங்களில் பெரியதாகும். ஆனால் இது முடிக்கப்படவில்லை. இதன் தாழ்வாரத்தில் எட்டு எண்பட்டைத் தூண்கள் அமைந்துள்ளன. இதன் இரு முனைகளிலும் பக்கத்திற்கு ஒன்றாக இரண்டு துறவிகளின் அறைகள் உள்ளன. இந்தக் குடைவரை ஒரு பிரதான வாயிலும், பக்கவாட்டில் இருபுறமும்

---

86. மேலது. ப.31

வாயில்களையும் கொண்டுள்ளது. இவற்றின் ஒவ்வொன்றிற்கும் இடையே சாளரங்கள் வெட்டப்பட்டுள்ளன. பிரதான வாயிலின் அலங்கார அமைப்புகள் குடைவரை 1இல் இருப்பது போன்று செதுக்கப்பட்டிருப்பினும் அழகில் அஜந்தாவின் குடைவரைகளில் இதுவே சிறந்ததாகக் கருதப்படுகிறது.[87] இதன் வாயில்மேல்கட்டை (lintel) யில் அமர்ந்த நிலையிலுள்ள புத்தர் மற்றும் பூதகணங்களின் உருவங்கள் பொறிக்கப்பட்டுள்ளன. அதற்கும் மேலே சைத்திய சாளரங்களைக் காணலாம். விகாரத்தின் மைய மண்டபத்தில் இருபத்தி எட்டு தூண்கள் சதுரமாக நிறுத்தப்பட்டுள்ளன.

இவற்றில் சில தாழ்வாரத்தில் உள்ள தூண்களை ஒத்துள்ளன. மைய மண்டபத்தின் மூன்று பக்கங்களிலும் பல அறைகள் வெட்டப்பட்டுள்ளன. அவை ஒரே காலத்தில் வெட்டப்படாமல் அடுத்தடுத்த காலங்களைச் சேர்ந்தவையாகத் தென்படுகின்றன. இந்த விகாரத்தின் காலம் கி.பி. ஆறாம் நூற்றாண்டின் தொடக்கமாக இருக்க வேண்டும் என்பது இங்கு பொறிக்கப்பட்டுள்ள கல்வெட்டின் எழுத்தமைதி மூலம் அறியமுடிகிறது.[88]

குடைவரை ஐந்தும் ஒருவிகாரமாகவே வெட்டப்பட்டது. ஆனால் அதுவும் முடிக்கப்படாமல் விடப்பட்டிருக்கிறது. இதன் நுழைவாயிலின் கதவுச் சட்டத்தில் மகரத்தின் மீது பெண்கள் நின்று கொண்டிருக்கும் காட்சி காண்போரைக் கவர்வதாக அமைந்துள்ளது. ஆறாவது எண் குடைவரை இரண்டு தளங்களையுடைய விகாரம் ஆகும். அடித்தளத்தின் தாழ்வாரம் முற்றிலும் அழிந்து போய்விட்டது. இதன் மைய மண்டபத்தில் நான்கு சாளரங்கள் இடம்பெற்றுள்ளதால் வெளிச்சம் வருவது எளிதாக உள்ளது. இந்த மண்டபத்தின் தூண்கள் நான்கு இணைவரிசைகளில் வரிசைக்கு நான்காக நிறுத்தப்பட்டுள்ளன. அவற்றில் அடித்தளம் தனியாக அமைக்கப்படாது தரையிலிருந்து கம்புப்பகுதி தொடங்குவதாக எழுப்பப்பட்டுள்ளன. அவை நான்கில் மூன்று பகுதிவரை எண் பட்டையாகவும் அதற்கு மேல் பதினாறு பட்டையாகவும் வெட்டப்பட்டுள்ளன. இதில் பதினாறு அறைகள் உள்ளன. கருவறையின் கதவுக்கு மேல் அலங்கார வளைவு ஒன்று காணப்படுகிறது. இது மகரவாயிலிருந்து வெளிவருவது போன்றும்

---

87. மேலது.
88. Epigraphia Indica, XXXIII, 1960, p.259

அரைத்தூண்களின் மேலே இயக்கர்களால் தாங்கி வைக்கப்பட்டிருப்பது போன்றும் காட்சியளிக்கின்றது. வளைவில் ஒரு கலசத்தைத் தாங்கியுள்ள நாகமும் மாலைகளைக் கைகளில் வைத்துக் கொண்டு பறக்கின்ற வித்யாதரர் உருவங்களும் காணப்படுகின்றன. மேல்தளத்தின் தாழ்வாரத்தின் இரண்டு முனைகளிலும் இரண்டு அறைகள் உள்ளன. அவற்றிற்கு முன்பாக தூண்களையுடைய முற்றங்கள் (porches) வெட்டப்பட்டிருக்கின்றன. தாழ்வாரத்திற்கு வெளியே இரண்டு பக்கங்களிலும் இரண்டு கருவறைகள் புத்தரின் உருவங்களோடு காட்சியளிக்கின்றன. இத்தளத்தின் மைய மண்டபத்தில் பன்னிரண்டு தூண்கள் சதுரமாக நிறுத்தப்பட்டுள்ளன. அவை எண்பட்டை கம்புகளையுடையன. இங்குள்ள துறவிகளின் அறைகளின் ஒவ்வொன்றின் முன்புறமும் தூண்களையுடைய முற்றங்கள் காணப்படுகின்றன.

ஏழாவது குடைவரை மற்ற மடாலயங்களைவிட வேறுபட்டு அமைக்கப்பட்ட விகாரமாகும். மற்றவற்றில் இருப்பது போன்று மைய மண்டபம் இல்லாமல் இரண்டு சிறிய முற்றங்கள் உள்ளன. அவை ஒவ்வொன்றையும் இரண்டு எண்பட்டைத் தூண்கள் தாங்குகின்றன. இத்தூண்களின் உச்சிப்பகுதிகள் குடைவரை எண் இரண்டின் தாழ்வாரத்தில் உள்ள தூண்களின் உச்சிப் பகுதியைப் போன்று அலங்கரிக்கப்பட்டுள்ளன.

தாழ்வார முகப்பில் சைத்திய சாளரங்கள் அமைந்துள்ளன. அவற்றில் அரைத்தாமரை மற்றும் மிருகமுகங்கள் தென்படுகின்றன. தாழ்வாரத்தின் இருமுனைகளிலும் உயரத்தில் தூண்களையுடைய முற்றங்கள் காணப்படுகின்றன. அவற்றில் மூன்று அறைகள் அமைந் துள்ளன. தாழ்வாரத்தின் வெளிப்புறத்திலும் இரண்டு முனைகளில் இரண்டு அறைகள் இடம்பெற்றுள்ளன.

குடைவரை எட்டு ஒரு விகாரம் அல்லது சங்காராமமாக வெட்டப்பட்டுள்ளது. ஆனால் இதன் பெரும்பகுதி நிலஅதிர்வின் போது அழிந்துவிட்டது. கி.பி. ஐந்தாம் நூற்றாண்டின் தொடக்கத்திலோ அல்லது அதற்கும் சற்றும் முந்தியோ வெட்டப்பட்டுள்ள குடைவரை எண் பதினொன்று அலங்காரமோ, திட்ட அமைப்போ இல்லாத தூண்களையும், முறைப்படுத்தி அமைக்காத துறவிகளின் அறைகளையும் கொண்டுள்ளது. தாழ்வாரத்திற்குச் செல்லும் வழி, உயரமான பீடம் மற்றும் சுற்றுச் சுவர்

ஆகியவை வேலி (railing) அமைப்பில் வெட்டப்பட்டுள்ளன. இங்குள்ள தூண்கள் சதுர பீடங்களையுடையன. அவற்றின் உயரங்கள் ஒரேமாதிரியாக வெட்டப்படவில்லை. தூண்களின் கம்புப்பகுதிகள் எண்பட்டை வடிவில் அமைந்துள்ளன. உச்சிப்பகுதி பெட்டி வடிவில் வெட்டப்பட்டுள்ளது. ஒவ்வொரு சாளரமும் இரண்டு தூண்களால் பிரிக்கப்படுகின்றது. வாயிற்படியின் இருமுனைகளிலும் நுழைவாயிலில் சிங்க முகங்கள் காணப்படுகின்றன. இந்தக் குடைவரையின் மைய மண்டபம் நான்கு தூண்களால் தாங்கப்படுவது போல் அமைந்துள்ளது. இடது மற்றும் பின்சுவர்கள் ஒவ்வொன்றும் மூன்று அறைகளைக் கொண்டுள்ளன. வலது சுவரின் நீளம் முழுவதற்கும் ஒரு மேடை அமைக்கப்பட்டுள்ளது. இங்குள்ள ஸ்தூபம், மற்றும் புத்தரின் உருவச் சிலைகள், கருவறை போன்றவை முடிக்கப்படாமல் உள்ளன.

பன்னிரண்டாவது குடைவரை தொன்மையான சங்காராமங்களில் ஒன்றாகும். இதன் முன் சுவர் முற்றிலும் அழிந்து விட்டது. இதன் மைய மண்டபம் 11 சதுர மீட்டர் அளவுடைய தூண்களற்ற ஒன்றாகும். இதில் மூன்று பக்கங்களிலும் பன்னிரண்டு அறைகள் வெட்டப்பட்டுள்ளன. ஒவ்வொரு அறையின் வாயிலின் மீதும் சைத்திய சாளரங்கள் இடம்பெறுகின்றன. ஒவ்வொரு அறையிலும் இருவர் தங்குவதற்காக இரண்டு படுக்கைகள் அமைந்துள்ளன. இங்குள்ள பிராமி கல்வெட்டு கநாமதடன் என்னும் வணிகரின் கொடையைப் பற்றிக் கூறுகிறது. பதின்மூன்றாவது எண்ணுள்ள குடைவரையும் காலத்தால் முந்தியதே. இதன் முன்பகுதிகளும் விழுந்து விட்டன. தூண்கள் இல்லாத இதன் மைய மண்டபத்தின் மூன்று பக்கங்களிலும் மொத்தம் ஏழு அறைகள் உள்ளன. இதனிலும் ஒவ்வொரு அறையிலும் இரண்டு படுக்கைகள் காணப்படுகின்றன. ஒரே ஒரு அறையில் மட்டும் கல்தலையணைகள் வெட்டப்பட்டுள்ளன.குடைவரை எண்.12 இல் இருப்பது போன்றே இதிலும் அறைகள் குறுகலாகவே அமைந்துள்ளன. குடைவரை எண் பதினான்கு, பதின்மூன்றாவது குடைவரைக்குச் சற்று மேலே வெட்டப்பட்டு முடிக்கப்படாமல் விடப்பட்டுள்ளது. இதன் தூண்களின் அலங்கார அமைப்பு அஜந்தாவில் உள்ள பிற தூண்களிலிருந்து வேறு பட்டுள்ளது. மைய மண்டபத்திற்குச் செல்லும் வாயிலின் மேலே சாலபாஞ்சிகர் உருவங்கள் செதுக்கப்பட்டுள்ளன.

குடைவரை பதினைந்தின் தாழ்வாரப்பகுதி முற்றிலும் விழுந்து விட்டது. இதில் மேடை மட்டுமே எஞ்சியுள்ளது. வாயிலில் உத்திரப்பகுதியில் இரண்டு தள சிகரம் போன்றதொரு அமைப்பு காணப்படுகிறது. இந்த சிகரப்பகுதியின் நடுவில் ஒரு ஸ்தூபம் உள்ளது. இது நாகக் குடையின் கீழ் அமைந்துள்ளது. சிவலிங்கங்களும் பின்னாளில் நாகக்குடையின் கீழ் அமைக்கப்பட்டன என்பது யாவரும் அறிந்ததே. மேல்தள சிகரத்தின் நடுவில் சைத்திய சாளரம் காணப்படுகிறது. சாளரத்தின் இரண்டு பக்கங்களிலும் புறாக்கள் இயற்கையாக செதுக்கப்பட்டுள்ளன. தூண்கள் இல்லாது அமைக்கப்பட்ட (astylar) மைய மண்டபத்தில் அதன் இருபக்கங்களிலும் எட்டு அறைகள் வெட்டப்பட்டுள்ளன. இங்குள்ள இடைக் கூடத்தின் (Antechamber) இடது பக்கத்துச் சுவரில் புத்தர் உருவம் பொறிக்கப்பட்டுள்ளது. இடைக் கூடத்துத் தூண்களின் பீடத்திற்கு மேல் உள்ள கம்பு முதலில் சதுரமாகவும், அதற்கு மேலே எண்பட்டையாகவும், உச்சியில் பதினாறு பட்டையாகவும், இறுதியில் மீண்டும் சதுரமாகவும் அமைந்துள்ளது. கருவறையின் பின்சுவரில் சிம்மாசனத்தில் புத்தர் வீற்றிருக்கின்றார். பதினான்காவது மற்றும் பதினைந்தாவது குடைவரைகளுக்கு இடையில் உள்ள 15அ குடைவரை சிறிய விகாரமாக செயல்பட்டுள்ளது. தூண்களற்ற இதன் மைய மண்டபத்தின் மூன்று பக்கங்களிலும் பக்கத்திற்கு ஒன்றாக மூன்று அறைகள் உள்ளன.

குடைவரை எண் பதினாறு இரண்டாவது கட்ட குடைவரைகளில் தொன்மையானதாகும். கி.பி. ஐந்தாம் நூற்றாண்டில் வெட்டப்பட்ட இக்குடைவரை வாகாடக அரசன் ஹரிசேனாவின் அமைச்சரான வராக தேவரின் கொடையாகும்.[89] இதைக் குறிப்பிடும் கல்வெட்டு தாழ்வாரத்தின் இடது சுவரில் பொறிக்கப்பட்டுள்ளது. இக்குடைவரையின் சதுரமான மைய மண்டபத்தில் இருபது எண்பட்டை வடிவத் தூண்கள் நிறுத்தப்பட்டுள்ளன. தூண்களின் பீடங்கள் சதுரத்திலிருந்து இங்கு எண்பட்டை மற்றும் பதினாறு பட்டை என்று மாற்றமடைந்துள்ளன. கருவறையின் பின் சுவரில் பெரிய புத்தரது அமர்ந்த வடிவான சிற்பம் செதுக்கப்பட்டுள்ளது. தர்மச்சக்கர முத்திரை காட்டும் அவர் பிரலம்ப பாத ஆசனத்தில்

89. Edith Tomory, முன்னது, ப.48

அமர்ந்துள்ளார். மண்டபத்தைச் சுற்றி பதினாறு அறைகள் அமைந்துள்ளன.[90] கூரையில் உள்ள சட்டங்கள் மரவேலைப்பாட்டை நினைவூட்டுகின்றன. மேலே குறிப்பிட்ட வராகதேவரின் கல்வெட்டு இக்குடைவரையை இந்திரனின் திராயஸ்திரம்சத்து அரண்மனைக்கு ஒப்பானது என்று குறிப்பிடுகிறது. அத்தோடு இது மந்தரமலையிலுள்ள ஒரு குடைவரையைப் போன்ற அமைப்புடையது என்றும் வர்ணிக்கின்றது.[91] உண்மையில் இக்குடைவரையில் ஓவியந்தீட்டப்பட்டக் கூரைப் பகுதிகளும், பிறவும் மிகவும் அலங்காரமாகப் பார்ப்போர் வியக்கும் வண்ணம் அமைந்துள்ளன. இந்த விகாரம் வாகாடகரின் குறுகிய காலத்திலேயேபல மாற்றங்களுக்கு உட்படுத்தப்பட்டுள்ளது.

பதினேழாவது குடைவரைபற்றி பத்தொன்பதாவது குடைவரை யின் மூலம் அறிய முடிகிறது. இது ஒரு சிறந்த மகாயான விகாரம் ஆகும். இதில் வெளிப்புறத்துக்கும் உட்புறத்துக்கும் இடைப்பகுதியாக தூண்களையுடைய தாழ்வாரம் அமைந்துள்ளது. இதன் மைய மண்டபம் சதுர வடிவில் உள்ளது. மண்டபத்தைச் சுற்றி துறவிகளின் அறைகள் அமைந்துள்ளன. இந்த அறைகளின் அமைப்பில் ஒரு ஒழுங்குமுறை பின்பற்றப்படாத காரணத்தால் இதனை வாகாடகர் காலத்தின் தொடக்கம் என்று கூறப்படுகிறது. இங்குள்ள புத்தர் சிலை புடைப்புச் சிற்பமாக இல்லாமல் தனிச் சிற்பமாகப் பக்தர்கள் சுற்றி வருவதற்காகத் திருச்சுற்றுப் பாதையுடன் செதுக்கப்பட்டுள்ளது. முதல் வரிசையிலும், கடைசி வரிசையிலும் உள்ள இரண்டு தூண்களைத் தவிர, மைய மண்டபத்தில் உள்ள பிற தூண்கள் எளிமையான, எண்பட்டை அமைப்புடையனவாகும். குடைவரையில் உள்ள கருவறையின் வாயில் அழகாகவும், நேர்த்தியாகவும், பூவேலைப்பாடு, புத்தர் உருவங்கள், துவாரபாலகிகள், வட்டவடிவக் கோடுகள், பின்னப்பட்ட முறுக்குக் கயிறுகள், அரைத்தூண்கள், தாமரை இதழ்கள் போன்ற கட்டடக் கலைக் கூறுகளைக் கொண்டு விளங்குகிறது. தாழ்வாரத்தின் வெளிப்புறத்தில்

---

90. தற்போது அஜந்தாவில் உள்ள குடைவரை எண்களுக்கும் அவற்றின் காலத்திற்கும் தொடர்பு இல்லை எனினும் குடைவரை எண்களுக்கும் அக்குடைவரைகளில் உள்ள அறைகளின் எண்ணிக்கைக்கும் தொடர்பு இருப்பது போல் தோன்றுவதற்கு சில குடைவரைகள் உதாரணமாக அமைந்துள்ளன.

91. Susan L. Huntington, முன்னது, ப.254

படிக்கற்கள் அமைந்துள்ளன. இக்குடைவரையில் உள்ள ஓவியங்கள் காண்போரைக் கவர்வனவாக உள்ளன.

பத்தொன்பதாவது குடைவரை ஒரு சைத்தியம் ஆகும். இருபதாவது குடைவரை சிறிய விகாரமாக வெட்டப்பட்டுள்ளது. இதன் தாழ்வாரத்தில் உள்ள தூண்களும், அரைத்தூண்களும் முதல் குடை வரையை ஒத்துள்ளன. தூண்களின் உச்சிப்பகுதி பெட்டி போன்று அமைந்து அதில் சாலபாஞ்சிக சிற்பங்கள் செதுக்கப்பட்டுள்ளன. தாழ்வாரத்தின் கூரையானது மரச்சட்ட அமைப்புகளையும், விட்டங்களையும் கொண்டுள்ளது. வாயிலின் மேற்கட்டை இரண்டு வளைவுகளைக் கொண்டிருக்கிறது. அவை மகரத்திலிருந்து வெளிவருகின்ற யானையின் துதிக்கை போன்று காட்டப்பட்டுள்ளன. இடைக்கூடத்தின் தூண்களின் உச்சிப்பகுதி இரண்டாவது குடைவரையின் தாழ்வாரத்தில் உள்ள தூண்களை ஒத்துள்ளது. மைய மண்டபத்தில் தூண்கள் இல்லை. இதனைச் சுற்றியுள்ள அறைகள் முடிக்காமலேயே விடப்பட்டுள்ளன. இவற்றில் இரண்டு அறைகளின் வாயிலின் மேலுள்ள இடைக்கூடத்தின் மேல் அமைந்துள்ள அலங்கார வேலைப்பாடு ஒரு கோயிலின் சிகரத்தை ஒத்துள்ளது. கருவறையின் பின் சுவரில் புத்தர் போதிப்பது போன்றதொரு சிற்பம் செதுக்கப்பட்டுள்ளது. தாழ்வாரத்தின் இடதுமுனைப்பகுதியில் வெட்டப்பட்டுள்ள சிதைந்த கல்வெட்டு மூலம் இக்குடைவரையின் முன்மண்டபம் உபேந்திரர் என்பவரால் கொடுக்கப்பட்ட மண்டபம் என்று தெரியவருகிறது. எழுத்தமைதியைக் கொண்டு இக்குடைவரையின் காலத்தை கி.பி.450 க்கும் 525 க்கும் இடைப்பட்ட காலத்தில் அமைந்தது என்று கூறப்படுகிறது.

இருபத்தி ஒன்றாவது குடைவரையின் தாழ்வாரத்தின் தூண்கள் விழுந்துவிட்டன. அரைத்தூண்களில் அரை மற்றும் முழுமையான தாமரைப் பதக்கங்கள் உள்ளன. அவற்றின் மத்தியில் மகர உருவங்கள் காணப்படுகின்றன. தாழ்வாரத்தின் ஒவ்வொரு முனையிலும் ஒரு துறவி அறை உள்ளது. அவற்றின் ஒவ்வொன்றின் முன்பும் ஒரு முகப்பு வெட்டப்பட்டுள்ளது. மைய மண்டபத்தினைச் சுற்றி தூண்களையுடைய முகப்புடன் கூடிய நான்கு அறைகளும், இடைக்கூடத்தின் ஒவ்வொரு பக்கத்திலும் ஒரு அறையும், பக்கச் சுவர்களின் ஒவ்வொன்றின் மத்தியிலும் ஒரு அறையும், மேலும் எட்டு

அறைகளும் இக்குடைவரையில் இடம்பெற்றுள்ளன. மைய மண்டபத்தில் முதல் குடைவரையைப் போன்றே கனமான பன்னிரண்டு தூண்கள் நிறுத்தப்பட்டுள்ளன. இவற்றின் பீடங்கள் உயரமான சதுர அமைப்பைக் கொண்டிருக்கின்றன. கருவறையின் பின்சுவரின் உயரத்தில் அமர்ந்துகொண்டு போதனை புரியும் புத்தரின் உருவம் புடைப்புச் சிற்பமாகக் காட்சியளிக்கிறது.

இருபத்தியிரண்டாவது குடைவரையில் குறுகலான தாழ்வாரமும் நான்கு முற்றுப் பெறாத அறைகளும் உள்ளன. அவை உயரத்தில் அமைந்திருப்பதால் அவற்றை அடைவதற்குப் படிகள் வெட்டப்பட்டுள்ளன. மைய மண்டபம் தூண்கள் இல்லாமல் (astylar) அமைக்கப்பட்டுள்ளது. இடைக்கூடம் (antechamber) இடம்பெற வில்லை. இங்கு ஓவியந் தீட்டப்பட்ட இரண்டு கல்வெட்டுகள் காணப் படுகின்றன. கருவறையின் பின்சுவரில் பிரலம்பபாத ஆசனத்தில் அமர்ந்துள்ள புத்தரின் உருவம் பிற குடைவரைகளில் உள்ள உருவங்களை ஒப்பிடுகையில் தரம் குறைந்ததாகக் காணப்படுகிறது.[92] இருபத்தி மூன்றாவது குடைவரையானது அதன் அமைப்பு, அளவு ஆகியவற்றில் இருபத்தியொன்றாவது குடைவரையைப் பெரிதும் ஒத்துள்ளது. இதன் கருவறை, இடைக்கூடம், பக்கவாட்டில் உள்ள அறைகள், தூண்களைக் கொண்ட முகப்புகள் போன்றவை முற்றுப் பெறாமலேயே உள்ளன. இங்குள்ள தாழ்வாரத் தூண்கள் சிறப்பாக அலங்கரிக்கப்பட்டுள்ளன. இவ்வலங்காரங்களில் பலரையும் கவருவது தூண்களில் உள்ள பதக்கங்களுக்குள்ளேயே ஒரு மனிதன் மகர வாயைப் பிளப்பது போல் உள்ள காட்சியாகும். விகாரத்தின் வாயிலில் உள்ள சட்டங்களில் நாக துவார பாலகர்கள் உயரமான பீடத்தின் மீது கால்வைத்து கம்பீரமாக நின்றிருப்பது குறிப்பிடத்தக்க கலையம்சம் ஆகும்.

இருபத்தி நான்காவது குடைவரை முற்றுப் பெறாமல் உள்ளது. இது முற்றுப்பெற்றிருக்குமாயின் அஜந்தாவில் உள்ள பெரிய விகாரங்களில் ஒன்றாகத் திகழ்ந்திருக்கும். நான்காவது குடை வரைக்கு அடுத்தபடியான சிறப்பிடத்தைப் பெற்றிருக்கும். இதன் தாழ்வாரத்தின் தூண்கள் முழுவதும் விழுந்துவிட்டன. அண்மைக் காலத்தில் அவை மீண்டும் நிறுத்தி வைக்கப்பட்டுள்ளன. வலது பக்க அரைத்தூணில்

---

92. **Debala Mitra,** முன்னது, ப.70

உள்ள அலங்கார அமைப்புகள் இந்தக் குடைவரையை வெட்டிய கலைஞர்களின் திறனையும், அவர்களது இரசனையையும் வெளிப்படுத்துவதாக அமைந்துள்ளன. வாயில் பலகணியின் மேல்பகுதியில் பூதவரியைப் போல பறந்து செல்லும் விண்ணுலக மாந்தரைக் கொண்ட வரியமைப்பு உள்ளது. முற்றுப் பெறாத மைய மண்டபத்தில் இருபது தூண்கள் நிறுத்தப் பட்டிருக்கின்றன. அவற்றில் ஒன்று மட்டுமே முழுமையடைந்துள்ளது. தாழ்வாரத்தின் வெளியே உள்ள இடது சுவரில் ஒரு கருவறை வெட்டப்பட்டு அதில் பிரலம்பபாத ஆசனத்தில் அமர்ந்துள்ள புத்தரது உருவம் செதுக்கப்பட்டுள்ளது. இக்குடைவரை அஜந்தாவில் வெட்டப்பட்ட பிற்காலக் குடைவரைகளில் ஒன்றாகும். இதற்கு அடுத்துள்ள இருப்பத்தி ஐந்தாவது குடைவரை உயரமான இடத்தில் அமைக்கப்பட்ட ஒன்றாகும். சுற்றுச் சுவர் கொண்ட முன் மண்டபமும், தாழ்வாரமும், தூண்களற்ற மைய மண்டபமும் கொண்டுள்ள இந்த விகாரத்தில் கருவறை வெட்டப்படவில்லை. மைய மண்டபத்தைச் சுற்றி அறைகள் காணவில்லை. தாழ்வாரத்தின் இடது முனையில் மட்டுமே இரண்டு அறைகள் உள்ளன. இருபத்தி ஏழாவது குடைவரை தனியொரு விகாரமாக இடம் பெறாது இருபத்தி ஆறாவது சைத்தியக் குடைவரையின் பகுதியாக வெட்டப் பட்டுள்ளது. இதன் பெரும்பகுதி அழிந்துவிட்ட நிலையில் மைய மண்டபத்தைச் சுற்றி நான்கு அறைகள் மட்டுமே தற்போது நிலைத்துள்ளன. இவ்வாறு அஜந்தாவில் உள்ள குடைவரைகளில் பல, எங்கும் இல்லாத அளவிற்கு, விகாரங்களாக விளங்கியுள்ளன. அவற்றில், ஒருசில குடைவரைகள் தவிர பிறவற்றில் ஏராளமான ஓவியங்கள் தீட்டப்பட்டுள்ளன.

எல்லோரா

அஜந்தாவிலிருந்து முப்பது மைல் தொலைவில், ஔரங்கா பாத்துக்கு அருகில், எல்லோரா குடைவரைகள் கி.பி.5 ஆம் நூற்றாண்டுக்கும் 8 ஆம் நூற்றாண்டுக்கும் இடைப்பட்ட காலத்தில் வெட்டப்பட்டுள்ளன. முப்பத்தி நான்கு குடைவரைகளைக் கொண்ட எல்லோராவில் பெரும்பான்மையானவை இந்துக் கோயில்கள், சில பௌத்த, சமணக் கோயில்கள் ஆகும். இங்குள்ள பௌத்த குடைவரைகள், தொடக்கத்தில் கி.பி.5ஆம் நூற்றாண்டில் வெட்டப்பட்டவை என்று கருதப்பட்டது. ஆனால் அண்மைக்கால

ஆய்வுகள் அவை கி.பி.7ஆம் நூற்றாண்டைச் சேர்ந்தவை என்பதை வெளிப்படுத்துகின்றன. இங்குள்ள பௌத்த குடைவரைகள் பிற இடங்களில் உள்ளவற்றிலிருந்து சற்று வேறுபட்டு முன்னேற்றமடைந்த நிலையை நினைவூட்டுகின்றன. எல்லோராவில் உள்ள தொன்மையான பௌத்த குடைவரை ஐந்தாவது குடைவரையாகும். இது விகாரமாக அமைந்துள்ளது. இது நீண்ட, பெரிய, நீள்சதுர மண்டபத்தைக் கொண்டுள்ளது. முப்பத்தி ஐந்து மீட்டர் நீளமுள்ள இந்த மண்டபத்தைச் சுற்றி துறவிகள் வாழும் சிறிய அறைகள் வெட்டப்பட்டுள்ளன. மண்டபத்தின் பின்சுவரின் மத்தியில் ஒரு கருவறை அமைந்துள்ளது. இதன் பக்கச் சுவர்களிலும் கருவறைக்கான இடங்கள் ஒதுக்கப்பட்டுள்ளன. இவ்வமைப்பு அஜந்தாவின் பதினாறாவது குடைவரையின் வளர்ச்சி நிலை என்று கருதப்படுகிறது.[93] இதுவே பின்னாளைய இந்துக் கோயில்களில் வளர்ச்சியடைந்தது. இதற்கு உதாரணமாக எலிபெண்டா சிவன் குடைவரையைக் குறிப்பிடலாம்.[94] இக்குடைவரையின் முக்கிய அம்சம், கன்னேரியில் உள்ளது போன்று, இரண்டு வரிசைகளில், கற்படுக்கைகள், மண்டபத்தின் நீளத்தின் அளவுக்கு வெட்டப்பட்டிருப்பதாகும். இங்கு சிக்கிம் மற்றும் திபெத் போன்று பௌத்தத் துறவிகள் இரண்டு வரிசைகளில் ஒருவரை ஒருவர் பார்த்துக்கொண்டு அமர்ந்திருந்ததாகக் கருதப்படுகிறது. பௌத்த சங்கத்தின் தலைவர் கருவறைக்கு முன்னால் அமர்ந்திருப்பார்[95]. இக்குடைவரை மஹான்வாதம் என்று அழைக்கப்படுகிறது. இதன் மண்டபத்தில் இருபத்தி நான்கு எண்பட்டை வடிவத் தூண்கள் உள்ளன.

எல்லோராவின் பிந்திய காலக் குடைவரைகளில் குறிப்பிடத் தக்கவை பதினொன்று மற்றும் பன்னிரண்டாவது குடைவரைகளாகும். இவை முறையே தோதல் மற்றும் தின்தல் என்று அழைக்கப்படுகின்றன. இவை இரண்டுமே மூன்று தளங்களைக் கொண்ட விகாரங்களாகும். இதன் மூன்று தளங்களுமே அஜந்தாவில் உள்ள எந்த ஒரு தனிக் குடைவரையையும் விட பெரியதாகும். பிற்கால பௌத்த குடைவரைகளில் ஒன்றான இது கி.பி. ஏழாம் நூற்றாண்டின்

---

93. Susan, L. Huntington, முன்னது, pls. 12.32 and 12.33 pp. 268 - 269
94. மேலது, pl. 13.1
95. J.C. Harle, முன்னது, ப.132

பிற்பகுதியிலோ அல்லது எட்டாம் நூற்றாண்டின் தொடக்க காலத்திலோ வெட்டப்பட்டிருக்க வேண்டும். குடைவரைக்குள் செல்வதற்கு முன்னால் உள்ள பரந்த பரப்பைக் கொண்ட பகுதிக்கு முன்பு குடைவரைவாயில் ஒன்றுள்ளது. ஒவ்வொரு தளமும் அமைப்பில் வேறுபட்டு காணப்படுகிறது. தரைத்தளம் பெரிய நீள்சதுர மண்டபத்தைக் கொண்டுள்ளது. இதில் எண்பட்டைத் தூண்கள் நிறுத்தப்பட்டுள்ளன. கருவறை ஒன்றுள்ளது. மண்டபத்தின் பின்சுவரின் பக்கவாட்டில் சிறு அறைகள் வெட்டப்பட்டிருக்கின்றன. இரண்டாவது தளம் ஒருவகையில் முதல்தளத்தை ஒத்திருப்பினும் இதில் தாழ்வாரம் ஒன்றும் அமைந்துள்ளது. படியிலிருந்து ஏறி இந்தத் தாழ்வாரத்தின் மூலமே உள்ளே செல்ல இயலும். மூன்றாவது தளத்தில் தூண்கள் குறுக்காக நிறுத்தப்பட்டுள்ளன. இதில் துணை அறைகள் இல்லை. ஒவ்வொரு தளத்திலும் உள்ள பிரதானக் கருவறைகள் ஒவ்வொன்றும் புத்தர் மற்றும் இரண்டு போதிசத்துவர்களின் சிற்பங்களைக் கொண்டுள்ளன. அதாவது புத்தருக்கு வலதுபுறம் அவலோகிதேசுவரரும், இடதுபுறம் வஜ்ரபாணியும் நின்ற நிலையில் உள்ளனர். தவிர அஷ்ட போதிசத்துவ மண்டலம் என்று கருதப்படக்கூடிய எட்டு போதிசத்துவர் உருவங்களும், புத்தரின் இருபக்கங்களிலும், பக்கத்திற்கு நான்காக நின்ற நிலையில் செதுக்கப் பட்டுள்ளன.

எல்லோராவின் பன்னிரண்டாவது குடைவரைக்குப் பின் மேற்கு தக்காணத்தில் பௌத்தக் கலைச் செயல்பாடுகள் நிறுத்தப்பட்டு விட்டன. இந்தியாவின் பிறபகுதிகளில் பௌத்தக்கலை தொடர்ந்து வளர்ச்சியடைந்த போதும் மேற்குத் தக்காணத்தில் மட்டும் இக்கலை நிறுத்தப்பட்டதற்கு அரசியல் சூழ்நிலைகளே காரணம் எனலாம். இந்து சமயத்தைப் பின்பற்றிய இராட்டிரகூட மன்னர்கள் வாகாடகர்களைப் போல் பௌத்த சமயத்தை ஆதரிக்கவில்லை. ஆனால் பௌத்தத் துறவிகள் தொடர்ந்து தங்களது மடாலயங்களில் தங்கிச் செயல்படுவதற்குத் தடையேதும் ஏற்படுத்தப்படவில்லை. இத்தருணத்தில் குடைவரை கோயில்களை எழுப்பும் மரபும் செல்வாக்கிழக்கத் தொடங்கியது.

பிற விகாரங்கள்

மகாயானப் பிரிவைச் சேர்ந்த, சமகாலக் குடைவரைகளில் குறிப்பிடத்தக்க பிற குடைவரைகள் மத்தியப் பிரதேசத்தில் உள்ள பாக்

(Bagh) குடைவரைகள் ஆகும். இவை வாகாடகர் வம்சத்தவர்களால் கி.பி.470 க்கும் 480 க்கும் இடைப்பட்ட காலத்தில் வெட்டப்பட்டவை எனக் கருதப்படுகிறது.[96] இங்கு ஒன்பது குடைவரைகள் உள்ளன. இவற்றில் பல நீர்க்கசிவின் காரணமாகச் சிதைந்து அழிந்துவிட்டன. இங்குள்ள இரண்டாவது குடைவரை அஜந்தாவின் மகாயான விகாரங் களை ஒத்துள்ளது. இதில் நான்கு மத்திய தூண்கள் நிறுத்தப்பட்டுள்ள போதும் இவை கட்டுமான வகைக்காக, பாறையின் கடினத் தன்மை குறைவாக உள்ள காரணத்தால் நிறுத்தப்பட்டிருக்க வேண்டும் என்று நம்பப்படுகிறது. அஜந்தாவில் உள்ளதை விட கனமாக இந்த மத்திய தூண்கள் அமைக்கப்பட்டிருக்கும். இத்தூண்களின் அலங்கார வேலைப்பாடுகள் மற்ற தூண்களிலிருந்து மாறுபட்டவையாக உள்ளன. இவை சதுரமாக அமையாது வட்ட வடிவமாக கம்பிச்சுற்று அலங்காரம் போன்று வெட்டப்பட்டுள்ளன. இங்குள்ள குடைவரைகளில் உள்ள கருவறைகளில் புத்தர் உருவத்திற்குப் பதிலாக ஸ்தூபம் இருப்பதால் இவற்றின் காலத்தை முன்னே கொண்டு செல்ல அறிஞர்கள் சிலர் முயலுகின்றனர். ஆனால் இதனை வேறுவிதமாக நோக்கலாம். அஜந்தாவில் கூட பதினோராவது குடை வரையில் பின்சுவரில் ஸ்தூபம் உள்ளது ; அங்குள்ள பத்தொன்பது மற்றும் இருபத்தி ஆறாவது குடைவரைகளில் ஸ்தூபத்தில் புத்தர் அமர்ந்திருப்பது போன்று காட்டப்பட்டுள்ளது. எனவே முந்தைய மரபுகள் பின்னாலும் காட்டப்படுவது இயற்கையே. உதாரணமாக தமிழகத்தில் முதலாம் இராசராசன் காலத்தில் ஆப்புவடிவப் போதிகைகள் இடம்பெறலாயின. அம்மன்னனுக்குப் பின்பு பெரும்பாலான பிற்காலப் பாண்டியர் கோயில்களிலும், விஜயநகர் நாயக்கர் கோயில்களிலும் ஆங்காங்கே அத்தகைய போதிகை அமைப்பு காணப்படுகிறது. இதனை வைத்து அவற்றின் காலத்தை முன்னே கொண்டு செல்ல முடியாது. பிற கட்டடக்கலைக் கூறுகளையும் காலக்கணக்கிற்கு எடுத்துக்கொள்ள வேண்டும்.

இங்குள்ள மூன்றாவது குடைவரையில் எட்டு எண்பட்டை வடிவத் தூண்கள் நான்கு சதுரத் தூண்களுக்கு இடையிடையே

96. இவை 5 மற்றும் 6 ஆம் நூற்றாண்டுகளில் வெட்டப்பட்டன என்ற ஒரு கருத்து நிலவி வருகிறது. இவற்றில் குப்தர்கள் காலத்து ஓவியங்கள் இருப்பதால் 5 ஆம் நூற்றாண்டு எனக் கொள்ளல் சரியெனப்படுகிறது.

நிறுத்தப் பட்டுள்ளன. இதன் வழியாகவே நான்காவது குடைவரைக்குச் செல்ல முடியும். நான்காவது குடைவரையில் தர்மசாலை போன்ற அமைப்பு உள்ளது. இதில் இருபத்தி நான்கு எண்பட்டை வடிவத்தூண்களும், நான்கு சதுர வடிவ தாங்கு தூண்களும் உள்ளன. இவை மைய மண்டபத்திற்குப் பாதுகாப்பாக அமைந்திருக்கின்றன. இது இரங்கமஹால் என்ற பெயரில் அழைக்கப்படுகிறது. இதில் அலங்கரிக்கப்பட்ட முற்றங்கள் காணப்படுகின்றன. மூன்றாவது, நான்காவது குடைவரைகளில் அழகான ஓவியங்கள் தீட்டப்பட்டுள்ளன. இவை குப்தர் கலையை ஒத்திருப்பதால் அவர்களது தாக்கமென்றோ அல்லது அவர்களது படைப்பு என்றோ கருதுவதற்கு இடமுள்ளது.

அஜந்தாவுக்கு அருகில் உள்ள ஔரங்காபாத்தில் பல பௌத்த குடைவரைகள் பல காலகட்டங்களில் வெட்டப்பட்டன. இவற்றில் இரண்டு வாகாடகர்கள் காலத்தில் அஜந்தாவின் பிந்திய மகாயான பௌத்தக் குடைவரைகள் வெட்டப்பட்ட சமகாலத்திலேயே அமைக்கப்பட்டன. பிற குடைவரைகள் ஆறாம் நூற்றாண்டின் பின்பாதியைச் சேர்ந்தவையாகும். இவற்றில் 6, 7 மற்றும் 9வது குடைவரைகள் காலச்சூரிகளின் ஆட்சிக்காலத்தில் வெட்டப்பட்டிருக்க வேண்டும். ஜோகேஸ்வரி, மண்டபேசுவரம் மற்றும் எலிபெண்டாவில் உள்ள இந்துக் குடைவரைகளை அமைத்தவர்களும் அம்மன்னர்களே என்று கருதுகின்றனர்.[97] இங்குள்ள ஏழாவது குடைவரையானது அஜந்தாவின் பதினேழாவது குடைவரையைப் போன்று[98] திருச்சுற்றுப்பாதையுடன் கூடிய புத்தரது கருவறையைக் கொண்டுள்ளது. திருச்சுற்றுப்பாதையின் பக்கச் சுவர்களில் துறவிகளின் அறைகள் அமைந்துள்ளன. பின்பக்கச்சுவரில் இரண்டு சிறிய கருவறைகள் இடம்பெற்றுள்ளன. பிரதான மற்றும்

---

97. Susan L. Huntington, முன்னது, ப.265

98. அஜந்தாவின் பதினேழாவது குடைவரையில் பின்சுவருக்குப் பக்கத்தில் கருவறை என்று தனியே வெட்டப்படாமல் திருச்சுற்றுப் பாதையுடன் கூடிய புத்தரது உருவம் மட்டும் இடம் பெற்றுள்ளது. ஔரங்காபாத்தில் சற்று வளர்ச்சியடைந்து திருச்சுற்றுடன் கூடிய கருவறையாக மலர்ந்துள்ளது.

சிறிய கருவறைகளில் புத்தரின் உருவங்கள், பிரலம்பபாத ஆசனத்தில் அமர்ந்து தர்மச்சக்கர முத்திரை காட்டுவது போல செதுக்கப்பட்டுள்ளன. புத்தருக்கு இரண்டு பக்கங்களிலும் வஜ்ரபாணி மற்றும் பத்மபாணி போதிசத்துவர்கள் நிறுத்தப்பட்டுள்ளனர். இங்குள்ள மூன்றாவது குடைவரையில் கருவறையானது பின்சுவரில் ஆழமாக வெட்டப்பட்டுள்ளது.

கட்டுமான விகாரங்கள்

குடைவரைகளேயன்றி கட்டுமானக் கோயில்கள் அல்லது சைத்தியங்கள் அல்லது விகாரங்கள் பௌத்தர்களுக்காகக் கட்டப்பட்டன. பௌத்தர்களுக்குச் சொந்தமான தொன்மையான சமயக் கட்டிடம் ஜெய்ப்பூருக்கு அருகில் பெய்ரட்டில் செங்கல்லால் கட்டப்பட்ட வட்டமான மண்டபமாகும். இதில் ஒரு காலத்தில் ஸ்தூபம் ஒன்று இருந்திருக்க வேண்டும். கி.மு.3 ஆம் நூற்றாண்டைச் சேர்ந்த இக் கட்டிடத்தில் அடித்தளப் பகுதி மட்டுமே மிஞ்சியுள்ளது.[99] ராஜ்கிரில் உள்ள ஜீவகாம்ரவனம் என்னும் கட்டிட வகை விகாரம் புத்தர் காலத்திலேயே கட்டப்பட்டதென்னும் கருத்து நிலவிவருகிறது. இதிலும் அதிட்டானப் (அடித்தளம்) பகுதி மட்டுமே எஞ்சியுள்ளது. இதில் நான்கு நீள்வட்ட அறைகள் கட்டப்பட்டிருக்கின்றன. இவற்றில் நீளவாட்டுப் பகுதியில் வாயில்கள் அமைந்துள்ளன.

கால ஓட்டத்தில் வீடுகளைப் பார்த்து அந்த அடிப்படையில் ஒன்றுக்கும் மேற்பட்ட தளங்களையுடையதாக விகாரங்களை எழுப்பினர். இவற்றில் சில இன்றும் வங்காளத்தில் காணப்படுகின்றன. சில நேரங்களில் தூண்களுடைய மண்டபம் முற்றத்திலேயே அமைக்கப்பட்டது. நாகார்ஜுன கொண்டாவில் உள்ள சிம்ம விகாரத் (கி.பி.3-4 நூற்றாண்டுகள்) திற்கு முன்பாக செங்கல்லாலான ஸ்தூபம் ஒன்றுள்ளது. இம்மாதிரி விகாரத்திற்கு முன்பாக ஸ்தூபம் அமைந்திருப்பது அரிதான ஒரு கலை நுட்பமாகும். இந்த ஸ்தூபத்தின் அண்டாபகுதி விழுந்து விட்டது. ஸ்தூபத்தின் மேற்பரப்புக்குச் செல்ல படிக்கட்டுகள் கட்டப்பட்டுள்ளன. விகாரத்தின் நுழைவாயிலின் இருபக்கங்களிலும் அரைவட்ட வடிவ மாடங்கள் கட்டப்பட்டுள்ளன. அவற்றில் இடதுபக்க மாடத்தில் பெரிய புத்தர் சிலை வைக்கப்பட்டுள்ளது. வலதுபுற மாடத்தில் ஸ்தூபம் ஒன்று

---

99. A.L. Basham, முன்னது, ப.357

கட்டப்பட்டுள்ளது. இது புத்தர் சிலையும் ஸ்தூபமும் புத்தரையே குறிப்பதாகக் கூறப்படும் பௌத்த கோட்பாட்டுக்கு நல்லதோர் எடுத்துக்காட்டாக அமைகிறது. இந்த இரண்டு மாடங்களும் தனித்தனி சைத்தியங்களை ஒத்தனவாகக் கருதப்படுகின்றன. இந்த விகாரத்தின் தூண்களையுடைய மைய மண்டபத்தைச் சுற்றிலும் துறவிகளின் அறைகளும், பிற பயன்பாட்டு அறைகளும் காணப்படுகின்றன. இங்குள்ள இவ்விகாரம் தொன்மைக் காலத்திலிருந்த கட்டடம் அல்ல, அதன் பிரதிபிம்பமே என்று பார்ப்போர் கூறுகின்றனர். எலிசபெத் ரோஸன் ஸ்டோன் என்பார் இதனை முழுஅளவிலான மாதிரியமைப்பு (life size model) என்று கூறுகிறார்.[100] இதனை ஒரு மீள் படைப்பு (recreation) என்றே குறிப்பிடலாம். உதாரணமாக இங்கு வைக்கப்பட்டுள்ள புத்தர் சிலையின் தொன்மை வடிவம் இங்குள்ள அருங்காட்சியகத்தில் வைக்கப்பட்டுள்ளது.

காந்தாரத்தில் கட்டடக்கலை என்பது கட்டுமான அமைப்பையே கொண்டுள்ளது. இதன் பிரதானக் கட்டிடம் ஸ்தூபமும் விகாரமும் ஆகும். விகாரம் அல்லது சங்காராமத்தில் கோயில்கள், துறவிகளின் இல்லங்கள், நேர்த்திக்கடன் ஸ்தூபங்கள் ஆகியவை அடங்கியுள்ளன. இவற்றிற்கான உதாரணங்களை தக்-தி-பகாய், தர்மராஜிகம், ஜமல்கர்ஹீ, சர்சதம் மற்றும் மணிக்யாலா ஆகியவற்றில் காணலாம். தக்-தி-பகாயில் உள்ள சங்காராமம் காந்தாரக் கட்டடக்கலைக்குச் சிறந்ததோர் எடுத்துக்காட்டாகும். பிரதானக் கட்டிடத்தை நீள்சதுர சுவர் ஒன்று சுற்றியுள்ளது. இச்சுற்றுச் சுவர் 60 மீட்டர் நீளமுடையது. ஸ்தூபம் தெற்குப் பக்கமும், விகாரங்கள் வடக்குப் பக்கமும் அமைந்துள்ளன. இவற்றிற்கு இடையிலுள்ள மேடையில் நேர்த்திக்கடன் ஸ்தூபங்கள் வைக்கப்பட்டுள்ளன. சிறு கருவறைகளும் இடம்பெற்றுள்ளன. விகாரத்தின் மேற்குப் பக்கத்தில் துறவிகள் கூடி ஆலோசிக்கும் மண்டபம் ஒன்றுள்ளது. துறவிகளின் அறைகள் எளிமையாக அமைந்துள்ளன. கட்டிடத்தின் முன்பாக தூண்களுடைய தாழ்வாரம் அமைந்துள்ளது.

சாஞ்சியில் உள்ள 45வது விகாரம் வளர்ச்சியடைந்த நிலையைக் காட்டுகிறது. இதில் கருவறையானது பின்சுவரின் மத்தியில் வாயிலைப்

---

100. Elizabeth Rozen Stone, The Buddhist Art of Nagarjunakonda, Delhi, 1994, p.18.

பார்த்து அமைந்திருப்பது சிறப்பானதொரு கட்டடக்கலை அமைப்பாகும். இதனை ஒத்ததே சாஞ்சியின் 51 வது சங்காராமம். பஹார்ப்பூரில் உள்ள சோமபுர மகாவிகாரம் முழுவதும் வளர்ச்சியுற்ற நிலையிலான விகார அமைப்பை வெளிப்படுத்துகிறது. மைய மண்டபத்தைச் சுற்றி பல அறைகள் அமைந்துள்ளன. பஞ்சரத அமைப்பிலான கோயில் மண்டபத்தின் மையத்தில் அமைந்துள்ளது. இந்த விகாரம் முழுவதையும் 246.60 மீட்டர் நீளமான சுற்றுச் சுவர் மூடியுள்ளது.[101]

தூண்கள்

தூண்கள், இந்தியக் கட்டடக்கலை வரலாற்றில் அனைத்து கால கட்டங்களிலும் வளர்ந்து வந்துள்ளன. பௌத்த கட்டடக்கலையிலும் தனித்து நிற்கும் தூண்கள் சிறப்பிடம் பெறுகின்றன. இவற்றை முதன் முதலில் அமைத்தவர் பேரரசர் அசோகரேயாவார். பௌத்த சமயத்தோடு தொடர்புடைய இடங்களில் அவர் அத்தூண்களை நிறுவினார். இத்தூண்கள் உச்சியில் சமயக்குறியீடுகளைக் கொண்டிருந்தன. ஏறத்தாழ முப்பது இடங்களில் நிறுவப்பட்ட இத்தூண்களில் பத்தில் அவரது கல்வெட்டுகள் பொறிக்கப்பட்டுள்ளன. ஒரு தூணில், "கருணையுள்ள மாபெரும் மன்னர் தனது இருபத்தியாறாவது ஆட்சியாண்டில், தர்மத்தின் போதனைகளை மக்களுக்கு அறிவிக்கும்படி ஆணையிட்டார்" என்று குறிப்பிடப்பட்டுள்ளது. பெரும்பான்மையான தூண்களுக்கான மணற் கற்கள் வாரணாசி (காசி) க்கு அருகில் சூனார் என்ற இடத்திலிருந்து கொண்டுவரப்பட்டன. அவை நன்கு மெருகூட்டப்பட்டு பல நூற்றாண்டு காலம் கடந்த பின்பும் அழியாமல் நிலைத்துள்ளன.

அசோகரின் தூண்களில் மிகவும் சிறப்புப் பெற்றதாகக் கருதப்படுவது சாரநாத்தில் உள்ள தூண் ஆகும். இதன் உயரம் 15.25 மீட்டர். இதனை தர்மராஜுகஸ்தூபம் என்பர். இதில் அசோகரின் கல்வெட்டு உள்ளது. இக்கல்வெட்டு மடாலயத்தில் பிரிவினைகளை

101. Edith Tomory, முன்னது, பக்.52 - 53.

ஏற்படுத்தக்கூடாது என்று அசோகர் பௌத்த துறவிகளுக்கு ஆணையிட்டதைக் குறிப்பிடுகிறது. இந்தத் தூணின் உடைந்த பகுதிகள் சாரநாத் அருங்காட்சியகத்தில் வைக்கப்பட்டுள்ளன. இதன் உச்சியில் வைக்கப்பட்டுள்ள சிங்கத்துடன் கூடிய உச்சிப்பகுதி 2.31 மீட்டர் உயரமானதாகும். இத்தூணில் நான்கு முக்கிய பாகங்கள் உள்ளன. 1. மணி போன்ற பாத்திரம். இதனைத் தலைகீழாகக் கவிழ்க்கப்பட்ட தாமரை இதழ்கள் மூடியுள்ளன. 2. வட்டவடிவமான பரற்கட்டை (abacus) உள்ளது. 3. அமர்ந்த நிலையில் உள்ள நான்கு சிங்கங்கள் 4. உச்சியில் 32 ஆரங்களைக் கொண்ட தர்மச்சக்கரம். இத்தூணின் விளிம்புகள் கண்ணாடி போன்ற தோற்றத்தைக் கொண்டுள்ளன. இத்தூண் இந்திய அரசின் சின்னமாக விளங்குகிறது. இதனையொத்த தூண் ஒன்று சாஞ்சியிலும் நிறுவப்பட்டுள்ளது.

அசோகர் காலத்தில் பீகாரில் லாரியாநந்தன்கரில் ஒரு தூண் எழுப்பப்பட்டது. மெருகேற்றப்பட்ட இத்தூணிற்கான மணற்பாறை சூனாரிலிருந்து கொண்டுவரப்பட்டது. 9.8 மீட்டர் உயரமுள்ள இத்தூணுக்கும் பீடம் அமைக்கப்படவில்லை. தூணின் கம்புப்பகுதி தரையிலிருந்தே தொடங்குகிறது. வட்டவடிவமான இத்தூணின் உச்சியில் பரற்கட்டையில் பறக்கும் வாத்துக்களின் உருவங்கள் அலங்காரக் கூறுகளாக அமைந்துள்ளன. அதற்கும் மேலே அமர்ந்த நிலையிலான சிம்மம் வைக்கப்பட்டுள்ளது. இத்தூண் மௌரியர் காலக் கலைஞர்களின் கைத்திறனுக்குச் சிறந்ததோர் எடுத்துக்காட்டாக விளங்குகிறது. பாசர் பக்கீராவில் மற்றொரு சிம்மத்தூண் நிறுத்தப்பட்டுள்ளது. இதில் லாரியாநந்தன்கரைப் போலன்றி பீடம் அமைந்துள்ளது. அதற்கு மேல் உள்ள கம்பு வட்ட வடிவில் உள்ளது. பரற்கட்டை கவிழ்ந்த தாமரை இதழ் வடிவில் அமைந்துள்ளது. உச்சியில் அமர்ந்துள்ள சிங்கத்தின் உருவம் காணப்படுகிறது. இராம்பூர்வா என்ற இடத்தில் இரண்டு தூண்கள் உள்ளன. அவற்றின் ஒன்றின் உச்சியில் சிம்மமும், மற்றொன்றின் உச்சியில் காளைமாடும் காணப்படுகின்றன. காளைமாடு உள்ள தூணின் பரற்கட்டைப்

பகுதியில் பெர்ஷிபாலிடன் மணிபோன்ற அமைப்பும் பூவேலைப்பாடும் அமைந்துள்ளன.

பௌத்தர்களைப் போன்றே இந்துக்களும், சமணர்களும் இத்தகைய தூண்களை நிறுவியுள்ளனர். பாக்டீரிய அரசரின் தூதுவராக இந்தியா வந்த ஹெளியோடரஸ் பெஸ்நகர் என்ற இடத்தில் கருடத்தூண் ஒன்றை நிறுவியுள்ளார். இது கி.மு. இரண்டாம் நூற்றாண்டைச் (கி.மு. 150-120) சேர்ந்ததென்பர். இத்தூணிலுள்ள கி.மு. 150 ஆண்டைய கல்வெட்டு தட்சசீலத்தைச் சேர்ந்த ஹெளியோடரஸ் இதனை தேவதேவ வாசுதேவருக்காக எழுப்பியதாகத் தெரிவிக்கின்றது.[102] இதைப் போன்றே சமணர்களும், கர்னாட்க மாநிலத்தில் தனித்தனி தூண்களை அமைத்துள்ளனர். குப்தர்கள் காலத்தில் அலகாபாத்தில் தூண் நிறுத்தப்பட்டது.

இவ்வாறு பௌத்தர்கள் தொடக்கத்தில் தூண்களை எழுப்பினர். இரண்டாவது கட்டமாகப் புத்தரின் குறியீடாக ஸ்தூபங்களை எழுப்பி வழிபட்டனர். அந்த ஸ்தூபங்கள் புனிதமானவை என்பதால் அவற்றிற்குப் பாதுகாப்பான இடம் தேவைப்பட்டது. வெயிலும் மழையும் துறவிகளின் வழிபாட்டுக்கு இடையூறாக இருந்ததால் அவர்களது வழிபாட்டிடங்களும் பாதுகாப்பாக அமைக்கப்பட வேண்டிய சூழல் உருவானது. மலையைக் குடைந்த குடைவரைகளைச் சைத்தியங்களாக ஆக்கி அதனுள் ஸ்தூபமும் வெட்டப்பட்டது. அதன்பின் துறவிகள் தங்குவதற்காகப் பாதுகாப்பான இடம் தேவைப்பட்டது. இதன் விளைவே விகாரங்கள். இந்தக் குடைவரைகள் சமணர்களது இயற்கைக் குடைவரைகளைப் போலல்லாமல் செயற்கையாக வெட்டி அலங்கரிக்கப்பட்டன. இதுவே வரலாற்றுக் காலத்தில் இந்தியக்கலை வளர்ச்சிக்கு வழிவகுத்தது. பின்னாளில் இந்து மற்றும் சமண வழிபாட்டுச் சின்னங்கள் ஏற்படுத்தப்படுவதற்கான முன்னோடியாகவும் இது அமைந்தது. இதனால் பௌத்தக் கலையின் சில முக்கிய தன்மைகள்

---

102. J.C. Harle, முன்னது, பக்.31.

அல்லது கூறுகள், பிற சமயக்கலை வளர்ச்சியில் சில மாற்றங்களுடன் அல்லது சிறிது வளர்ச்சியுடன் இடம்பெறுவது தவிர்க்க முடியாததாயிற்று. பௌத்த கட்டடக்கலையும், சிற்பக்கலையும் ஒன்றோடு ஒன்று இணைந்து வளர்ச்சி பெற்றன. ஒன்றிலிருந்து மற்றொன்றைப் பிரிக்க முடியாது எனினும் முயன்று இவ்விரண்டையும் பிரித்துத் தனித்தனி இயல்களாகக் கொடுக்கப்பட்டுள்ளது. முடிந்த வரை முதல் இயலில் சொல்லப்பட்ட செய்திகள் அடுத்து வரும் இரண்டாவது இயலில் திரும்ப வராமல் கவனமாக எழுதப்பட்டுள்ளது. ஒருசில இடங்களில், விளக்கத்திற்காக, அவ்வாறு திரும்ப வருவது தவிர்க்க முடியாததாகிறது.

❑

4
சிற்பக்கலை

புத்தர் தான் வாழ்ந்த காலத்தில் உருவவழிபாட்டைத் தவிர்த்தார். புனிதர்களின் சாம்பல்கள், எலும்புகள் போன்றவையே ஸ்தூபங்களில் வைத்து வழிபடப்பட்டன. வைதீக இந்து சமயம் கூட தொடக்கத்தில் கோயில் கட்டுவதையோ அல்லது சிற்பங்கள் வைத்து வழிபடுவதையோ ஆதரிக்கவில்லை. உருவ வழிபாட்டுமுறை கிராம அல்லது நாட்டுப்புறப் பண்பாட்டிலிருந்து பெறப்பட்டதாக இருக்கவேண்டும். சிந்து சமவெளி நாகரீககாலத்தில் உருவவழிபாடு இருந்தபோதும் அதனைத் தொடர்ந்த வேதகாலத்தில் அம்முறை ஆதரிக்கப்படவில்லை. அசோகர்காலத்திலிருந்து தொடங்கி தொடக்க கால பௌத்தர்களும், அதாவது ஹீனயானத்தைப் பின்பற்றியவர்கள் புத்தரின் உருவங்களைச் செதுக்கவில்லை. ஆனால் ஸ்தூபங்களின் தோரணங்களிலும், வேலிகளிலும் புத்த ஜாதகக்கதைகள் (புத்தரின் முந்தைய பிறவிகள் பற்றியது) சிற்பங்களாக வடிக்கப்பட்டன. மகாயான பௌத்தப்பிரிவு செல்வாக்குப் பெற்ற காலத்தில் புத்தரின் உருவச்சிலையும் வடிக்கப்பட்டது. இச்சிற்பங்களில் வைதீக இந்து சமயக்கடவுளர்களும் இடம்பெற்றனர். அவர்கள் புத்தரை வணங்குவோராகவும், பௌத்த மடாலயங்களில் வாயில் காப்போர்களாகவும் நிறுத்தப்பட்டனர். சமயக் காழ்ப்புணர்ச்சிக்கும் வித்திட்டனர். இதன் விளைவாக புத்தரையே தங்களது கடவுளான விஷ்ணுவின் அவதாரம் என்று வைணவர்கள் பிரச்சாரம் செய்தனர். இதனால் பௌத்த சமயம் பிறந்த

மண்ணில் செல்வாக்கிழந்தது. இருப்பினும் இந்திய சிற்பக்கலை வரலாற்றில் பௌத்த சமயம் சிறந்ததோர் இடத்தைப் பெற்றதோடு பிற மதத்தவர்களுக்கு முன்னோடியாகத் திகழ்ந்தது என்பது மறுக்க முடியாத உண்மையாகும்.

மௌரியர் காலச் சிற்பங்கள்

மௌரியர் காலமே பௌத்தக் கலை வரலாற்றின் தொடக்கம் ஆகும். அசோகர் பௌத்த சமயத்தைப் பெரிதும் ஆதரித்தார். அதே நேரத்தில் பிற சமயங்களை அவர் வெறுத்திடவில்லை. அனைத்துச் சமயங்களை வளர்ப்பதில் ஆர்வம் காட்டினார் என்பதற்கு அவரது கல்வெட்டுகளில் உள்ள ஆணைகளே உதாரணமாகும்.¹ மௌரியரின் சிற்பக்கலைகள் இருபிரிவுகளாகப் பிரித்து ஆராயப்படுகின்றன. அவை பொதுவியல் மற்றும் வேத்தியல் எனப் பகுக்கப்படுகின்றன. முன்னது நாட்டுப்புறக்கலை வளர்ச்சியையும், பின்னது அரசவைக்கலை வளர்ச்சியையும் குறிப்பனவாகும். இவை இரண்டும் இரயில்வே தண்டவாளங்களைப்போல் தனித்தனியே சமகாலத்தில் வளர்ச்சியுற்றன. நாட்டுப்புறக்கலை பிற்கால இந்தியக் கலையை வளர்ப்பதில் துணை நின்றது. ஆனால் அரசவைக்கலையோ பிற கலைகளிலிருந்து தேவையானதை எடுத்துவளர்த்தது. மௌரியரின் அரசவைக்கலையில் ஈரானிய, கிரேக்க சிற்பக்கலைகளின் தாக்கம் இருந்தது.

அரசவை சிற்பக்கலைத் திறனுக்கு எடுத்துக்காட்டாக அமைபவை அசோகர் நாட்டிய தூண்களின் உச்சியில் அமைந்துள்ள விலங்குகளின் உருவங்களாகும். அவை கி.மு.250க்கும் 232 க்கும் இடைப்பட்ட காலத்தில் நிறுவப்பட்டன. அவரது தூண்களின் உச்சிப்பகுதி, முன்னமே குறிப்பிட்டது போல், பெர்ஸிபாலிடன் மணி, சட்டம் அல்லது பரற்கட்டை மற்றும் வட்டமான உச்சிச்சிற்பம் ஆகிய

---

1. 'எனது ஆணையின்படி சில மகாமாத்திரர்கள் சங்கத் (பௌத்தம்) தின் நிகழ்வுகளில் கவனம் செலுத்துகின்றனர். இதுபோலவே, வேறு சிலர் பிராமணர் மற்றும் ஆசீவகர்களின் நலனைக் கவனிக்கின்றனர். சிலர் நிகந்தர்களைக் (சமணர்) கவனிக்கும்படி என்னால் ஆணையிடப்பட்டுள்ளனர். இன்னும் சிலர் பல்வேறு பிரிவினரைக் கவனிக்க ஆணையிடப்பட்டுள்ளனர்'. (Pillar Edict VII)

அணிகளையுடையனவாகும். உச்சியிலுள்ள சிற்பம் பெரும்பாலும் ஒரு புனிதக் குறியீடாகவே அமைந்துள்ளது. அதாவது, தர்மச்சக்கரம், ஒரு விலங்கு அல்லது அதன் தொகுதி என்பனவாகும். இவற்றுள், ராம்பூர்வா, லாரீயாநந்தன்கர், சாரநாத், சாஞ்சி ஆகிய இடங்களில் உள்ள தூண்களின் உச்சியில் பொருத்தப்பட்டுள்ள மிருகங்களை எடுத்துக்காட்டுகளாகக் கொள்ளலாம். ராம்பூர்வாவில் கிடைத்த இரண்டு தூண் சிற்பங்களும் அழகுமிகுந்தவை. இவற்றில் ஒன்று நின்ற நிலையிலுள்ள காளை, மற்றொன்று அமர்ந்த நிலையில் உள்ள சிம்மம் ஆகும். மொகஞ்சதோராவுக்கு அடுத்து தொன்மையாக அமைந்த காளை உருவம் ராம்பூர்வாவில் உள்ளதுதான்.[2] இக்காளை இயற்கையாகவும், நேர்த்தியாகவும் அமைந்துள்ளதோடு மௌரியர் காலக் கலைஞர் தம் திறனையும் வெளிப்படுத்துகிறது. இதனை ஏதென்ஸோ அதாவது கிரேக்கர்களோ அல்லது பிறரோ மிஞ்சி விடவில்லை.[3] ராம்பூர்வா சிங்கத்தின் பிடரிமயிர் வரிசை வரிசையாகவும், சுருள் சுருளாகவும் அமைக்கப்பட்டுள்ளது. இதனை இயல்பற்ற, மரபொழுங்குபடுத்தப்பட்ட நிலை எனக் கூறுவர். இத்தகைய மரபுநிலைகள் இந்தியச் சிற்பக்கலை வரலாற்றில் பரக்கக் காணலாம்.

லாரியாநந்தன்கரில் தூண்மீது காணப்படும் அமர்ந்த நிலையிலான சிம்மம் ஏறக்குறைய ராம்பூர்வாவில் உள்ள சிம்மத்தை ஒத்திருக்கிறது. இதுவும் மரபுநிலைப்படி அமைக்கப்பட்டிருப்பினும் ராம்பூர்வா சிம்மத்தைவிட அழகுமிக்கதாய் உள்ளது என்பது இங்கு குறிப்பிடத்தக்கதாகும். இத்தூண் சட்டத்தில் பறக்கும் வாத்துக்கள் அல்லது அன்னங்கள் அழகாகத் செதுக்கப்பட்டுள்ளன. இதில் உள்ள அசோகரின் ஆணைக்கல்வெட்டின்படி இத்தூண் கி.மு.242 அல்லது கி.மு.241ல் எழுப்பப்பட்டிருக்க வேண்டும். பாசர் பகீராவில் கல்வெட்டு இல்லாத தூண் ஒன்றுள்ளது. அது அசோகரது கலைஞர்களின் ஆரம்பகால முயற்சியாக இருக்க வேண்டும். இத்தூணில் அமர்ந்துள்ள சிம்மம் எவ்வகையிலும் அசோகரின் பிறதூண்களில் இருப்பதைப் போல் அமையவில்லை.

2. C. Sivaramamurti, Indian Sculpture. New Delhi, 1961, p.18.

3. G.C. Chauley, Early Buddhist Art in India, Delhi, 1998, p.6.

மௌரியரின் தூண் சிற்பங்களில் மிகவும் அழகானதும், நேர்த்தியானதும் சாரநாத்தில் உள்ள தூண் சிற்பங்களே. அதனால்தான் டிடி கோசாம்பி இந்தத்தூண் உச்சியானது இந்திய தேசியச் சின்னமாகக் கொள்வதற்கான தகுதிபடைத்ததே என்று கூறுகிறார்.[4] எதிர் எதிர்ப்புறமாக நோக்கி அமர்ந்துள்ள நான்கு சிம்மங்களைக் கொண்டது இத்தூண். இச்சிம்மங்களுக்கும், இதனடியில் செதுக்கப்பட்டுள்ள கவிழ்ந்த தாமரை வடிவத்துக்கும் இடையில் அமைக்கப்பட்ட பரற்கட்டையில் நான்கு விலங்குகள், அதாவது 1. ஓடும் சிம்மம், 2. துள்ளிக்குதித்து ஓடும் குதிரை, 3. யானை மற்றும், 4. காளை ஆகியுன வடிக்கப்பட்டுள்ளன. இவற்றின் ஒவ்வொன்றிற்கும் இடையிலும் ஒரு தர்மச்சக்கரம் இடம் பெற்றுள்ளது. பௌத்தர்களின் நம்பிக்கையின்படி முறையே வடக்கு, தெற்கு, கிழக்கு, மேற்கு ஆகிய திசைகளின் காவல் சக்திகள் என்று இவை கருதப்படுகின்றன. ஆனால் அவற்றைப் புத்தரின் வாழ்க்கையோடு தொடர்புகொண்டவை என்று கொள்ளலாம். அதாவது அவர் சாக்கிய வம்சத்தைச் சேர்ந்தவர் என்பதனைக் குறிக்க அவ்வம்சத்துச் சின்னமான சிம்மத்தையும் அவரது பிறப்பைக் குறிப்பதாக யானையையும்[5], அவர் ரிஷப ராசியில் பிறந்தார் என்பதைக் காட்டும்படியாக காளையையும், இவ்வுலக இல்லறவாழ்க்கையை விட்டுவிட்டுத் துறவறம் பூண்டதைக் குறிக்கக் குதிரையையும் குறியீடுகளாகக் கொள்ளலாம். இதனைக் கண்ணுற்ற சீனப்பயணி (கி.பி.7 ஆம் நூற்றாண்டு) யுவான் சுவாங், இதை விவரிக்கும் போது, “மணிக்கல் போன்று ஜொலிக்கிறது... ஒளிபோன்று மின்னுகிறது, மற்றும் சுடர்விடுகின்றது” என்று குறிப்பிடுகிறார்.[6]

மௌரியரின் நாட்டுப்புறக்கலைக்குச் சிறந்ததோர் உதாரணமாக ஒரிஸ்ஸாவில் உள்ள தௌலி என்னுமிடத்தில் செதுக்கப்பட்ட

---

4. D.D. Kosambi, An Introduction to the Study of Indian History, Rep.1999, p.197.

5. புத்தரின் பிறப்பைக் குறிப்பதற்காகவே அவரது தாயார் மாயாதேவியின் கனவில் வெள்ளையான அவரது உடலில் புகுந்ததாகவும், பின்பு சோதிடர்கள் கூற்றுப்படி புத்தர் பிறந்ததாகவும் பௌத்த இலக்கியங்கள் கூறுகின்றன. சிற்பங்களிலும் பின்னால் காணலாம்.

6. Susan, L. Huntington, முன்னது, ப.47

யானைச் சிற்பத்தினைக் குறிப்பிடலாம். இங்கு ஒரு பெரும்பாறையினைச் செதுக்கி யானையின் முன்பகுதி மட்டும் அமைக்கப்பட்டுள்ளது. இந்த யானை கலைஞர்களின் இயற்கை ரசனையைக் காட்டுகிறது. இதில் அசோகரின் கல்வெட்டுகள் காணப்படுகின்றன.[7] மௌரியர் காலத்தில் இயக்கர் மற்றும் இயக்கியர் சிற்பங்களும் நாட்டுப்புறக்கலை மரபில் அமைக்கப்பட்டன. அவை மதுரா, விதிஷா, வாரணாசி, பாடலிபுத்திரம், சிசுபாலகர் போன்ற இடங்களில் காணப்படுகின்றன. சில இயக்கர், இயக்கியர் சிற்பங்கள் தூண்கள் செய்யப் பயன்படுத்தப்பட்ட அதே சூனார் மணற்கற்களால் செய்யப்பட்டுள்ளன. தீதார்கஞ்ச்சில் கிடைத்த கவரி வீசும் பெண்ணுருவம் இயக்கி உருவமாகும். இது கலைநயத்தில் முதிர்ந்த நிலையைக் காட்டுவதாக அமைந்துள்ளது. இப்பெண்ணின் உடலமைப்பு காளிதாசரின் 'சோகனம்ர ஸ்தனப்யம்' என்ற வரியை நினைவூட்டுவதாக அமைந்துள்ளது. இச்சிற்பம் தற்போது பாட்னா அருங்காட்சியகத்தில் வைக்கப்பட்டுள்ளது. பார்க்காமில் கிடைத்துள்ள இயக்கனின் சிற்ப அமைப்பு முதிரா முதல் நிலைப்பட்ட கலைத்தன்மைக்கு எடுத்துக்காட்டாக அமைகிறது. இதன் அமைப்பில் இச்சிற்பம் முழுவதும் இந்தியத் தன்மை வாய்ந்ததாகவும், பிற்காலத்தில் வடிக்கப்பட்ட குசாணர் மற்றும் குப்தர் காலப் புத்தர் சிற்பங்களுக்கு முன்மாதிரியாகவும் விளங்குகிறது.[8] "இந்தியாவின் சிற்பக்கலையின் உயிர்ப்பொருளில் மௌரியர் சிற்பக்கலை ஒரு சிறு முக்கியத்துவத்தையே பெறுகிறது" என்று ஸ்டெல்லா கிரம்ரிஸ்ச் குறிப்பிட்டுள்ளார். மௌரியர்களது சிற்பக்கலை இந்தியக்கலை வரலாற்றில் பெரிய மாற்றங்கள் எதையும் ஏற்படுத்தி விடவில்லை எனினும், அடுத்து வருவோர் கற்களைப் பயன்படுத்தலாம் என்ற முன் உதாரணத்தை உண்டாக்கியது பெருமைப்படத்தக்கதே. இதுவரைக் கற்களைக் பயன்படுத்திச் சிற்பங்கள் செதுக்காததற்குக் கற்கள் இறந்தோருடைய சடங்குகளோடு தொடர்புகொண்டதாகக் கருதப்பட்டது ஒரு காரணமாகும். அசோகர் காலத்தில், வெளிநாட்டுத் தாக்கத்தால், சிற்பங்களைச் செதுக்க ஒரு அழியாத நிரந்தரமான சாதனமாகக் கல் பயன்படுத்தப்பட்டது. பின்னாளில் அது தொடர்ந்தது.

---

7. **G.C. Chauley, முன்னது, ப.11 மற்றும் pl.5**

8. **மேலது, ப.11**

சுங்கர், சாதவாகனர் காலச்சிற்பங்கள்

மௌரியர்களின் கடைசி அரசனைப் புஷ்யமித்திர சுங்கன் கொன்றதும், பிராமணர்களின் எதிர்ப்புணர்வும் அப்பேரரசை வீழ்ச்சியுறச் செய்தது. பேரரசு வீழ்ந்ததும் அவர்களது அரசவைக் கலையும் வீழ்ச்சியுற்றது. இதனைத் தொடர்ந்து வடக்கே சுங்கர்களும், தெற்கே சாதவாகனர்களும் ஆட்சிபுரிந்தனர். இக்காலம் சிற்பக்கலையில் முன்னேற்றம் கண்ட காலமாகும். கலை சாதாரண மக்களைச் சென்றடைந்தது. சிந்து சமவெளியின் தொடர்ச்சி எனக் கருதப்பட்டது. வட்டாரக்கலைகள் தலைதூக்கின. இவற்றில் இந்தியத் தன்மை பெரிதும் காணப்பட்டது. சுங்கர்கலை தன்மையிலும், இயல்பிலும் மௌரியரின் கலையை விட மாற்றம் பெற்றது. இவற்றிற்கு எடுத்துக்காட்டாக, பார்கூத், சாஞ்சி, புத்தகயா போன்ற இடங்களில் வளர்ந்த கலையைக் குறிப்பிடலாம். இவ்விடங்களில் ஸ்தூபங்ளைச் சுற்றிலும் அமைக்கப்பட்ட கல்வேலிகளிலும், தோரணவாயில்களிலும் செதுக்கப்பட்ட புடைப்புச் சிற்பங்கள் நேர்த்தியாக அமைக்கப்பட்டன. பௌத்த சமயத்தைச் சார்ந்த இவை, புத்த ஜாதகக் கதை நிகழ்ச்சிகளை அக்கதைகளில் எந்த ஒரு விவரமும் விடுபட்டு விடாதவாறு மிகத்துல்லியமாகப் படம் பிடித்துக் காட்டுகின்றன. இவற்றைப் பின்பற்றியது போன்றுதான் முற்காலச் சோழர் கோயில்களில் அதிட்டானங்களில் மிகச்சிறிய அளவில் நேர்த்தியாக அமைக்கப்பட்டுள்ள கலபாதச்சிற்பங்களும் சிறப்பிடத்தினைப் பெறுகின்றன.

பார்கூத்

பார்கூத் சிற்பங்கள் தட்டையானவையாக ஒன்றன்பின் ஒன்றாக அமைந்த பொருள்களின் ஆழ அமைதியினை எடுத்துக்காட்டாதவாறு அமைத்துள்ளன. ஆனால் இச்சிற்பங்கள் அக்காலத்தில் நிலவிய சமயம்சார்ந்த செய்திகளை விளக்குவதாக மட்டுமல்லாது மக்களின் அன்றாட வாழ்க்கை முறை, பழக்கவழக்கங்கள், தொழில்கள், ஆடை ஆபரணங்கள், விழாக்கள் ஆகியவற்றைப் படம் பிடித்துக் காட்டுகின்றன. இதனால் அக்காலச் சமுதாயப் பொருளாதார

வாழ்க்கை நிலையை அறிய உதவும் கிடைத்தற்கரிய பொக்கிசங்களாக அவை விளங்குகின்றன. இச்சிற்ப அமைப்பு முறையில் குறிப்பிடத் தகுந்த சிறப்பு கதையைக் கோர்வையாகச் சித்தரித்துக் காட்டுதலாகும். அதாவது ஓரிடத்தில் வெவ்வேறு காலகட்டத்தில் நடந்த நிகழ்ச்சிகளை நாடகம்போல் ஒரே சிற்பத்தொகுதியில் செதுக்குவது பார்கூத் கலைஞர்களின் திறனாகும்.[8அ] இதற்கு இங்குள்ள குருஜாதகக் கதைச் சிற்பத்தொகுதியை உதாரணமாக எடுத்து விளக்கலாம். பார்கூத்தில் மொத்தம் இருபது ஜாதகக் கதைச்சிற்பத் தொகுதிகளும், ஆறு வரலாற்றுத் தொகுதிகளும், முப்பதுக்கும் மேற்பட்ட இயக்கர், இயக்கியர் சிற்பங்களும், தேவர்களும், நாகராஜ சிற்பங்களும் உள்ளன. அவற்றில் பாதிக்குமேல் பெயர்களோடு பொறிக்கப்பட்ட கல்வெட்டுகளைக் கொண்டுள்ளன. மிருகங்கள், மரங்கள், குதிரை வண்டிகள், காளை மாட்டு வண்டிகள், பல்வகை இசைக் கருவிகள், பல்வேறு கொடிகள் மற்றும் பிற அரசச் சின்னங்கள் ஆகியனவும் இச்சிற்பங்களில் காணப்படுகின்றன.[9] குறுக்குச் சட்டங்களில் உள்ள முழுஅளவிலான பதக்கங்களில் பாதியிலும், தூண்களில் செதுக்கப்பட்டுள்ள அரைப் பதக்கங்களிலும் (half medallions) அழகுமிகுந்த பூவேலைப்பாடுகள் செய்யப்பட்டுள்ளன.

இச்சிற்பங்களில் கதைகளின் முக்கியப் பாத்திரங்கள் பிரதானக் கதையை விளக்கும் வகையில் எத்தனை முறை காட்டப்பட வேண்டுமோ அத்தனை முறையும் திரும்பத்திரும்ப ஒரே சிற்பத் தொகுதியில் காட்டப்பட்டன. இதற்கு நல்ல உதாரணம் குருஜாதகமாகும். புத்தர் தமது முற்பிறவிகளில் ஒன்றில் குரு என்ற பெயருடைய மானாகப் பிறந்தார். கங்கைக் கரையில் குரு என்னும்

8அ. வெவ்வேறு காலகட்டங்களில் நிகழ்ந்த நிகழ்ச்சிகளை ஒரு சிற்பத்தொகுதியில் கோர்வை கெடுபடாமல் அமைப்பதில் கருத்தைச் செலுத்திய கலைஞர்கள் காலத்திற்கு முக்கியத்துவம் கொடுக்கவில்லை. இங்கு காலம் முக்கியம் அல்ல என்று அவர்கள் ஒதுக்கி விட்டனர். (S.K. Saraswati, A Survey of Indian Sculpture, Calcutta, 1957, p.38)

9. G.C. Chauley, முன்னது, பக்.14 - 15.

அப்பொன்மான் வாழ்ந்து வந்தது. ஒரு நாள் கங்கையில் விழுந்து தற்கொலை செய்துகொள்ள முயன்ற ஒரு வியாபாரியின் மகனை அம்மான் நீரிலிருந்து தன் முதுகில் சுமந்து வெளியே கொண்டுவந்து காத்தது. ஆனால் நன்றிகெட்ட அவ்விளைஞனோ, "என் மனைவி கனவில் கண்ட பொன்மானின் இருப்பிடத்தை அறிவிப்போருக்குப் பெரும் பரிசில் அளிப்பேன்" எனப் பறை சாற்றிய காசி மன்னனுக்கு அம்மானின் இருப்பிடத்தைக் காட்டித்தந்தான். காட்டுக்கு வந்த அரசன் அம்மானை அடிக்க வில்லால் குறிவைத்தான். திடீரென அம்மான் வாய்திறந்து கணீரென்ற குரலில் உயர்ந்த ஆன்மீகக் கருத்துக்களைக் கூறவே, அரசன் ஆயுதங்களை எறிந்துவிட்டு கைகட்டி, மிகுந்த பணிவுடன் அதன் பேருரைகளைக் கேட்டான். மேற்கூறப்பட்ட மூன்று நிகழ்வுகளும் ஒன்றன் பின் ஒன்றாக நடைபெற்றிருப்பினும், ஒரே இடத்தில், அதாவது கங்கைக் கரையில், இம்மூன்று நிகழ்வுகளையும் கலந்து ஒரே சிற்பத் தொகுதியில் வடித்திருப்பது அன்றைய கலை மரபாகும். இச்சிற்பத் தொகுதியில் பொன்மான் நீந்துவது போன்றும், பேசுவது போன்றும் இரண்டுமுறை காட்டப்பட்டுள்ளது. அரசன் வில்லில் நாண் பூட்டுவது போன்றும், பின்பு வணங்கியிருப்பது போன்றும் இரண்டு முறை காட்டப்பட்டுள்ளது. மானைக் காட்டுவதாக இளைஞன் ஒரு விரலால் சுட்டுகிறான். நாடகத்தின் அடுத்தடுத்த காட்சிகள் போன்று இவை விளங்குகின்றன. இதைப் போன்றே கி.பி. -9 ஆம் நூற்றாண்டில் பாறையில் செதுக்கப்பட்ட பார்சுவநாதர் சிற்பத்தொகுதிகளில் கமடன் என்னும் அசுரன் கல்லைத்தூக்கிப் பார்சுவநாதர் மீது எறிவது போலவும், அவரது காலில் விழுந்து வணங்குவது போலவும் ஒரே காட்சியாகக் காட்டப்பட்டுள்ளது. இதனை மதுரைக்கு அருகில் ஆனைமலையில் உள்ள சமணத் தலத்தில் காணலாம். இங்குள்ள சிற்பங்களில் உருவங்களின் அமைப்புக்கூட விசித்திரமாக உள்ளது. திரைப்படம் அல்லது தொலைக்காட்சிகளில் அருகிலிருந்து எடுக்கப்பட்ட முனைப்புருவ நிழற்படம் (close-up) பெரிதாகவும், தூரத்தில் உள்ளவை சிறிதாகவும் தெரிவது போன்று இச்சிற்பத்தொகுதியிலும் உருவங்கள் பெரிதாகவும், சிறிதாகவும் அமைந்திருப்பது நோக்கத்தக்கதாகும்.

பார்கூத்தில் உள்ள மற்றொரு முக்கிய சிற்பத் தொகுதி புத்தரின் தாயார் மாயாதேவியின் கனவுக் காட்சியாகும். இதில் அவ்வம்மையார், வெள்ளையானை ஒன்று சொர்கத்திலிருந்து இறங்கி வந்து தமது கருப்பையில் நுழைந்ததாகக் கனவு காண்கிறார். இதில் உள்ள சிற்பத் தொகுதியில் மாயாதேவி ஒரு மெத்தையில் அயர்ந்து தூங்கிக் கொண்டிருக்கிறார். இதைப் படுக்கைக்கு அருகில் அமர்ந்துள்ள பெண்சேடிகள் கவனித்துக்கொண்டிருக்கின்றனர். அரசியாரின் உருவம் மற்ற பெண்களின் உருவங்களைவிட பெரிதாக உள்ளது. அரசியாரின் இடது பக்கம் பெரிய யானை உள்ளது. அக்காலத்து விளக்கு ஒன்றும் காலடியில் காணப்படுகிறது. போதிசத்துவர், பெரிய உருவத்தில் விண்ணிலிருந்து கீழே இறங்கி வருவது போல் காட்சி அமைக்கப்பட்டிருக்கிறது. இதில் உள்ள கல்வெட்டில் "பகவதோ உகந்தி" என்று எழுதப்பட்டுள்ளது. வடமொழியில் 'கர்ப்பவகரந்தி' என்று அழைப்பர் (Rathan Parimoo, 1982,p.7).

ஜேடவனத்தை வாங்கும் சிற்பத் தொகுதியில் கதை அழகாகச் செதுக்கப்பட்டுள்ளது. ஜேடவனப்பூங்கா, அநாத பிண்டிகன் என்னும் வங்கியாளரால் புத்தருக்குப் பரிசாகக் கொடுக்கப்பட்டது. இந்தப் பூங்கா ஜேடன் என்னும் இளவரசனுக்குச் சொந்தமானதாகும். இதனை விலைக்கு வாங்க விரும்புபவர்கள் தரையை நிரப்புவதற்கு எவ்வளவு பொன் நாணயங்கள் தேவையோ அவ்வளவு நாணயங்களைத் தர வேண்டும் என்ற கண்டிப்போடு இருந்தான். இந்தக் கதையின் இரண்டு வேறுபட்ட நிகழ்வுகள் ஒரே பக்கத்தில் செதுக்கப்பட்டுள்ளன. வலது பக்ககத்தில் இரண்டு ஆண்கள் பொன்னைப் பூமியில் பரப்புகின்றனர். காளைமாட்டு வண்டியில் பொன் நாணயங்கள் ஏற்றி வரப்பட்டுள்ளன. அதன்பின்புறம் அநாத பிண்டகன் நின்றுகொண்டிக்கிறான். அடுத்த கட்டத்தில் அவன் புத்தருக்கு அந்தப் பூங்காவை அளிக்கின்றான். பரிசில் பெறுவோருக்கு கலசத்திலிருந்து நீருற்றி தாரைவார்த்து பரிசில் வழங்குவது என்பது அக்கால மரபு. திரிவிக்கிரம (வாமனர்) அவதாரத்தில் கூட இறைவனுக்கு மூன்றடி நிலம் தருவதாகக் கூறி செம்பிலிருந்து மன்னன் மகாபலி நீர்வார்ப்பது போன்று பிற்காலத்தில் சிற்பங்கள் செதுக்கப்பட்டன. இங்கே பார்கூத் சிற்பத்தொகுதியில் அநாதபிண்டகன் கையில் பாத்திரத்தில் நீர் வைத்து ஊற்ற முயல்வது போல் காட்டப்பட்டுள்ளான். ஆனால் அங்கே புத்தர் உருவம் இல்லை.

இதைப்போன்றுதான் 10-11 ஆம் நூற்றாண்டு சோழர்கால செப்புப்படிமங்களில் ரிஷபாந்திகர் உருவத்தில் ரிஷபம் காட்டப்படாமல் இறைவன் நிற்கும் பாங்கிலேயே அங்கே ரிஷபம் நிற்பது போல் தோற்றத்தை ஏற்படுத்தியிருக்கின்றனர்.[10] பார்கூத்தில் மேலும் ஒரு காட்சி யாதெனில் புத்தர் உருவம் இல்லாமலே புத்தருக்குத் தாரை வார்த்துக் கொடுக்கும் நிகழ்ச்சியினைப் பலர் கண்டுகளிப்பது போல் சித்தரிக்கப்பட்டுள்ளது. இங்கு வெவ்வேறு இடங்களிலுள்ள இரண்டு கட்டிடங்கள் வெவ்வேறு காலக்கட்டங்களில் கட்டப்பட்டது போன்ற எண்ணத்தை உருவாக்கும்படி அமைந்துள்ளது.

பார்கூத்தில் உள்ள மற்றொரு தூணின் பதக்கத்தில் (medallion) மகாகவி ஜாதகம் சித்திரிக்கப்பட்டுள்ளது. இது புத்தர் தனது முன்பிறவியில் குரங்குகளின் அரசனாகப் பிறந்ததை விவரிக்கிறது. இந்தக்கூட்டம் கங்கைக் கரையில் இனிமையான மாங்கனிகளைக் கொடுக்கும் மாமரத்தின் பக்கத்தில் வாழ்ந்து வந்தது. இம்மரத்தின் சிறப்பை அறிந்த வாரணாசி மன்னன் பிரம்மதத்தன் தனது சேனைகளுடன் அங்கு சென்றான். அவன் குரங்குகளைக் கொன்றுவிட்டு மரத்தைக் கொண்டு செல்ல விரும்பினான். இதனை அறிந்த போதிசத்துவர் மரத்தை எதிர்க்கரைக்கு எடுத்துச்சென்று நட்டார். இதனால் அக்குரங்குகள் பாதுகாக்கப்பட்டன. குரங்குகள் போதிசத்துவரின் உடலைப் பாலமாகக் கொண்டு ஆற்றைக் கடந்தன. இந்த வீரச்செயல் கண்டு பொறாமையுற்ற போதித்துவரின் உறவினர் தேவதத்தர் அவரைப் பின்னாலிருந்து தாக்கிக் காயப்படுத்தினார். தன்னையே கொடுத்துப் பிறரைக் காக்கும் பண்புகொண்ட போதிசத்துவரைக் கண்டு வியந்த மன்னன் பிரம்மதத்தன் அவரது காயங்களுக்கு மருந்திட்டான். இறக்கும் தருவாயிலும் தனக்கு மருந்திட்ட மன்னனுக்கு போதிசத்துவர் மரத்தடியில் அமர்ந்து அரசனின் கடமைகள் என்னென்ன என்று போதித்தார். இங்குள்ள இக்கதைபற்றிய சிற்பத்தொகுதியில் இரண்டு நிகழ்வுகளும் காட்டப்பட்டுள்ளன. போதிசத்துவரான குரங்கு உருவம் இருமுறை காட்டப்பட்டுள்ளது.

---

10. தஞ்சையில் உள்ள அரசு அருங்காட்சியகத்தில் இத்தோற்றம் கொண்ட அழகுமிகு ரிஷபாந்திகர் செப்புத் திருமேனி வைக்கப்பட்டுள்ளது.

பார்கூத்தின் வேலியில் மற்றொரு குறிப்பிடத்தக்க சிற்பத்தொகுதி உள்ளது. இது திரயதிரிஸ்மா சொர்க்கத்திலிருந்து போதிசத்துவர் இறங்கி வரும் கதை நிகழ்வாகும். திரயதிரிஸ்மா என்பது முப்பத்திமூன்று கடவுளர்கள் இருக்கும் இடமாகும். இச் சிற்பத்தொகுதியின் மத்தியில் மூன்று பெரிய ஏணிகள் நிறுத்தப்பட்டுள்ளன. அவற்றில் புத்தரின் பாதச்சுவடுகள் காட்டப்பட்டுள்ளன. அவர் இறங்கி வருவதைக் காட்டுவதற்காக உச்சியிலுள்ள ஏணிப்படியிலும், கீழே உள்ள முதல்படியிலும் பாதச்சுவடுகள் காணப்படுகின்றன. திரயதிரிஸ்மா சொர்க்கத்திற்கு அவர் தமது அன்னையாருக்குத் தர்மத்தைப் போதிக்கச் சென்றிருந்தார். அவரது பிற குறியீடுகள், அதாவது அரசஆசனம், குடை மற்றும் மரம் ஆகியவை இடது புறத்தில் காட்டப்பட்டிருக்கின்றன. வலது புறத்தில் பக்தர்கள் ஒருவர் மீது ஒருவர் இடித்துக்கொண்டு வரிசையில் நின்றுள்ளனர். சிற்பத்தொகுதியின் உச்சியில் வித்யாதரர்கள் பறக்கின்றனர். இதுவே சொர்க்கத்தைக் காட்டும் அடையாளமாகவும் கொள்ளலாம். புத்தரை மனித உருவில் காட்டாத தொடக்க காலத்தில் அவரது குறியீடுகளாக மேற்குறிப்பிட்ட சின்னங்களோடு திரிரத்னம் எனப்படும் சின்னமும் சிற்பங்களில் இடம்பெற்றது. திரிரத்னம் புத்தரை மட்டுமன்றி சங்கம், தர்மம் ஆகியவற்றையும் குறிப்பதாக அமைந்தது, புத்தரின் பாதச்சுவட்டில் ஸ்வஸ்திகம்,[11] தர்மசக்கரம், திரிரத்னம், நட்சத்திரங்கள் போன்ற குறியீடுகள் உள்ளன. கூடுகளில் உள்ள சில தாமரைப் பதக்கங்களில் மனித முகம் காணப்படுகிறது. புத்த கயாவிலும் இத்தகைய அமைப்பு இருக்கிறது. இதுவே பின்னாளில் குறிப்பாகப் பல்லவர்களின் கோயில்களில் உள்ள கபோதங்களில் மனித உருவங்களைச் செதுக்குவதற்கு முன்னோடியாக இருந்திருக்க வேண்டும்.

புத்த ஜாதகக் கதைகள் தவிர இயக்கர், இயக்கியர், படைவீரர் உருவங்கள் நேர்த்தியாக அமைந்துள்ளன. இங்குள்ள ஒரு இயக்கி

---

11. ஸ்வஸ்திகம் உலகம் முழுவதிலும் வளமையை, செல்வத்தை மற்றும் நன்மையைக் கொடுக்கும் சின்னமாகப் பயன்படுத்தப்பட்டு வந்தது. இந்தியாவில் முதன்முதலில் கலையில் புகுத்தியவர்கள் பௌத்தர்களே. ஐரோப்பாவில் ஹிட்லர் இரண்டாவது உலகப்போரில் தோற்கும் வரை நன்மையின் குறியீடாக இருந்த ஸ்வஸ்திகம் பின்னாளில் வெறுக்கப்பட்டுவிட்டது. காரணம் இதனை ஹிட்லர் தனது கொள்கையின் சின்னமாக வைத்திருந்ததுதான்.

உருவம் சுலகோடக இயக்கி என்று அழைக்கப்படுகிறாள். அவளது தோற்றமே வளமைச்சின்னம் அல்லது குறியீட்டுக்கு நல்லதோர் எடுத்துக்காட்டாக அமைந்துள்ளது. அவள் ஒரு மரத்தை அணைத்துக் கொண்டிருக்கும் தோற்றம், அம்மரத்தை மயக்கி பூப்பூக்கவும், காய்க்கவும் வழிவகையமைப்பது போன்றுள்ளது. மரங்கள் வளமையின் சின்னங்கள் என்ற கருத்து உலகம் முழுமையும் ஒரு பழைமையான நம்பிக்கையாகும். இயக்கியர்கள் மரங்களைத் தழுவியோ அல்லது அவற்றைத் தொட்டோ அவற்றினைப் பூக்கவைப்பது போன்ற பல தொன்மக் கதைகளும் உள்ளன. இங்குள்ள இயக்கி உருவம் மென்மையோடு, அதே சமயம் கவர்ந்திழுக்கும் தன்மையுடனும் காட்டப்பட்டுள்ளது. முதன் முறையாக சன்னவீரம் இவ்வுருவத்தில் காணப்படுகிறது.[12] இந்துக்கோயில் சிற்பக்கலையில் பொதுவாகச் சன்னவீரம் வீரதீரச்செயல் புரிவோருக்கும்,படைப்பிரிவில் உள்ளோருக்கும் மட்டுமே அணிவிக்கப்படும். உதாரணமாக சுப்பிரமணியருக்கு (முருகன்) சன்னவீரம் அணிவிக்கப்படும். இந்திரனுக்கும், சுப்பிரமணியருக்கும் கையில் உள்ள ஆயுதங்கள் ஒரே மாதிரியாக இருப்பதால் அவர்கள் இருவருக்குமிடையே வேறுபாடு காட்டுவது சன்னவீரமேயாகும்.

பார்கூத்தில் உள்ள மற்றொரு இயக்கி உருவம் அங்குள்ள கல்வெட்டின் மூலம் சந்திரஇயக்கி என்று அழைக்கப்படுகிறது. இந்த உருவம் குதிரைத் தலையும் மகரவாலும் கொண்ட விலங்கின் மீது நின்றுள்ளது. தனது இடது கையால் இப்பெண் அசோக மரத்தின் கிளையைப் பிடித்துள்ளாள். வலதுகை மரத்தைச் சுற்றியுள்ளது. முந்தைய இயக்கியின் உருவத்தைப் போலவே இதுவும் வளமைச்சின்னமாகவே கருதப்படுகிறது. சடையில் பின்னல் காட்டப்பட்டுள்ளது. சடை இடுப்புக்குப் பின்னால் செல்கின்றது. அவளது கழுத்தணியில் இரண்டு இலைகள் மற்றும் திரிரத்ன பதக்கம் ஆகியவை பௌத்தக் குறியீடுகளாகக் காட்டப்பட்டுள்ளன. உருவ அமைப்பு, அணிகலன்கள், ஆடைகள் ஆகியவை இச்சிற்பம் தலைசிறந்த பார்கூத் சிற்பங்களில் ஒன்றெனக் காட்டுவதாக அமைந்துள்ளது.

---

12. Edith Tomory, முன்னது, ப.169

பார்கூத் சிற்பங்களில், இதே காலத்தையொட்டிய பிறசிற்பவமைதிகளைப் போன்றே புத்தரை அவரது மானுட உருவில் காட்டாது சில குறியீடுகள் மூலம் காட்டுவது மரபாகும். உதாரணமாக, அரியாசனம், குடைகள், மரம், பாதச்சுவடுகள் போன்ற குறியீடுகள் இச்சிற்பங்களில் இடம்பெற்றுள்ளன. இக்கலைஞர்கள் முப்பரிமாண உணர்வுகள் அல்லது வெளிப்பாடுகள் பற்றிக் கவலைப்பட்டதாகத் தெரியவில்லை. இதனால் தொலையணிமைக் காட்சியமைவு அல்லது இயலுருத்தோற்றம் (perspective) பெரிதும் பாதிக்கப்பட்டுள்ளது. இதற்கு எடுத்துக்காட்டாக, ஒன்றன்பின் ஒன்றாக உள்ள பல வரிசைகளை அவ்வாறே காட்டாது, அவற்றை ஒன்றன் மீது ஒன்றாக நிற்பது போன்று அமைந்துள்ள சிற்பத்தொகுதிகளைக் கூறலாம். சிற்பங்களைக் கண்ணுறுவோர் அவற்றை ஒன்றன் பின் ஒன்றான வரிசைகள் எனப் புரிந்துகொள்ள வேண்டும். இம்முறையின் மூலம், முன்வரிசையில் மறைக்கப்பட வேண்டிய பகுதிகள் யாவும் கலைஞனால் நன்கு காட்டப்படும். மேலும் பின் வரிசையாளர்கள் இயலுருத் தோற்ற விதிகளின்படி அளவில் சிறியதாகக் காட்சியளிக்க வேண்டும். இவ்விதியை மீறி பின்வரிசையாளர்களும், அவர்கள் முன்வரிசையிலிருந்து எவ்வளவு தூரம் தள்ளியிருப்பினும், முன்வரிசையாளர்களைப் போன்று அதே அளவினராகக் காட்டப்படுவர். கூட்டமைவுகளில் முக்கிய பாத்திரம் அல்லது பொருளை, அதன் உண்மை அளவினைவிட மிகைப்படுத்திக்காட்டி, அதன் முக்கியத்துவத்தை உணர்த்துவதும் இந்தியக்கலை மரபாக இருந்திருக்கின்றது. இதற்கு உதாரணமாகப் பிற்காலத்தில் பிரபலமடைந்து வந்துள்ள தஞ்சாவூர் ஓவியங்களில் குறிப்பிடத்தக்கதான கிருஷ்ணர், பசு மற்றும் பெண்களுடைய படங்களைக் கூறலாம். பார்கூத் கலைஞர்கள் தாங்கள் பார்த்த பொருட்களைப் பார்த்தவாறே சிற்பங்களில் வடிக்கவில்லை. மாறாக, அவர்கள் அப்பொருட்கள் எப்படி இருந்தனவோ அப்படியே வடித்துள்ளனர். அவர்கள் தங்களது கண்கள் எதைக் கிரகித்தன என்று பாராமல் அப்பொருட்களின் உண்மை நிலையையே கருத்தில் கொண்டு சிற்பங்களை அமைத்தனர்.[13] சுருங்கச் சொன்னால் அவர்கள் இயலுருத்தோற்ற விதிகளைப்பற்றிப் கவலைப்படவில்லை

13. மேலது, ப.172

என்பதேயாகும். இம்மாதிரி கலையம்சங்களைப் புத்தகயாவில் பார்க்கலாம்.

புத்தகயா

புத்தகயாவில்தான் போதி மரத்தடியில் புத்தருக்கு ஞானம் கிடைத்தது. போதி மரத்தைச் சுற்றிப் பிற்காலத்தில் அமைக்கப்பட்ட கல்வேலியின் எச்சங்கள் தொல்லியலாரால் கண்டுபிடிக்கப் பட்டுள்ளன. பார்கூத்தில் உள்ளது போலவே, இங்கிருந்த கல்வேலிச்சட்டங்களில் சிற்பங்கள் செதுக்கப்பட்டுள்ளன. ஆனால் இவற்றில் உள்ள சிற்பத் தொகுதிகளில் பார்கூத்தில் உள்ளது போன்று கதைகள் விளக்கமாகக் காட்டப்படவில்லை. மாறாக, முன்பு குறிப்பிட்டது போல், இவை முக்கியமான கதைப் பாத்திரத்தை மட்டுமே மேம்படுத்திக் காட்டுவதாக அமைந்துள்ளன. ஆனால், மனித உருவங்களையும், உடலுறுப்புக்களையும், இயங்கு நிலையையும் பார்கூத்தை விட இவை தெளிவுபட உணர்த்துகின்றன. எனினும் இயலுருத் தோற்றத்தைக் காட்டுவதில் பார்கூத் சிற்பங்களின்றும் புத்தகயா சிற்பங்கள் எவ்வித முன்னேற்றத்தையும் காட்டவில்லை. இதனை இங்கு காணப்படும் ஒரு சிற்பத் தொகுதி மூலம் உணரலாம். இந்த சிற்பத்தொகுதியில் போதிமரம் ஒன்றுள்ளது; அதைச் சுற்றி வேலி காட்டப்பட்டுள்ளது. வேலிக்கு இருபக்கங்களிலும் இரண்டு குடைகள் வைக்கப்பட்டுள்ளன. மரத்திற்கு மேலே இரு முனைகளிலும் இரண்டு மாலைகள் தொங்குகின்றன. இவை அனைத்தும் மூன்று விதமான கண்மட்டத்திலிருந்து (eye-level) வடிக்கப்பட்டுள்ளன. அதாவது போதிமரமும், மாலையும் கண்மட்ட அளவிலும், வேலியானது கண்மட்டத்திற்குக் கீழும், குடைகள் கண்மட்டத்திற்குச் சற்று மேலும் காட்டப்பட்டிருக்கின்றன.

புத்தகயாவிலுள்ள ஒரு தூணில் (thaba) சூரியன் நான்கு குதிரைகள் பூட்டிய ஒரு தேரில் பவனிவரும் சிற்பத் தொகுதி உள்ளது. இங்கு காணப்படும் குதிரைகளில் இரண்டு இடது பக்கமும், மற்றவை இரண்டும் வலது பக்கமும் பார்த்துள்ளன. தேரில் சூரியனுக்கு இரண்டு பக்கங்களிலும் இரண்டு பெண்கள் வில், அம்புடன் அமர்ந்துள்ளனர். இரண்டு அசுரர்கள் இரண்டு பக்கங்களிலும் வீழ்ந்து கிடக்கின்றனர். இங்கு கலையில் ஒத்திசைவு (symmetry) அமைப்பது எவ்வாறு

என்பதற்கான முன்னோடியைக் காணமுடிகிறது. பிற்காலத்தில் இந்துக் கோயில்களில் ஒத்திசைவுமுறை செம்மையாகப் பின்பற்றப்பட்டுள்ளது. இதற்கு மதுரை - மீனாட்சி சுந்தரேசுவரர் ஆலயக் கோபுரச் சிற்பங்களின் அமைப்பு முறையையே எடுத்துக்காட்டாகக் கொள்ளலாம். மேலே குறிப்பிடப்பட்ட சூரியன் சிற்பத்தொகுதி சூரியனின் திக்விஜயத்தைக் காட்டுவதாகக் கருதப்படுகிறது. இதனையொத்த சிற்றுருச்சிற்பம் (கலபாதச்சிற்பம்) முற்காலச் சோழர் கோயில்களில் ஒன்றான புஞ்சை நல்துணையீசுவரர் கோயிலில் காணப்படுகிறது.[14] புத்தகயாவில், மற்றொரு தூண் சட்டத்தில் குனிந்துகொண்டிருக்கும் ஒரு மிருகத்தின் மீது நின்ற நிலையில் வேதக் கடவுளான இந்திரனின் சிற்பம் உள்ளது. அவ்னது இடது கால் அம்மிருகத்தின் பிட்டத்தில் வைக்கப்பட்டுள்ளது. இதன் உடல் அமைப்பு இக்காலத்தின் கலை நுட்பத்தைக் காட்டுவது போன்று சதைப்பற்றுடன் காணப்படுகிறது.

மற்றொரு தூண் சட்டத்தில், ஒரு ஆண், ஒரு பெண் மரத்தில் ஏறுவதற்கு உதவி செய்வது போன்றதொரு சிற்பம் அமைக்கப்பட்டுள்ளது. இதில் அந்த ஆண்மகன் கீழே குந்து நிலையில் உட்கார்ந்து கொண்டு ஒரு கையால் தாங்குதலாக மரத்தின் கிளையைப் பிடித்துக்கொண்டும், மற்றொரு கையால் அப்பெண்ணின் வலது பாதத்தைத் தாங்கிக்கொண்டும் உள்ளான். அப்பெண் மரத்தைப் பிடித்திருக்கும் பாங்கு பார்கூத்தில் உள்ள சுலகோக்க இயக்கியின் உருவத்தை நினைவூட்டுகின்றது. அலை அலையான வளைவு ஒன்று சிற்பத்தொகுதி முழுவதும், அதாவது பெண்ணின் உயர்த்தியுள்ள கையிலிருந்து, ஆணின் கால் பாதம் வரை, பரந்திருப்பதையும் இங்கு காணமுடிகிறது.

பார்கூத்தைப் போன்று புத்த ஜாதகக் கதைகளை மிக விளக்கமாக புத்தகயாவில் காட்டாததற்குக் காரணம், அக்கால கட்டத்தில் இக்கதைகள் பிரபலமடைந்து பலருக்கும் தெரியவந்ததேயாகும். அதனால் அவற்றை முழுமையாக விளக்க வேண்டிய அவசியம்

---

14. கு. சேதுராமன், புஞ்சை நல்துணையீசுவரர் கோயில் கண்டச் சிற்பங்கள்," வரலாற்றுக்கலம்பகம், தஞ்சாவூர், 1998, ப.200.

ஏற்படவில்லை.[15] இதனைத் தெளிவாகத் தெரிந்துகொள்வதற்குப் பார்கூத்திலும், புத்தகயாவிலும் சிற்பங்களாகச் செதுக்கப்பட்டுள்ள ஜேடவன ஜாதகக் கதையை உதாரணமாக எடுத்துக்கொள்ளலாம். பார்கூத்தில் இக்கதையின் ஒவ்வொரு கட்டமும் சிறப்பாக விளக்கப்பட்டுள்ளது. பத்து மனித உருவங்கள் இடம்பெற்றுள்ளன. ஆனால் புத்தகயாவில் மூன்று மனித உருவங்கள் மட்டுமே இடம்பெற்றுள்ளன. பின்புறத்தில் ஒருவர் தங்க நாணயங்களைச் சுமந்து வருகிறார். முன்பக்கத்தில் இருவர் குந்தி உட்கார்ந்துகொண்டு தங்க நாணயங்களைத் தரையில் பரப்புகின்றனர். உருவங்களின் பின்புலம் (background) மிகத் தெளிவாக ஒரே நேர்கோட்டில் புத்தகயாவில் காட்டப்பட்டுள்ளது. ஆனால் பார்கூத்தில் ஒவ்வொன்றுக்குமிடையே வேறுபாடு காணப்படுகிறது. இவ்விரு இடங்களில் உள்ள ஒரே கதையைக் காட்டும் சிற்பத் தொகுதிகளுக்குள் காணப்படும் வேறுபாடு புத்த கயா காலத்தில் சிற்பக்கலை நுணுக்கத்தில், அதாவது சுருங்கச் சொல்லி விளங்கவைக்கும் யுத்தியில், பெறப்பட்டுள்ள முன்னேற்றத்தை உணர முடிகிறது.

சாஞ்சி

மௌரியர் மற்றும் சுங்கர்களைப் போன்றே சாதவாகனர்களும், கலையார்வம் மிக்கவர்களாயிருந்தனர். அவர்கள் தக்காணத்தில் கி.மு.முதல் நூற்றாண்டு முதல் கி.பி. மூன்றாம் நூற்றாண்டு வரை சிறப்பாக ஆட்சி செய்தனர். மகாராட்டிரத்தில் பூனா மாவட்டத்தில் நானாகாட் குடைவரையில் உள்ள கல்வெட்டு ஒன்று கி.மு. முதல் நூற்றாண்டில் ஆட்சி செய்த முதலாம் சதகர்னியின் மனைவியான நகன்னிகா உள்ளிட்ட எட்டு அரசர்களின் பெயர்களைக் குறிப்பிடுகிறது. முதலாம் சதகர்னி காலத்தில் சாஞ்சியின் மகாஸ்தூபத்தைச் சுற்றி நான்கு பக்கங்களில் நான்கு வாயில்களின் முன்பும் தோரணங்கள் அமைக்கப்பட்டன. மூன்றாவது ஸ்தூபத்திற்கு முன்பு ஒரு தோரணம் எழுப்பபட்டது. சாஞ்சியின் சிற்ப அழகை இத்தோரணங்களில் காணலாம். தெற்குத் தோரணத்தில் உள்ள உச்சி விட்டத்தில் ஒரு கல்வெட்டு காணப்படுகிறது. அதில் சதகர்னிக்காகப் பணி செய்த கலைஞர்களின் தலைவனான ஆனந்தன் என்பவனால் கொடையாகக் கொடுக்கப்பட்டது என்று எழுதப்பட்டுள்ளது.

---

15. Edith Tomory, முன்னது, ப.175

சாஞ்சியின் இரண்டாவது ஸ்தூபத்தில் தோரணவாயில்கள் இல்லை எனினும், அழகுறச் செதுக்கப்பட்ட புடைப்புச் சிற்பங்களைக் கொண்ட கல்வேலிகள் இங்குள்ளன. மகா ஸ்தூபத்தின் சிறப்பு யாதெனில், எவ்வித வேலைப்பாடுகளும் இல்லாத எளிமையான ஸ்தூபத்தின் பின்னணியில், நுணுக்கமான வேலைப்பாடுகள் அமைந்த தோரணங்கள் கவின்மிகு வேற்றுமையைக் (contrast) காட்டுவதேயாகும். இச்சிற்பங்கள் பார்கூத் சிற்பங்களிலிருந்து பௌத்த சிற்பக்கலை எந்த அளவுக்கு வளர்ச்சியடைந்துள்ளது என்பதை எடுத்துக்காட்டுகின்றன. முந்தியதின் தட்டையான (flat relief) புடைப்புச் சிற்பங்களைப் போலன்றி, இங்கு தெளிவான உயர் புடைப்புச் சிற்பங்கள் (high relief) உருவாக்கப்பட்டுள்ளன. இதன் காரணத்தால் தெளிவான ஒளி நிழல் விளைவு (Light and shadow effect) உருவாக்கப்பட்டுள்ளது. இவற்றைப் படைத்த சிற்பிகள் இயற்கையினைக் கூர்ந்து கவனித்துள்ளனர். இதற்கு ஆதாரமாக அமைவது இங்குள்ள மிருகங்கள், பறவைகள், செடிகொடிகள், மலர்கள் ஆகியவற்றின் கவின்மிகு புடைப்புச்சிற்பங்களே ஆகும். இங்கு பணியாற்றிய கலைஞர்கள் அன்றைய மனிதவாழ்க்கையின் இயல்பான தன்மையினையும் படம்பிடித்துக் காட்டத் தவறவில்லை. இவர்களது கைவண்ணத்திலிருந்து நாட்டுப்புறமக்களின் எளிய இயல்பான வாழ்க்கை முறையிலிருந்து, அரண்மனை ஆடம்பரங்கள் வரை, மற்றும் விழாக்கள், கோலாகலக் கொண்டாட்டங்கள் என எதுவும் தவறவில்லை. அக்காலச் சமுதாய வரலாற்றைத் துல்லியமாக அறிவதற்கு இச்சிற்பங்கள் தக்கதோர் ஆதாரங்களாக அமைகின்றன என்பதில் ஐயமில்லை.

சாஞ்சி மகாஸ்தூபத்தின் நான்கு தோரணவாயில்களும் ஒரே காலத்தில் கட்டப்பட்டவையல்ல என்றும் அவற்றில் காலத்தால் முந்தியது தெற்குத் தோரணவாயில் என்றும் முன்னமே கட்டடக்கலை ஆய்வின் போது கண்டோம். அதற்கு அடுத்தபடியாக வடக்கு, கிழக்கு மற்றும் மேற்குவாயில்கள் முறையே அடுத்தடுத்துக் கட்டப்பட்டிருக்கின்றன. இவை அனைத்தும் மொத்தத்தில் ஐம்பது ஆண்டுகாலத்திற்குள்ளேயே கட்டிமுடிக்கப்பட்டுள்ளன. முதல் தோரணமான தெற்குத்தோரணத்தின் மைய விட்டமும் (architrave) கடைசியாகக் கட்டப்பட்ட மேற்குத் தோரணத்தின் வலது தூணும்,

ஆயகூடர் என்பவரது மாணாக்கரான பாலமித்திரர் என்பவர் கொடையாக அளித்துள்ளார். குரர என்ற ஊரைச் சேர்ந்த நமபியர் என்பவர் கிழக்குத் தோரணத்தின் தெற்குத் தூணையும், வடக்குத் தோரணத்தின் வடக்குத் தூணையும் செய்து கொடுத்துள்ளார். எனவே நான்கு தோரணங்களும் ஐம்பது ஆண்டு காலத்திற்குள் செய்து முடிக்கப்பட்டிருக்க வேண்டும். இந்தக் காலகட்டத்திற்குள் மிகப் பெரிய சாதனைகளைப் படைத்துள்ள கொடையாளிகளும், கலைஞர்களும் போற்றத் தகுந்தவர்கள் என்பதில் ஐயம் இல்லை. இவற்றில் சிறிது இடம் கூட வீணாக்காமல் சிற்பத்தொகுதிகள் நெருக்கமாகச் செதுக்கப்பட்டுள்ளன. இவற்றில் பெரும்பாலும் புத்த ஜாதகக்கதைகளும், பௌத்தசமயம் தொடர்பான பிற கதைகளைக் கொண்ட சிற்பங்களும் சிறப்பாகச் செதுக்கப்பட்டுள்ளன. கதைகள் சுருக்கமாக, அதே சமயத்தில் எந்த விபரமும் விட்டுப்போகாமல் தெளிவாகவும், நேர்த்தியாகவும் செதுக்கப்பட்டுள்ளன. ஜாதகக்கதைகள் தொடர்பான சிற்பத்தொகுதிகளேயன்றியும், சில தனிப்பட்ட (individual) சிற்பங்களும் செதுக்கப்பட்டுள்ளன.

சாஞ்சி தோரணச் சிற்பங்களில் புத்தர் தமது கபிலவஸ்து நகரத்திலிருந்து குதிரைவண்டியில் துறவறம்பூண்டு புறப்பட்ட நிகழ்ச்சி தெற்கு, வடக்கு மற்றும் கிழக்குத் தோரணங்களில் இடம் பெற்றுள்ளது.[16] இவற்றில் கிழக்குத் தோரணத்தின் நடு விட்டத்தில் உள்ள சிற்பத்தொகுதி அனைவரின் கவனத்தையும் ஈர்ப்பதாகும். இதில் கபிலவஸ்து நகரின் உயரமான மாடங்களும், தோரணங்களும் சித்திரிக்கப்பட்டதுடன், சித்தார்த்தரின் (பின்னாளில் புத்தரானவர்) குதிரையான கந்தகன் (Kanthaka) ஐந்து முறை காட்டப்பட்டுள்ளது. இதனை இடையறாத் தொடர் உரை முறைமை என்பர். குதிரையின் மீது சித்தார்த்தர் அமர்ந்திருக்கவில்லை. காரணம் அக்கால கட்டத்தில் அவர் மனித உருவில் காட்டப்படவில்லை. ஆனால் சந்தகன் (Chhandaka) என்னும் அந்தரங்கப் பணியாள் குதிரை ஏந்திவருவதால்

---

16. புத்தரின் துறவறம் புனிதமானதாகக் கருதப்படுவதால் இந் நிகழ்ச்சி "மாபெரும் புறப்பாடு" (the great departure) என்று அழைக்கப்படுகிறது. இதனை பௌத்த இலக்கியங்கள், 'மகாபினிஸ்கிரமணம்' என்று அழைக்கின்றன.

குதிரை மீது சித்தார்த்தர் அமர்ந்துள்ள மறைபொருளை உணர்த்துகிறது. சற்று தொலைவில் ஒரு குடிலும், அதன் அருகே தர்மச்சக்கர முத்திரையுடன் கூடிய இரு பாதச்சுவடுகள் காட்டப்பட்டுள்ளன. குதிரையிலிருந்து சித்தார்த்தர் இறங்கிவிட்டார் என்பதனைக் குறியீடுகள் மூலம் விளக்குவதாக இவைஅமைந்துள்ளன. அதற்கும் சற்றுத் தள்ளி கந்தகன் எனும் குதிரை ஒரு மனிதனை முதுகில் ஏற்றிக் கொண்டு எதிர்த்திசையில் வருவது போல் காட்டப்பட்டுள்ளது. இது குதிரையானது பணியாளை ஏற்றிக் கொண்டு அரண்மனைக்குச் சென்றதைக் காட்டுகிறது. இங்கு உள்ள மரம் புத்தர் மரத்தடியில் தியானம் செய்யப் புறப்பட்டதைக் காட்டுகிறது. இது நாடகத்தின் அடுத்தடுத்த காட்சிகளைக் காண்பதற்கு ஒப்பாக அமைந்துள்ளது.

தெற்குத் தோரணவாயிலில் உள்ள பல புடைப்புச்சிற்பங்களில் நடுவிட்டத்தில் உள்ள சத்தந்த ஜாதகத்தையும், புத்தரின் நினைவுச் சின்னங்களைப் பெறுவதில் ஏற்பட்ட சண்டைக்காட்சியையும் எடுத்துக் காட்டுபவையாகக் கொள்ளலாம். போதிசத்துவர் ஒரு பிறவியில் கங்கைக் கரைக்காட்டில் ஆறு தந்தகளுடன் கூடிய சத்தந்தன் என்ற பெயருடைய யானை அரசனாக வாழ்ந்தார். பொறாமைத்தீயில் வாடிய அவரது மனைவியர் இருவரும் தங்களுக்குள் சண்டையிட்டுக் கொண்டிருந்தனர். அவர்களுள் ஒருத்தி, பழிவாங்கும் நோக்குடன், உண்ணாநோன்பிருந்து இறந்து, பின் காசியின் அரசனது மகளாகப் பிறந்தாள். வயது வந்ததும் அவள் தான் நோயுற்றிருப்பதாகப் பாசாங்கு செய்து, அந்நோய் ஆறு தந்தங்களையுடைய யானை அரசனின் தந்தத்தினால்தான் தீரும் எனக் கூறினாள். இளவரசியின் நோய்தீர்க்கும் எண்ணத்துடன், சோனுத்தரன் என்ற பெயருடைய வேட்டைக்காரன் ஒரு துறவியாக வேடம்பூண்டு, அந்த யானையை நஞ்சு தோய்ந்த அம்பினால் அடித்தான். அந்த யானை வேடனைக் கொல்லாது விட்டதுடன், அவனது நோக்கத்தை அறிந்து தனது தந்தங்களைத் தாமே தமது துதிக்கையினால் பிடுங்கி அவனிடம் கொடுத்தது. இரத்தம் தோய்ந்த தந்தங்களைக் கண்டதும் அவ்வரசகுமாரி மனமுடைந்து மயங்கி உயிர் நீத்தாள். சத்தந்தனை அடையாளம் காட்டும் வகையில் சிற்பி அதன் மீது அரசச் சின்னங்களான குடையையும், சவுரியையும் காட்டுகிறான். இங்கு காடுகளில் யானைகளின் வாழ்க்கை சித்திரிக்கப்பட்டுள்ளது. இடது பக்கம் யானை தாமரைக் குளத்தில்

குளிப்பதும், வலது பக்கம் இரண்டு முறை ஆறு தந்தங்களையுடைய யானை காட்டப்பட்டிருப்பதும் நாடகக்காட்சிகளாகத் தெரிகின்றன. இந்த ஜாதகக்கதை வடக்கு மற்றும் மேற்குத் தோரணங்களிலும் செதுக்கப் பட்டுள்ளது.

புத்தரின் புனித உடல் எரிக்கப்பட்ட பின்பு, அவரது சாம்பல் முழுவதையும் தங்கள் நாட்டிலேயே வைத்துத் தங்களது உடைமையாக ஆக்க வேண்டும் என்று குசி நகரத்து 'மல்லர்' என்ற இனத்தவர் விரும்பினர். இதனால் கோபமடைந்த அண்டை நாட்டு மக்கள் குசி நகரத்தின் மீது படையெடுத்துக் தாக்கினர். பின்பு சமாதானம் ஏற்பட்டு ஓர் உடன்படிக்கை கையெழுத்தானது. அதன்படி பல நாடுகளுக்கும் புத்தரது புனித (relics) எச்சங்கள் பகிர்ந்தளிக்கப்பட்டன. இந்நிகழ்ச்சியானது சாஞ்சி தோரணங்ளகளில் தெற்குத் தோரணத்தின் கீழ்விட்டத்திலும் மேற்குத் தோரணத்தின் மைய விட்டத்திலும் சிற்பமாக இடம்பெற்றுள்ளது. இதில் அக்காலப் போர் நிகழ்வு பற்றியும், நகர அமைப்பு, நகரத்தைச்சுற்றி அமைக்கப்பட்டுள்ள கல் சுவர், வாயில்கள், மாடமாளிகைகள், கோட்டைக் கொத்தளங்கள் ஆகியவை அழகாக சித்தரிக்கப்பட்டுள்ளன. வலப் புறமிருந்து பார்க்கும் போது வலதுபுறத்தில் எதிரிகள் நுழைகின்றனர், மத்தியப் பகுதியில் நகரம் தாக்கப்படுகிறது. இடதுபுறம் வெற்றியாளர்கள் வெளியேறுகின்றனர். இந்தப்போர் நிகழ்ச்சியில் இராணுவத்தின் காலாட்படை, குதிரைப்படை, யானைப்படை, தேர் போன்றவைகளும் காட்டப்பட்டுள்ளன. எவ்வளவு பெரிய வரலாற்று நிகழ்ச்சியினை எந்த அளவிற்குச் சுருக்கமாக விளக்கியுள்ளனர் என்று ஆச்சரியப்படவைக்கும் அளவிற்கு இச்சிற்பத் தொகுதி அமைந்துள்ளது.

சாஞ்சி வடக்குத் தோரணத்தின் கீழ் விட்டத்தில் முன்பக்கமும், பின்பக்கமும் விஸ்வந்தர ஜாதகம் சிற்பமாக்கப்பட்டுள்ளது. போதிசத்துவர் ஒரு பிறவியில் விஸ்வந்தரன் என்ற இளவரசராகப் பிறவி எடுத்தார். அவர் மழையைத் தருவிக்கின்ற சக்திபடைத்திருந்த வெள்ளை யானையைப் பஞ்சத்தால் வாடிய கலிங்கநாட்டு பிராமணர்களுக்கு தானமளித்தார் என்ற காரணத்திற்காக அவர் சிபி அரசிலிருந்து வாமகமலைக்கு நாடு கடத்தப்பட்டார். இந்நிகழ்ச்சி சிற்பத்தொகுதியில் நாடகக் காட்சிகளாகவே தெரிவிக்கப்பட்டுள்ளது. விஸ்வந்தரர் தமது

குடும்பத்தோடு ஒரு தேரில் ஏறுகிறார். வழியில் முதலில் தன் குதிரைகளையும், பின்பு தேரையும் பிராமணர்களுக்குத் கொடுக்கின்றார். வாமகமலையின் அடிவாரத்தில் அவர் ஒரு குடிசையில் வாழ்ந்து கொண்டிருக்கும்போது ஜீஜகன் என்னும் பிராமணன் கேட்டதற்காகத் தன் குழந்தைகளையே கொடுத்து விடுகிறார். பிராமணன் வடிவில் வந்து கேட்ட, சக்ரா என்றும் அழைக்கப்பட்ட, இந்திரனுக்குத் தன் மனைவியையும் கொடுத்து விடுகிறார். அவரது பரந்த மனத்தைப் பாராட்டிய அக்கடவுள் அவருக்கு அவரது மனைவியையும் திரும்பக் கொடுத்து, நாட்டையும் மீண்டும் பெற வழிசெய்தார். இவ்விளவரசரின் தந்தையோ குழந்தைகளை ஜீஜகனிடமிருந்து மீட்டார். இக்கதையின் அடுத்தடுத்த காட்சிகள் சிற்பமாக வடிக்கப்பட்டுள்ளன. முதலில் இளவரசர் யானையுடன் நிற்கின்றார்; பின்பு குடும்பத்துடன் தேரில் நகரவாயிலை விட்டு வெளியேறுகிறார்; முன்வரிசையில் மனைவியைத் தானமளிக்கின்றார் ; பின்புலத்தில் குதிரைகளை இழக்கின்றார் ; விட்டத்தின் இடது கோடியில் அவர் தமது மனைவி மக்களுடன் நடந்து செல்கின்றார். விட்டத்தின் பின்பகுதியில் அவர்கள் காட்டில் ஒரு ஆசிரமத்தில் வாழ்வது போலவும், பின்பு குழந்தைகளைக் கொடுப்பது போலவும் ; அடுத்த காட்சியில் மனைவியைக் கொடுப்பது போலவும், இறுதியில் அவர்கள் அனைவரும் ஒன்றுசேர்வதையும் காட்டும் சிற்பத்தொகுதி அழகு மிகுந்ததாகக் காட்சியளிக்கின்றது. இதனைச் சிறிது மாற்றியே சிபிச்சக்கரவர்த்தி கதை ஒன்று தமிழகத்தில் பிரபலமடைந்திருந்தது. அக்கதையில் தன்னைத் தஞ்சமடைந்த புறாவுக்குப் பதிலாக அதற்கு இணையான எடையளவு தனது தொடைக்கறியை அறுத்துக் கொடுத்த சிபிச்சக்கரவர்த்தியின் பரோபகாரம் சிறப்பாகக் கூறப்பட்டது. தமிழ் இலக்கியத்தில் சிலப்பதிகாரத்தில் இக்கதை குறிப்பிடப்பட்டுள்ளது. இலங்கையிலிருந்து வந்த நூல்களும் இக்கதை பற்றிக் குறிப்பிடுகின்றன.

கிழக்குத் தோரணம் சாஞ்சியின் பிற தோரணங்களைவிட கவின்மிகு சிற்பங்களைக் கொண்டுள்ளது. இதில் மேலே உள்ள விட்டத்தின் விளிம்புப்பகுதியில் ஸ்தூபம் ஒன்று செதுக்கப்பட்டுள்ளது. இது புத்தரின் முந்தைய காலகட்டத்தை நினைவுபடுத்துகிறது. கீழே உள்ள விட்டத்தில் அசோகர் போதி மரத்தைப் பார்வையிடும் சிற்பம் மிக அழகாக அமைந்துள்ளது. தோரணத்தின் இடது தூணில் புத்தர்

நீரில் நடப்பது போன்ற சிற்பம் உள்ளது.[17] இந்த சிற்பத் தொகுதிக்குக் கீழே அரச பரிவாரங்கள் ஊர்வலம் போகும் காட்சி தெளிவாகச் சித்திரிக்கப் பட்டுள்ளது. வலது பக்கத் தூணில் விண்ணுலகக் காட்சிகள் சிறப்பாக அமைந்துள்ளன. இத்தோரணத்தின் மையவிட்டத்தில் காட்டில் மிருகங்கள் ஒன்றுகூடி புத்தரை வணங்கும் காட்சி இடம் பெற்றுள்ளது. தோரணத்தின் தூண் பகுதியையும், விட்டங்களையும் இணைக்கும் பகுதியில் யானைகள் தாங்குதளம் போன்று அமைந்துள்ளன. அங்கே சாலபாஞ்சிகச் சிற்பங்கள் இயற்கையாக அமைந்துள்ளன. இவையே பின்னாளில் கோயில்களில் கொடிப் பெண்களின் சிற்பங்கள் அமைக்க வழி வகுத்திருக்க வேண்டும். மேற்குத்தோரணத்தின் தூண்களுக்குமேலே, விட்டங்களைப் பூதகணங்கள் தாங்குவது போல் அமைந்துள்ளன. பின்னாளில் கோயில்களில் விட்டத்திற்கும் கபோதத்திற்கும் இடையில் வடிவமைக்கப்பட்ட பூதவரிசைகளுக்கு இவை முன்னோடியாய் அமைந்திருக்கக்கூடும். அனைத்துத் தோரணங்களுக்கும் காலத்தால் முந்தியுள்ள தெற்குத் தோரணத்தைச் சிங்கங்களும், வடக்குத் தோரணத்தைக் கிழக்குத் தோரணம் போன்றே யானைகளும் தாங்குகின்றன. வடக்கிலும் கிழக்கிலும் மட்டுமே சாலபாஞ்சிகச் சிற்பங்கள் இடம்பெற்றுள்ளன. வடக்குத் தோரணத்தில் திரிரத்னக் குறியீடு அமைந்துள்ளது. அதற்குக் கீழே ஒரு பீடமும், அதற்குமேலே தாமரைப் பதக்கம் பதிக்கப்பட்ட சக்கரமும் அமைக்கப்பட்டுள்ளது. உச்சியில் திரிரத்னம் செதுக்கப்பட்டுள்ளது. திரிரத்தினத்தின் நடுவில் உள்ள பகுதி பின்னாளில் விஷ்ணுவின் மார்பில் ஸ்ரீவத்ஸமாக மலர்ந்துள்ளதைக் காணலாம். வடக்குத் தோரணத்தின் தூண்களில் வெளிநாட்டவர்கள் ஸ்தூபத்தை வணங்குவது போன்ற காட்சியும், இந்திரன் வருகையும், பிம்பிசாரரின் வருகையும், அரச பரிவார ஊர்வலமும் அலம்புச ஜாதகமும், புத்தரின் முதல் போதனையும், புத்தரை சுஜாதா ஆராதனை செய்தலும், மாரன் புத்தரைத் தூண்ட

---

17. **தற்காலத்தில் சாயிபாபா போன்றவர்கள் நீரில் நடக்கும் வித்தை காட்டுவதும், பக்தியில் மிகுந்த மக்கள் தீயில் நடப்பதும் புத்தரின் இவ்வகைக் கதைகளை வழிவழியாகப் பின்பற்றி வந்ததன் விளைவே எனலாம்.**

முயற்சித்தலும், போதிமரங்களும், ஸ்தூபங்களும் சிற்பத் தொகுதிகளாகக் காட்டப்பட்டுள்ளன.

இத்தோரணத்தில் புத்தர் திரியதிரிஸ்மா சொர்க்கத்திலிருந்து கீழே இறங்கிவரும் காட்சி சிற்பமாக்கப்பட்டுள்ளது. இதில் பார்கூத் போன்று மூன்று ஏணிகளோ, புத்தரின் பாதங்களோ இல்லை. மாறாக நடுவில் ஒரே ஒரு ஏணியும், அதில் புத்தர் இறங்கி வருவதைக் காட்ட அரியணையுடன் கூடிய போதிமரமும் ஏணியின் உச்சியிலும் அடியிலும் காட்டப்பட்டுள்ளன. இங்கு பார்கூத் போன்று உருவங்கள் ஒன்றை ஒன்று இடித்துக்கொண்டிருப்பது போல் அமையவில்லை. புத்தருடன் தேவர்களும், இந்திரனும், பிரம்மாவும் வருகின்றனர். இக் கதையமைப்பு பார்கூத்தை விட சாஞ்சி சிற்பக்கலையில் ஏற்பட்ட வளர்ச்சி நிலையைக் காட்டுவதாக அமைந்துள்ளது. இதே தோரணத்தில் உள்ள அரசவை ஊர்வலக் காட்சியில், புத்தரின் தந்தை கபிலவஸ்துவிலிருந்து வெளியே பரிவாரங்களுடன் குதிரைமீதேறிச் செல்வது போன்ற காட்சி உள்ளது. இக்காட்சியைப் பொதுமக்கள் தங்களது வீட்டுப் பலகணியிலிருந்து பார்த்து இரசிக்கின்றனர். சாஞ்சி நகரவாழ்க்கையை இது புலப்படுத்துகிறது. இத்தோரணத்தின் வலது தூணில் வைசாலி அற்புதம் என்னும் நிகழ்ச்சி சிற்பமாக்கப்பட்டுள்ளது. குரங்கு ஒன்று புத்தரின் பிச்சைப் பாத்திரத்தை பிடுங்கிக்கொள்கிறது; பனைச்சாறுஊற்றி அப்பாத்திரத்தை நிரப்பிய அக்குரங்கு அதை புத்தருக்கு வழங்குகிறது; புத்தர் அதை ஏற்றுக்கொண்டதை அறிந்த அக்குரங்கு தனது கைகளை உயர்த்தி ஆர்ப்பரிக்கிறது. இவ்வாறு இக்கதையை சிற்பத்தில் காட்டிய கலைஞன் பாத்திரத்தைக் கையில் வைத்துள்ள ஒரு குரங்கையும், ஆர்ப்பரிக்கும் குரங்கையும் தனித்தனியாக வடித்துள்ளான். புத்தர் குறியீடாகக் (aniconism) காட்டப்பட்டுள்ளார்.

புத்தர் தான் ஞானம் பெற்ற பின்பு கபிலவஸ்துவுக்கு வருகிறார். இதை ஒரு சிற்பத்தொகுதியில் கலைஞன் காட்டுகிறான். புத்தரைக் காட்ட ஒரு போதிமரத்தை வடித்துள்ளான். அவரை அவரது தந்தையார் பாராட்டி வணங்குகிறார். அவர் அரசர் என்பதைக் காட்ட அவரது

தலைமீது குடை ஒன்று காட்டப்பட்டுள்ளது. அவரைச் சுற்றி அரசவையினரும், மேலே கின்னரர்களும் வடிக்கப்பட்டுள்ளனர். இச்சிற்பத்தொகுதி கபிலவஸ்து அற்புதம் என்றும் அழைக்கப்படக் கூடியதாகும். காரணம் அவரது தந்தையார் மற்றும் அரசவையினரின் முன்பாகக் காற்றில் அந்தரங்கமாக எழுந்து வந்தார் என்று நம்புவதாகும்.[18] இங்கு மாரன் என்னும் அசுரன் புத்தரது மனத்தைக் கெடுக்க முயற்சிக்கும் காட்சியும் சிற்பமாக்கப்பட்டுள்ளது. ஆனால் மேற்குத் தோரணவாயிலில் உள்ள இக்கதைச் சிற்பத்தொகுதியில் காணும் இயங்குநிலை இச்சிற்பத்தில் இல்லை.[19] கஜலட்சுமியின், அதாவது இலட்சுமி நடுவில் அமர்ந்தோ அல்லது நின்றோ இருக்க, அவரது இருபுறமும் யானைகள் நின்றுகொண்டு அவருக்கு அபிசேகம் செய்யும் உருவச்சிற்பங்கள் தெற்கு, கிழக்கு மற்றும் வடக்குத் தோரணங்களில் காணப்படுகின்றன. கிழக்குத் தோரணத்தில் இலட்சுமி சுகாசனத்தில் அமர்ந்துள்ளார். சாஞ்சியின் இரண்டாவது ஸ்தூபத்தின் படிக்கட்டுத் (balustrade) தூணில் கஜலட்சுமி நின்றநிலையில் உள்ளார். அவர் பெரிய மலர்ந்த தாமரையில் நிற்கின்றார். இச்சிற்பத்திற்குக் கீழே ஒரு இயக்கனும், இயக்கியும், கையில் தாமரை மலருடன், தாமரையில் நின்றுகொண்டிருக்கின்றனர்.

மேற்குத் தோரணத்தில் சியாமா ஜாதகம் இடம்பெற்றுள்ளது. தனது கண் தெரியாத பெற்றோர்களுக்காக, தாமரைக்குளத்தில் நீராடிவிட்டு, தண்ணீர் பிடித்துவரச் சென்ற சியாமாவை சுயநலம் கருதிய அரசன் ஒருவன் அம்பெய்திச் கொன்றுவிட்டான். அவ்வரசன் சியாமா கடவுளா அல்லது மனிதனா என்று தெரிந்துகொள்ள வேண்டி அவ்வாறு செய்துவிட்டான். பின்பு தன் தவறை உணர்ந்து வருந்தினான்.

---

18. Ancient India, http. pp.1-3

19. மேற்குத் தோரணத்தில் கீழ் விட்டத்தின் பின்பக்கத்தில் மாரனின் செயல் அழகாகச் சித்தரிக்கப்பட்டுள்ளது. இதில் தவத்தில் இருக்கும் புத்தருக்கு இன்னல் விளைவிக்கின்றான். தனது வழிகளில் புத்தரின் தவத்தைக் களைக்க முயல்கிறான். இச்சிற்பத்தின் நடுவில் கோயில் ஒன்றுள்ளது. இதுவே பின்னாளில் புத்தகயாவில் கோயிலாகக் கட்டப்பட்டது. அசுரக் குழுக்கள் பயந்து அங்குமிங்கும் ஓடுகின்றன. தேவலோகத்தவர்கள் ஆடியும் பாடியும் அவரை அணுகி வணங்குகின்றனர். இங்கு உண்மையும், புனிதமும் ஒன்றாக வெளிப்படுத்தப்படுகிறது.

சியாமாவுக்கு இந்திரன் மீண்டும் உயிர் கொடுத்தான். இச்சிற்பத்தொகுதியில் சியாமாவின் குடிசை, கண்தெரியாத பெற்றோர்கள் ஆகியோர் வலது உச்சியில் காட்டப்பட்டுள்ளனர். கீழே சியாமா தண்ணீர்ப் பாத்திரத்துடன் தாமரைத்தடாகத்தில் நின்றிருக்கும் காட்சியும், அவன் மீது அம்பும் காட்டப்பட்டுள்ளது. இங்கு அரசன் மூன்று முறை காட்டப்பட்டுள்ளான். அதாவது, அம்பு எறிவது, இரண்டாவது அதன் விளைவு யாதென அறிவது, மூன்றாவது வருந்துவது ஆகியனவாகும். இறுதியில் இந்திரனுடன் அனைவரும் கூடிநின்று சந்தோசப்படுகின்றனர்.

இதே தோரணத்தில் இடது தூணின் உட்பக்கம், சியாமா ஜாதகக் கதைக்குக் கீழே மசுலிந்தன் என்னும் நாகராஜன் புத்தருக்குக் குடையாக இருந்து காக்கின்ற காட்சி உள்ளது. மத்திய பகுதியில் மசுலிந்தனும் அவனைச் சேர்ந்தவர்களும் உள்ளனர். புத்தர் மர வடிவமாகக் காட்சியளிக்கின்றார். அவருக்கு மேலே நாகத்தலை குடையாக அமைந்துள்ளது. நாகராஜனின் இடதுபுறம் அவனது இரண்டு அரசிகளும், மூன்று பணியாட்களும் நின்றிருக்கின்றனர். பணியாட்கள் கைகளில் பாத்திரம், செம்பு, சாமரம் ஆகியவற்றை வைத்துள்ளனர். அடுத்த பக்கத்தில் நாட்டியப் பெண்களும், இசைக்கலைஞர்களும் காட்டப்பட்டுள்ளனர். விண்ணகத்தைக் காட்டுவதற்காகக் கின்னரர்களின் உருவமும், விண்ணுலகப் பெண்டிரும் சிறப்பாக வடிக்கப்பட்டுள்ளனர்.

தெற்குத் தோரணத்தின் இடது தூணின் உள்பக்கத்தில் புத்தரின் தலைமுடியை வணங்கும் காட்சியும், அதற்கு மேலே அசோகரும் அவரது அரசியர்களும் புடைப்புச்சிற்பங்களாக வடிக்கப்பட்டுள்ளனர். இங்குள்ள ஒரு கல்வெட்டு புத்தரின் தலைமுடியை வணங்கும் காட்சியை வடித்தவர்கள் பெஸ்நகர தந்த வேலை செய்யும் கலைஞர்கள் என்று குறிப்பிடுகிறது. அவர்கள் அங்கு அமர்ந்து புத்தரின் தலைமுடியை வணங்குகின்றனர்.

கிழக்குத் தோரணத்தில் வலது தூணில் விண்ணுலக மாளிகை ஒன்று காட்டப்பட்டுள்ளது. இதில் பலகணியிலிருந்து மக்கள் வெளியே நடைபெறும் நிகழ்ச்சிகளைக் கண்ணுறும் காட்சி அமைந்துள்ளது. இடது தூணின் உள்பக்கத்தில் மாலையிடப்பட்ட மரம் ஒன்று வடிக்கப்பட்டுள்ளது. அது புத்தரைக் குறிக்கும் குறியீடு

(symbol). இதன் இருபுறமும் மக்கள் வணங்கிய நிலையில் உள்ளனர். அவர்களது அருகில் ஆடு மாடுகள், தாமரைத் தடாகம் போன்ற காட்சிகளும் உள்ளன. பிரம்மாவும், இந்திரனும் புத்தரை நோக்கி வந்து கொண்டிருக்கின்றனர். அதற்கு மேல்புறத்தில் புத்தரது தாயார் மாயாதேவியின் கனவுக் காட்சியும், புத்தர் ஞானம் பெறும் காட்சியும் இடம்பெற்றுள்ளன. இந்திரனும், பிரம்மாவும் அவரைப் போதிக்கும்படி வேண்டுகின்றனர். இத்தோரணத்தில் இறக்கைகள் உள்ள சிங்கங்களின் உருவங்களும், மயில்களும் பொறிக்கப்பட்டுள்ளன. இவ்விரு மிருகங்களும் அரச பரம்பரை தொடர்பானவை. புத்தருக்கும் அசோகருக்கும் உகந்தவை. இதனையொட்டிய விட்டத்தில் அசோகர் ஊர்வலமாகச் செல்லும் காட்சியும் காணப்படுகிறது. சிங்கத்திற்கு மேலே தர்மச்சக்கரத்தை பக்தர்கள் வணங்கியபடியான காட்சி இடம்பெற்றுள்ளது.

சாஞ்சி மகாஸ்தூபத்தின் நான்கு முனைகளிலும் தவக்கோலத்தில் உள்ள புத்தரின் சிற்பங்கள் கி.பி. ஐந்தாம் நூற்றாண்டில் குப்தர்கள் காலத்தில் செதுக்கி வைக்கப்பட்டுள்ளன. இவையே சாஞ்சி ஸ்தூபத்தில் இறுதியாக இணைக்கப்பட்ட கலைச்சின்னங்களாகும். அவற்றில் கிழக்கில் உள்ள புத்தரது உருவம் மற்றவற்றை விட சிறப்பாக அமைந்துள்ளது. நான்கு சிற்பங்களிலும் உள்ள உருவ அமைதியும், முத்திரைகளும் ஒரேமாதிரியாகவே வடிக்கப்பட்டிருக்கின்றன. ஒவ்வொன்றின் இருபக்கங்களிலும் பணியாளர்களும், வித்யாதரர்களும் காணப்படுகின்றனர். அவர்கள் புத்தருக்கு ஆராதனை செய்வதற்காகக் கொண்டுவந்த பொருட்களை ஏந்தியுள்ளனர். வடக்குப் பக்கம் உள்ள புத்தர் சிற்பத்தின் இருபுறமும் இந்திரனும், பிரம்மாவும் பணியாட்கள் போன்று நின்றுள்ளனர். மற்ற மூன்று சிற்பங்களிலும், போதிசத்துவர்கள் விசிறியுடன் நின்றுள்ளனர். வலதுபுறம் உள்ள போதிசத்துவர் வஜ்ரபாணி என்பதைக் காட்ட அவரது இடுப்பில் வஜ்ரம் (thunderbolt) வைக்கப்பட்டுள்ளது.

சாஞ்சி இரண்டாவது ஸ்தூபத்தில் உள்ள படிக்கட்டுத் தூணில் ஒரு தாமரைப் பதக்கத்தில் ஒரு ஆணும் பெண்ணும் யானை மீதேறி பவனிவரும் காட்சி காணப்படுகிறது. இங்கு இயக்கர், இயக்கியர் உருவங்களும், பல்வகைப்பட்ட அமைப்புடைய தாமரைப் பதக்கங்களும் நேர்த்தியாக செதுக்கப்பட்டுள்ளன. மூன்றாவது ஸ்தூபத்தில் மையவிட்டத்தில் ஸ்தூபத்தையும் போதிமரத்தையும்

பக்தர்கள் வணங்கும் காட்சி சிற்பமாக்கப்பட்டுள்ளது. நடுவில் ஸ்தூபமும், இரண்டு ஓரங்களில் போதி மரமும், அவற்றை ஒவ்வொன்றையும் சுற்றி வணங்கிக்கொண்டிருக்கும் பக்தர்களும் காணப்படுகின்றனர்.

இந்த ஸ்தூபத்தில் புத்தரின் பிரதம சீடர்களில் குறிப்பிடத்தக்கவர்களான சாரிபுத்திரன் மற்றும் மௌத்கல்யயனன் ஆகியோரின் சாம்பல்கள் வைக்கப்பட்டுள்ளன. இதன் கிழக்கில் உள்ள ஒரே தோரணத்தின் கீழ் விட்டத்தில் நந்தனவனக் காட்சி சிற்பமாக்கப்பட்டுள்ளது. இது இந்திர சொர்க்கம் என்றும் அழைக்கப்படுகிறது. இதில் இந்திரன் நடுவில் அமர்ந்திருக்க அவனது பரிவாரங்கள் அவனைச் சுற்றியிருப்பதைக் காணலாம். மற்ற தோரணச் சிற்பங்களுடன் ஒப்பிடும்போது மூன்றாவது ஸ்தூபத்தின் தோரணச்சிற்பங்கள் சிற்பக்கலையில் ஏற்பட்டுள்ள தொய்வினைக் காட்டுகின்றன.

சாஞ்சியில் உள்ள பௌத்த சிற்பங்கள் முன்னமே குறிப்பிட்டது போல் பார்கூத் மற்றும் புத்த கயா சிற்பக்கலையின் வளர்ச்சி நிலையைக் காட்டுவதாக அமைந்துள்ளன. உடல் அமைப்பில் நளினத்தைக் காணமுடிகிறது. ஆடை அமைப்பு முறையில் முன்னேற்றம் தெரிகிறது. ஆடைகள் பார்கூத் போன்று கடினமாக அல்லது கனமாக இல்லாமல் மெல்லியவையாக செதுக்கப்பட்டுள்ளன. இறக்கைகள் உள்ள மிருகங்களின் உருவங்கள் வெளியிலிருந்து வந்த கலையின் தாக்கமாயிருக்கக்கூடும் தேவர்கள் மனித உருவில் காட்டப்பட்டிருப்பது இந்தியக் கலை மரபினை ஒட்டியதாகும். மேற்கு ஆசியக்கலையின் தாக்கமாகவே கின்னரர்கள் இடம்பெற்றுள்ளனர். வி.எஸ்.அகர்வால், "பார்கூத் மற்றும் சாஞ்சி ஸ்தூபங்கள் இந்தியக் கலையின் சுடர்விட்டுக்கொண்டிருக்கும் இரு கண்களாகத் திகழ்கின்றன. அவற்றின் மூலம் நாம் பண்டைய இந்திய வாழ்வியலின் வளம்மிக்க பண்பாட்டினையும், சமுதாய, சமய, கலை மரபுகளையும் பற்றி அறிகின்றோம்" என்று குறிப்பிட்டுள்ளது நியாயமான கருத்தாகும். இந்திய இலக்கியங்கள் என்றால் இரட்டைக் காப்பியங்களான இராமாயணமும் மகாபாரதமும் நினைவுக்கு வருவது போல இந்தியாவின் பண்டைக் கலைமரபிற்கு எடுத்துக்காட்டுகளாக

அமைபவை சாஞ்சியும், பார்கூத்துமாகும்.[20] பண்டைய இந்தியக் கடவுளர்கள், பெண்தெய்வங்கள், சமய மரபுகள், பழக்க வழக்கங்கள், கட்டடக்கலை, நுண்கலைகள் போன்ற அனைத்து தரப்புச் செய்திகளையும் அவை தாங்கியுள்ளன. இந்தியக் கலையை குறியீட்டு அடிப்படையில் ஆராய்வதற்குத் தகுந்த தொடக்கத்தினைப் பார்கூத்திலும் சாஞ்சியிலும் காணலாம். அவை நாட்டுப்புற இலக்கியம் மற்றும் கலைக்கும், வளர்ச்சியடைந்த பௌத்த கலைக்கும் சிறந்ததோர் தொடர்பினையும் எடுத்துரைக்கின்றன.

பிற சமகாலச் சிற்பங்கள்

இதே கால கட்டத்தில் தக்காணத்தில் பாஜா போன்ற இடங்களில் (கி.மு. இரண்டாம் நூற்றாண்டில்) வெட்டப்பட்ட சைத்தியம் மற்றும் விகாரங்களில் சிற்பங்கள் செதுக்கப்பட்டன. இப்பகுதியில் பந்தரா மாவட்டத்தில் நாக்பூரிலிருந்து 56 மைல் தொலைவில் உள்ள பாணி என்ற இடத்தில் எஸ்பி. தியோ என்பவரால் ஆய்வு செய்யப்பட்ட போது இங்கு பௌத்தக்கலை வளர்ச்சியடைந்த நிலையிலிருந்தது புலப்பட்டது. இங்கு வேலியும், தூண்களும் சிற்பங்களும் இருந்துள்ளன. இங்கு நிறுத்தப்பட்டுள்ள தூண்களில் காணப்படும் கல்வெட்டுகளின் அமைப்பும், சிற்ப அமைப்புமுறையும் இந்த பௌத்தத் தலமானது கி.மு. இரண்டாம் நூற்றாண்டைச் சேர்ந்ததெனத் தெரிவிக்கின்றன. பௌத்தக் கலை மரபின் மற்றொரு தொன்மையான தலமான பாஜாவில் உள்ள விகாரத்தில் சிற்பத்தொகுதிகள் வெட்டப்பட்டுள்ளன. அவற்றின் அழகமைதி சாஞ்சி சிற்பங்களின் காலத்தை ஒத்துள்ளன.

ஆனால் அவற்றின் திறமான இயல்புத்தன்மையும், மனித உருவங்களின் அமைப்பும், பெண்களின் தலையலங்காரமும், பார்கூத் கலையைப் பெரிதும் ஒத்திருக்கின்றன. பாஜாவில் உள்ள சிற்பங்களில் குறிப்பிடத்தக்கவை இரண்டு ஆகும். அவை சூரியன் மற்றும் இந்திரன் உருவங்களாகும். இவை விகாரத்தின் வாயிலில் இரண்டு பக்கங்களிலும் வாயிற்காப்பவர்கள் உருவங்கள் போல் செதுக்கப்பட்டுள்ளன[21]. வானத்தில் நான்கு குதிரைகள் பூட்டிய தேரில் பவனி வருவது போன்று

---

20. G.C. Chauley, முன்னது, ப.32
21. C. Sivaramamurti, Indian Sculpture, Bombay, 1961, pp.26 - 27.

சூரியனின் உருவம் சித்திரிக்கப்பட்டுள்ளது. சூரியன், வடிவமற்ற சக்திகளும், இருட்டும் என்று அடையாளப்படுத்தப்பட்ட இரண்டு பெண்களை மிதித்துக் கொண்டிருக்கிறார். இந்திரன் தனது வாகனமான ஐராவதத்தின் மீது அமர்ந்திருப்பது போல் காட்டப்பட்டுள்ளார். இந்திரனின் உருவம் உள்ள சிற்பத்தொகுதி விரிவாக அமைந்துள்ளது. இடது மத்தியில் ஒரு மரமும் அதைச்சுற்றி வேலியும் அமைந்துள்ளது. மரத்தின் கிளைகளில் அதற்காகத் தங்களை அர்ப்பணித்துக் கொண்டவர்களின் உருவங்கள் உள்ளன. அதற்குக் கீழே அமர்ந்திருக்கும் ஒரு அரசனுக்கு முன்பாக ஒரு நாட்டியப் பெண் நடனமாடுகிறாள். கீழ் இடதுபுறம் அஸ்வமுக இயக்கி உருவம் உள்ளது. இப்பெண்ணைப் புத்தர் மாற்றினார் என்பர். பார்கூத்தைப் போன்றே இங்கும் கதைத் தொடர்ச்சி காட்டப்பட்டுள்ளது. வேதகாலக் கடவுளர்களான அவ்விருவரும் புத்தரின் ஆன்மீக மற்றும் உலகியல் சார்ந்த சக்திகளின் குறியீடுகளாகக் காட்டப்பட்டிருக்கின்றனர் என்ற ஒரு கருத்து நிலவி வருகிறது.[22]

தொடக்க காலக் குடைவரைக் கட்டடக்கலை பேத்சாவிலும், கார்லேயிலும் முதிர்ச்சி பெற்ற நிலையை அடைகின்றன (கி.மு. முதல் நூற்றாண்டு - கி.பி. முதல் நூற்றாண்டு). பேத்சாவிலுள்ள தூண்களின் உச்சியில் மிருகங்கள் ஜோடி ஜோடியாக நிறுத்தப்பட்டுள்ளன. அவை குதிரைகள், யானைகள் மற்றும் தனித்த காளைகள் ஆகியனவாம். அவற்றை நடத்திச்செல்லும் ஆண், பெண் உருவங்களும் காணப்படுகின்றன. ஒவ்வொரு தூணிலும் உட்பக்கம் பார்த்தும், வெளிப்பக்கம் பார்த்தும் என்று இரண்டிரண்டு ஜோடி உருவங்கள் அமைக்கப்பட்டுள்ளன. இவற்றின் வார்ப்புக்கலை நேர்த்தியாக அமைந்துள்ளது. கார்லே சைத்தியம் சற்றுக் காலத்தால் பிந்தியது எனினும் இக்கலை மரபினை அது தொடர்ந்து பின்பற்றியது. இங்குள்ள முகப்பில் ஆறு மிதுனச் சிற்பங்கள் (amorous couples) செதுக்கப்பட்டுள்ளன. அவர்கள் இந்த சைத்தியத்தை வெட்டுவதற்காகக் கொடையளித்தவர்களாக இருக்கக்கூடும். இந்த உருவங்கள் சதைப்பற்று உள்ளவைகளாக அழகு மிகுந்தவையாகக் காணப்படுகின்றன. ஓரங்களில் உள்ள தூண்களின் உச்சியில் ஆண்களும், பெண்களும் அமர்ந்துள்ள யானைகளும் செதுக்கப்பட்டுள்ளன. குதிரைகளின் உருவங்களும் காணப்படுகின்றன.

---

22. **G.C. Chauley, முன்னது, ப.40**

சாரநாத்தில் உள்ள அசோகரின் தூணைப் போன்று கார்லே சைத்தியத்திற்கு முன்பாக வைக்கப்பட்டிருந்த சிங்க உருவங்களையும் உச்சியில் தர்மச்சக்கரத்தையும் கொண்ட இரண்டு தூண்களில் ஒன்று மட்டுமே இன்று நிலைத்துள்ளது.

நானாகாட்டில் தொடக்ககால சாதவாகன மன்னர்களின் உருவச்சிற்பங்கள் பொறிக்கப்பட்டன. ஆனால் அவற்றில் இன்று தலைப்பாகைகளும், ஆபரணங்களும், யாருடைய உருவங்கள் இடம்பெற்றுள்ளனவோ அவர்களின் பெயர்களைக் கொண்ட கல்வெட்டுகளும் மட்டுமே காணப்படுகின்றன. பிதால்கொராவில் கி.மு.இரண்டாவது மற்றும் ஒன்றாவது நூற்றாண்டினைச் சேர்ந்த கல்வெட்டுகள் கிடைத்துள்ளன. அங்குள்ள ஒரு சிற்பத்தொகுதியில் ஒரு அரச தம்பதியர் பரிவாரங்களுடன் காணப்படுகின்றனர். உருவங்கள் நெருக்கமாக அமைக்கப்பட்டிருந்தாலும் தேவையான கலைக்கூறுகள் தெளிவாகவும் விளங்குமாறும் அமைந்துள்ளன. இங்குள்ள ஆண்பெண் உருவ அமைப்புகள் சாஞ்சியை நினைவுகூர்கின்றன. இங்குள்ள கஜலட்சுமி மற்றும் இயக்கர் உருவங்கள் மேற்கு இந்தியாவில் தொன்மையானவையாகும். பூதகண அமைப்பில் உள்ள இயக்கரின் கைகள் படிக்கற்களைத் (balustrade) தாங்குவது போல் உள்ளன. இவர்களது வயிறு பெரிதாகவும், நெற்றி திரைவுகள் (wrinkle) நிறைந்ததாகவும், கண்கள் பெரிதாகவும், மூக்கு தட்டையாகவும் அமைந்துள்ளன. பார்ப்போரை சிரிக்கவைக்கும் பாங்கினை இவை கொண்டுள்ளன.

பிதால்கொராவில் உள்ள நான்காவது குடைவரையில் யானைகளே குடைவரையின் எடையைத் தாங்குவது போல் காட்டப்பட்டுள்ளன.[23] இதற்கு முன்மாதிரியாக அமைவது ஒரிஸ்ஸாவில் அசோகர் காலத்தில் தௌலியில் செதுக்கப்பட்ட யானை உருவமாகும். பிதால்கொராவிலுள்ள யானைத்தூணாகும். இங்குள்ள துவாரபாலகர்கள் ஒரு கையில் ஈட்டியும், மற்றொரு கையில்

---

23. யானைகள் கோயிலின் அல்லது குடைவரையின் எடையைத் தாங்குவது போன்ற அமைப்பு பின்னாளில் தக்காணத்திலும், காஞ்சி கைலாசநாதர் கோயிலிலும், மிகவும் பிற்காலத்தில் மதுரை சுந்தரேசுவரர் ஆலயத்திலும் பின்பற்றப்பட்டுள்ளது என்பது இங்கு மீண்டும் நினைவு கூறத்தக்கதாகும்.

கேடயமும் ஏந்தி இயற்கை வனப்புடன் செதுக்கப்பட்டுள்ளனர். அவர்களது கண்கள் பெரிதாகத் திறந்து கொண்டுள்ளது போன்றும், முகம் பருத்தும், சதைப்பற்றுள்ள முகவாய்க்கட்டையும், தடித்தஉதடும் நேர்த்தியாகக் காட்டப்பட்டுள்ளன. காண்போரை அச்சுறுத்துவது போன்றுள்ள இந்த துவாரபாலகர்களே பின்னாளில் கோயில்களில் இடம்பெறலாயினர். அவர்களது தலையில் முடிச்சுடன் கூடிய அலங்காரம் சாஞ்சி மற்றும் அமராவதிச் சிற்பங்களை நினைவூட்டுகின்றன. பிதால்கொராவின் கலைச்சிறப்பை மேலும் பறைசாற்றுபவை, கஜலட்சுமி, பறக்கும் வித்யாதரர்கள், இசைக்கலைஞர்கள், மிதுனச்சிற்பங்கள் (தம்பதியர்), அரசதம்பதியர் போன்றோரின் உருவச்சிலைகளாகும். இங்குள்ள தோரணத்தின் பின்புலத்தில் புத்தரின் துறவறப் புறப்பாடு (great departure) பற்றிய சிற்பத்தொகுதி காண்போரைக் கவருவதாக அமைந்துள்ளது.

இதுபோன்றே கோன்டேனில் உள்ள குடைவரையிலும் சில சிற்பங்கள் உள்ளன. இதன் முகப்பில் உள்ள மனித உருவங்கள் இயற்கையாகச் செதுக்கப்பட்டுள்ளன. மனித உருவங்களில் பல பகுதிகள் அழிக்கப்பட்டுவிட்ட நிலையிலும் தலைகள், தலை அலங்காரங்கள், போன்றவை நுண்ணிய கலைக்கூறுகளைக் காட்டுகின்றன. இங்கு அழிந்த நிலையிலான, கி.மு. முதல் நூற்றாண்டைச் சேர்ந்த கல்வெட்டுகள் சில காணப்படுகின்றன.

குஷாணர் காலம்

காந்தாரக் கலை

இந்தியாவின் வரலாற்றுச் சிறப்பு மிக்க பகுதி காந்தாரம் ஆகும். தற்போது காந்தகார் என்று அழைக்கப்படும் பகுதிதான் முந்தைய காந்தாரம் என்று கருதுகின்றனர். வடமேற்குப் பாகிஸ்தானில் மத்திய சிந்து நதியின் இருமருங்கிலும் இப்பகுதி இன்று அமைந்துள்ளது. இதன் முக்கிய நகரங்களாக தட்சசீலமும் (Taxila) பெஷாவரும் (Peshawar) விளங்கி வந்துள்ளன. தொன்மைக் காலத்தில் பெர்ஸியப் பேரரசின் கீழ் இப்பகுதி இருந்தது. கி.மு. 327 இல் அலெக்ஸாண்டர் தம் படையெடுப்பின் போது இங்கு வந்துள்ளார். பின்பு கி.மு. நான்காம் நூற்றாண்டிலேயே சந்திரகுப்த மௌரியரின் ஆட்சியின் கீழ் வந்தது. கி.மு. மூன்றாம் நூற்றாண்டில் அசோகர் ஆட்சிப் பொறுப்பேற்றபின்

அவர் இப்பகுதியைப் பௌத்தத்திற்கு மாற்றினார். கி.மு. மூன்றாம் நூற்றாண்டின் இறுதிக் கட்டத்திலிருந்து கி.மு. முதல் நூற்றாண்டு வரை இது பாக்டீரியாவின் பகுதியாக மாறியது. குஷாணர் காலத்தில் (கி.பி.1 ஆம் நூற்றாண்டு முதல் 3ம் நூற்றாண்டு வரை), குறிப்பாக கனிஷ்கர் ஆட்சிக் காலத்தில் சிறந்த சிற்பக்கலை மையமாகத் திகழ்ந்தது. பௌத்தக் கலையின் மூன்று முக்கிய கலைக் கூடங்களான காந்தாரம், மதுரா, அமராவதி ஆகியவற்றில் இது முதன்மையான இடத்தைப் பெற்றுள்ளது. காந்தாரம் பல அயல் நாட்டுத் தாக்கங்களுக்கும், பண்பாட்டுத் தாக்கங்களுக்கும் ஆளாயிற்று. கிரேக்க உரோமானிய நாடுகளின் கலைக் கூறுகளைத் தன்னுள் எடுத்துக்கொண்ட காந்தாரம், சீனா, ஜப்பான் போன்ற ஆசிய நாடுகளின் கலைகளில் மாற்றங்களை விளைவிக்கத் தவறவில்லை.

தட்சசீலத்தில் அகழ்வாராய்ச்சி செய்த சர் ஜான் மார்ஷல் காந்தாரக் கலைச் சின்னங்களை இரண்டு பிரிவுகளாகப் பிரிக்கின்றார். முதல் பிரிவானது, பெஷாவர் பள்ளத்தாக்கில் உருவான கலைப் படைப்புகள் ஆகும். இங்கு கிடைத்த சிற்பங்கள் இங்கேயே வெட்டி எடுக்கப்பட்ட நுண்துகள் (finely grained) கட்டமைப்புக் கொண்ட நேர்த்தியான கற்கலால் வடிக்கப் பட்டவையாகும்[24]. இரண்டாவது பிரிவு, காந்தாரத்தில் இல்லாமல் ஆப்கானிஸ்தானத்தில் உருவானது. இதனைச் சார்ந்த சிற்பங்கள் சுதை (stucco) யினால் அல்லது களிமண்ணால் செய்யப்பட்டவை. இவை, தட்சசீலம் மற்றும் ஆக்பெஸ் நதிவரையான பரந்த பகுதியில் கிடைக்கின்றன. இப்பிரிவு கி.பி. 4 ஆம் நூற்றாண்டின் பிற்பகுதியில் தோன்றி 5ஆம் நூற்றாண்டின் முடிவில், ஹூனர்களின் படையெடுப்பு நிகழும் வரை, செழித்து வளர்ந்தது. ஹூனர்களால் இக்கலைக் கருவூலங்கள் அழிக்கப்பட்டுவிட்டன.

---

24. இப்பிரிவு கி.பி. ஒன்றாம் நூற்றாண்டு முதல் இரண்டாம் நூற்றாண்டுவரை செழித்து வளர்ந்தது. குஷாணர் காலத்தில் மேன்மையான நிலையை அடைந்து பின் அவ்வம்சத்தைச் சேர்ந்த வாசுதேவன் என்ற மன்னனின் ஆட்சிக் காலத்தில் திடீரென மறைந்து விட்டது.

காந்தாரத்து முதற்பிரிவு

புத்தரை மனித உருவில் சிற்பமாக வடிக்காத ஹீனயானம் இக்கால கட்டத்தில் வலுவிழந்தது. இதனால் மகாயானப்பிரிவு தோன்றி புத்தரை மனித உருவில் பெருமளவில் உருவாக்கத் தொடங்கினர். இம்மரபு மதுரா, காந்தாரம் ஆகிய இடங்களிலும் பெருமளவில் நிகழ்ந்தது. இவர்களது சிற்பங்களில் ஜாதகக் கதைகளும் இடம்பெற்றன. எனினும் புத்தர் மற்றும் போதி சத்துவர்களின் உருவங்களை அமைப்பதே முக்கியக் கலைப் பணியாக விளங்கியது. காந்தாரக் கலைஞர்களே முதன் முதலில் புத்தரின் மானிட உருவத்திற்கான உருவங்களை வடிவமைத்தனர்.[25] மதுராவின் கலைஞர்கள் புத்தரின் உருவத்தை இந்தியக் கலைக் கூறுகளுடன் முந்தைய நூற்றாண்டுகளில் தோற்றுவிக்கப்பட்ட இயக்கர்களின் உருவ அமைப்புகளை முன் மாதிரியாகக் கொண்டு அமைத்தனர். ஆனால், காந்தாரக் கலைஞர்கள் கிரேக்க உரோமானியச் சிற்பங்களைத் தங்களுக்கு முன்மாதிரியாகக் கொண்டனர். காந்தாரத்தின் இருகலைப் பிரிவினருமே புத்தரை ஒரு குருவைப் போல நின்று உபதேசிக்கும் நிலையிலோ அல்லது யோகியைப் போல அமர்ந்து தியானிக்கும் நிலையிலோ வடித்தனர். கிரேக்க - உரோமானியர்களிடமிருந்து பெற்ற கலைக் கூறுகளாகத் தலையைச் சுற்றியுள்ள பிரபை (hallow), அலை போன்று சுருண்ட கேசங்கள் (curly hairs), கருணைமிக்க கண்கள், நேர்த்தியான மடிப்புகளையுடைய ஆடையமைப்பு போன்றவை யாகும். ஆடையமைப்பானது உரோமன் டோகா போன்ற அலங்கார முடையதாக விளங்கியது. தக்திபஹி (Takt - i -Bahi) என்ற இடத்தில் கிடைத்துள்ள நின்ற நிலையிலான புத்தர் சிற்பம் கிரேக்க அப்பல்லோவின் உருவத்தைப் பெரிதும் ஒத்துள்ளது. அதன் ஆடையமைப்பு உரோமானிய அகஸ்டஸின் உருவத்தை நினைவூட்டுகிறது.

பெஷவாருக்கு அருகில் உள்ள ஹோடி மர்தான் (Hote Mardan) என்னுமிடத்தில் கிடைத்துள்ள புத்தரது உருவச் சிலை நின்ற நிலையில் உள்ளது. இதன் முகத்தில் கருணையும் பொலிவும் காட்டப்பட்டுள்ளது. அடர்ந்த சுருண்ட கேசமும், தலைக்குப்

25. G.C. Chauley, முன்னது, ப.60

பின்னால் பிரபையும், ஒரு காலினை ஊன்றி மறுகாலை சிறிது தளர்த்தி நிற்கும் பாங்கும், தலையின் உச்சியில் உள்ள உஷ்ணிசமும்,ஞானமுடி, நீண்ட காதுகளும், இச்சிற்பத்தின் அழகை மேம்படுத்துகின்றன. இச்சிற்பம் கிரேக்க - உரோமானியக் கலைச் சின்னங்களை நினைவுபடுத்துவதாகவே அமைந்துள்ளது. கி.பி. இரண்டாம் நூற்றாண்டைச் சேர்ந்த, அமர்ந்த நிலையிலுள்ள, சாம்பல் நிற கொடுவரிப்பாறை (grey schist)க் கல்லினாலான சிற்பம் ஒன்று எடின்பரோவில் ராயல் ஸ்காட்டிஸ் அருங்காட்சியத்தில் வைக்கப் பட்டுள்ளது.[26] இதன் சிற்பவமைதி இந்தியப் பாணியிலமைந்துள்ளது. அரை பத்மாசனத்தில் அமர்ந்துள்ள புத்தர் அவருக்கே உரிய உஷ்ணிசம், ஊர்ணம், நீண்ட காதுகள் ஆகியவற்றைக் கொண்டுள்ளார். அவரது முடி சுருள் சுருளாக அலங்கரிக்கப்பட்டுள்ளது. அவரது தலைக்குப் பின்னால் பிரபை உள்ளது. நெற்றிச் சின்னம் காட்டப்பட்டுள்ளது. அவரது ஆடை நீண்ட அங்கியாக பல மடிப்புகளைக் கொண்டுள்ளது. அவர் சிம்மாசனத்தில் அமர்ந்துள்ளார் என்பதைக் காட்ட ஆசனத்தின் இரண்டு முனைகளிலும் சிம்மத்தின் உருவம் காணப்படுகிறது. தியான முத்திரை காட்டி அமர்ந்துள்ளார்.[27] இவரது நீண்ட அங்கியிலும், முகப் பொலிவிலும் மேற்கத்திய தாக்கம் வெளிப்படுகிறது. காந்தாரத்தின் நின்ற நிலையிலான மற்றொரு புத்தர் சிற்பம், பெர்லின் அருங்காட்சியத்தில் உள்ளது. இது கி.பி. 2-3 நூற்றாண்டுகளைச் சேர்ந்ததாகும். இதுவும் சாம்பல் நிற கொடுவரிப் பாறைக் கல்லால் அமைக்கப்பட்டதாகும்.[28] லாகூர் அருங்காட்சியகத்தில் நின்ற கோலத்தில் உள்ள புத்தரின் சிற்பம் பாக்ட்ரோ - காந்தாரப் பகுதியைச் சேர்ந்ததாகும்.[29] அவர் காலணி ஏதும் அணியாமல் வெறுங்காலில் ஒரு பீடத்தின் மீது நிற்கிறார். அவரது வலது கை ஒடிந்துள்ளது. அவர் அபயமுத்திரை காட்டி நின்றிருக்க வேண்டும். அவருடைய ஒரு காலைச் சற்று தூக்கி வளைந்து நின்றுள்ளார். அவரது அங்கி கனமான

---

26. I.C. Harle, முன்னது, ப.75, Fig.56

27. பொதுவாக காந்தார புத்தசிற்பங்களில் அபய, தியான, தர்மச்சக்கர, பூமிஸ்பர்ச முத்திரைகளைக் காட்டும் பாங்கினைக் காணலாம். அபயம் என்பது பாதுகாப்பதாகும். தியானம் என்பது புத்தர் இருகைகளையும் மடியில் வைத்திருக்கும் அமைப்பு. தர்மச்சக்கரம் என்பது உபதேசிக்கும் பாணி. பூமி ஸ்பர்சம் என்பது பூமியைக் தொட்டுக் கொள்வதாகும்.

28. J.C. Harle, முன்னது, ப.77, Fig.57

29. Susan L. Huntington, முன்னது, ப.135, Fig.8.10

துணியாகத் தெரிகிறது. தலையில் சுருள்முடியும், உஷ்ணிசமும், தலைக்குப் பின்னால் பிரபையும் உள்ளன. இவர் எந்த ஆபரணமும் அணியவில்லை. நீண்ட காதுகளில் உள்ள துவாரம் அவர் போதி சத்துவராக இருந்தபோது அணிகலன்களை அணிந்திருப்பார் என்பதைப் புலப்படுத்துகிறது. இந்த உருவ அமைதி பெரும்பாலும் புத்தரது உருவங்களின் இலக்கணமாகக் கருதப்படுகிறது. காந்தாரத்துப் புத்தர் சிற்பங்களைப் பற்றி ஃபௌச்சர் (Foucher) குறிப்பிடும் போது, "காந்தார புத்தர் தலையில் மொட்டையடிக்காத ஒரு துறவி, ஆபரணங்கள் அணியாத ஒரு இளவரசர்" என்று கூறுகிறார்.[30]

புத்தர் தனது முதல் உபதேசத்தைச் சாரநாத்தில் மான்சோலையில் தொடங்குகிறார். இந்நிகழ்ச்சி தர்மச்சக்கர வர்த்தனம் என்று அழைக்கப்படுகிறது. புத்தரின் சிறப்புமிக்க இந்த நிகழ்ச்சி முதன் முதலில் சிற்ப வடிவம் பெற்றது காந்தாரத்தில் தான். காந்தாரத்தில் தட்ச சீலத்தில் கிடைத்துள்ள தர்மச்சக்கர பரிவர்த்தனச் சிற்பம் (கி.பி. 2-3 நூற்றாண்டு) இதற்கு முதல் எடுத்துக்காட்டாகும்.[31] இச்சிற்பத் தொகுதியில் புத்தர் உயரமான ஆசனத்தில் அமர்ந்துகொண்டு திரிரத்னத்தின் மீது வைகசுப்பட்டுள்ள சக்கரத்தைத் தொட்டுக் கொண்டிருக்கிறார். அதாவது தர்மச் சக்கரத்தை அல்லது தர்மத்தை சுழலவிடுகிறார். அவரது ஆசனத்தின் இரண்டு பக்கத்திலும் இரண்டு மான்கள் உள்ளன. அவரது சீடர்கள் ஐவர் அமர்ந்துள்ளனர். இதனைப் பின்னாளில், அதாவது சங்ககாலத்தில், ஆலமரத்தடியில் அமர்ந்து சீடர்களுக்குப் போதிக்கும் தட்சிணாமூர்த்தியுடன் ஒப்பிடலாம். தட்சசீலத்தில் கிடைத்த மற்றொரு சிற்பத் தொகுதியில் புத்தர் அமர்ந்துள்ள அலங்கரிக்கப்பட்ட ஆசனத்திலேயே தர்மச்சக்கரமும் அதன் பக்கங்களில் மான்களும் வடிக்கப்பட்டுள்ளன. புத்தர் தர்மச்சக்கரத்தைத் தொடாமல் அபயமுத்திரை காட்டுகிறார். மரத்தடியில் அமர்ந்திருக்கும் அவரைச் சுற்றி சீடர்கள் நின்றும்,

---

30. J.C. Harle, முன்னது, ப.76.

31. மதுராவில் கி.பி.14 ஆம் நூற்றாண்டைச் சேர்ந்த சிற்பம் ஒன்று இதனைக் காட்டுகிறது என்று கருதினும் அதில் ஏற்றுக் கொள்ளும்படியான அமைப்புகள் இல்லை. (Ratan Parimoo, Fig.37.)

அமர்ந்தும் உள்ளனர். அவர்களது முகபாவனைகள் புத்தரின் உபதேசத்தைக் கேட்டு ஆனந்தமாக இரசிப்பதைத் தெளிவுபடுத்துகின்றன.

காந்தாரச் சிற்பங்களில் புத்தரின் பிறப்பு பற்றிய சிற்பத்தொகுதி குறிப்பிடத்தக்கதாகும். இதில் குழந்தை சித்தார்த்தன் பிறந்ததும் அவரை இந்திரன் தூக்கும் காட்சி காட்டப்பட்டுள்ளது. இப்பகுதியில் கிடைத்த பல சிற்பங்களில் ஒரு பெண் ஒரு கட்டிலில் படுத்திருப்பது போலவும், அவளுக்கு மேல்புறம் யானை உருவமும் காட்டப்பட்டுள்ளது. இதற்கு உதாரணமாக லாகூர் அருங்காட்சியகச் சிற்பத்தைக் குறிப்பிடலாம். இது மாயாதேவியின் கனவுச்சிற்பம் என்பதில் ஐயமில்லை. ஆனால் பார்கூத்தில் உள்ள அளவுக்கு யானை பெரியதாகக் காட்டப்படவில்லை.[32] காந்தாரப் பகுதியைச் சேர்ந்த மற்றொரு புத்தர்பிறப்புச் சிற்பம் பெர்லின் அருங்காட்சியகத்தில் வைக்கப்பட்டுள்ளது. இதில் புத்தரின் தாயார் மாயாதேவி ஒரு மரத்தின் கீழ் நின்றுகொண்டிருக்கிறார். அவரைச் சுற்றி இந்திரன் முதலானோர் நிற்கின்றனர். மாயாதேவியின் வலது இடுப்புப் பகுதியிலிருந்து குழந்தை வெளிவருகிறது. இந்திரன் அக்குழந்தையைத் தூக்குகிறார். இச்சிற்பத் தொகுதி நேர்த்தியாக அமைந்துள்ளது. இங்கிருக்கும் அனைவரது ஆடைகளும் மேற்கத்திய பாணியில் அமைந்துள்ளன. வலது இடுப்புப் பகுதியில் குழந்தை வருவது காந்தாரத்தின் தனிச்சிறப்பாகும். இதன் அடிப்படையிலேயே கி.பி. 5ஆம் நூற்றாண்டில் சாரநாத் சிற்பத் தொகுதி வடிக்கப்பட்டது. வேறு சில காந்தாரச் சிற்பங்களில் குழந்தையைக் குளிப்பாட்டும் காட்சியும் சித்திரிக்கப்பட்டுள்ளது.

புத்தரின் பரிநிர்வாணச் சிற்பங்கள் காந்தாரத்தில் பலபகுதிகளில் கிடைத்துள்ளன. அவை இலண்டன் விக்டோரியா ஆல்பர்ட் அருங்காட்சி யகத்திலும், லாஸ்ஏஞ்சல்ஸ் கவுண்டி கலை அருங்காட்சியகத்திலும், சண்டிகாரில் உள்ள அரசு அருங்காட்சியகத்திலும், பம்பாய் வேல்ஸ் இளவரசர் அருங்காட்சியகத்திலும், கல்கத்தா இந்திய அருங்காட்சியகத்திலும்

---

32. மேலது, ப.6, Fig.3

வைக்கப்பட்டுள்ளன. இவற்றில் பெரும்பாலானவை கி.பி. 2 - 3 நூற்றாண்டுகளையும், ஒரு சில நான்காம் நூற்றாண்டையும் சேர்ந்தவையாகும். புத்தரின் பரிநிர்வாணச் சிற்பத் தொகுதிகளை மனித உருவத்துடன் முதன் முதலில் ஒரே கால கட்டத்தில் அமைத்தவர்கள் காந்தாரம் மற்றும் மதுரா கலைஞர்கள் ஆவர். காந்தாரச் சிற்பங்களில் துறவிகளும், மல்லர்களும் மிகவும் வருத்தத்துடன் இருப்பது போல் காட்டப்பட்டுள்ளனர். ஆனால் சாஞ்சியில் மனித உருவில் புத்தர் காட்டப்படாமல், பௌத்த இலக்கியங்களில் குறிப்பிட்டுள்ளபடி மக்களும், குசிநகரத்து மல்லர்களும் நாட்டியம், இசை போன்றவற்றுடன் ஆடிப்பாடி ஸ்தூபத்தை வணங்குகின்றனர். இக்காட்சி இலக்கியங்கள் கூறும் பரிநிர்வாணக் காட்சி என்று நம்பப்படுகிறது. பௌத்த கதைகளின்படி புத்தர் தன்னை சாலை மரத்தடியில் ஒருகட்டிலில் தலை வடக்கு நோக்கி இருக்கும்படியாகப் படுக்க வைக்குமாறு கேட்டுக்கொண்டார். அன்று இரவு முழுவதும் அவர் அங்கு தனது இறுதிநாளில் படுத்திருந்தார் என்று நம்பப்படுகிறது. காந்தாரக் கலைஞர்கள் இரண்டு சாலை மரங்களை வடித்து அவற்றிற்கு நடுவில் பரிநிர்வாணச் சிற்பத்தை அமைத்துள்ளனர்.

லாஸ் ஏஞ்சல்ஸில் உள்ள கவலையுடன் நின்றிருக்கும் உருவக்கூட்டத்தில் நடைமுறையில் இல்லாத ஒரு தன்மை காணப்படுகிறது. அந்த உருவங்களில் ஒன்று மட்டும், மிகவும் மனம் நொந்து கூனிக்குறுகி தனது தலையை வலது பக்கம் குனிந்து கால்முட்டியில் வைத்திருப்பதுபோல் காட்டப்பட்டுள்ளது. பொதுவாகப் படுத்திருக்கும் புத்தரின் உருவம் உணர்ச்சியற்ற மரக்கட்டை படுத்திருப்பது போல் வடிக்கப்படும். ஆனால் இங்கு புத்தர் வலது பக்கம் சாய்ந்து வலது கையை மடக்கித் தலைக்கடியில் வைத்துக் கொண்டு, இடது கால்முட்டியை மடக்கி வலதுகால் மீது போட்டுக் கொண்டு சாதாரணமாக ஓய்வு எடுத்துக் கொண்டிருப்பது போல் படுத்துள்ளார். காஸ்யப்ப முனிவர் பலசிற்பத் தொகுதிகளில் காட்டப்பட்டுள்ளார். பொதுவாக அவர் புத்தரின் பாதத்திற்கு அருகில் நின்றிருப்பார். ஒரு சிற்பத் தொகுதியில் வருத்தத்தில் தோய்ந்த அவர் புத்தரின் பாதங்களைத் தொட்டுக் கொண்டிருப்பது போல் காட்டப் பட்டுள்ளார். இங்கு, லாஸ் ஏஞ்சல்ஸ் சிற்பத்தில் அவர் புத்தரின் பாதத்திற்கு அருகில் தனது வலது கையைத் தூக்கி புத்தரைக்

காண்பிப்பது போல் நின்றுள்ளார்.[33] இந்திய அருங்காட்சியத்தில் உள்ள பரிநிர்வாண சிற்பத் தொகுதியில் ஆசீவகத் துறவி ஒருவர் நிர்வாணமாக இறந்துகொண்டிருக்கும் புத்தரை இறுதியாகக் காண வருவது போன்று சித்திரிக்கப்பட்டுள்ளது. அவர் பெரும்பாலும் புத்தரின் தலைக்கருகில் நின்றிருப்பார். சண்டிகாரில் உள்ள சிற்பத்தொகுதி ஒரு பீடத்தில் அமைந்துள்ளது. அந்தப் பீடத்தின் மேலே உடைந்து போன கால்களுக்குரிய இரண்டு பாதங்கள் மட்டும் உள்ளன. இது பெரிய உயரமான புத்தரது உருவமாக இருந்திருக்கும். உடைந்தது போக எஞ்சியுள்ள பகுதி அருங்காட்சியகத்தில் வைக்கப்பட்டுள்ளது.

தம்மபாத புத்தகதையில் "சங்கரம்யதே" அதாவது காற்றில் உலகின் ஒரு முனையிலிருந்து மறுமுனைக்கு நடக்கும் வித்தை பற்றிக் குறிப்பிடப்பட்டுள்ளது. இதனையொட்டிப் புத்தர் காற்றில் நடப்பதுபோல் சில சிற்பங்கள் வடிக்கப்பட்டன. இச்சிற்பங்களில் ஒன்று பாரிஸ் அருங்காட்சியத்திலும், மற்றொன்று கல்கத்தா அருங்காட்சியகத்திலும் வைக்கப்பட்டுள்ளன. பாரிஸில் உள்ள சிற்பத்தில் புத்தர் காற்றில் நடப்பது தெளிவாகக் காட்டப்பட்டுள்ளது. இது 'சரஸ்வதி அற்புதம்' என்று அழைக்கப்படுகிறது. இச்சிற்பத்தில் புத்தர் அபய முத்திரை காட்டி காற்றில் நிற்கின்றார். அவரது உள்ளங்கையில் சக்கரம் பொறிக்கப்பட்டுள்ளது. கல்கத்தாவில் உள்ள சிற்பத்தில் ஒரு கோயில் போன்ற அமைப்புக்குள் புத்தர் அர்த்த பத்மாசனத்தில், ஒரு பீடத்தின் மீது அமர்ந்துள்ளார். அவரது இரண்டு பக்கங்களிலும் இந்திரனும் பிரம்மாவும் அமர்ந்துள்ளனர்[34]. புத்தர் அமர்ந்துள்ள பீடம் ஆயிரம் தாமரை மலர்களைக் கொண்டதாகும்.

---

33. மேலது, ப.34, Fig.47

34. தமிழகத்தில் உள்ள பெரும்பான்மையான இயற்கைக் குகைத் தலங்கள் எவ்வாறு பாண்டவர் குகைத்தலங்கள் என்று மக்களால் கருதப்படுகின்றனவோ அது போன்றே பௌத்த மதத் கருத்துப்படி புத்தருக்கு இருபக்கத்திலும் உள்ளவர்களை இந்திரன், பிரம்மா என்று அடையாளம் காண்பது மரபாக உள்ளது. திவ்யவதனம் என்ற நூலில் இது குறிப்பிடப்பட்டுள்ளது.

இலண்டன் விக்டோரியா ஆல்பர்ட் அருங்காட்சியகத்தில் புத்தர் துஷிதா சொர்க்கத்திலிருந்து இறங்கிவரும் காட்சியைக் காட்டும் காந்தாரத்துச் சிற்பத்தொகுதி உள்ளது. கி.பி.இரண்டாம் நூற்றாண்டைச் சேர்ந்த இச்சிற்பத்தொகுதி சாஞ்சி, பார்கூத்திலிருந்து வேறுபட்டுக் காணப்படுகிறது. பார்கூத்தைப் போன்று மூன்று ஏணிகள் இருப்பினும் இங்கு புத்தர் மனித உருவில் இந்திரன் மற்றும் பிரம்மாவுடன் இறங்கிவருகிறார்.[35] சாஞ்சியிலும், பார்கூத்திலும் ஏணிகள் மரவேலைப்பாடு போன்ற தோற்றம் கொண்டுள்ளன. ஆனால் காந்தாரத்தில் இது கல்வேலைதான் என்பது தெளிவாகக் காட்டப்பட்டுள்ளது. இங்கு ஏணியில் மூன்று இடங்களில் புத்தரும் அவரது துணையாட்களும் காட்டப்பட்டிருக்கின்றனர். இதனைப்பார்க்கும் போது மகாபலிபுரத்தில் பாகீரதன் தவக்காட்சியில் கங்கை இறங்கி வருவதை நாக கன்னிகை உருவில் பலமுறை காட்டப்பட்டிருப்பது நினைவுக்கு வருகிறது. இங்கு காந்தாரச்சிற்பத்தில், புத்தர் உட்பட, நின்றிருக்கும் அனைவரும் திரிபங்கத்தில் காட்டப் பட்டுள்ளனர். பம்பாயில் வேல்ஸ் இளவரசர் அருங்காட்சியகத்தில் உள்ள நளகிரி என்னும் மதம்பிடித்த யானையை அடக்கும் சிற்பக்காட்சி உள்ளது. காந்தாரக்கலையைச் சேர்ந்த இந்தச் சிற்பத்தில் புத்தரது தலை உடைந்துள்ளது. அவரது வலதுகை யானையின் தலையில் வைக்கப்பட்டுள்ளது. யானை அவர் முன்பு பின்னங்கால்களை மடக்கி அமர்ந்துள்ளது.[36] லாகூர் அருங்காட்சியகத்தில் வைக்கப்பட்டுள்ள புத்தரின் அமர்ந்த நிலையிலான சிற்பத்தில் இரண்டு தோள்களும் ஆடையால் போர்த்தப்பட்டுள்ளன. பெரும்பாலான காந்தாரச் சிற்பங்கள் புத்தரின் இரண்டு தோள்களும் ஆடையால் போர்த்தப்பட்டிருப்பதாகவே அமைந்திருக்கின்றன. லாகூரில் உள்ள சிற்பத்தில் புத்தருக்கு மீசை இருப்பதால் இது ஈரானியத் தாக்கமாக இருக்கக்கூடும்.[37]

---

35. Ratan Parimoo, முன்னது, பக்.52 - 53, Fig.747 தம்மபாதவிளக்கத்தில் இந்திரனும், பிரம்மாவும் உடன் வருவதாகக் குறிப்பிட்டிருப்பினும், இங்கு அவர்களுக்கான அடையாளங்கள் எதுவும் காண்பிக்கப்படவில்லை.

36. மேலது, Fig.80

37. Susan L. Huntington, முன்னது, ப.37, Fig.8.14.

புத்தருடைய உருவத்தைப் போன்றே போதிசத்துவருடைய உருவங்களும் நின்ற நிலையிலோ அல்லது அமர்ந்த நிலையிலோ அமைக்கப்பட்டன. பாகிஸ்தானில் தக்தி பாஹி என்ற இடத்தில் கிடைத்த போதிசத்துவ மைத்ரேயர் உருவம் லாகூர் அருங்காட்சியகத்தில் வைக்கப்பட்டுள்ளது. வடமேற்கு இந்தியாவில் கிடைத்துள்ள பிற போதிசத்துவ உருவங்களைப் போன்றே இச்சிற்பத்திலும் வேட்டி போன்ற கீழாடை அணிவிக்கப்பட்டுள்ளது. சால்வை போன்ற மேல்அங்கி அணிந்திருக்கும் இவ்வுருவத்தின் மேல்பகுதி ஆடையின்றியே காணப்படுகிறது. அங்கி தோளிலிருந்து கீழே பக்கவாட்டில் வருகிறது. கழுத்தில் கனத்த ஆரம் அணிந்துள்ளார். தலையிலும், காதிலும், கழுத்திலும், கைகளிலும் ஆபரணங்கள் அணிந்துள்ளார். புத்தரைப் போன்றே இவரது உருவத்திலும் ஊர்ணம், உஷ்ணிசம் மற்றும் பிரபை காணப்படுகிறது.[38] அவரது வலது கை உடைந்து காணப்படுகிறது. அதில் அவர் அபய முத்திரை காட்டியிருக்க வேண்டும். அவரது இடது கையில் ஒரு குவளை உள்ளது. இது போதிசத்துவ மைத்ரேயருக்கான உருவ அமைப்பில் ஒரு அடிப்படைத் தன்மையாகும். இவ்வுருவ அமைப்பு கிரேக்க - உரோம மரபைப் படம் பிடித்துக் காட்டுகிறது. மற்றொரு பௌத்த போதிசத்துவர் அவலோகிதேசுவரர் பத்மபாணியாவார். இவரது காந்தாரச் சிற்பம் பாகிஸ்தானில் லோரியன்தங்கையில் கிடைத்துள்ளது. தற்போது இது கல்கத்தா அரசு அருங்காட்சியகத்தில் உள்ளது. இவர் பரிவு அல்லது இரக்கத்தின் இருப்பிடமாகக் கருதப்படுகிறார். இவர் தாமரையைக் கையில் வைத்திருப்பதால் போதிசத்துவர் பத்மபாணி என அழைப்படுகிறார். கல்லிலே மரம்போன்று அலங்கரிக்கப்பட்ட பீடத்தில், ஆயாசமாக, காலில் காலணியுடன் அமர்ந்துள்ளார். கனத்த ஆபரணங்களை அணிந்துள்ள அவரது கீழாடை வேட்டி போன்றும், மேலாடை ஒரு துண்டு அல்லது சால்வை போன்றும் காணப்படுகின்றன. காதுகளில் குண்டலங்களுடன் காணப்படும் இவர் மீசையும் வைத்துள்ளார். தலையலங்காரம் தலைப்பாகை கட்டிமுன்னால் குஞ்சம் வைத்தது போல் உள்ளது.[39]

சித்தார்த்தர் (புத்தர்) இளைஞராக அவரது தந்தையின் அரண்மனையில் வாழ்ந்து கொண்டிருந்தபோது உழுபவர்களுக்கென

---

38. மேலது, ப.138, Fig.8.15

39. மேலது, ப.139, Fig.8.16

ஒரு போட்டி நடந்தது. உழும் போட்டியைச் காண்பதற்காக வந்த சித்தார்த்தர் ஜம்பு (சிவந்த ஆப்பில்) மரத்தின் கீழ் உட்காரவைக்கப்பட்டார். அப்போது அவர் யோகநிலையில் அமர்ந்து முதல் அனுபவத்தைப் பெற்றார். அவரது பணியாட்கள் திரும்பிவந்து பார்த்தபோது அப்பகுதியிலிருந்த அனைத்து மரங்களின் நிழல்களும் இயற்கையாக நகர்ந்துசென்றுவிட்டபோதும், ஜம்பு மரத்தின் நிழல் நகராமல் புத்தருக்கு நிழல் கொடுத்துக்கொண்டிருந்தது. இந்த ஆச்சரியத்தை புத்தரின் தந்தைக்குக் காட்டினர். அவர் தம்மகனின் பெருமை கண்டு வணங்கினார். இக்கதையை நினைவுகூரும் வகையில் பாகிஸ்தானில் சஹ்ரி பஹ்லால் பகுதியில் (2 ம் நூற்றாண்டில்) ஒரு சிற்பம் வடிக்கப்பட்டது. தற்போது இது பெஷாவர் அருங்காட்சியகத்தில் வைக்கப்பட்டுள்ளது.[40] இதில் ஜம்பு மரத்தடியில் சித்தார்த்தர் வஜ்ரபரியங்காசனத்தில் அமர்ந்துள்ளார். இளவரசருக்குரிய ஆபரணங்கள் அணிந்துள்ளார். அவருக்குக் கீழே எருதுகளைக் கொண்டு உழுகின்றகாட்சி இடம்பெற்றுள்ளது. இக்காட்சியைக் கண்டு வியந்து சிலர் வணங்குகின்றனர். புத்தர் குசி நகரைவிட்டு வெளியேறும் காட்சியும் காந்தாரத்தில் சிற்பமாக வடிக்கப்பட்டுள்ளது. லோரியன்தங்கையில் கிடைத்த இத்தகு சிற்பம் தற்போது கல்கத்தா அரசு அருங்காட்சியகத்தில் வைக்கப்பட்டுள்ளது. இதில் சித்தார்த்தர் தமது குதிரையில் ஏறிச்செல்கிறார். குதிரையின் நடைசத்தம் கேட்டு அவர் நகரைவிட்டுப் போவதை யாரும் கண்டுவிடக்கூடாது என்று கருதி தேவர்கள் குதிரையின் கால்களைத் தாங்கிக்கொண்டே செல்கின்றனர். வஜ்ராயுதத்தைக் கையில் ஏந்திக் கொண்டு இந்திரனும், அவரோடு கூட பிரம்மாவும் சித்தார்த்தருடன் நடந்து செல்கின்றனர்.[41]

பௌத்த சமய வரலாற்றில் முக்கியமான கட்டம் புத்தர் நடுவழி (middle path) ஒன்றைப் பின்பற்றியதாகும். புத்தர் இந்த முடிவை எடுப்பதற்கு முன்பாக உணவின்றி, உடலை வருத்தி தவமிருந்தார். அவர் உடல்வாடி எலும்பு மட்டும் தெரியும் அளவுக்கு மெலிந்து போனார். அதன்பின்பு வேத பிராமணர்களைப் போன்று ஆடம்பரமாக இல்லாமலும், சமணர்களைப் போன்று உடலை வருத்தாமலும், நாள்

40. **மேலது**, ப.141, Fig.8.18

41. **மேலது**, ப.141, Fig.8.19

ஒன்றுக்கு ஒரு நேர உணவருந்திச் செயல்படுதலை மேற்கொண்டார். இது ஞானம் பெறுவதற்கு முந்திய நிகழ்வாகும். இதனைப் பாகிஸ்தானில் உள்ள சிக்ரியில் சிற்பமாக வடித்தனர். தற்போது இச்சிற்பம் லாகூரில் உள்ளது[42]. இதில் தவக்கோலத்தில் அமர்ந்துள்ள புத்தரின் விலா எலும்புகள் வெளியே தெரிகின்றன. அவரது முகம் வாடியுள்ளது. லாகூரில் உள்ள மற்ற சிற்பங்கள் ஹாரிதி மற்றும் அவரது கணவன் பாஞ்சிகா ஆகியோருடையதாகும்.[43] இவர்கள் செல்வத்தின் அதிபதிகளாகக் கருதப்பட்டனர். இயக்கர், இயக்கி என்றும் அழைக்கப்படுகின்றனர். இங்கு பாஞ்சிகா குபேரன் போன்று செல்வச்செழிப்போடு அமர்ந்த நிலையில் வைக்கப்பட்டுள்ளார். அவளது கையில் ஈட்டி ஒன்றுள்ளது.[44] ஹாரிதி குழந்தைகளைக் காப்பவளாவாள். அவரது ஒரு மார்பகத்தில் பால் குடிக்கப் போவது போல் ஒரு குழந்தை கை வைத்துள்ளது. அவரது தோள்களில் இரண்டு குழந்தைகள் நின்றுள்ளனர்.[45] சீனப் பயணியான இட்சிங் என்பார் கி.பி.ஏழாம் நூற்றாண்டில் இந்தியா வந்தபோது ஹாரிதி பற்றிய கதையைக் கேள்விப்பட்டு எழுதியுள்ளார். ஹாரிதி தனது முந்திய பிறவியில் ராஜ்கீர் நகரத்தில் இருந்த அனைத்து குழந்தைகளையும் உண்பதாகச் சபதமிட்டாள். இதுபற்றி ராஜ்கீர் மக்களிடமிருந்து வந்த புகாரினைக் கேட்ட சாக்கிய முனிபுத்தர், ஹாரிதியின் ஐநூறு குழந்தைகளில் ஒன்றை மட்டும் மறைத்து வைத்துவிட்டார். இதனால் வருந்திய ஹாரிதி தான் பிறருக்கு இழைத்த கொடுமைகளால் அவர்கள் பட்ட துன்பத்தை உணர்ந்து பௌத்த சமயத்திற்கு மாறினாள். அதன் பின் உணவற்றோருக்கு உணவளிப்பதும், குழந்தைகளைக் காப்பதும் அவர் பொறுப்பாயிற்று என்கிறது அக்கதை.[46]

---

42. மேலது, ப.142, Fig.8.20
43. மேலது, ப.147, Figs.8.25 மற்றும் 8.26
44. பிந்திய சிற்பங்களில் அவர் கையில் பணப்பை வைக்கப்பட்டது.
45. பொதுவாக இவர் ஐந்து குழந்தைகளுடன் காணப்படுவார். ஆனால் இங்கு மூன்று குழந்தைகள் மட்டுமே உள்ளனர். ஐந்து குழந்தைகள் என்பது அவரது ஐநூறு குழந்தைகளைக் குறிப்பதாகும்.
46. Susan L.Huntington, முன்னது, ப.147.

காந்தாரத்து இரண்டாவது வகைச்சிற்பங்கள்

ஆப்கானிஸ்தானத்தில் பாமியான் (Bamiyan) என்னுமிடத்தில் ஒரு குன்றில் செதுக்கப்பட்ட இரண்டு பிரமாண்டமான புத்தர் சிலைகள், இவ்வகையினர் கலை உலகுக்குக் கொடுத்த சிறப்புமிக்க நன்கொடையாகும். இவற்றில் கிழக்குப்பக்கம் அமைந்துள்ள சிற்பம் ஏறத்தாழ 53 மீட்டர் உயரமாகும். இது மேற்குப்பக்கம் அமைந்துள்ள 35 மீட்டர் உயரச் சிற்பத்தைவிட ஒரு நூற்றாண்டு காலத்திற்கு முந்தியதாகும். இவ்விரு சிற்பங்களுமே இந்தியக் கலை வரலாற்றில் முக்கியமானதொரு இடத்தைப் பிடித்துள்ளன. ஏனெனில் இதன் உட்கருப்பகுதி மட்டுமே குன்றில் புடைப்பாகச் செதுக்கப்பட்டது ; அதன் மீது களிமண்ணும், வைக்கோல் துண்டுகளும் கலந்த கலவையால் முனைப்பான பிற உறுப்புக்களும், ஆடையின் மடிப்புகளும் உருவாக்கப்பட்டு, அதன்மீது சுண்ணக்கலவை பூசப்பட்டிருக்கிறது. இதன் மீது வண்ணங்கள் தீட்டப்பட்டுள்ளன. இது இரு சிற்பங்களுக்குமே பொதுவான அம்சமாகும். இது தவிர, கிழக்கில் உள்ள சிற்பத்தில் கவனிக்கத்தக்க ஒரு தன்மையாதெனில், இதன் ஆடையில் மடிப்புக்களை உருவாக்கப் பெரும் வடக்கயிறுகளை உட்கருப் பகுதியில் மர ஆணிகள் கொண்டு பொருத்தி, அதன்மீது, மேற்கூறியவாறு, களிமண் கலவை, சுண்ணக்கலவை, வண்ணம் முதலியன பூசப்பட்டிருக்கின்றன. இவ்வகையினரின் கலை மத்திய ஆசியா முழுவதும் பரவிய பௌத்தக் கலைக்கு ஒரு முன்னோடியாக அமைந்தது.

சுடுமண்ணால் செய்யப்பட்ட காந்தாரச் சிற்பங்களில் குறிப்பிடத் தக்கது பாகிஸ்தான் அருங்காட்சியகத்தில் தற்போது வைக்கப்பட்டுள்ள தட்சசீலத்து கலவன் மடாலயத்தைச் சேர்ந்த போதிசத்துவர் சிற்பத்தின் தலையாகும். அவரது முகத்தில் கருணையும், இரக்கமும் ஒருசேரக் காட்டப்பட்டுள்ளது. சுதை உருவங்களில் குறிப்பிடத்தகுந்தவை, ரோம் நகரத்தில் ஓரியண்டல் அருங் காட்சியகத்தில் வைக்கப்பட்டுள்ள போதிசத்துவர் தலையும், லாகூர் அருங்காட்சியகத்தில் வைக்கப்பட்டுள்ள ஒரு மனிதத் (கொடையாளி அல்லது தேவர்) தலையும் ஆகும். இவை இரண்டும் 4 அல்லது 5 ஆம் நூற்றாண்டைச் சேர்ந்தன எனக் கருதப்படுகிறது. கல்கத்தா அரசு அருங்காட்சியகத்தில் வைக்கப்பட்டுள்ள

உலோகத்தாலான கனிஷ்கரின் சாம்பல் பெட்டியில், நடுவில் புத்தரும் அவருக்கு இரு மருங்கிலும் இந்திரனும், பிரம்மாவும் உள்ளனர். புத்தர் அமர்ந்துள்ளார். மற்ற இருவரும் நின்று கொண்டு வணங்கிய நிலையில் உள்ளனர்.

ஆப்கானிஸ்தானத்தில், ஹட்டா பகுதியில் கிடைத்துள்ள காந்தார சுதையாலான புத்தரின் தலை ஒன்று காந்தார அருங்காட்சியகத்தில் வைக்கப்பட்டுள்ளது. இது கி.பி. இரண்டு-மூன்றாம் நூற்றாண்டில் வடிக்கப்பட்ட சிற்பமாகும். புன்முறுவலுடன் தியான நிலையில் காணப்படும் இச்சிலை தொடக்கத்தில் ஓவியம் தீட்டப்பட்டதாக இருந்துள்ளது. இதற்கு ஆதாரமாக உடைந்த மூக்குப் பகுதியில் வண்ணங்கள் தென்படுகின்றன. நீண்ட காதுகளும், உஷ்ணிசமும் தெளிவாகக் காட்டப்பட்டுள்ளன.[46அ] அதே இடத்தில் கிடைத்துள்ள மற்றொரு புத்தர் தலை (கி.பி.2-3 நூற்றாண்டு) உடைந்துள்ளது. கிரேக்க பாணியில் அமைந்துள்ளது. புன்முறுவல் பூக்கும் அவரது வாய் வில் போன்று வளைந்துள்ளது. இதன் மீதும் ஓவியம் தீட்டப்பட்டுள்ளது.[46ஆ] ஆப்கானிஸ்தானத்தில் கிடைத்துள்ள மற்றொரு புத்தரின் முகம் இதே காலத்தைச் சேர்ந்ததாகும். தோரணம் போன்ற கண்பட்டையும், நீண்ட மூக்கும், வில்போன்ற உதடுகளும் கொண்டு தியானநிலை காட்டி உள்ள இச்சிற்பம் கிரேக்க ரோமானிய பாணியில் அமைந்துள்ளது. மேற்கூறப்பட்ட புத்தர் தலைகளை ஆராயும் போது காந்தாரக் கலைஞர்கள் சுதையால் செய்த உருவங்களின் மீது வண்ணம் தீட்டியுள்ளனர் எனத் தெரிகிறது. காலப்போக்கில் வண்ணங்கள் அழிந்துள்ளன. பெரும்பாலான சுதை உருவங்கள் முழுமையாக இல்லாமல் தலை மட்டுமே வடிக்கப்பட்டதாக உள்ளன.[46இ]

கி.பி.3-4 ஆம் நூற்றாண்டுகளைச் சேர்ந்த சுடுமண்ணாலான (terracotta) போதிசத்துவர் உருவங்களும் ஆப்கானிஸ்தானத்தில் ஹட்டாவில் கிடைத்துள்ளன.

[46அ] http://www.gandhara.com.au/gandhara_11afghan.html# (Code : 0531)

[46ஆ] மேலது, Code. 0525

[46இ] மேலது, Code. 0526.

காந்தாரக் கலைஞர்கள் தங்களது சிற்பங்களில் இளவரசர் சித்தார்த்தரின் துறவு நிகழ்ச்சியையும், புத்தரது பரி நிர்வாணத்தையும் காட்டுவதில் அதிக ஆர்வம் காட்டினர். காந்தாரச் சிற்பங்களின் சிறப்பே உருவஅமைதிகளை (iconography) உருவாக்குவதேயாகும். அவற்றில் முருகியல் (aesthetics) கூறுகள் மிகக் குறைவே. பௌத்தத் தொன்மக் கதைகளையும், புத்த ஜாதகக்கதைகளையும் சித்திரிக்கும் உருவ அமைதியை நெறிப்படுத்துவதில் காந்தாரக் கலைஞர்களின் ஈடுபாடு பாராட்டத் தகுந்ததே. காந்தாரக் கலைஞர்களது பெரும் கண்டுபிடிப்பு எனக் கருதப்படுவது அவர்கள் அமைத்த போதிசத்துவர் சிற்பங்களே. இப்போதிசத்துவர்கள் இளமையும், உடல்வனப்பும், அரசர்களுக்குரிய ஆடை ஆபரணங்களும் அழகிய மீசையும் கொண்டு உருவாக்கப்பட்டனர். கிரேக்க-உரோமானிய செல்வாக்கின் விளைவாக இடையறாத் தொடர் உரை முறைமை (continuous narration) கைவிடப்பட்டு, ஒவ்வொரு நிகழ்வும் தனித்தனி சிற்பங்கள் மூலம் காட்டப்பட்டன. புத்த ஜாதகக் கதை நிகழ்வுகளில் புத்தரது உருவம் சிற்பத்தொகுதியின் மையத்திலும், உருவில் பெரியதாகவும் அமைக்கப்பட்டது. கதைகளின் நுணுக்கமான விவரங்கள் தவிர்க்கப்பட்டு மிக அவசியமான பகுதிகள் மட்டுமே காட்டப்பட்டன.

மதுரா சிற்பங்கள்

டில்லிக்கு 80 கிலோ மீட்டர் தென்கிழக்கே அமைந்துள்ள மதுரா கி.மு. இரண்டாம் நூற்றாண்டு முதல் கி.பி.6ஆம் நூற்றாண்டு வரை ஒரு பெரும் கலைப் பணியிடமாகத் திகழ்ந்தது. பாடலிபுத்திரத்தையும், காந்தாரத்தையும் இணைக்கும் சாலை மீது அமைந்ததால் இது ஒரு பெரும் ஆன்மீகப் பண்பாட்டு நிலைக்களமாயிற்று. மதுரா சிற்பங்களைக் கால அடிப்படையில் மூன்று பகுதிகளாகப் பிரிப்பர். முதற்காலம் கி.மு. 200 முதல் கி.பி.50 வரையாகும். இக்காலத்தைச் சேர்ந்த ஒருசில சிற்பங்களே கிடைத்துள்ளன. இவை பெரிதும் பார்கூத் சிற்பங்களை ஒத்துள்ளன. இடைக்காலம் கி.பி.50 முதல் கி.பி.200 வரையாகும். இது குஷாணர் காலத்தைச் சேர்ந்தது. கலை வளர்ச்சிக்குப் பெரிதும் ஊக்கம் கொண்டது. மூன்றாவது காலம் கி.பி.200 முதல் கி.பி.600 வரையான

காலமாகும். இது குப்தர்களது காலத்தை ஒட்டியது. குப்தர்களது கலைப்பணி மதுராவில் நடைபெற்றுள்ளது. மதுரா சிற்பங்களை எளிதில் இனங்காணலாம். இவை யாவும் சிக்ரி மற்றும் ரூப்பஸ் என்னுமிடங்களில் வெட்டப்பட்ட அழகற்ற புள்ளிகளுடன் கூடிய சிவப்பு மணற்கற்கலால் (spotted redsandstone) செய்யப்பட்டவையாகும். இவற்றில் பெரும்பாலானவை பௌத்த சமயம் தொடர்பானவை. எஞ்சியுள்ளவை சமணம் மற்றும் இந்து மதச் சார்பானவையாகும்.

மனித உருவங்களைச் செதுக்குவதே மதுரா கலைஞர்களின் முக்கிய படைப்பாக இருந்தது. பண்டைய இந்தியாவில் மனித உருவச்சிலைகள் (portraits) இங்கு மட்டுமே அமைக்கப்பட்டன.[47] மதுராவுக்கு அருகே மாட் (Mat) என்னுமிடத்தில் சாஸ்டனா, வீமா காட்பீசஸ்[48], கனிஷ்கர்[49] ஆகிய குஷாண மன்னர்களின் உருவச்சிலைகள் கிடைத்துள்ளன. இவ்வுருவச் சிலை மரபு வெளிநாட்டுத் தாக்கத்தினால் உருவாகியிருக்க வேண்டும். இந்தியப் பாணியில் புத்தர் உருவங்களை அமைப்பது இக்கலைஞர்களின் இரண்டாவது முக்கிய படைப்பெனலாம். மதுரா ஒரு கலைக்கூடமாகத்

---

47. உருவச் சிலை (portrait) என்பது ஒருவரது உருவத்தை உள்ளவாறே அமைப்பதாகும். இதனை ஒருவர் வாழ்ந்த காலத்தில் அவரைக்கண்டு, அவரது சாயல்கள் யாவும் தெளிவுறத் தெரியும்படி அமைக்க வேண்டும். அனுமானத்தால் அமைப்பது உருவச்சிலையாகாது. புத்தரது சிலைகள் அத்தகையது அல்ல. தமிழகத்தில் இடைக்காலத்தில் பல நாயக்க மன்னர்கள் மற்றும் புதுக்கோட்டை, இராமநாதபுரம் மன்னர்களின் சிலைகள் பல கோயில்களில் அமைக்கப்பட்டன. இவற்றில் பல உருவங்களும் ஒரே மாதிரியாக அமைந்திருப்பதால் இவற்றை உருவச்சிலைகள் (portraits) என்று கருதலாமா என்பது கேள்விக்குறியாக உள்ளது.

48. இதில் வீமாகட்பீசஸ் சிம்மாசனத்தில் அமர்ந்தபடி உள்ளார். பெரிய காலணிகளை அணிந்துள்ளார். தலை உடைந்துள்ளது. சாஷ்டனாவின் சிலையிலும் உடல் பகுதி மட்டுமே கிடைத்துள்ளது. இது கலை நுட்பம் மிக்கது.

49. இதில் கனிஷ்கர் நீண்ட அங்கியும், மேலாடையும், பெரிய காலணிகளையும் அணிந்துள்ளார். தலையும், கைகளும் சிதைந்துள்ளன. கைகளில் வாளும், கேடயமும் ஏந்தி நிமிர்ந்து நிற்கிறார். இச்சிலை மீது பிராமி எழுத்துக்களில் "மகாராஜா ராஜாதி ராஜா தேவ புத்ரோ கனிஷ்கோ" என எழுதப்பட்டுள்ளது.

திகழ்ந்துள்ளது. இங்கு உருவாக்கப்பட்ட சிற்பங்கள் சாஞ்சி, சாரநாத், கௌசாம்பி, சிரவஸ்தி, பஞ்சாப், பைரட், வங்காளம் போன்ற பகுதிகளுக்கு அனுப்பப்பட்டன. பௌத்த, இந்து, சமண சமயங்களைச் சேர்ந்த பல சிற்பங்கள், ஐயாயிரம் நினைவுச்சின்னங்கள் மதுராவில் கிடைத்துள்ளன. அவற்றில் பெரும்பான்மையானவை குஷாணர் காலத்தைச் சேர்ந்தவையாகும்.[50] தொடக்ககாலப் புத்தர் மற்றும் போதிசத்துவர் உருவங்கள் வட்ட வடிவமாக அமைக்கப் பட்டவையாகும். அவை பெரும்பாலும் நின்ற நிலையிலோ, அல்லது தியான முத்திரையுடன் அமர்ந்த நிலையிலோ அமைக்கப்பட்டன. போதிசத்துவரின் உருவங்கள் அரசரைப்போன்ற அலங்காரங்களுடன், பற்பல ஆபரணங்களுடன், குறிப்பாக கிரீடம், முறுக்குப் பதக்கம், இடுப்பணி, கையணிகள் போன்றவற்றுடன் வடிக்கப்பட்டன. ஆனால் புத்தருடைய உருவங்களுக்கு மேலாடை, கீழாடை தவிர வேறெந்த அலங்காரங்களும் காட்டப்படவில்லை. அவரது தலைமுடி உஷ்ணிசமாகக் காட்டப்பட்டது. இது அவரது ஞானத்தைக் (Enlightenment)க்குறிப்பதாகும். நெற்றியில் ஊர்ணம் காட்டப்பட்டது. அவர் காட்டுகின்ற கை முத்திரைகள் தியானம், அபயம், பூமிஸ்பரிசம், மற்றும் தர்மச்சக்கரம் ஆகியனவாகும். மதுரா சிற்பங்களில் லும்பினியில் புத்தர் பிறந்த நிகழ்வும், புத்த கயாவில் அவர் பெற்ற ஞானமும், சாரநாத்தில் முதல் போதனையும், ஜாதகக் கதைகளான கச்சப்ப ஜாதகம், உலூக்க ஜாதகம், வசந்தரா ஜாதகம், ரோமகா மற்றும் சுதாசோமா ஜாதகங்கள் ஆகியன இடம்பெற்றுள்ளன.

மதுரா கலைப்பொக்கிஷங்களில் இயக்கர், கின்னரர், கந்தர்வர், சுபர்ணர், அப்சரஸ் ஆகியோர் இசைக்கருவிகளை இயக்குவது போன்றோ, நாட்டியமாடுவது போன்றோ, குடிப்பது போன்றோ வடிக்கப்பட்டுள்ளனர். அவர்கள் பெரும்பாலும் தேவர்கள் அல்லது விண்ணுலகத்தாரோடு தொடர்பு படுத்தப்பட்டுள்ளனர். கின்னரர்கள் அரை மனித உருவிலும் அரை குதிரை உருவிலும் காட்டப்பட்டுள்ளனர். கந்தர்வர்களும், அப்சரஸ்களும் முறையே இசைக்கலைஞர்களாகவும், நாட்டியப் பெண்டிராகவும் செதுக்கப்பட்டுள்ளனர். வித்யாதரர்கள் தம்பதிகளாக

---

50. V.S. Agrawala, Saranath, New Delhi, 1992. p.216

மலர் தூவுபவர்களாகக் காட்சியளிக்கின்றனர்.[51] இயக்கர், இயக்கியர் போலவே நாகர், நாககன்னியர் வழிபாடும் பண்டைய மதுராவில் சிறப்பாக வழங்கிவந்துள்ளது. நாக வழிபாட்டில் நாக உருவங்கள் நாக வடிவிலோ அல்லது மனித வடிவிலோ காட்டப்பட்டது. ஆளுயர நாகசிற்பம் ஒன்று மதுரா அருங்காட்சியகத்தில் உள்ளது. இது நின்று கொண்டு தனது வலதுகையை மேலே தூக்கிக்கொண்டிருக்கிறது. தலையின் மீது ஏழு நாகத்தலைகள் (sevan hoods) உள்ளன. இந்து சமயக்கலையிலும் சமணத்திலும் மனித உருவத்திற்குப் பின்னால் தலைக்கு மேல் நாகம் காட்டப்படுவது மரபு. இம்மரபுக்கு முன்னோடியாக இருந்தவர்கள் பௌத்தர்கள் என முன்பே கண்டோம். மதுரா கலையில் குடி மற்றும் குடிகாரர்களின் சிற்பங்களும், ஹெராக்கில்ஸ் மற்றும் சிங்கம் ஆகியனவும் இடம் பெற்றுள்ளன. இது எங்கிருந்து வந்ததென்று தெரியவில்லை. ஆனால் மதுராவுக்குப் பின்பு எங்கும் பரவவில்லை.[52] மதுராவில் இருந்த பௌத்த ஸ்தூபங்களின் சிதைவுகள் பல கிடைத்துள்ளன. அவற்றில் உள்ள சிற்பங்கள் குஷாணர் காலத்துச் சமுதாய வாழ்க்கையைத் தெரிந்துகொள்ள உதவுகின்றன. பெரும்பான்மையான தூண்களில் பெண்கள் சந்தோசமாக இருப்பது போல் காட்டப்பட்டிருக்கின்றனர். சாலபாஞ்சிகைப் பெண்களின் உருவங்களை வைத்துப்பார்க்கும்போது மதுரா சிற்பங்களின் தனிச்சிறப்பு பெண்ணுருவங்களை அழகு மிகுந்தவர்களாக வடிப்பதுதான் என உணரமுடிகிறது. பெண்கள் ஏராளமான ஆபரணங்களை அணிந்துள்ளனர். அவர்கள் தோட்டங்களில் பணியாற்றுவது போன்றோ, தண்ணீரில் விளையாடுவது போன்றோ, திறந்தவெளியில் சூரிய வெளிச்சத்தில் சுதந்திரமான வாழ்க்கை வாழ்வது போன்றோ காட்டப்பட்டுள்ளனர். தவிர, பறவைகள், மிருகங்கள், பூச்செடிகள், கொடிகள் போன்றவையும் மதுரா கலைஞர்களின் கைவண்ணத்தில் உருவாயின.

பசதெனேயில் உள்ள நார்ட்டன் சைமன் அருங்காட்சியகத்தில் குஷாணர் காலத்து மதுரா சிற்பங்கள் வைக்கப்பட்டுள்ளன. இவற்றில் ஒரு பெண்ணின் உருவம் உள்ளது. இது பெண்ணின் மார்பு வரை

---

51. G.C. Chauley, முன்னது, பக்.54 - 58.

52. S.K. Saraswati, A Survey of Indian Sculpture, Calcutta, 1957, p.67

மட்டுமே உள்ளது. எஞ்சிய பகுதி எப்பொழுதோ உடைந்திருக்க வேண்டும். கி.பி.2ஆம் நூற்றாண்டைச் சேர்ந்த இப்பெண் சிற்பம் புத்தரின் பிறப்போடு தொடர்புடையதாக இருந்திருக்கக்கூடும்.[53] கலை நுணுக்க அடிப்படையில் மதுராவில் படைக்கப்பட்ட குஷாண கால இயக்கியர் உருவமைதியைப் போன்றே இவ்வுருவம் உள்ளது. இப்பெண்வட்ட முகமும், கனத்து உருண்ட தனங்களும், வலிவான தேகமும் கொண்டு விளங்குகிறாள். தனங்களுக்கிடையில் தொங்கும் ஆரமும் முறுக்குப்பதக்கமும், கைவளையும் அவளது ஆபரணங்களில் குறிப்பிடத் தக்கனவாகும். தலையலங்காரத்தில் ஒரு பதக்கத்துடன் கூடிய மதுராவின் குறிப்பிடத்தக்க அமைப்பு (coq de chevelure style) காணப்படுகிறது. அவளது இடது தோளில் மற்றொருவருடைய கை படர்ந்துள்ளது. ஒரு ஆண் அவளது அருகில் நின்றுகொண்டு அவர் மீது தமது இடது கையை வைத்திருக்க வேண்டும். ஆனால் தற்போது கை தவிர வேறு உருவம் ஏதும் காணப்படவில்லை. இது ஒரு பெண்ணின் கையாக இருப்பதால் மாயாதேவி தனது கையை தனது தங்கை மகா பிரஜாபதியின் தோள்மீது போட்டுக்கொண்டிருக்க வேண்டும் என்று கருதப்படுகிறது. இதனையொத்த, இக்கருத்தை வலியுறுத்தக்கூடிய இதே காலத்தைச் சேர்ந்த சிற்பம் ஒன்று மதுரா அருங்காட்சியகத்தில் உள்ளது.[54] இச்சிற்பத்தொகுதியில் மாயாதேவி ஒரு மரத்தடியில் ஒரு கையால் மரத்தின் கிளையைப் பிடித்துக் கொண்டிருக்கிறார். மற்றொரு கை அவரது சகோதரி மகா பிரஜாபதியின் தோள்மீது உள்ளது. அவரது இடுப்புக்கு மேல்பகுதியிலிருந்து குழந்தை சித்தார்த்தன் வருகிறார். அவரை இந்திரன் கையில் தாங்குகிறார். ஆனால் இச்சிற்பத்தொகுதியில் குழந்தையின் உருவம் சிதைந்துள்ளது. அழகில் முன்பு குறிப்பிட்ட பெண்ணின் உருவமே மேலோங்கி நிற்கிறது.

நார்ட்டன் சைமன் காட்சியகத்தில் கிடைத்துள்ள மற்றொரு சிற்பம் புள்ளியுடன் கூடிய சிவப்பு மணற்கல்லாலானதாகும். உத்திரப்பிரதேசம் பகுதியைச் சேர்ந்த இச்சிற்பத்தில் புத்தரின் தலையுடன் கூடிய மார்புப் பகுதி வரை மட்டுமே காணப்படுகிறது. அவரது இரண்டு கைகளும் உடைந்துள்ளன. நீண்ட காதுகளும்,

53. Marg, Vol.50, No.2, December, 1998, p.76.

54. மேலது, ப.77.

உஷ்ணிசமும் உள்ளன. அவரது தலைக்குப் பின்னால் அகன்ற பிரபை காணப்படுகிறது. மூக்கு உடைந்துள்ளது. தடித்த உதடுகளும், உருண்டையான முகமும், மேல்நோக்கித் திறந்துள்ள கண்களும், இச்சிற்பத்தின் பிற தன்மைகளாகும். அவரது நெற்றியில் ஊர்ணம் கிடையாது, ஆடை அமைப்பு தெளிவான மடிப்புகளைக் கொண்டிருக்கவில்லை. இதன் காலம் கி.பி.300 எனக் கருதப்படுகிறது.

குஷாணர் காலத்துக்கு முந்திய மதுரா சிற்பங்கள் சிலவும் கிடைத்துள்ளன. இவற்றில் ஒன்று மணற்கல்லாலான போதி மரத்தடியில் அமர்ந்துள்ள புத்தரது சிற்பமாகும். கி.பி.1 முதல் 50க்குள் செதுக்கப்பட்டதாகக் கருதப்படும் இச்சிற்பம் கல்கத்தாவில் வசந்தசௌத்திரி என்பாரின் சேகரிப்பில் உள்ளது.[55] இதில் புத்தர் இயற்கையாக அர்த்த பத்மாசனத்தில் அமர்ந்துள்ளார். அவரது வலது கை அபய முத்திரை காட்டுகிறது. இடது கை இடது துடை மீது வைக்கப்பட்டுள்ளது. ஆனால் அவரது தலை உடைந்து போய்விட்டது. கல்லில் அதிக தேய்மானம் ஏற்பட்டுள்ளதால் பிற கலைக்கூறுகளும் சரியாகக் காணப்படவில்லை. இருப்பினும் கனத்த உடல்வாகும், தடித்த ஆடை மடிப்புகளும், கால்களும் அவரை அடையாளம் காட்டுகின்றன. அவர் அமர்ந்துள்ள ஆசனம் மூன்று தட்டுகளைக் கொண்டு, ஓரப்பகுதிகளில் உயரமாக அமைந்துள்ளது. ஆசனத்தில் சிம்மம் காட்டப்படவில்லை. அவரது உருவம் வட்டமாக அமைந்துள்ளது. பின்பக்கத்திலிருந்தும் பார்க்கக்கூடிய நிலையில் உள்ளது. அவர் போதிமரத்தடியில் தான் அமர்ந்துள்ளார் என்பது முன்பக்கத்திலிருந்து பார்க்கும்போது தெரியவில்லை. ஆனால் பின்பக்கத்தில் மரமும், கிளைகளும் அழகாக வெட்டப்பட்டுள்ளன. போதிமரத்தின் பின்பகுதிக்கும், முன்பகுதிக்கும் தொடர்பில்லாமல் காட்டப் பட்டிருக்கிறது.

குஷாண பௌத்தச் சிற்பங்களில் வட்ட (round) வடிவமாக அமைக்கப்பட்ட சிற்பங்கள் சிலவே. அவற்றிலும் சில சிதைந்த நிலையிலுள்ளன. அவற்றிலும் நன்கு பாதுகாக்கப்பட்ட இரண்டு புத்தர் உருவங்கள் மதுரா அருங்காட்சியகத்திலும், மற்றொன்று

---

55. Marg, Vol.XXXIX, No.4, Nd., p.3, Figs. 1 and 2

கிளீவ்லேண்ட் கலை அருங்காட்சியகத்திலும் பிறிதொன்று கிம்ப்பெல் கலைக் கூடத்திலும் உள்ளன. இவற்றில் இரண்டில் புத்தருக்கு இருமருங்கிலும் பணியாட்கள் (attendants) உள்ளனர். மற்ற இரண்டு சிற்பங்களில் பணியாட்கள் இல்லை. மதுராவில் உள்ள இரண்டு சிற்பங்களிலும் தலை இல்லை. ஆனால் அவற்றில் காலம் குறிக்கப்படாத கல்வெட்டுகள் உள்ளன. மதுராவில் உள்ள கி.பி.50 (?) ஆம் ஆண்டைச் சேர்ந்த சிற்பத்தில்[56] புத்தருக்குப் பின்னால் பிரபை வைக்கவில்லை. அவர் அமர்ந்துள்ள ஆசனம் மூன்று தட்டுகளாக உள்ளன. அதில் சிம்மம் பொறிக்கப்பட்டுள்ளது. மதுராவில் உள்ள இரண்டாவது சிற்பம் அண்மைக்காலத்தில் கண்டுபிடிக்கப்பட்டது. இதில் பிரபை இருந்ததற்கான அடையாளம் தெரிகிறது. இதன் காலம் கி.பி.150 ஆம் ஆண்டினைச் சேர்ந்ததெனக் கருதப்படுகிறது.[57] இது மதுரா சிற்பங்களில் உன்னதமான ஒன்றெனக் கருதப்படுகிறது. இதன் பீடம் அல்லது ஆசனம் குறைவான உயரம் கொண்டது. மதுராவில் உள்ள மற்றொரு புத்தரின் உருவம் முன்னால் சொல்லப்பட்ட இரண்டையும் விட வேறுபட்ட ஒன்றாகும்.[58] இதில் புத்தர் போதிமரத்தடியில் அமர்ந்துள்ளார். அவருக்குப் பின்னால் அலங்கரிக்கப்பட்ட பிரபையும், போதிமரக்கிளைகளும் தெரிகின்றன. மூன்று தட்டுகளாக உள்ள பீடத்தில் மூன்று சிங்கங்களும் இடம்பெற்று அதனைச் சிம்மாசனம் என்று காட்டுகின்றன. கருணையான முகப்பொலிவுடன் காட்சிதரும் அவரது தலையில் உஷ்ணிசமும், நெற்றியில் ஊர்ணமும் காணப்படுகின்றன. பத்மாசனத்தில் அமர்ந்துள்ள அவரது வலதுகை அபயமுத்திரை காட்டுகிறது. இடது கை துடைமீது வைக்கப்பட்டுள்ளது. நீண்ட அங்கியானது இடது தோளை மட்டும் சுற்றி வந்துள்ளது. அவருக்கு இரண்டு பக்கங்களிலும் ஆபரணங்கள் அணிந்த போதிசத்துவர்கள் நின்றிருக்கின்றனர். சிற்பத்தின் பின்பக்கம் மரமும் அதன் கிளைகளும் செதுக்கப்பட்டுள்ளன. கனிஷ்கரின் காலத்தைச் (கி.பி.78-100) சேர்ந்த கிளிவ்லேண்ட் காட்சிக்கூடத்தில் உள்ள புத்தரது சிற்பம் மேலே உடைந்துள்ளது. மற்ற அனைத்து வகைகளிலும் இது முன்பு குறிப்பிட்ட மதுரா சிற்பத்தைப் பெரிதும் ஒத்துள்ளது.

---

56. **மேலது, பக்.5 - 6, Fig.5**

57. **மேலது, பக்.6 - 7, Fig.6**

58. **மேலது, ப.4, Fig.3**

கிம்ப்பெல் அருங்காட்சியகத்தில் உள்ள புத்தர் சிற்பம் கனிஷ்கரின் நான்காவது ஆட்சியாண்டில் (கி.பி.82) வடிக்கப்பட்டதாகும். இது புத்தர் உருவங்களில் மிகவும் குறிப்பிடத்தக்தெனக் கூறப்படுகிறது. இதில் உள்ள கல்வெட்டு, "மகாராஜா கனிஷ்கரின் 4வது ஆட்சியாண்டில், மழைக் காலத்து மூன்றாவது மாதத்தில், 26வது நாளில், போதிசத்துவர் உருவம் மாண்புமிகு தர்மநந்தியால் நிறுவப்பட்டது. இவர் போதிசேனா என்னும் பௌத்தத் துறவியின் தோழன். இச்சிலை இவரது தாய், தந்தை, அத்தை, பத்ரா போன்றோருடன் இவரது கோயிலில் நிறுவப்பட்டது" என்று குறிப்பிடுகிறது. இக்கல்வெட்டு பீடத்தில் எழுதப்பட்டுள்ளது. சிற்பத்தின் உச்சிப்பகுதி தலைக்குமேல் உடைந்திருப்பினும், உடைந்த பகுதியில் போதிமரத்தின் கிளைகளும், பறக்கும் வித்யாதரர் உருவங்களும் இருந்திருக்க வேண்டும்.[59] புத்தரது தலையில் உஷ்ணிசம் காணப்படவில்லை. ஆனால் நெற்றியில் ஊர்ணம் உள்ளது. அவரது வலக்கை அபயம் காட்டுகிறது. இடக்கை பத்மாசனத்தில் அமர்ந்துள்ள அவரது இடது துடையில் வைக்கப்பட்டுள்ளது. நீண்ட காதுகள் உள்ளன. அவரது மூக்குப் பகுதி உடைந்திருந்தபோதும் உதடுகள் காட்டும் புன்னகையும், விரிந்த கண்களும் எவரையும் கவரும் சக்தி படைத்தனவாய் அமைந்துள்ளன. அவரது ஆடை இடது தோளில் மட்டும் விழுந்து கீழே செல்கிறது. அவருக்கு இருமருங்கிலும் போதி சத்துவர்கள் ஆபரணங்கள் அணிந்து நின்றுகொண்டிக்கின்றனர். புத்தர் பீடத்தின் மேலுள்ள தாமரை இருக்கையில் அமர்ந்துள்ளார். பீடத்தின் இரண்டு ஓரங்களிலும் இறக்கையுடனான சிம்மம் உள்ளது. நடுவில் ஓர் உயர்ந்த பீடத்தில் தர்மச்சக்கரம் சுழலுவதற்கு ஏதுவாக வைக்கப்பட்டுள்ளது. தர்மச்சக்கரத்தின் இரு பக்கங்களிலும் இருவர் புத்தரின் அதிசயத்தைக் கண்டு வியந்த வண்ணம் உள்ளனர். ஆனால் அவர்கள் யார் என்பது அறிய முடியாத நிலை உள்ளது. புத்தரது முழுமை பெற்ற சிற்பங்களில் இது தனிச்சிறப்பு வாய்ந்தது என்பதில் வியப்பேதுமில்லை.

மதுரா அருங்காட்சியகத்தில் லோகபாலர்களால் வணங்கப்படும் புத்தர் சிலை ஒன்றுள்ளது. கி.மு.50ஆம் ஆண்டைச்

---

59. மேலது, பக்.8 - 9, Figs.9 மற்றும் 10

சேர்ந்ததென இது கருதப்படுகிறது. மற்றொரு புத்தர் சிற்பம் (கி.மு.75) இந்திராசாலை குடைவரையில் உள்ளதாகும். இதுவும் இந்த அருங்காட்சியகத்தில் வைக்கப்பட்டுள்ளது.[60] இதில் உள்ள முதலாவது சிற்பத்தில் புத்தர் ஸ்தூபம் போன்று அமைக்கப்பட்டுள்ள உயர்ந்த பீடத்தின் மீது அமர்ந்துள்ளார். இது சிம்மாசனம்தான் என்று தெரிவிக்கும் வகையில் இரண்டு சிம்மங்கள் பீடத்தின் அடியில் காட்டப்பட்டுள்ளன. லோக பாலகர்கள் நின்ற நிலையில் புத்தரை வணங்கிக் கொண்டுள்ளனர். புத்தர் உருவம் சிறியதாக இருப்பதால் அவரது முகமும், தலையில் உள்ள உஷ்ணிசமும் சுருங்கியிருப்பது போல் காட்டப்பட்டுள்ளன. புத்தரது வலதுகை அபயமுத்திரை காட்டுகிறது. இடது கை இடது துடை மீது வைக்கப்பட்டுள்ளது. இரண்டாவது சிற்பத்தில் புத்தர் குகைக்குள் உட்கார்ந்திருப்பது போல் உள்ளார். அவரது கை முத்திரைகளும், ஆடையும் முன்னதைப் போலவே உள்ளன. இரண்டு பக்கங்களிலும் போதி சத்துவர்கள் வணங்கிய நிலையில் உள்ளனர். கனிஷ்கருக்கு முந்திய மதுரா சிற்பங்களான இவற்றில் பிந்தியது கருணையோடும், அழகோடும் காணப்படுகிறது.

குஷாணர் காலத்திலும், குப்தர்கள் காலத்திலும், வட இந்தியாவிலும் மதுராவிலும் புத்தரின் வாழ்க்கை நிகழ்ச்சிகளைச் சிற்பமாகக் காட்டுவது அரிதாக இருந்தது. இந்நிலையில் மதுராவில், குஷாணர் காலத்தைச் சேர்ந்த படுக்கைவசமான ஒரு சிற்பத் தொகுதியில் புத்தரின் வாழ்க்கையில் நிகழ்ந்த ஐந்து நிகழ்வுகள் அதாவது பிறப்புமுதல் மகா பரிநிர்வாணம் வரை செதுக்கப்பட்டுள்ளன. இச்சிற்பத்தொகுதி கி.பி.இரண்டாம் நூற்றாண்டைச் சேர்ந்ததாகும்.[61] இதில் புத்தரின் பிறப்பு இரண்டு பகுதிகளில் சித்திரிக்கப்பட்டிருக்கிறது. மூன்று வளைவுகளோடு (tri-flexioned) நின்று கொண்டிருக்கின்ற மாயாதேவியின் வலது பக்கம் இந்திரனும், இடது பக்கம் தேவியின் சகோதரியும் நின்றிருக்கின்றனர். இது காந்தாரச் சிற்பங்களிலிருந்து வந்த கலைக்கூறாகும். இதில் குழந்தை சித்தார்த்தர் தாயின் இடைப்பகுதியிலிருந்து இறங்கி வருவது காட்டப்படவில்லை எனினும்,

60. மேலது, பக்.10 - 11, Figs.11 and 12.
61. Ratan Parimoo, முன்னது, ப.12, Fig.88

கீழ்த்தட்டில் இரண்டு நாக கன்னிகளுக்கிடையில் அவர் நின்று கொண்டிருப்பது காணத்தக்கதாகும். அடுத்த காட்சியில் புத்தர் அமர்ந்த கோலத்தில் பூமி ஸ்பரிச முத்திரை காட்டியுள்ளார். இது அவரது ஞானம் பெற்ற நிலையைக் குறிப்பதாகும். மூன்றாவது கட்டத்தில் துஷிதா சொர்க்கத்திலிருந்து அவர் இறங்கிவரும் காட்சியாகும். இதில் பார்கூத்தில் உள்ளது போன்றும், காந்தாரத்தில் உள்ளது போன்றும் மூன்று ஏணிகள் செதுக்கப்பட்டுள்ளன. காந்தாரத்தில் உள்ளது போன்று நடு ஏணியில் புத்தரும், மற்றவற்றில் இந்திரனும் பிரம்மாவும் நிற்கின்றனர். நான்காவது கட்டமாக புத்தர் தனது முதல் உபதேசம் செய்யும் காட்சி இடம் பெற்றுள்ளது. சீடர்கள் கீழே அமர்ந்துள்ளனர். தர்மச்சக்கரம் ஒரு உயரமான பீடத்தில் வைக்கப்பட்டுள்ளது. இறுதியாகப் புத்தரின் மகா பரி நிர்வாணக்காட்சி அமைந்துள்ளது. ஐந்து முக்கிய நிகழ்ச்சிகளும் ஒரே சிற்பத்தொகுதியில் காட்டப்படும் மற்றொரு மதுராபாணி கல்பலகைச் சிற்பத்தொகுதி கல்கத்தா பிர்லா கலை மற்றும் பண்பாட்டு அகாதமியில் வைக்கப்பட்டுள்ளது.

சாரநாத்தில் உள்ள அருங்காட்சியகத்தில் தொன்மையான நின்ற நிலையிலுள்ள புத்தரின் சிற்பம் உள்ளது. இது பிக்குபாலா என்பவரின் கொடையாகும். சாரநாத்தில் இருந்தாலும் இச்சிற்பம் சிக்கிரியின் புள்ளிகளையுடைய சிவப்பு மணற்கல்லால் ஆனதால் இது மதுராவின் கலைச்சின்னமேயாகும்.[62] இவ்வுருவம் இரண்டு கால்களிலும் நேராக நின்றுள்ளது. அவரது வேட்டி முடிச்சுப்போட்டு காட்டப்பட்டுள்ளது. மேலாடை மதுரா சிற்பங்களுக்கே உரிய வகையில் இடது தோளில் போடப்பட்டுள்ளது. வலது தோள் வெறுமனே காட்டப்பட்டுள்ளது. அவரது வலது கை உடைந்துள்ளது. இருப்பினும் அது உயரே தூக்கியுள்ளதால் அபயமுத்திரை காட்டியிருக்க வேண்டும். இடது கை ஆடையைத் தொட்டுக் கொண்டுள்ளது. அவரது இரண்டு கால்களுக்கும் இடையில் உள்ள சிறு சிங்கம் அவர் சாக்கிய சிம்மன் என்பதைக் காட்டுகிறது. பொதுவாக, இச்சிற்ப அமைப்பு மௌரியர் கால இயக்கர் சிற்பங்களை நினைவுபடுத்துவதாக அமைந்துள்ளது. நின்ற நிலையிலான கி.பி 2 ஆம்

---

62. Edith Tomory, முன்னது, ப.186.

நூற்றாண்டைச் சேர்ந்த, மணற்கல்லாலான, மதுரா புத்தர் சிற்பம் ஒன்று பாஸ்டன் நுண்கலை அருங்காட்சியகத்தில் வைக்கப்பட்டுள்ளது. இது சிற்றுருவாக (miniature) புத்தருடைய சிற்பம் எவ்வாறு அமைக்கப்படவேண்டும் என்பதற்குச் சிறந்ததோர் எடுத்துக் காட்டாகும். பீடமும், உருவமும் ஒரே கல்லில் செதுக்கப்பட்டுள்ளன. அவரது ஆடை முறுக்குக்கயிறு போன்ற மடிப்புகளைக் கொண்டுள்ளது. தலைக்குப் பின்னால் பிரபை காணப்படுகிறது.

மற்றொரு நின்ற நிலையிலான மதுரா புத்தர் சிற்பம் புதுடில்லி தேசிய அருங்காட்சியகத்தில் வைக்கப்பட்டுள்ளது. இதில் அவரது சுருள்முடியும், உஷ்ணிசமும் அழகாகக் தோன்றுகின்றன. அவரது தலைக்குப் பின்னால் அலங்காரம் நிறைந்த பிரபை வைக்கப்பட்டுள்ளது. அவரது அங்கி உடல் முழுவதும் பரவியுள்ளது. வலதுகை உடைந்துள்ளது. இடது கை ஆடையைப் பிடித்துள்ளது. இது குப்தர் காலத்தைச் (கி.பி.5 ஆம் நூற்றாண்டு) சேர்ந்ததாகும்.

அஹிச்சத்திராவில் கிடைத்த மதுராவைச் சேர்ந்த அமர்ந்த நிலையிலுள்ள புத்தரது உருவம் டில்லி தேசிய அருங்காட்சியகத்தில் வைக்கப்பட்டுள்ளது.[63] புத்தர் பத்மாசனத்தில் அமர்ந்துள்ளார். அவருக்குப் பின்னால் தாமரை இதழ்களால் அலங்கரிக்கப்பட்ட பெரிய பிரபை உள்ளது. பிரபையின் உச்சியில் இரண்டு பக்கத்திலும் பறக்கும் வித்யாதரர்கள் காண்பிக்கப்பட்டுள்ளனர். புத்தரின் உஷ்ணிசம் மூன்று தட்டுகளாக உயரமாகக் காட்டப்பட்டுள்ளது. அவரது நீண்ட காதுகளும், புன்முறுவல் காட்டும் முகமும் கவர்ச்சியாக உள்ளன. அவரது மேலாடை இடது தோள் வழியாகச் செல்கிறது. பீடத்தின் மீது தாமரை ஆசனம் வைத்து அதில் பத்மாசனத்தில் அமர்ந்து கொண்டு ஒரு கையில் அபயமுத்திரை காட்டுகிறார். மற்றொரு கை துடைமீது வைக்கப்பட்டுள்ளது. அவருக்கு இரண்டு பக்கமும், வஜ்ரமும், பத்மமும் தாங்கிய போதிசத்துவர்கள் நின்றிருக்கின்றனர். அவர் அமர்ந்துள்ள பீடம் சிம்மாசனம் என்பதை உணர்த்த இரண்டு சிம்மங்கள் பீடத்தின் இரு ஓரங்களிலும் அமர்ந்திருக்கின்றன.

---

63. Susan L. Huntington, முன்னது, ப.153, Fig.8.32

போதிமரம் காட்டப்பட்டுள்ளது. போதி மரத்தின் இருபக்கங்களிலும், இரண்டு ஆண்களும், இரண்டு பெண்களும் நின்றுள்ளனர். அவர்கள் பக்தர்களாக இருக்க வேண்டும். பீடத்தின் மேல்பகுதியிலும், அடிப்பகுதியிலும் கல்வெட்டு உள்ளது. இக்கல்வெட்டு இச்சிற்பத்தின் கொடையாளர் விரணபிக்சு என்றும், அவர் அனைத்து ஆசிரியர்கள், முதிய சிரமணர்கள், சீடர்கள் ஆகியோரின் நன்மைக்காகவும், மகிழ்ச்சிக்காகவும் இதனை அமைத்தார் என்றும் கூறுகிறது. இது தனுஷ்கருக்குப் பின்வந்த ஹுவிஸ்கர் காலத்தைச் (கி.பி.152) சேர்ந்ததாகும்.

புத்தரின் உருவங்களே அன்றி போதிசத்துவர் உருவங்களும், இயக்கர், இயக்கியர் உருவங்களும் அழகாக வடிக்கப்பட்டன. அஹிச்சத்திராவைச் சேர்ந்த, கி.பி. இரண்டாம் நூற்றாண்டு போதிசத்துவர் சிற்பம் ஒன்று புதுடில்லி தேசிய அருங்காட்சியகத்தில் வைக்கப்பட்டுள்ளது. சாஞ்சி மற்றும் பார்கூத்தைப்போன்ற இயக்கியர் உருவங்கள் அமைக்கப்பட்டபோதும், மதுரா இயக்கியர் உருவங்களில் மற்றவற்றை விட ஆடைக்குறைப்பு அதிகமாகவே தெரிகிறது. இந்த இயக்கியர்களில் இருவரது சிலைகள் மதுரா காட்சிக் கூடத்திலும், மூன்று கல்கத்தா இந்தியக் காட்சிக் கூடத்திலும் வைக்கப்பட்டுள்ளன. அவர்கள் அதிகமான ஆபரணங்களை அணிந்துள்ளனர். விதவிதமான வளையல்கள் அணிந்துள்ளனர். கனமான கால்சலங்கைகள் அவர்களது காலின் மென்மையைக் காட்டுகின்றன. மதுராவில் உள்ள வேலியின் தூண் ஒன்றில் ஓர் இயக்கி உருவம் உள்ளது. இதில் அப்பெண் குளித்துவிட்டு குளியலறையிலிருந்து வெளியில் வரும் காட்சி காட்டப்பட்டுள்ளது. அப்பெண் ஆடையால் பாதி உடலை மறைத்து பாதி உடலைக் காட்டிக் கொண்டிருக்கிறாள். மதுரா இயக்கியர்கள் பொதுவாகப் பெருத்த தனங்களையும், மெல்லிய இடையையும், விரிந்த இடுப்பையும் கொண்டவர்களாக வடிக்கப்பட்டனர். இது சமகாலப் பெண்களின் உடலமைப்பைக் கண்டு வடிக்கப்பட்டதெனலாம்.

கல்கத்தாவில் உள்ள இயக்கியின் சிற்பத்தில் அவள் கிளியோடு பேசுவதாகக் காட்டப்பட்டுள்ளது. கிளி அவளது இடது தோளில் அமர்ந்துள்ளது. மதுரை மீனாட்சியம்மனும், ஸ்ரீவில்லிபுத்தூர்

ஆண்டாளும் தங்கள் தோள்களில் கிளி வைத்திருப்பதனைப் பார்க்கும் போது பௌத்தக்கலையின் தாக்கத்தை உணரமுடிகிறது. மேலே சொல்லப்பட்ட இயக்கி தன் கையில் பெட்டி ஒன்றை வைத்துள்ளாள். இந்த இயக்கியர்கள் எந்த சமயத்தைச் சேர்ந்தவர்கள் என்பது முடிவாகத் தெரியவில்லை. ஏ.எல்.பாஷம் இவர்கள் சமண சமயத்தைச் சேர்ந்தவர்களாக இருக்கக்கூடும் என்று கருதுகிறார்.[64]

மதுரா கலைக் குழுவினர், பொதுவாக, தொன்மையான இந்திய மரபுக்கு முக்கியத்துவம் கொடுத்தனர். எனினும், வடமேற்கு இந்தியப் பகுதியிலிருந்து சில கலைக்கூறுகளைப் பின்பற்றினர். ஒன்றுக்கும் மேற்பட்ட கிரேக்க உரோமானிய கலைச்சின்னங்களின் கூறுகளைத் தங்களது கலையில் புகுத்தத் தவறவில்லை. மதுரா சிற்பிகள் தங்களது புத்தர் சிலைகளை வடிவமைப்பதில் முந்திய கால இயக்கர் உருவங்களை மாதிரியாகக் கொண்டனர். அத்தோடு தவக்கோலத்திலிருந்த சமணத் தீர்த்தங்கரர்களின் உருவங்களிலிருந்தும் சில கூறுகளைக் கையாண்டனர்.[65]

பிந்திய சாதவாகனர் காலம்

அமராவதி சிற்பங்கள்

கி.பி. 2 - 3 ஆம் நூற்றாண்டுகளில், பிந்திய சாதவாகனர்கள், ஆந்திரத்தில் கிருஷ்ணா, கோதாவரிப் பகுதியில் ஆட்சி செய்தனர். இப்பகுதி பண்டைக்காலத்தில் வேங்கி என அழைக்கப்பட்டது. இப்பகுதியின் தொன்மையான சிற்பங்கள் அமராவதியிலும், ஜக்கயப்பேட்டையிலும் கிடைத்துள்ளன. அமராவதி, கிருஷ்ணாவில் இருக்கும் பண்டைய தான்யக்கடகமாகும். இப்பகுதியில் கி.மு. 3- 2 ஆம் நூற்றாண்டு வாக்கிலேயே பௌத்தத் துறவிகள் வாழ்ந்துள்ளனர். அமராவதி ஸ்தூபத்தின் இன்றியமையாத் தன்மை பற்றியும், அதன் சிற்பத்தொகுதிகள் இலண்டன், கல்கத்தா, சென்னை அருங்காட்சியகங்களில் வைக்கப்பட்டிருந்தது பற்றியும் கட்டடக்கலை பற்றிய இயலில் கண்டோம். அமராவதி ஸ்தூபத்தின் அண்டா பகுதியைச் சுற்றி அமைக்கப்பட்ட சிற்பங்கள் நான்கு கட்டங்களாக

64. A.L. Basham, முன்னது, ப.369

65. மேலது, ப.370

அமைக்கப்பட்டிருக்க வேண்டும். முதல் கட்டமானது பார்கூத் காலத்தை ஒத்ததாகும். பல சிற்பங்கள் பார்கூத் சிற்பங்கள் போன்றே அமைந்துள்ளன. இரண்டாவது கட்டம் கி.பி.100 வாக்கில் அமைக்கப்பட்டிருக்க வேண்டும். அவற்றில் எஞ்சியுள்ள சிற்பங்கள் கற்பலகைகளாக அமைந்துள்ளன. மூன்றாவது மற்றும் நான்காவது கட்டம் குஷாணர் காலத்து (கி.பி.150-250) மதுரா சிற்பங்களை ஒத்ததாக அமைந்துள்ளன.

மற்ற அனைத்துக் கலைகளைப் போன்றே அமராவதி சிற்பக் கலையானது தேசியச் சிறப்பு வாய்ந்தது. அதனை ஒரு குறிப்பிட்ட குறுகிய பகுதியைச் சேர்ந்ததெனக் கூறமுடியாது. அமராவதி சிற்பங்களின் தொடக்க காலத்தில் புத்தர் குறியீட்டு மூலமாகவே காட்டப்பட்டார். பின்னாளில் மனித உருவம் கொடுக்கப்பட்டது. அவரது தலையில் சுருள் முடிகள் வைத்துக்கொள்ளப்பட்டன. புத்தர் துறவியின் உடையில் இருக்கும் இளவரசர் போன்ற தோற்றத்தைக் கொண்டிருந்தார். முன்பு குறிப்பிடப்பட்ட முதல் காலத்தைச் சேர்ந்த அமராவதி சிற்பங்கள் சிலவே கிடைத்துள்ளன. அவை அழகற்றதாகவும், கரடுமுரடாகவும் இருந்தன. ஆடை மடிப்புகள் வித்தியாசமாகக் காணப்பட்டன. பெண்கள் பெரும்பாலும் ஆடையின்றியே செதுக்கப்பட்டனர். சென்னை அருங்காட்சியகத்தில் உள்ள ஜடிலர்கள் அல்லது காசியபர்களை மதமாற்றம் செய்த நிகழ்ச்சியைக் காட்டும் சிற்பம் முதல்கால சிற்பக்கலை அம்சத்துக்கு ஓர் எடுத்துக்காட்டாக விளங்குகிறது, பாரிஸ் குயிமெட் அருங்காட்சியகத்தில் புத்தரின் தலை ஒன்று உள்ளது. இது அமராவதி ஸ்தூபத்தைச் சேர்ந்ததாகும். இது மதுராவின் குஷாண சிற்பங்களுடன் ஒரு வகையில் ஒத்துள்ளது. ஆனால் இந்த புத்தர் தலையில் முகம் குறுகலாகவும் முட்டை வடிவம் போன்றும் அமைந்துள்ளது. ஆனால் மதுரா சிற்பங்கள் போன்று வட்டமாக அமைந்திடவில்லை. முடி அலங்காரம் நத்தையின் சுருள்போன்று உள்ளது. எல்லா முடியும் வலது பக்கம் திரும்பியிருப்பது போல் காணப்படுகின்றது. உஷ்ணிசம் சிறிதாகத் தெரிகிறது. நெற்றியில் ஊர்ணம் காட்டப்பட்டுள்ளது. இதுவும் அமராவதி முதல் காலகட்டத்தைச் சேர்ந்ததெனக் கருதப்படுகிறது.

அமராவதி சிற்பக்கலை வளர்ச்சியின் இரண்டாவது கால கட்டம் (கி.பி. 100) ஒரு இடைப்பட்ட (transitional) கலையம்சத்தைக் காட்டுவதாக அமைந்துள்ளது. இதில் புத்தரின் வாழ்க்கை நிலைகளைக் காட்டும் சிற்பங்களும், பிறவும் வடிக்கப்பட்டன. அவரது உருவங்கள் கருணைப் பொழிவுடன், கடினமின்றி காட்டப்பட்டன. இக்காலத்தினைச் சேர்ந்த சிற்பங்களில் ஒன்று மாயாதேவியும் அவரது தோழிகளும் அனோததா குளத்தில் குளிக்கும் காட்சியாகும். இது சென்னை அரசு அருங்காட்சியகத்தில் அமராவதி காட்சிக் கூடத்தில் வைக்கப்பட்டுள்ளது.[66] இதில் மாயாதேவி நடுவில் நின்றுகொண்டு சீப்புவைத்து தனது தலையை வாரிக்கொண்டிருக்கிறார். அவரைச் சுற்றியுள்ள நான்கு பெண்கள் தண்ணீர்க் குடங்களை இடுப்பில் வைத்துள்ளனர். இவர்கள் தேவர்கள் நால்வரின் மனைவியராக இருக்கலாம் என்று கருதப்படுகிறது.[67] இங்கே காட்டப்பட்டுள்ள மலர்ந்த அல்லி மலர் இது ஒரு குளம் என்பதைக் காட்டுகிறது. இதற்கு மற்றொரு ஆதாரம் தண்ணீரில் இடுப்பளவு வரை மறைத்து நின்று கொண்டிருக்கும் பெண் ஆவாள். அப்பெண் குளத்தில் தண்ணீர் எடுப்பதும் தெரிகின்றது. இப்பெண்கள் அனைவரும் அணிந்துள்ள கால் வளையங்கள் மதுரா சிற்பங்களை நினைவூட்டுகின்றன. மதுரா இயக்கிகள் இதுபோன்ற வளையங்களையே அணிந்துள்ளனர்.

இதே காலத்தைச் சேர்ந்த மற்றொரு சிற்பத்தொகுதியில் புத்தர் உபதேசிக்கும் காட்சி இடம் பெற்றுள்ளது. இதில் புத்தர் மதுராவில் அமைக்கப்பட்டது போன்றே இடது தோளில் மேல் அங்கி போட்டு

---

66. C. Sivaramamurti, Amaravati Sculptures in the Madras Government Museum, Madras, 1977, pl. XXIV - 3.

67. இதைப்பற்றிய ஒரு புராணக்கதை உண்டு. ஒரு திருவிழாவின் போது இறுதி நாளன்று மாயாதேவி கபிலவஸ்தில் குளித்துவிட்டு பல்லக்கில் ஏறும்போது, நான்கு திசைக்குரிய தேவர்கள் அவரை பல்லக்கில் தூக்கிச் சென்று சாலமரத்தடியில் வைத்தனர். அங்கு அந்த தேவர்களின் மனைவியர் மாயாதேவியைக் குளிப்பாட்டி புத்தாடை அணிவித்து அரண்மனைக்கு எடுத்துச் சென்று படுக்கையில் அமர்த்தினர். அப்போது அங்கு தாமரை மலருடன் யானை உருவத்தில் வந்த போதிசத்துவர் மாயாதேவியை மூன்றுமுறை சுற்றிவந்து அவரது கர்ப்பத்தில் இறங்கினார் என்பது அக்கதை.

அர்த்த பரியாங்காசனத்தில் அமர்ந்துள்ளார். இடது கை அவரது மடியிலும், வலது கை அபயமுத்திரை காட்டியும் உள்ளன. அவரது இரண்டு பக்கத்திலும் பக்கத்திற்கு இருவர் என நான்கு சீடர்கள் அமர்ந்து வணங்கிய நிலையில் உபதேசம் கேட்கின்றனர். புத்தரின் தலையில் சுருள்முடியும், உஷ்ணிசமும் அணிகலன்களாக உள்ளன. ஒன்றன்பின் ஒன்றாக இரண்டு பிரபைகள் காட்டப்பட்டுள்ளன. அவற்றில் ஒன்று போதி மரமாகும். உச்சியில் பறக்கும் நிலையில் இரண்டு வித்யாதரர்கள் கையில் சாமரத்துடன் அமைக்கப்பட்டுள்ளனர். அதே கல்பலகையில் உள்ள மற்றொரு காட்சியில் புத்தரின் முதல் போதனையைக் காட்டும் சிற்பத்தொகுதி உள்ளது. இதில் அடிப்பக்கத்தில் ஒரு பீடத்தில் புத்தரின் காலணிகள் வைக்கப்பட்டுள்ளன. அதற்கு மேல் உயரமான பீடத்தில் சக்கரம் நிறுத்தப்பட்டுள்ளது. நான்கு சீடர்கள் வணங்கிய நிலையில் உள்ளனர். மேலே வித்யாதரர்கள் செதுக்கப்பட்டுள்ளனர்.[68] மற்றொரு நீண்ட பலகையில் கீழ்ச்சிற்பத் தொகுதியில் போதிமரமும் அதன் அடியில் உள்ள வெறும் ஆசனமும் நடுவில் வைக்கப்பட்டுள்ளன. அவற்றின் இருபக்கங்களிலும் இரு பிரபுக்கள் நின்று கொண்டு ஒருவர் கையில் ஒரு குடையும், மற்றொருவர் கையில் ஒரு கொடியும் (banner) வைத்துள்ளனர். இந்த இருவர் பக்கத்திலும் பெண்கள் நின்றுள்ளனர். அவர்கள் அந்தப் பிரபுக்களின் மனைவியர்களாக இருத்தல் வேண்டும். அவர்களுக்கு மேலே உள்ள விட்டப் பகுதியில் சிங்கம், காளை, குதிரை போன்ற மிருகங்களின் உருவங்கள் உள்ளன. வித்யாதரர்கள் காட்டப்பட்டுள்ளனர். இந்த சிற்பத் தொகுதியின் இரண்டு பக்கங்களிலும் தூண்கள் அலங்காரமாகச் செதுக்கப்பட்டுள்ளன. அவற்றில் தாமரைப் பதக்கங்களும் வெட்டப்பட்டுள்ளன.[69]

சித்தார்த்தரின் (புத்தரின்) துறவுக்குச் செல்லும் (departure) காட்சிகள் பல பலகைகளில் இடம்பெற்றுள்ளன. அவற்றில் சில முதல் மற்றும் இடைக்காலத்தையும் (first and second phase), மற்றவை மூன்றாவது (third phase) காலத்தையும் சேர்ந்தவையாகும். இவை இருவேறு காலத்தைச் சேர்ந்தவை என்பதற்கு ஆதாரமாகச் சிற்பக்காட்சிகளில் இடம்பெற்றுள்ள கலைக் கூறுகளே ஆதாரமாக

---

68. C. Sivaramamurti, 1977, முன்னது ப.169, pl.XX 1 and 2.

69. மேலது, ப.167, pl.XXI-1

அமைந்துள்ளன. உதாரணமாக கி.மு. முதல் நூற்றாண்டைச் சேர்ந்த ஒரு சிற்பத் தொகுதியில் குதிரையை அதன் ஓட்டுனன் இழுத்து வருகிறான். குதிரை மீது புத்தர் அமர்ந்திருக்கவில்லை. ஆனால் அவர் அமர்ந்துள்ளார் என்பதைக் குறியீடாகக் கலைஞன் உணர்த்த முற்படுகிறான். குதிரைக்கு மேலே ஒரு குடையும், இரண்டு சாமரங்களும் காட்டப்பட்டுள்ளன.[70] கி.பி. முதல் நூற்றாண்டைச் சேர்ந்த மற்றொரு சிற்பத்தொகுதியில் குதிரை (கந்தகன்) நகர வாயிலை விட்டுப் பாய்ந்து வெளியேறுகிறது. அதற்கு முன்னால் இரண்டு ஆண்கள் அழைத்துச் செல்வது போல் காட்டப்பட்டுள்ளனர். குதிரைக்குப் பின்னால் ஒருவர் குடையை வைத்துக்கொண்டு நடந்துவருகிறார். குதிரையில் புத்தர் அமர்ந்திருக்கவில்லை. முன்னால் செல்கின்ற இருவரும் நாட்டியம் ஆடிச் செல்வது போல் காட்டப்பட்டிருப்பதால் சித்தார்த்தர் மகிழ்ச்சியாக வழியனுப்பப்படுவதாகக் கருதவேண்டும். விண்ணுலகத்தினரும் சித்தார்த்தரின் துறவைப் போற்றிக் கொண்டாடுவதாகவே இது காட்டப்பட்டுள்ளது. இங்கு குடையைக் கையில் ஏந்தியுள்ள மனிதன் குதிரையின் வாலையும் முறுக்குவதால் அவனே குதிரை ஓட்டியான சந்தகனாக இருக்கவேண்டும். நிதநகதாவில் சித்தார்த்தர் குதிரையின் வாலைப் பிடித்துக்கொண்டு வழி நடத்திச் செல்லும்படி சந்தகனுக்கு அறிவுறுத்தியதாகச் சொல்லப் பட்டிருக்கிறது.[71]

மூன்றாவது கட்டத்தைச் சேர்ந்த சித்தார்த்தரின் துறவுக் காட்சிகள் விரிவாகவும், விளக்கமாகவும் அமைந்துள்ளன. இதில் குதிரையின் கால் ஓசை வெளியே கேட்டு துறவு செல்வது பிறருக்குத் தெரிந்துவிடாமல் இருக்க வேண்டி குதிரையின் கால்களைப் பூதகணங்கள் தாங்கியவாறு காட்டப்பட்டுள்ளன. இவை கி.பி. இரண்டாம் நூற்றாண்டைச் சேர்ந்தவையாகும். இவற்றில் முதலாவது காட்சியில் குதிரை மீது மனித உருவம் இல்லை. பிறவற்றில் சித்தார்த்தர் குதிரை மீது அமர்ந்துள்ளது காட்டப்பட்டுள்ளது. எனவே இங்கு குறிப்பிடப்படும் முதல் காட்சி இவற்றில் காலத்தால் சற்று முந்தியதாகும். குதிரை முன்னோக்கி வேகமாகச் செல்கிறது.

---

70. **Ratan Parimoo, முன்னது, Fig.107**

71. **மேலது, பக்.76-77, Fig.108**

பூதகணங்கள் அதன் கால்களைத் தாங்கிச் செல்கின்றன ; முன்னும், பின்னும் பலர் ஆடிப்பாடிச் செல்கின்றனர். ஒருவர் குதிரைக்கு மேல் குடையைத் தூக்கிப் பிடித்துள்ளார். குதிரையின் முதுகில் தாமரையின் சின்னங்கள் பொறிக்கப்பட்டுள்ளன. இதில் சந்தகன் படைவீரன் உடையில் காட்டப்பட்டுள்ளான். மற்ற அனைத்துச் சிற்பத் தொகுதிகளிலும் உள்ள ஒரே ஒரு வேறுபாடு குதிரையின் மீது சித்தார்த்தர் அமர்ந்திருப்பதுதான்.[72] இலண்டனில் பிரிட்டிஷ் அருங்காட்சியத்தில் வைக்கப்பட்டுள்ள ஒரு பலகையில் நான்கு காட்சிகள் இடம்பெற்றுள்ளன. அவற்றில் ஒன்றில் சித்தார்த்தரின் துறவுக்குச் செல்லும் காட்சி உள்ளது. இதில் குதிரையின் கால்களைத் தூக்கிச்செல்லும் பூத கணங்களின் உருவங்கள் சரியாகத் தெளிவுபடுத்தவில்லை. ஆனால் குடைக்கம்பு கோணவடிவில் உயரமாக நிறுத்தி வைக்கப்பட்டுள்ளது. குடை சித்தார்த்தரின் தலை மீதுள்ள பிரபைக்கு மேல்வரை காட்டப்பட்டுள்ளது. இதற்கு எதிர்ப்புறமாக, இடது பக்கத்தில், முக்கோணத்தை முழுதாக்கும் நோக்கில் வேகமாக வரும் சந்தகனின் உருவம் செதுக்கப்பட்டுள்ளது. குதிரையின் முன்னும் பின்னும் இரண்டு இரண்டு பேர் நாட்டியம் ஆடிக்கொண்டிருப்பது கலைப் படைப்பில் இரண்டு பக்கங்களிலும் ஒத்த தன்மையைக் காட்டுவது என்னும் மரபினைப் பின்பற்றியதாக உள்ளது. கலையில் இயங்கு நிலையும் (movement) நிறுத்த (static) நிலையும் ஒருசேரக் காட்டுவது என்பதும் இங்கு உணர்த்தப்படுகிறது. இங்கு நடுவில் குதிரை இயங்குவதாக உணர்த்தினும், நிறுத்த நிலையிலேயே காட்டப்பட்டுள்ளது. அதன் இருபுறமும் நாட்டியம் ஆடிப், பாடிச் செல்வோர் செதுக்கப்பட்டுள்ளனர். இதனை ஒத்ததுதான் திருநெல்வேலி மாவட்டம் செவல்பட்டி பாண்டியர் குடைவரையில் கருவறையில் உள்ள சிவலிங்கத் (static) துக்கு எதிர்ப்புறத்தில் சிவபெருமான் சதுரவீசி ஆடும் நாட்டியக் (dynamic movement) காட்சியாகும்.

பிரிட்டிஷ் அருங்காட்சியகத்தில் உள்ள மற்றொரு பலகையில் சித்தார்த்தரின் துறவுவெளியேற்றக் காட்சியோடு அடுத்தடுத்து பிற காட்சிகளும் இடம்பெற்றுள்ளன. அவற்றில் ஒன்று சித்தார்த்தர்

---

72. மேலது, Figs.109, 110, 111.

குதிரையிடமும், குதிரையோட்டி (groom) யிடமும் விடைபெற்று அவைகளைத் திரும்ப அனுப்பும் காட்சி இடம்பெற்றுள்ளது. இதில் சித்தார்த்தர் ஒரு ஆசனத்தில் சுகாசனமாக அமர்ந்துள்ளார். ஆசனத்தின் அருகில் நால்வர் வணங்கிய நிலையில் உள்ளனர். சித்தார்த்தரின் வலது பக்கம் குதிரை மற்றும் சந்தகனின் முகங்கள் மட்டும் காட்டப்பட்டுள்ளன. மற்றொரு காட்சியில் பக்தர்கள் தர்மச் சக்கரத்தைக் தூக்கிச்செல்வது போல் செதுக்கப்பட்டுள்ளது. இரண்டு மான்கள் காட்டப்பட்டிருப்பதால் இது புத்தரின் ஞானத்தையும் மான் பூங்காவையும் அவரது முதல் போதனையையும் காட்டுவதாகக் கொள்ளலாம்.[73]

சித்தார்த்தர் அந்தப்புரத்தில் இருக்கும் காட்சியும் அமராவதி சிற்பங்களில் காணமுடிகிறது. இவற்றில் காலத்தால் முந்தியது பிரிட்டிஷ் அருங்காட்சியகத்திலும், பிந்தியது (மூன்றாவது கட்டம்) சென்னை அரசு அருங்காட்சியகத்திலும் வைக்கப்பட்டுள்ளன. முந்தியதில் பெண்கள் அந்தப்புரத்தில் தூங்கிக்கொண்டுள்ளனர். இளவரசர் சித்தார்த்தர் அமைதியாக அவர்களைக் கவனித்துக்கொண்டுள்ளார். இதில் சிற்பங்கள் இரண்டு தட்டுக்களாக (tiers) அமைக்கப்பட்டுள்ளன. மேல் தட்டில் ஆசனங்களில் பெண்களும், சித்தார்த்தரும் அமர்ந்துள்ளனர். கீழ்த்தட்டில் பெண்கள் தரையில் அமர்ந்து தூங்கிக் கொண்டிருக்கின்றனர். ஒரு பெண் மிருதங்கம் ஒன்றை அணைத்துக் கொண்டிருக்கிறாள். வேறு இரண்டு பெண்கள் சாய்ந்து கொண்டு ஒருவரை ஒருவர் அணைத்துக்கொண்டிருக்கின்றனர்.[74] இக்காட்சிக் கூடத்தில் உள்ள மற்றொரு அந்தப்புர சிற்பக்காட்சியில் சித்தார்த்தர் ஒரு ஆசனத்தில் அமர்ந்துள்ளார். அவருக்கு அருகில் மனைவி யசோதரா அமர்ந்திருக்கிறார். கீழே தரையில் பெண்கள் அமர்ந்துள்ளனர். ஒரு பெண் புல்லாங்குழல் வாசிக்கிறார். ஒரு பணிப்பெண் தட்டுடன் நின்றிருக்கிறாள். அவர்கள் அமர்ந்துள்ள மாளிகையில் உத்திரப் பகுதியில் அழகான கூடுகளும், அவற்றிற்குள் மனித உருவங்களும் செதுக்கப்பட்டுள்ளன.[75] சென்னை அரசு அருங்காட்சியகத்தில் உள்ள அந்தப்புர சிற்பத்தொகுதியில் அரியணை

---

73. மேலது, Fig.112
74. மேலது, Fig.117
75. www.Ancient India, Amaravati Buddhist.http.

காட்டப்பட்டுள்ளது. அதில் இரண்டு ஆசனங்கள் உள்ளன. அதில் யாரும் அமர்ந்திருக்கவில்லை. ஆனால் சித்தார்த்தர் அமர்ந்திருப்பதை அது உணர்த்துகிறது. இதைச்சுற்றி தரையில் பெண்கள் அமர்ந்திருக்கின்றனர். பெண்கள் நாட்டியம் ஆடுகின்றனர் ; இசைக் கருவிகளை இசைக்கின்றனர்.[76].

அமராவதி ஸ்தூபத்தின் அண்டாபகுதியின் மேலுள்ள கல்பலகையின் மேற்பகுதியில் திரிரத்னங்கள் செதுக்கப்பட்டுள்ளன. இவை புத்தரையும், புத்தரின் தர்மத்தையும், மடாலய சகோதரத்துவத்தையும் குறிப்பனவாகும். திரிரத்னங்களுக்குக் கீழே வரிசையாக சிங்கத்தின் உருவங்கள் காணப்படுகின்றன. இங்கு புத்தரின் பரிநிர்வாணநிலை மற்ற இடங்களைப் போல் புத்தர் படுத்திருக்கும் காட்சியைக் காட்டாது, ஒரு பலகையில், ஸ்தூபத்தையே புத்தரின் இறப்பின் குறியீடாகக் காட்டி வணங்கும் சிற்பம் ஒன்றுள்ளது. மாயாதேவி கனவு கண்ட பின்பு அந்தக் கனவின் பொருள் என்ன என்று அறிவதற்காக அரசர் அவைக் களத்தைக் கூட்டி அதுபற்றி விவாதிக்கும் காட்சி சிற்பமாக வடிக்கப்பட்டுள்ளது. இவ் விவாதத்தின்போது அரசரும், அரசியும், பண்டிதரும் அரசவையில் அமர்ந்துள்ளனர். ஒரு மரத்தடியில் மாயாதேவிக்குக் குழந்தை பிறக்கும் காட்சி ஒரு சிற்பத்தொகுதியில் காட்டப்பட்டுள்ளது. பார்கூத்திலோ, சாஞ்சியிலோ, காந்தாரத்திலோ, மதுராவிலோ இல்லாத புதுமை இங்கு காணப்படுகிறது. இங்கு மாயாதேவி மரத்தடியில் உடலை மூன்று வளைவுகளாக வளைத்து ஒரு கையை இடுப்பில் வைத்துக்கொண்டு மற்றொரு கையை மரத்தின் கிளையில் வைத்துக்கொண்டு சாலபாஞ்சிகையாகக் காட்டப்பட்டிருப்பதும், அவரது இடுப்புப் பகுதியிலிருந்து ஒரு துணியை ஆண்கள் பிடித்திருப்பதும், அதில் சித்தார்த்தரின் ஏழு சுவடுகளைக் காட்டும் பாங்கில் இரண்டு பாதங்களை வடித்திருப்பதும், அற்புதக் காட்சியாகும். மாயாதேவியின் இடது பக்கம் ஆண்களும், வலது பக்கம் பெண்களும் நின்றிருக்கின்றனர். இங்கு துணியில் காட்டப்பட்டுள்ள பாதச்சுவடுகள் குழந்தை சித்தார்த்தரின் பிறப்பைக் குறிப்பதாகும்.

---

76. மகாவாஸ்து, நிதனகதை, அஸ்வகோசரின் புத்தசரிதை ஆகியவற்றில் சித்தார்த்தர் அந்தப்புரத்தில் நாட்டியத்தையும், இசையையும் இரசிப்பதைப்பற்றிக் குறிப்பிடுகின்றன.

அமராவதியில் புத்தர் ஞானம் பெற்ற காட்சியும், அவரது முதல் போதனையும் அடுத்தடுத்து சிற்பமாக்கப்பட்டுள்ளன. இவை பிரிட்டிஷ் அருங்காட்சியகத்தில் வைக்கப்பட்டுள்ளன. ஞானம் பெறும் காட்சியில் போதிமரமும், அதற்கு முன்பு வெறுமையான அரியணையும், பாதச் சுவடுகள் கொண்ட பலகையும் வைக்கப்பட்டுள்ளன. போதிமரத்தின் இரு பக்கங்களிலும் தாமரை மலர்களைப் பாத்திரங்களில் ஏந்திய பக்தர்கள் அல்லது சீடர்கள் உள்ளனர். முதல் போதனைக் காட்சியில் மையப் பகுதியில் தர்மச் சக்கரமும் அதன் இருபக்கங்களிலும் கைகூப்பி வணங்கும் மக்களும் செதுக்கப்பட்டுள்ளனர். வேலியின் (railing) தூண்களுக்கு இடைப்பட்ட செருகு பலகை ஒன்றில் "நெருப்புத் தூண்" (pillar of fire) ஒன்று தரையிலிருந்து விண்ணை முட்டுவது போன்று வடிவமைக்கப்பட்டுள்ளது. இதன் இருமருங்கிலும் பக்தர்கள் உள்ளனர். பின்னாளில் சிவபெருமான் நெருப்புத் தூணாக உருவெடுத்து அதன் அடியையும், முடியையும் கண்டுவர விஷ்ணுவையும், பிரம்மாவையும் அனுப்பிய தொன்மக்கதை இங்கு நினைவுகூரத்தக்கதாகும். அமராவதியின் மற்றொரு குறிப்பிடத்தக்க சிற்பம் சித்தார்த்தருக்கு அவர் ஞானம் பெறப் போகும் முன்பு அந்த நாளில் காலையில் அவருக்கு ஒரு பாத்திரத்தில் சுஜாதா என்ற பக்தை உணவு (rice) வழங்குகிறாள். சித்தார்த்தர் அந்த உணவை நாற்பத்தி ஒன்பது பகுதிகளாகப் பிரித்துவைத்துப் பின் உட்கொள்ளுகிறார். பிறகு பகலில் அவருக்கு ஞானம் கிடைக்கிறது. இதற்கு அடுத்த 49 நாட்களுக்கு அவர் உணவு உட்கொள்ளவோ அல்லது தண்ணீர் அருந்தவோ இல்லை. இங்கு ஒரு ஆசனத்தில் அவரது காலணிகள் வைக்கப்பட்டுள்ளன. அதற்கு மேல்புறம் போதிமரம் காட்டப்பட்டுள்ளது. பல பெண்கள் உணவுப் பாத்திரங்களுடன் நிற்கின்றனர். அதில் ஒருத்தி சுஜாதா ஆவாள். மற்றொரு சிறு சிற்பத் தொகுதியில் போதிமரத்தடியில் ஆசனத்தில் புத்தரின் காலணிகள் வைக்கப்பட்டுள்ளன. புத்தருக்கு வழங்குவதற்காக ஆண்கள் தம் கைகளில் ஆடை ஏந்தியுள்ளனர்.

வேறெங்கும் காணப்படாத ஒரு அமராவதி சிற்பக் காட்சி ஆறு மற்றும் மரவணக்கம் ஆகும். புத்தர் வடகிழக்கு இந்தியாவில் ஒரு ஆற்றுக்குப் பக்கத்தில் ஞானம் பெற்றார் என்ற ஒரு நம்பிக்கை

விளங்கிவருகிறது. அந்த ஆறு இன்று பல்கு ஆறு என அழைக்கப்படுகிறது. இக்காட்சியின் மையத்தில் ஆறு காட்டப்பட்டுள்ளது. அதன் அருகே வரிசையாக பாதச்சுவடுகள் காணப்படுகின்றன. இது சித்தார்த்தர் ஆற்றைக் கடப்பது போன்று காட்டுகிறது. மேலும் இரண்டு வரிசைகளில் பறவைகள் பறப்பது காட்டப்பட்டுள்ளது. இக்காட்சியின் இருபக்கங்களிலும் பக்தர்கள் உள்ளனர்.

சென்னை அருங்காட்சியகத்தில் உள்ள மூன்றாவது கட்டத்தைச் சேர்ந்த ஒரு சிற்பத் தொகுதியில் புத்தரின் சாம்பல்கள் விநியோகப்படுத்தப்படும் காட்சி காணப்படுகிறது. சாஞ்சியின் வடக்கு மற்றும் மேற்குத் தோரணங்களில் இக்காட்சி சிற்பமாக்கப் பட்டிருப்பதையும், அதன் பின்னணியையும் முன்பே கண்டோம். இங்கு அமராவதி சிற்பத்தொகுதியில் இக்காட்சி இரண்டாகப் பிரிக்கப்பட்டுள்ளது. மையப்பகுதியில் குஷிநகரம் மற்றும் அதன் வாயில்கள் காட்டப்பட்டிருக்கின்றன. வலது பக்கப் பிரிவின் கீழ்ப்பகுதியில் புத்தரின் இறுதிச்சடங்கு தொடர்பான நாட்டியக் காட்சி காணப்படுகிறது. மேல் தளத்தில் ஒரு பகுதியில் மல்லர்கள் அஸ்தியைக் கொடுக்க மறுப்பதும், மற்றொரு பகுதியில் பங்கு வைத்துக் கொடுத்தலும் காணமுடிகிறது. இடது பக்கப் பிரிவில் அஸ்தியைப் பெட்டியில் எடுத்துக்கொண்டு யானை மீதேறிப் போகும் காட்சி உள்ளது. இங்கு நகரச்சுவர்களின் கீழ்ப்பகுதி செங்கல்லாலும், மேற்பகுதி மரத்தாலும் கட்டப்பட்டிருப்பதும், நீள்சதுர ஜன்னல்கள் அமைந்திருப்பதும், வண்டிக்கூடு போன்ற கூரை அமைப்பும் அக்காலக் கட்டடக்கலை மரபைக் காட்டுவதாக அமைந்துள்ளன.

சென்னையில் உள்ள பிறிதொரு சிற்பத்தொகுதி புத்தர் மதம் பிடித்த யானையை (நளகிரி) அடக்கும் காட்சி வடிக்கப்பட்டுள்ளது. புத்தரைக் கொல்ல தேவதத்தன் அனுப்பிய மதம் பிடித்த யானை பயந்து ஓடும் மக்களைத் தாக்குவது ஒரு பக்கம் காட்டப்பட்டுள்ளது. ஒருவன் கீழே விழுந்து கிடக்கிறான், மற்றொருவன் துதிக்கையில் சிக்கியுள்ளான். அடுத்தபடியாக யானை புத்தரின் பாதங்களில் விழுந்து பணிந்து வணங்குகிறது. இக்காட்சியை வீடுகளின் ஜன்னல்கள் வழியாக மக்கள் பார்த்துக் கொண்டிருக்கின்றனர். இச்சிற்பத் தொகுதி வட்ட வடிவில் அமைக்கப்பட்டுள்ளது. இதனைப் போன்ற இங்குள்ள பிறிதொரு

சிற்பத்தொகுயில் புத்தரின் பிச்சை பாத்திரத்தை வணங்கும் காட்சி ட்ட வடிவில் அமைந்துள்ளது. இதில் உருவங்கள் மிகவும் நெருக்கமாக வடிக்கப்பட்டுள்ளன. ஒருவர் பாத்திரத்தை ஒரு பெரிய தட்டில் வைத்துத் தூக்கிக் காண்பிக்கின்றார். பலரும் அதை வணங்கி, ஆடிப்பாடி மகிழ்கின்றனர். நாகர்களும், கருடர்களும் நடனமாடுகின்றனர். இயக்கியர் இசை முழக்கம் செய்கின்றனர்.[77]

நளகிரியை அடக்கும் காட்சி இலண்டனில் உள்ள பிரிட்டிஷ் அருங்காட்சியகத்தில் நீண்டதொரு சிற்பத் தொகுதியாக அமைந்துள்ளது. வட்டவடிவில் அமைந்துள்ள சிற்பத்தொகுதியின் இயக்கநிலை இங்கு காணப்படவில்லை. இதில் இரண்டு நிகழ்வுகள் காட்டப்பட்டுள்ளன. முதலாவது மதம் பிடித்த நளகிரி நகர வாயிலிலிருந்து வெளிவரும் காட்சி; மற்றொன்று புத்தரின் பாதங்களில் விழுந்து வணங்குவது இவ்விரண்டுக்கும் இடையில் யானை மனிதர்களைத் தாக்குவதும், மனிதர்கள் கற்களைக் கொண்டு யானையைத் தாக்குவதும், சிலர் புத்தருக்குப் பின்னால் சென்று அடைக்கலம் பெறுவதும் ஆகப் பல காட்சிகளும் இடம் பெற்றுள்ளன.[78]

அமராவதி சிற்பங்களின் இறுதிக் கட்டம் (கி.பி. 200 - 250) புத்தரின் உருவங்களை உயரமாகவும், ஒல்லியாகவும் காட்டியது. முதன் முதலாக முத்துக்கள் பதித்த புனிதணூலான யக்னோபவிதம் (பூணூல்) பெண்களாலும், ஆண்களாலும் அணியப்பட்டது. முத்துப் பதித்த ஆபரணங்கள் அதிகமாகத் தோன்றியதும் இக்காலத்தில்தான். பொதுவாக அமராவதி சிற்பங்களில் இரண்டு வகையான, அல்லது இரண்டு காலகட்டத்திலான அமைப்பு முறைகளைக் காணலாம். அதாவது ஹீனயான முறையில் பின்பற்றப்பட்ட குறியீடுகள் மூலம் புத்தரைக் காட்டுதலும், மகாயான முறையிலான புத்தரை மனித உருவில் காட்டுதலும் இங்கு இணைக்கப்பட்டுள்ளன. அமராவதி சிற்பங்கள் பிந்திய இந்திய சிற்பக்கலையில் செல்வாக்குப் பெற்று விளங்கியுள்ளன. இச்சிற்பங்களின் கதைப் பின்னணிகள் பௌத்தம் தொடர்பானவை எனினும் அவற்றில் மனித வாழ்வின் அன்றாட நிகழ்வுகளும்

---

77. C. Sivaramamurti, முன்னது, pl.XXVI-1
78. Ratan Parimoo, முன்னது, Fig.77

ஆங்காங்கே தென்படுகின்றன. சாஞ்சி சிற்பங்களின் அளவுக்கு இல்லை எனினும் இங்கு செடிகொடிகள், மிருகங்கள் ஆகியவையும் அலங்காரக் காட்சிகளாக இடம்பெற்றன. தாமரை பலவகைகளிலும் பயன்படுத்தப்பட்டுள்ளது. இங்கு மனித உருவங்களுக்கு அதிக முக்கியத்துவம் கொடுக்கப்பட்டுள்ளது. கலை நுட்ப அடிப்படையில் ஒரு சில தவிர முழுவதும் இந்தியப் பாணியில் அமைந்திருக்கும் இச்சிற்பங்களின் அமைப்புமுறை, குறிப்பாக கதைத் தொகுதிகளை வட்டவடிவில் இயக்க நிலையில் காட்டும் முறை, வேறெங்கும் காணப்படாததாகும். இவற்றில் தந்த வேலைப்பாட்டின் நுட்பமும் காணப்படுகிறது. "அமராவதி சிற்பத் தொகுதிகளின் கலைநுட்பத் திறனை அல்லது அச்சிற்பங்களின் அழகினைப் புகழ்ந்துரைப்பது மிகைப்படுத்துதல் என்பதாகாது. இவை இந்தியச் சிற்பங்களில் சிறந்த மென்மையான பூக்கள் என்று கருதத்தக்கவை" என்று இந்தியக் கலைவரலாற்றுத் தந்தை ஆனந்த குமாரசாமி குறிப்பிட்டிருப்பது பொருத்தமானதாகும்.

நாகார்ஜுனகொண்டா

சாதவாகனர்களுக்குப் பின்வந்த இக்சுவாகுகளின் (கி.பி. 2-3 நூற்றாண்டு) சிற்பங்கள் நாகார்ஜுன கொண்டா, கண்டசாலை, கோலி போன்ற பகுதிகளில் கிடைத்துள்ளன. அமராவதி சிற்பங்களின் சிலவற்றில் கிரேக்கத்தின் தாக்கம் காணப்படுவது போன்று நாகார்ஜுனகொண்டா சிற்பங்களில் சிதியச் செல்வாக்கை உணரலாம். இதற்கு உதாரணமாக இங்குள்ள தூண் ஒன்றில் செதுக்கப்பட்டுள்ள இராணுவ வீரனின் சிற்பத்தில் உள்ள தொப்பி மற்றும் கோட் ஆகியவற்றைச் சொல்லலாம். இங்குள்ள வஜ்ரபாணி போதிதசதுவர் அமராவதியில் உள்ளது போன்று மூன்று பிரிவாக உள்ள வஜ்ராயுதத்தைத் தாங்கவில்லை. மாறாக காந்தாரச் சிற்பங்களில் உள்ளது போல் எலும்பு மாதிரியான வஜ்ரத்தைக் கொண்டுள்ளார். இலங்கையின் தாக்கமும் இங்குள்ள சந்திரக்கற்கள், மிருக வரிசைகள் ஆகியவற்றில் காணப்படுகிறது. அமராவதியில் உள்ள முக்கியமான சிற்பத்தொகுதிகள் அப்படியே நாகார்ஜுனகொண்டாவில் திரும்ப அமைக்கப்பட்டுள்ளன. இருப்பினும் அமைப்பிலும், கதைப் பொருளிலும், சிற்பங்கள் வைக்கப்படும் விதத்திலும் அமராவதியைவிட சில மாற்றங்கள் இங்கு புகுத்தப்பட்டன. புத்தர் மனித உருவில்

காட்டப்பட்ட போதும், குறியீடுகளும் தொடர்ந்து இடம் பெறலாயின. இங்குள்ள சிற்பங்கள் இரண்டு காலகட்டங்களாகப் பிரிக்கத் தக்கவையாகும். இதில் முதல் கட்டம் சந்தமுலாவின் ஆட்சிக் காலத்தைச் சேர்ந்ததாகும். இதில் நினைவுத்தூண்களும், அண்டா பலகைகளும் அடங்கும். சந்தமுலா நினைவுத்தூணில் அம்மன்னனது வாழ்வு நிகழ்ச்சிகள் சித்தரிக்கப்பட்டுள்ளன. இதில் உருவங்கள் கடினத் தோற்ற மளிக்கின்றன. இதற்குக் காரணம் சாதவாகனர் ஆட்சி முடிவுக்கும், இக்சுவாகுகளின் ஆட்சியின் தொடக்கத்திற்கும் இடைப்பட்ட காலத்தில் கலைவளர்ச்சியில் ஏற்பட்ட தொய்வாகும்[79].

நாகார்ஜுன கொண்டா சிற்பங்களில் காட்டப்பட்டுள்ள மந்தத ஜாதகக் கதைத் தொகுப்பில் உருவங்கள் உணர்வுப் பூர்வமாகவும், அழகாகவும் அமைந்துள்ளன. இதில் ஏழு இரத்தினங்கள் உடனிருக்க அரசன், தன்னை எதிர்த்த நாகர்களை நசுக்கி திரயதிரிம்ச விண்ணகத்தைக் கைப்பற்றுகிறான். அங்கு அவன் அரியணையை இந்திரனுடன் பகிர்ந்துகொள்கின்றான். இருப்பினும் பேராசையின் காரணமாக அனைத்தும் தனக்கே கிடைக்க வேண்டும் என்று விரும்புகிறான். இந்தத் தீய எண்ணம் அவனது வீழ்ச்சிக்கு வித்திட்டது. விண்ணில் வலது பக்க மூலையில் காண்பிக்கப்பட்டுள்ள வால்நட்சத்திரம் இவ்வரசன் விண்ணிலிருந்து வீழ்ந்த நிகழ்ச்சியைக் குறியீடாகக் காட்டுகிறது.

இரண்டாவது கட்டச் சிற்பங்கள் வீரபுருஷ தத்தனின் எட்டாவது ஆட்சியாண்டிலிருந்து தொடங்குகின்றன. இவற்றில் குறிப்பிடத்தக்கவை மாபெரும் துறவு, மற்றும் சித்தார்த்தர் நகரை விட்டு வெளியேறும், செய்தி வெளிப்படுதல் போன்றகாட்சிகளாகும். இதில் குறிப்பிடப்பட்ட முதல் சிற்பத்தொகுதி புதுடில்லி தேசிய அருங்காட்சியகத்தில் வைக்கப்பட்டுள்ளது. இதில் சித்தார்த்தர் ஒரு குதிரையில் அமர்ந்துள்ளார். இந்திரன் அரசக்குடையை கையில் தூக்கிப் பிடித்துள்ளார். நான்கு தேவர்கள் கந்தகனான குதிரையின் கால்களைத் தாங்கிச் செல்கின்றனர். குதிரை முன்னோக்கிச் செல்கிறது. இரண்டு ஆண்கள் அதற்கு முன்பாக நாட்டியம் ஆடிக்கொண்டு செல்கின்றனர்.

---

79. **Edith Tomory, முன்னது, ப.191**

சித்தார்த்தர் நகரை விட்டு வெளியேறும் செய்தி வெளிப்படும் காட்சியைக் காட்டும் சிற்பத்தொகுதி நாகார்ஜுன கொண்டா காட்சிக் கூடத்தில் உள்ளது. இதில் சுத்தோதனர் தனது கைகளை தலைக்குமேல் தூக்குகிறார். யசோதரா வருத்தத்தைக் காட்டுகிறார். இங்கு ஆச்சரியமும் வருத்தமும் ஒன்றாகக் காட்டப்பட்டுள்ளன. மற்றொரு சிற்பத் தொகுதியில் குதிரை மீதமர்ந்துள்ள ஒருவரைக் கொடூரமான மிருகம் ஒன்று துரத்துகிறது. இச்சிற்பத்தின் இடதுபக்கம் ஆயுதங்களையுடைய மனிதர்கள் குதிரை மற்றும் யானைப் படையினரால் தாக்கப்படுகின்றனர். தம்பதிகள் (மிதுனம்) சிற்பங்களும் இடம்பெற்றுள்ளன. தொன்மக்கதைகளுடன் தொடர்புடைய மிருகங்களின் உருவங்களும் வடிக்கப்பட்டுள்ளன. ஒரு சிற்பக் காட்சியில் சித்தார்த்தருக்கு வெளி உலக நிகழ்ச்சிகள் தெரியாமல் இருக்க வேண்டும் என்று அவரது தந்தையார் ஆணையிட்டதால், சித்தார்த்தரைச் சுற்றி அழகிய பெண்கள் இருப்பது அற்புதமாக சித்தரிக்கப்பட்டுள்ளது. நாகார்ஜுனகொண்டாவின் புத்தரது உருவங்களில் குறிப்பிடத்தக்கது புதுடில்லி தேசிய அருங்காட்சியகத்தில் வைக்கப்பட்டுள்ள தலையில்லாத உருவச்சிலையாகும். இதில் புத்தர் நேர் பார்வையில் உள்ளார். அவரது சங்கதி (ஆடை) இடது தோளில் செல்கிறது. இது பல மடிப்புகளைக் கொண்டுள்ளது.[80]

ஜக்கயப்பேட்டையும் பிற இடங்களும்

ஆந்திராவில், கிருஷ்ணா மாவட்டத்தில் உள்ள ஜக்கயப்பேட்டை ஒரு முக்கிய பௌத்த மையமாக இருந்தது என்பதனை முதல் இயலிலே கண்டோம். இங்குள்ள சிற்பங்களில் குறிப்பிடத்தக்கது அரைத்தூணின் அடிப்பக்கத்தில் உள்ள கலசம் அல்லது கும்பமும், அதன் மீது வைக்கப்பட்டுள்ள தாமரையும் ஆகும். இதற்கு மேலே ஒரு மிருகம் நின்றுகொண்டுள்ளது. மிருகத்தின் மீது ஒரு இயக்கி நிற்கின்றாள். அவள் அணிந்துள்ள சதுரமான காதணியும், ரிப்பன் போன்ற ஆரமும், முத்துக்கள் பதித்த இடுப்புக்கச்சையும், தலையலங்காரமும் குறிப்பிடத்தக்கவையாகும். இயக்கிக்கு மேலே கவிழ்த்து வைக்கப்பட்ட கலசம் உள்ளது. அதன் மீது இறக்கைகள்

---
80. மேலது. ப.192

உள்ள சிங்கங்கள் எதிர் எதிர்புறத்தில் பார்த்துக்கொண்டு நிற்கின்றன. ஒரு சிற்பத்தில் ஒரு இயக்கன் தன் கையில் தாமரை மொட்டை வைத்துள்ளான். சக்கரவர்த்தி மந்ததன் ஒரு சிற்பத்தில் வடிக்கப்பட்டுள்ளார். அவரது ஏழு ஆபரணங்கள்- அதாவது அரசி, இளவரசர், அமைச்சர், யானை, குதிரை, சக்கரம் மற்றும் ரத்தினங்கள் அவரைச் சுற்றி வைக்கப்பட்டுள்ளன. ஒரு தாமரையின் மீது நிற்கின்ற புத்தரின் உருவம் ஒன்று ஒரு மாடத்தில் வைக்கப்பட்டுள்ளது. இவருக்குப் பக்கத்தில் கந்தர்வர்கள், ஸ்தூபம், ஐந்து தலை நாகம் மற்றும் ஒரு பக்தர் ஆகியோர் காட்டப்பட்டுள்ளனர். இங்கு தாமரைக்குக் கீழே கி.பி.6ஆம் நூற்றாண்டைச் சேர்ந்த கல்வெட்டு ஒன்று காணப்படுகிறது. அதில் இந்த புத்தரின் உருவம் நாகார்ஜுனாச்சாரியாரின் சீடரான ஜெயப்பிரபாச்சாரியாரின் ஆலோசனையின்படி அமைக்கப்பட்டது என்று குறிப்பிடப்பட்டுள்ளது.[81] இங்கு புண்யசாலை சிற்பப்பலகை ஒன்றும் உள்ளது. இதில் நான்கு தூண்களைக் கொண்ட ஒரு கருவறை காட்டப்பட்டுள்ளது. அதன் மத்தியில் புத்தரின் பாதச்சுவடுகள் உள்ளன. அதற்கு மேலே குடை காணப்படுகிறது. இதன் இரண்டு பக்கங்களிலும் உள்ள பெண்களில் ஒருத்தியின் வலது கையில் ஒரு பாத்திரம் உள்ளது. இரண்டு தளங்களைக் கொண்ட வண்டிக்கூடு போன்ற கூரையுடைய கருவறையை தூண்கள் தாங்குகின்றன. சைத்திய ஜன்னல் காட்டப்பட்டுள்ளது. பனைமரம் ஒன்று அரைத்தூணின் இடது பக்கம் நிற்கிறது. மொத்தத்தில் ஒரு முழுமை பெற்ற இந்தியக் கருவறை அல்லது கோயில் இங்கே சிற்பமாக வடிக்கப்பட்டுள்ளது.[82]

குண்டூர் மாவட்டம் பால்நாடு வட்டத்தில் உள்ள கோலி ஒரு பௌத்தத்தலமாகும். இங்குள்ள ஸ்தூபத்தில் உள்ள சிற்பங்கள் அமராவதியின் இறுதிக்கட்டமான கி.பி.250 காலத்தைச் சேர்ந்த சிற்பங்களை ஒத்துள்ளன. இங்கு, புத்தர் அமர்ந்த நிலையில் சிற்பமாக வடிக்கப்பட்டுள்ளார். ஒரு கரத்தில் அபயமுத்திரை காட்டுகிறார். மூன்று பிரபுக்கள் அல்லது சீடர்கள் அவர் முன்பு அமர்ந்துள்ளனர்.

---

81. A. Aiyappa and P.R. Srinivasan, Guide to Buddhist Antiquities, Chennai, 1998, p.43.

82. மேலது, ப.44

மற்றொரு ஆண் சவுரி வீசுகிறார். மற்றொரு சிற்பத் தொகுதியில் வெறும் அரியணையும் மானும் செதுக்கப்பட்டுள்ளன. இது மான் பூங்காவில் புத்தர் நிகழ்த்திய முதல் போதனையைக் குறிக்கிறது. வசந்தரா ஜாதகக்கதைத் தொகுதியில் தொடர்ச்சியாகக் கதைத் தொகுப்பு காட்டப்பட்டுள்ளது. புத்தர் யசோதராவைப் பார்க்க கபிலவஸ்து சென்ற காட்சி மற்றொரு சிற்ப வரிசையில் இடம்பெற்றுள்ளது. இதில் இடது பக்கத்தில் யசோதரா நின்றுகொண்டு புத்தரை அமரும்படி ஒரு அரியணையைக் காட்டுகிறார். நளகிரியை அடக்கும் சிற்பம் அமராவதியில் உள்ள நளகிரி சிற்பத்தைவிட மாறுபட்டுள்ளது. இங்கு வீட்டு முற்றங்கள் இடம்பெறவில்லை. மற்றொரு சிற்பத்தொகுதி மதிபோசக ஜாதகக்கதையைப் படம் பிடித்துக் காட்டுகிறது. யானை அரசனும் அவனது கண் தெரியாத தாயாரும் பற்றியதே இக்கதை; இதன்படி போதிசத்துவர் ஒரு யானை அரசனாகப் பிறந்தார்; அவரது தாய்க்குக் கண் தெரியாது; எனவே மகன் தாயாருக்கு அருகிலேயே இருக்க வேண்டியிருந்தது. எனவே அவர்கள் தனிமையான ஒரு இடத்தில் வசித்தனர். பெரிய யானை ஒன்று இருப்பதைக் கேள்விப்பட்ட அரசன் அந்த யானையைப் பிடித்து வந்து தனது நாட்டு யானையாகப் பிரகடனப்படுத்த விரும்பி ஆட்களை அனுப்பினான். யானையைப் பிடித்து வந்தபின் அது தாயை நினைத்து உண்ணா நோன்பிருந்தது. உண்மையை அறிந்த அரசன் யானையைத் திரும்ப அனுப்பித் தாயாருடன் சேர்ந்து வாழும்படி வாழ்த்தினான். இச்சிற்பத் தொகுதியில் நின்றுகொண்டிருக்கின்ற யானை தனது தாய் மீது நீரை ஊற்றுகிறது. இங்கு குளம் இருக்கிறது என்பதைக் காட்ட பூக்களும், மொட்டுக்களும் காட்டப்பட்டுள்ளன.[83] பிறிதொரு சிற்பவரியில் சாசஜாதகக் கதை விவரிக்கப்பட்டுள்ளது. இதில் நெருப்புக்கு அருகில் முயல் நிற்கிறது. அதன் நண்பர்கள் முயலுக்குப் பின்னால் நிற்கின்றனர். நெருப்புக்கு அருகில் பிராமணர் ஒருவர் அமர்ந்து கொண்டு யாக குண்டத்தில் ஊற்றுவது போல் எதையோ நெருப்பில் ஊற்றிக் கொண்டிருக்கிறார். மத்தியில் இந்திரன் கிரீடம் அணிந்து நிற்கிறார். அவர் சந்திரனைக் காட்டிக்கொண்டுள்ளார். மற்றொரு காட்சி மாரனின் இரண்டு பெண்கள் போதிசத்துவரைத் தூண்டுவதாக

---

83. மேலது, பக். 46 - 47

அமைந்துள்ளது. இதில் போதிசத்துவர் அமர்ந்த நிலையில் உள்ளார். அவருக்குப் பின்னால் பிரபை உள்ளது அவருக்கு இடதுபுறம் மாரனின் இரண்டு பெண்கள் உள்ளனர். வலது பக்கம் மாரன் தனது தோல்வியை ஒப்புக்கொண்டு அஞ்சலி முத்திரை காட்டுகிறான்.[84]

குண்டபள்ளியில் புத்தர் நின்ற நிலையில் உள்ள சிற்பம் ஒன்று கிடைத்துள்ளது. இதில் அவரது அங்கியானது உடல் முழுவதும் போர்த்தப்பட்டுள்ளது. கண்டசாலாவில் சித்தார்த்தர் கபிலவஸ்துக்கு வெளியில் சென்ற பின்பு அவரது குதிரை கந்தகன் மீண்டும் அரண்மனைக்குத் திரும்பும் காட்சியைக் காட்டும் சிற்பம் கிடைத்துள்ளது. இவை தவிர ஆந்திராவில் பட்டிப்புரோலு போன்ற இடங்களிலும் பௌத்த சிற்பங்கள் கிடைத்துள்ளன.

குப்தர் காலம்

குப்தர்களின் காலம் (கி.பி. 4 - 6 நூற்றாண்டுகள்) ஸ்ரீ குப்தரிலிருந்து தொடங்குகிறது. அவர்களது ஆட்சியில் இந்தியாவின் இலக்கியம், கட்டடக்கலை, சிற்பக்கலை ஆகியவற்றில் பெரும்வளர்ச்சி ஏற்பட்டது. அவர்களது கலைப்பணி மதுரா, சாரநாத் பகுதிகளில் பல்கிப் பெருகியிருந்தது. அவர்கள் வைதீக இந்து சமயத்தைச் சார்ந்தவர்களாக இருந்தபோதும் பௌத்த, சமண சமயத்தோரையும் அவர்தம் கலையையும் ஆதரிக்கத் தவறவில்லை. அவர்கள் காலத்து நின்ற நிலையில் உள்ள புத்தர் சிற்பங்கள் மதுராவில் உருவாக்கப்பட்டு இன்று மதுரா, கல்கத்தா, புதுடில்லி, , இலண்டன் போன்ற இடங்களில் உள்ள அருங்காட்சியகங்களில் வைக்கப்பட்டுள்ளன குப்தர்காலத்து மதுரா சிற்பங்கள் குஷாணர் காலத்துச் சிற்பங்களை விட பல வகையிலும் முன்னேற்றமடைந்துள்ளன. குறிப்பாகப் புத்தரது உருவங்கள், காந்தாரச் சிற்பங்களைப் போன்று உடல் முழுவதும் சங்கதி (அங்கி அல்லது ஆடை) யால் மூடப்பட்டிருந்தன. தொடக்க கால மதுரா சிற்பங்களில் ஆடை மடிப்புகளைக் காட்டுவதற்கு வரை கோடுகள் காண்பிக்கப்பட்டன. ஆனால் குப்தர் காலத்தில் ஆடை மடிப்புகள் நூற்கயிறு போன்று அமைக்கப்பட்டன. தொழில் நுட்பத்தில் குப்தர்காலச் சிற்பங்கள் உன்னத நிலையைக் காட்டின.

---

84. **மேலது,** ப.47

85. **Susan L. Huntington, முன்னது,** பக்.200 - 201, pl.10.18

அண்மைக் காலத்தில் மதுராவைச் சேர்ந்த குப்தர் காலத்தில் புத்தர் சிற்பம் ஒன்று ஜமால்பூரில் கண்டுபிடிக்கப்பட்டது. கி.மு. 5ஆம் நூற்றாண்டின் மத்திய காலத்தைச் சேர்ந்த இச்சிற்பம் சிவப்பு மணற்கல்லாலானது. இதன் பீடத்தில் உள்ள கல்வெட்டு இச்சிலையை அர்ப்பணித்தவர் புத்தத்துறவியான யசதின்னா என்று குறிப்பிடுகிறது. இவ்வுருவச்சிலை மனித உருவத்தின் அளவுள்ள (22 செ.மீ) நின்ற நிலை சிற்பமாகும். குஷாணர் காலத்து மதுரா சிற்பங்களுடன் ஒப்பிடும் போது இச்சிற்பம் மெல்லியதாகவும், அழகாகவும், சாந்தமுகத்துடனும் செதுக்கப்பட்டுள்ளது. வலது கால் சற்று மடிக்கப்பட்டுள்ளது. தலைக்குப் பின்பாக உள்ள பிரபை குப்தர் காலத்தில் முருகியல் வளர்ச்சி உணரப்பட்டிருப்பதைக் காட்டுகிறது. அங்கி உடல் முழுவதும் மூடப்பட்டிருக்கிறது. அதன் மடிப்புகள் உடல் முழுமைக்கும் காட்டப்பட்டுள்ளன. இடது கை அங்கியின் ஒரு பகுதியைப் பிடித்துள்ளது. வலது கை உடைந்திருப்பினும் அது அபயமுத்திரை காட்டியிருக்க வேண்டும் என்பதை உணரமுடிகிறது. ஆடையின் மடிப்புகள் முற்றிலும், குஷாணர்கள் பாக்ட்ரோ - காந்தாரச் சிற்பங்களிலிருந்து மாறுபட்டவையாகக் காணப்படுகின்றன. ஆடை அமைப்பு கூட மேற்கு ஆசியாவை நினைவூட்டுகிறது. மொத்தத்தில், இச்சிற்பம், குப்தர்கால கலைஞர்கள் வடமேற்கு இந்தியாவின் (காந்தாரம்) கலைக் கூறுகளையும், இந்திய மண்ணின் கலைக்கூறுகளையும் ஒன்றிணைத்துக் காட்டியுள்ளனர் என்பதை வெளிப்படுத்துவதாய் அமைந்துள்ளது.[85]

சாரநாத்தில் (கி.பி.473) கிடைத்துள்ள புத்தர் சிற்பங்களில் குறிப்பிடத்தக்கது ஆடை அமைப்பு முறையாகும்.[86] இவற்றில் உடல் முழுவதும் ஆடை மூடியிருந்தாலும் ஆடை அணியப்படாமல் உள்ளது போல் காணப்படுவது இவற்றின் முக்கிய தன்மையாகும். கழுத்துப்பகுதியிலும், ஓரப்பகுதிகளிலும் ஆடை நன்றாக மடிக்கப்பட்டுக் காட்டப்பட்டுள்ளது. சாரநாத்துக்கே உரிய வகையில் ஆடை இரண்டு பிரிவாகக் காட்டப்பட்டிருக்கிறது. அதாவது இடுப்புக்கு மேல் உள்ள உடல் பகுதிக்கு ஒன்றும், கீழ்ப்பகுதிக்கு ஒன்றுமாக அமைந்துள்ளது. முகபாவனையில் அக்காலத்தில் கலையில்

86. மேலது, Fig.10.19, ப.202

ஏற்பட்ட முன்னேற்றம் தெரிகிறது. அமைதியும், சாந்தமும், கருணையும் ஒன்றிணைத்து சிற்பம் செதுக்கப்பட்டுள்ளது போல் அமைந்துள்ளது. கி.பி. ஐந்தாம் நூற்றாண்டின் பிற்பகுதியில் அமைக்கப்பட்ட இச்சிற்பத்தில் பிரபை தலைப்பக்கம் மட்டுமே வட்ட வடிவமாகக் காட்டப்பட்டுள்ளது. இதே காலத்தைச் சேர்ந்த பிற சிற்பங்களிலும், காந்தாரம், மதுரா சிற்பங்களிலும் பிரபை சூரியனைப் போலும், சந்திரனைப் போலும் முழுவட்ட வடிவமாகவே காட்டப் பட்டிருக்கிறது. இங்கு புத்தரின் தலைக்கு மேலே பறக்கும் வித்யாதரர்கள் உள்ளனர். புத்தரின் உருவம் உயரமாக உள்ளது. அவருக்கு இரு பக்கங்களிலும் இரண்டு பக்தர்களின் உருவங்கள் சிறியதாகக் காட்டப்பட்டுள்ளன. புத்தர் முப்பரிமாண தாமரையில் நின்றிருக்கின்றார். ஏறக்குறைய இதே காலத்தைச் சேர்ந்த அமர்ந்த நிலையிலான புத்தர் சிற்பம் ஒன்றும் சாரநாத் அருங்காட்சியகத்தில் (கி.பி.475) வைக்கப்பட்டுள்ளது. இது புத்தரின் முதல் போதனையைக் காட்டும் சிற்பமாகும். குஷாணர் காலத்தில் முதல் போதனையைக் காட்டும் புத்தர் உருவங்களில், பொதுவாக, அபய முத்திரை காட்டப்பட்டிருக்கும். ஆனால் இந்த சாரநாத் சிற்பத்தில் தர்மச்சக்கர முத்திரை காட்டப்பட்டுள்ளது. குப்தர் காலத்து தர்மச்சக்கர முத்திரைகளில் இதுவே கலை நயம் மிக்கதெனக் கருதப்படுகிறது.[87] புத்தர் மான்பூங்காவில் தனது முதல் போதனையைத் தொடங்கினார் என்பதை உணர்த்தும் வகையில் அவர் அமர்ந்துள்ள ஆசனத்தின் கீழ் தர்மச்சக்கரத்தின் இரண்டு பக்கங்களிலும் இரண்டு மான்கள் அமைந்துள்ளன. தர்மச்சக்கரம் புத்தரின் போதனைகளை ஏந்திச் செல்லத் தயாராக இருப்பது போன்று, விஷ்ணுவின் பிரயோகச் சக்கரம் போன்று நிறுத்தப்பட்டுள்ளது. அதன் அருகே புத்தரின் சீடர்கள் அமர்ந்துள்ளனர். புத்தர் பத்மாசனத்தில் அமர்ந்துள்ளார். அவரது ஆசனத்தின் பின்புறச் சட்டத்தில் இரண்டு சிங்கங்களும் மகரவாய்களும் இடம்பெற்றுள்ளன. அவரது ஆடையில் விசிறி போன்ற மடிப்புகள் ஏதுமில்லை. கண்கள் மூடியுள்ளன. உதடுகள் புன்முறுவல் பூத்து சாந்தத்தைக் காட்டுகின்றன. அவரது தலைக்குப் பின்னால் உள்ள வட்ட வடிவமான பிரபை பூவேலைப்பாடுகளால் அலங்கரிக்கப்பட்டுள்ளது.

---

87. மேலது, Fig.10.20, ப.203

பறக்கும் வித்யாதரர்கள் காணப்படுகின்றனர். புத்தரின் தலையில் உள்ள உஷ்ணிசம், மற்ற சிற்பங்களில் உள்ள உஷ்ணிசங்களுடன் ஒப்பிடும் போது, குப்தர்களின் காலத்து நுட்பமான கலைத்திறனை வெளிப்படுத்துவதாக அமைந்துள்ளது.

கி.பி. ஐந்தாம் நூற்றாண்டின் பின்பகுதியைச் சேர்ந்த குப்தர் காலத்து சாரநாத் சிற்பத் தொகுதி ஒன்று புதுடில்லி தேசிய அருங்காட்சியகத்தில் வைக்கப்பட்டுள்ளது.[88] இதில் சாக்கிய முனி புத்தரின் வாழ்க்கையில் நடந்த முக்கிய நிகழ்வுகள் சிற்பமாகச் செதுக்கப்பட்டுள்ளன. துரதிர்ஷ்டவசமாக இதன் மேல் பகுதி உடைந்து மூன்று பகுதிகள் மட்டுமே கிடைத்துள்ளன. கீழ்ப்பகுதி அவரது பிறப்பைக் குறிப்பதாக அமைந்திருக்கின்றது. எனவே காட்சிகள் கீழிருந்து மேலாகச் செல்கின்றன. கீழ்ப்பகுதியில் இடதுபக்கம் மாயாதேவி ஒரு கட்டிலில் படுத்துள்ளார். அவரது பணியாட்கள் அருகில் உள்ளனர். கனவில் வெள்ளையானை தோன்றுகிறது. வலது பக்கத்தில் மாயாதேவி சால மரத்தடியில் நிற்கின்றார். அவரது வலது பக்கத்திலிருந்து குழந்தை சித்தார்த்தர் வெளிவருகிறார். அருகிலேயே போதிசத்துவர் ஒருகையில் அபயமுத்திரை காட்டி நிற்கின்றார். எனவே சித்தார்த்தரின் பிறப்பு தொடர்பான முழுக்கதையும் கீழ்த்தட்டில் சித்திரிக்கப்பட்டுள்ளது. இரண்டாவது அல்லது மையத்தட்டில் சித்தார்த்தர் தனது நகரை விட்டு வெளியேறுவதற்காகத் தன்குதிரை கந்தகன் மீது அமர்ந்திருப்பதும், தான் துறவு கொள்ளப்போவதை உணர்த்த தானே தனது தலைமுடியை வெட்டிக் கொள்வதும், பின்பு ஞானம் பெறுவதற்காகத் தியானத்தில் அமர்வதும் காட்டப்பட்டுள்ளது. இதில் அடுத்தடுத்த கட்டங்களில் அவரது உயர்ந்த நிலையைக் காட்டும் வகையில் அவரது உருவங்களும் அடுத்தடுத்துப் பெரிதாகக் காட்டப்பட்டுள்ளன. மேல்தட்டில் மாரன் என்னும் அசுரனின் சூழ்ச்சிகளை வென்றதும், புத்தரின் முதல் போதனையும் சித்திரிக்கப்பட்டுள்ளன.[89] இச்சிற்பத்தொகுதியில் உடைந்துபோன உச்சிப்பகுதியில் புத்தரின் பரிநிர்வாணக்காட்சி இடம்

---

88. Ratan Parimoo, முன்னது, Fig.89
89. Susan L. Huntington, முன்னது, ப.206. இதில் மாரனின் சூழ்ச்சிகளை வென்ற காட்சிக்கு பதிலாக இது புத்தர் ஞானம் பெற்ற காட்சியாக இருக்கக்கூடும் என ரத்தன் பரிமூ கருதுகிறார். (Ratan Parimoo, முன்னது, ப.62)

பெற்றிருக்கக்கூடும், மொத்தத்தில் இச்சிற்பத்தொகுதி கதைக் காட்சிகள் எவ்வாறு தொகுத்து அமைக்கப்பட வேண்டும் என்பதற்கு நல்லதோர் உதாரணமாக அமைந்துள்ளது என்பதில் ஐயமில்லை.

சாரநாத்தைச் சேர்ந்த, குப்தர் காலத்து மற்றொரு சிற்பத்தொகுதி ஒன்று கல்கத்தா இந்திய அருங்காட்சியகத்தில் வைக்கப்பட்டுள்ளது. இதுவும் புத்தரது வாழ்க்கை நிகழ்வுகளைக் காட்டுகிறது. இதில் நான்கு தட்டுகளில் (sections) சிற்பங்கள் செதுக்கப்பட்டுள்ளன. இதில் உள்ள சிற்பங்கள் சிதையாமல் இருந்திருந்தால் முன்பு சொன்ன சிற்பத்தொகுதிக்குப் போட்டியாக இது அமைந்திருக்கக்கூடும். இதில் முந்தைய சிற்பம் போன்றே கீழ்த்தட்டில் மாயாதேவியின் கனவு, யானை தோன்றுதல், மாயாதேவி சால மரத்தடியில் நிற்றல், குழந்தை சித்தார்த்தர் தாயின் வலது இடுப்புப் பகுதியிலிருந்து வெளிவரல், நாககன்னிகளால் குளிப்பாட்டப்படுதல், போதிசத்துவர் அபயக்கரம் காட்டி ஆசீர்வதித்தல் போன்ற அனைத்துக் கதைகளும் சிற்பமாக்கப் பட்டுள்ளன. ஆனால் மாயாதேவியும் அவர் படுத்திருக்கும் கட்டில் பகுதியும் சிதைந்துள்ளது. போதிசத்துவர் குதிரையில் வெளியேறும் காட்சியும் அவர் முடியை வெட்டிக்கொள்வதும் இங்கு காட்டப்பட்டுள்ளது குறிப்பிடத்தக்கதாகும். எனவே முதல் தட்டிலேயே அவர் பிறப்பும், அவர் நகர் விட்டு வெளியேறும் காட்சியும் துறவு கொள்வதற்காக தன் முடியை வெட்டும் காட்சியும் இடம் பெற்றுள்ளன. இவ்வமைப்பு முந்திய சிற்பத்தொகுதியின் அமைப்பிலிருந்து வேறுபட்டுள்ளது. இரண்டாவது தட்டில் (second section) புத்தர் ஞானம் பெற்ற காட்சியும், சாரநாத்தில் அவர் செய்த முதல் போதனையும் படம்பிடித்துக் காட்டப்பட்டுள்ளது. மேல்தட்டில் சிரவஸ்தியில் அவர் நடத்திய அற்புதக் காட்சியும், துஸிதா சொர்க்கத்திலிருந்து அவர் இறங்கிவரும் காட்சியும் இடம் பெற்றுள்ளன. சிரவஸ்தி அற்புதக் காட்சியில் புத்தர் தாமரையின் மீது அமர்ந்துள்ளார். இரண்டு நாகர்கள் தாமரையைத் தாங்கியுள்ளனர். துஸிதா சொர்க்கக்காட்சியில் புத்தர் அபயமுத்திரை காட்டி நின்றுள்ளார். முதல் முறையாக இக்காட்சிகளைக் காட்டும் சிற்பங்களில் அபயமுத்திரை இடம் பெறுகிறது[90] இதற்கும் மேல் ஒரு

---

90. Ratan Parimoo, Fig.90 ப.63

தட்டில் புத்தரின் பரிநிர்வாணக்காட்சி காட்டப்பட்டிருக்க வேண்டும் என்பதற்கு அடையாளமாக அப்பகுதி உடைந்துள்ளது என்பது இங்கு குறிப்பிடத் தக்கதாகும். இது மட்டுமன்றி, மேல்பகுதியில் பரிநிர்வாணத்தைக் காட்டும் சாரநாத் சிற்பத்தொகுதியைக் காட்டும் தூண் ஒன்று சாரநாத் தொல்லியல் அருங்காட்சியகத்தில் வைக்கப்பட்டுள்ளது. இதில் கீழ்ப்பகுதி சிதைந்துள்ளது. இத்தூணில் நான்கு தட்டுகளாகக் காட்சிகள் காட்டப்பட்டுள்ளன.

இதற்கு முன்பு விளக்கப்பட்ட இரண்டு சிற்பத்தொகுதி களிலிருந்து இது மாறுபட்டு காணப்படுகிறது. முந்திய இரண்டும் அமைப்பில் ஒன்றாக இருப்பதால் ஒரு கலைஞரின் மேற்பார்வையில் செதுக்கப்பட்டிருக்க வேண்டும். இந்த மூன்றாவது சிற்பத்தொகுதியில் அடித்தட்டில் மாயாதேவியின் கனவுக் காட்சி இடம்பெறவில்லை. மாறாக இதில் அவர் சாலபாஞ்சிகாவாகக் காட்டப்பட்டிருக்கிறார். கல்கத்தா இந்திய அருங்காட்சியகத்தில் உள்ள மற்றொரு சாரநாத் தூணிலும் இதுபோன்றே மாயாதேவி சாலபாஞ்சிகாவாக அமைக்கப்பட்டுள்ளார். இவ்விரண்டு தூண் சிற்பங்களிலும் இந்திரன் காட்டப்பட்டிருக்கிறார். முதலாவதில் அவர் நின்றுகொண்டிருக்கிறார். ஆனால் இரண்டாவதில் காலைமடக்கி முட்டிபோட்டு அமர்ந்து குழந்தையைக்கையில் தாங்குகிறார். சித்தார்த்தரின் பிறப்புக்காட்சியில் இந்திரனைக் காட்டியிருப்பது குப்தர்கள் காந்தாரக் கலையைப் பின்பற்றியுள்ள மையை உணர்த்துகிறது. இந்த இரண்டு தூண் சிற்பங்களிலுமே இரண்டாவது அடுக்கில் புத்தர் ஞானம்பெற்ற காட்சி இடம்பெற்றுள்ளது. ஆனால் மூன்றாவது அடுக்கில் முதலாவது தூணில் புத்தரின் முதல் போதனைக்காட்சியும், இரண்டாவது தூணில் சிரவஸ்தி அற்புதக் காட்சியும் காட்டப்பட்டுள்ளன. இந்த இரண்டு காட்சியிலும் புத்தர் சாரநாத் சிற்பிகளின் உன்னதப் படைப்பான தர்மச்சக்கர முத்திரையைக் காட்டுகிறார். இறுதிக் கட்டத்தில் இரண்டு தூண்களிலுமே புத்தரின் பரிநிர்வாணக்காட்சி இடம்பெற்றுள்ளது. புத்தர் படுத்திருக்க அவரது சீடர்கள் அவரைச் சூழ்ந்து சோகத்துடன் நின்றிருக்கின்றனர்.[91] இது போன்று புத்தரின் வாழ்வு நிகழ்ச்சிகளைச்

---

91. மேலது, Figs.91 - 92, பக்.63 - 64.

சித்திரிக்கும் வேறு பல சிற்பத் தொகுதிகளும் சாரநாத் கலைஞர்களால் உருவாக்கப்பட்டன. அவை கல்கத்தா இந்திய அருங்காட்சியகத்திலும், சாரநாத் தொல்லியல் அருங்காட்சியகத்திலும் வைக்கப்பட்டுள்ளன. அவற்றில் சில முன்பு விளக்கப்பட்ட சிற்பத் தொகுதிகளில் உள்ள காட்சிகளை மேலும் விரிவுபடுத்திக் காட்டுவனவாகவும் அமைந்துள்ளன.

சாரநாத்தில், குப்தர் காலத்தில் வடிக்கப்பட்ட (கி.பி.475) போதிசத்துவர், கசர்ப்பன அவலோகிதேசுவரர், சிற்பம் ஒன்று புதுடில்லி தேசிய அருங்காட்சியகத்தில் வைக்கப்பட்டுள்ளது. இவ்வுருவத்தில் போதிசத்துவர் ஒரு காலை சற்று மடித்து வைத்துக் கொண்டு நிற்கிறார். இலக்கியங்களில் குறிப்பிட்டுள்ளபடி இளமையாகத் தோன்றும் இவர் ஒரு கையில் தாமரையின் காம்பினை வைத்துள்ளார். தாமரையின் மீது நின்றிருக்கின்றார். அவரது வலதுகை வரத முத்திரை காட்டுகிறது. இவர் மேலாடை அணியவில்லை. ஆபரணங்கள் அணிந்துள்ளார். தலையில் சடை மகுடம் காணப்படுகிறது. அவரது வலது கைக்குக் கீழ் இரண்டு பிரேதங்கள் காணப்படுகின்றன. அவர்கள் முன்பிறவியில் பேராசை பிடித்தவர்களாகவும், எப்போதும் பசியுடன் வாழ்ந்தவர்கள் என்றும் கருதப்படுகின்றனர். அவர்கள் பசியாறுவதற்காக அவலோகிதீசுவரரின் வலது கையிலிருந்து அமிர்தம் கொட்டுவது போல் காட்டப்பட்டுள்ளது. இது அவர் எல்லா உயிர்களிடத்தும் அன்பு செலுத்துவார் என்பதனை உணர்த்துகிறது.[92]

மதுரா மற்றும் சாரநாத்தில் மட்டுமன்றி சாஞ்சியிலும் குப்தர்கள் பௌத்தக் கலையை வளர்த்துள்ளனர். சாஞ்சியின் கிழக்குத் தோரணத்தில் உள்ள ஒரு கல்வெட்டு இரண்டாம் சந்திரகுப்தரின் பெயரையும், 93வது ஆண்டையும் (குப்தர்கள் காலம் கி.பி. 412 க்குச் சமமான காலம்) குறிப்பிடுகிறது. இக்கல்வெட்டு இரண்டாம் சந்திரகுப்தரின் அதிகாரிகளில் ஒருவர் பௌத்த பிரிவினருக்கு அளித்த கொடை பற்றிக் கூறுகிறது.[93] இது கலை பற்றி எதுவும் குறிப்பிடவில்லை

---

92. Susan L. Huntington, முன்னது, Fig.10.22, ப.204

93. மேலது, ப.196

எனினும் அவர்களுக்குள் ஏற்பட்டிருந்த தொடர்பினைச் சுட்டிக் காட்டுவதால் கலைப்பணி செய்திருக்க வாய்ப்புள்ளது என்பதைக் கோடிட்டுக் காட்டுகிறது. இதனை வைத்து சாஞ்சியின் முதல் ஸ்தூபத்தில் இக்காலத்தில் சில கட்டடக்கலைக் கூறுகள் இணைக்கப்பட்டிருக்கக் கூடும் என்று நம்பப்படுகிறது. இருப்பினும் சாஞ்சியில் சிற்பக்கலைக்கு குப்தர்கள் ஆற்றிய பணிக்கு ஆதாரங்கள் தெளிவாக உள்ளன. சாஞ்சியில் உள்ள தொல்லியல் அருங்காட்சியகத்தில், குப்தர்காலத்துப் போதிசத்துவர் சிற்பம் ஒன்று வைக்கப்பட்டுள்ளது. மணற்கல்லாலான இச்சிற்பத்தின் இரண்டு கைகளும் உடைந்துள்ளன. இது போதிசத்துவர் வஜ்ரபாணியாக இருக்கலாம் என்று கருதப்படுகிறது. அவரது கால் முட்டிக்குக்கீழும் உடைந்துள்ளது. அவர் இடுப்பில் வேட்டி அணிந்துள்ளார். அவரது உடைந்த இடது கை வேட்டியின் விளிம்பைப் பிடித்துக் கொண்டுள்ளது.[94] சாஞ்சியில் உள்ள மற்றொரு குப்தர் காலத்துச் சிற்பம் அமர்ந்த நிலையிலுள்ள புத்தர் சிற்பமாகும்.[95] இது சாரநாத் புத்தரை ஒத்திருக்கிறது. இருப்பினும் இதில் புத்தரின் கைகள், கால்பகுதி, பக்தர்களின் முகங்கள் ஆகியவை சிதைந்துள்ளன. ஆனால் புத்தரது முகத்தில் காணப்படும் கருணையும், அமைதியும் மறையவில்லை. இது குப்தர்காலக் கலையின் உன்னத நிலையை வெளிப்படுத்துவதாக அமைந்துள்ளது. அவரது தலைக்குப் பின்புள்ள வட்டமான பிரபை அதிகமான அலங்கார வேலைப்பாடுகளைக் கொண்டுள்ளது. இது மதுராவில் உள்ள குஷாணர் சிற்பங்களை நினைவுபடுத்துவதாக அமைந்துள்ளது. நீள்சதுர பீடத்தில் அமர்ந்துள்ள புத்தரின் கைகள் தியான முத்திரை காட்டியிருக்க வேண்டும். ஆனால் தற்போது உடைந்துள்ளது. அவருக்கு வலதுபுறம் உள்ள பக்தர் அல்லது போதிசத்துவர் வஜ்ரத்தைக் கையில் வைத்துள்ளதால் அவர் போதிசத்துவர் வஜ்ரபாணியாக இருக்க வேண்டும். இடது பக்கத்தில் இருப்பவர் தாமரை வைத்திருப்பதால் அவர் பத்மபாணியாவார். சாஞ்சியில் தெற்குவாயிலின் அருகில் உள்ள மற்றொரு புத்தர் சிற்பத்தில் இந்திரனும், பிரம்மாவும் நின்றிருப்பதால் போதிசத்துவர்களுக்கும்,

---

94. மேலது, Fig.10.14, ப.197
95. மேலது, Fig.10.15, ப.198

இந்திரன், பிரம்மா ஆகியோருக்குமிடையே தொடர்பு ஏற்படுத்திய குஷாணர்களின் கலையமைப்பு குப்தர் காலத்திலும் தொடர்ந்தது என்பது குறிப்பிடத்தக்கதாகும்.

குப்தர் காலத்து புத்தரின் செப்புத் திருமேனி ஒன்று சுல்தான்கஞ்ச் என்ற இடத்தில் கண்டுபிடிக்கப்பட்டது. தற்போது பர்மிங்ஹாம் அருங்காட்சியகத்தில் உள்ள இச்சிற்பம் ஒன்றே குப்தர் காலத்துச் செப்புத் திருமேனி அமைக்கும் கலைக்கு ஆதாரமாக அமைந்துள்ளது. இது அமைப்பில் மதுராவில் கிடைத்துள்ள குப்தர்கால கல்சிற்பங்களுக்கு இணையாகத் தென்படுகிறது. உடலின் மென்மையும், நீண்ட கால்களின் அமைப்பும், ஆடை அமைப்பும் முழுக்க முழுக்க மதுராவுக்கும் சாரநாத்துக்கும் இடைப்பட்ட கலைப்பண்பைக் கொண்டிருக்கின்றன. ஆடையின் மடிப்புகள் வளைகோடுகளாகக் காட்டப்பட்டுள்ளன. குப்தர் காலத்தைச் சேர்ந்த சுதைச் சிற்பங்கள் ஆப்கானிஸ்தானத்தில் ஹட்டா என்ற இடத்தில் கிடைத்துள்ளன. இப்பகுதி நேரடியாக குப்தர்களின் ஆட்சியின் கீழ் இல்லை எனினும் கலைக்கூறுகள் கி.பி.5-6 நூற்றாண்டுகளைச் சேர்ந்தவையாகக் காணப்படுவது குப்தர்களின் தாக்கத்தினை உணர்த்துக்கின்றன. ஹட்டாவில் கிடைத்த சுதைச் சிற்பத்தில் புத்தர் நடுவில் நிற்கிறார். அவரது வலது கை அபயமுத்திரை காட்டுகிறது. அவரது ஆடை இடது தோளில் விழுந்துவருகிறது. அவருக்கு மட்டும் நிற்பதற்கு பீடம் அமைக்கப்பட்டுள்ளது. அமைதியும் புன்னகையும் தவழுகின்ற முகமும், நீண்ட காதுகளும், உஷ்ணிசமும், பிரபையும் அவரது உருவத்திற்கு அழகூட்டுவனவாக அமைந்துள்ளன. புத்தரின் இரண்டு பக்கங்களிலும் ஒரு ஆணும், ஒரு பெண்ணும் பயபக்தியுடன் நின்றிருக்கின்றனர். இச்சிற்பத்தொகுதி ஒரு கோயில் சுவரின் மாடத்தில் வைக்கப்பட்டுள்ளது. புத்தரின் ஆடையானது காந்தாரச் சிற்பங்களை நினைவூட்டுகிறது.

பாகிஸ்தானில், சிந்து பகுதியில் மிர்பூர்காஸ் என்ற இடத்தில் கண்டுபிடிக்கப்பட்ட ஸ்தூபம் ஒன்றில் ஏராளமான சுடுமண் சிற்பங்கள் உள்ளன. அதில் உள்ள அமர்ந்த நிலையிலான புத்தரின் உருவ அமைப்பு

குஷாணமற்றும் குப்தர்களின் கலைக்கூறுகளைக் காட்டுகிறது. தற்போது மும்பையில் வேல்ஸ் இளவரசர் அருங்காட்சியகத்தில் வைக்கப்பட்டுள்ள இச்சிற்பம் கி.பி. ஐந்தாம் நூற்றாண்டின் பின்பகுதியைச் சேர்ந்ததாகும்.[96] ஆப்கானிஸ்தானத்தில் பாமியான் என்ற இடத்தில் வெட்டப்பட்டுள்ள (கி.பி. 5ஆம் நூற்றாண்டு) குடைவரைகளில் ஒன்றில் புத்தரின் நின்ற நிலையிலான பெரிய உருவம் ஒன்று செதுக்கப்பட்டுள்ளது. இதனையொத்த, ஆனால் அளவில் சிறியதான மற்றொரு சிற்பம் இதன் அருகில் உள்ள மற்றொரு குடைவரையில் செதுக்கப்பட்டுள்ளது.[97] இச்சிற்பங்கள் பெரிதும் சிதைந்த நிலையில் காணப்படுகின்றன.

குப்தர்களுக்குப் பிந்திய காலச் சிற்பங்கள்

குப்தப் பேரரசு கிழக்கு இந்தியாவில் பரவியிருந்தது. இன்றைய பீகார், மேற்கு வங்கம், வங்காளதேசம் போன்றவை அப்பேரரசின் பகுதிகளாக இருந்துள்ளன. பீகார் பண்டைய மகதத்தை உள்ளடக்கியிருந்தது. மகதம் கௌதமபுத்தர் மற்றும் மகாவீரர் காலத்திலிருந்தே பௌத்த, சமண சமயங்களின் சிறந்த மையமாக இருந்து வந்துள்ளது. குப்தர்களின் வீழ்ச்சிக்குப் பின் கிழக்கு இந்தியாவில் அதிகாரம் பெற்றுத் திகழ்ந்தவர்கள் வங்க அரசன் சசாங்கனும், வர்த்தன குடும்பத்தில் பிறந்து உத்தரப்பிரதேசம், பஞ்சாப், பீகார் பகுதிகளை ஆண்ட ஹர்ஷரும் ஆவர். முன்னவர் சைவ சமயத்தை ஆதரித்தார். பின்னவர் பௌத்த சமயத்தை ஆதரித்தார். ஹர்ஷர் மகதத்தின் அரசர் எனப் பிரகடனப்படுத்திக் கொண்டார். பௌத்த சமயத்தை வளர்க்கப் பாடுபட்ட அவரது காலத்தில் கலை வளர்ச்சியில் குறிப்பிடத்தக்க மாற்றங்கள் எதுவும் ஏற்பட்டுவிடவில்லை. அக்காலத்தில் சுதை மற்றும் சுடுமண் உருவங்கள் அமைக்கப்பட்டு அவை அழிந்துபட்டிருக்க வேண்டும். இருப்பினும் அக்காலத்துச் சிற்பக்கலையைத் தெளிவுபடுத்தும் வகையில் பீகாரில், புத்த கயாவில் உள்ள மகாபோதி கோயிலின் வாயிலின் ஒருபுறத்தில் கல்லினாலான புத்தர் சிலை ஒன்று நிறுத்தப்பட்டுள்ளது. கி.பி.ஏழாம் நூற்றாண்டைச் சேர்ந்த இச்சிற்பம் குப்தர்களுக்குப் பிந்திய கலை நுட்பத்தைக் காட்டுவதாக அமைந்துள்ளது. இச்சிற்பம் பிந்திய கால சாரநாத்

---

96. மேலது, Fig.10.24, ப.205
97. மேலது, ப.206

சிற்பங்களைப் பெரிதும் ஒத்துள்ளது. முப்பரிமாண பீடத்தின் மீது நின்றுள்ள புத்தர் அபயமுத்திரை காட்டி புன்முறுவலுடன் காணப்படுகிறார்.

குப்தர்களுக்குப் பிந்திய காலத்துப் பௌத்த மையங்களில் குறிப்பிடத்தக்க ஒன்று நாளந்தாவாகும். பண்டைய கல்விச் சாலையாக விளங்கிய நாளந்தாவில் பல பெரியவர்கள் பயின்றுள்ளனர் ; சீனப்பயணிகள் இவ்விடத்தைப் பார்வையிட்டுள்ளனர். இங்குள்ள ஸ்தூபக் கோயில் செங்கல்லாலும், சுதையாலும் கட்டப்பட்டது (கி.பி. 6 -7 நூற்றாண்டுகள்). இதன் சுவர்களில் உள்ள மாடங்களில் புத்தர் மற்றும் போதிசத்துவர்களின் சிற்பங்கள் இடம்பெற்றுள்ளன. இவ்வுருவங்கள் மெல்லியதாகவும், கலை நயத்துடனும் செதுக்கப்பட்டுள்ளன.

அஜந்தா

அஜந்தாவில் சைத்தியங்களும், விகாரங்களும் பாறையைக் குடைந்து சிறப்பாக அமைந்திருந்தன என்பதை முந்திய இயலில் கண்டோம். இங்குள்ள சின்னங்களில் பல வாகாடகர் காலத்தில் (5 ஆம் நூற்றாண்டின் பிற்பகுதி) வெட்டப்பட்டவையாகும். அஜந்தா என்றாலே நினைவுக்கு வருபவை ஓவியங்கள்தான். எனினும் இங்குள்ள சிற்பங்களும் அற்புதமாக அமைக்கப்பட்டுள்ளன. இச்சிற்பங்கள் பெரும்பாலும் மாடங்களில் இடம்பெற்றுள்ளன. இங்குள்ள 19வது குடைவரையில் வாயிலுக்கு வலதுபக்கம் தனது மகன் ராகுல் புத்தநிலையை அடைவான் என புத்தர் உறுதி செய்யும் சிற்பம் உள்ளது. இதில் புத்தர் உயரமான உருவமாகவும், சிறுகுழந்தையான ராகுலின் கையைப் பற்றிக்கொண்டிருப்பது போன்றும் அமைந்துள்ளது. வாயிலின் இடது பக்கமும் இதே போன்ற சிற்பம் அமைக்கப் பட்டுள்ளது. இக்காட்சி புத்தர் திராயஸ் திரிம்ஸா சொர்க்கத்திலிருந்து இறங்கிவரும் காட்சியாக இருக்கலாம் என்றும் கருதப்படுகிறது. இதை உறுதிப்படுத்தும் வகையில் புத்தநிலையை அடைய ஆசி பெற்ற உத்பலி என்னும் பக்தை ஆணாக மாறி புத்தரின் காலில் விழுந்து வணங்கும் காட்சியும் இடம்பெற்றுள்ளது இங்கு நோக்கத்தக்கதாகும். இதற்கு அடுத்தடுத்த மாடங்களில் தாமரை பீடங்களில் புத்தர் நின்றுகொண்டு வரத முத்திரை காட்டுவது நேர்த்தியாக அமைந்துள்ளது. ஒரு மாடத்தில் புத்தர் தர்மசக்கர முத்திரை காட்டி அமர்ந்துள்ளார். அவரது இரு பக்கங்களிலும் இயக்கர்கள் கவரி வீசுகின்றனர். நின்றிருக்கும்

புத்தருக்கு மேல் அழகான மகர தோரணம் காணப்படுகிறது. இக்குடைவரையில் தர்மச்சக்கரமுத்திரை காட்டி தனது முதல் போதனையை நடத்தும் சிற்பம் பல இடங்களில் காணப்படுகிறது. குடைவரையின் உட்பகுதியில் பல்வகைச் சிற்பங்கள் செதுக்கப்பட்டுள்ளன. 26 வது குடைவரையில் நிறுத்தப்பட்டுள்ள ஸ்தூபத்தில் புத்தர் நின்ற நிலையில் அபயமுத்திரை காட்டியுள்ளார். தூண்களின் உச்சிக்கும், கூரைக்கும் இடைப்பட்ட பகுதியில் புத்தரின் பல்வகைச் சிற்பங்கள் செதுக்கப்பட்டுள்ளன. 26வது குடைவரையில் நிறுத்தப்பட்டுள்ள ஸ்தூபத்தில் புத்தர் இரண்டு கால்களையும் தொங்க விட்டு பீடத்தில் அமர்ந்துள்ளார். அபயமுத்திரை காட்டும் அவரது வலது கை உடைந்துள்ளது. இடது கை மார்பில் வைக்கப்பட்டுள்ளது. இக்குடைவரையின் தூண்களின் உச்சியிலும், தூண்களுக்கும் கூரைக்கும் இடைப்பட்ட பகுதியிலும் அமர்ந்துகொண்டு தர்மச்சக்கர முத்திரை காட்டும் புத்தரின் உருவங்களும், கதைத் தொகுதிகளும் மிகவும் நெருக்கமாக செதுக்கப்பட்டுள்ளன. இக்குடைவரையின் பக்கச் சுவர்களில் சிற்பங்கள் காணப்படுகின்றன. இவை பெரும்பாலும் நேர்த்திக் கடனாக பக்தர்களால் அல்லது கொடையாளிகளால் செதுக்கப்பட்டிருக்க வேண்டும். இதன் திருச்சுற்றுப்பாதையில் நீண்டதொரு சிற்பத்தொகுதி காணப்படுகிறது. இது புத்தரின் பரிநிர்வாணக் காட்சியாகும். நேர்த்தியாக அமைந்துள்ள இச்சிற்பம் ஏழு மீட்டர் நீளமுடையதாகும். இதில் புத்தர் வலது பக்கமாகச் சாய்ந்து படுத்துள்ளார். அவரது முகத்தில் முறுவலும் அமைதியும் காட்டப்பட்டுள்ளது. தலையில் உஷ்ணிசமும் அதற்குப் பின்னால் பிரபையும் காணப்படுகின்றன. அவர் தலைக்கு அடியில் வைக்கப்பட்டுள்ள தலையணை கல்லே எனினும் துணியில் தைக்கப்பட்டது போன்று முடிச்சுகளும், கோடுகளும் போடப்பட்டுள்ளது முருகியல் நுட்பத்தினை விளக்குகிறது. புத்தரைச் சுற்றி வருத்தத்துடன் சீடர்களும், பக்தர்களும் அமர்ந்துள்ளனர். ஒருவர் புத்தரின் பாதத்திற்கருகில் தாடையில் கைவைத்து குனிந்துகொண்டு சோகத்துடன் அமர்ந்துள்ளார்.[98]

---

98. Ratan Parimoo, முன்னது, Fig.51 - 54.

அஜந்தாவில் உள்ள மற்றொரு முக்கியமான சிற்பக்காட்சி மாரவிஜயம் அல்லது மாரதர்சனம் ஆகும். இக்காட்சி குடைவரை எண்.1,19 மற்றும் 26 ஆகியவற்றில் காணப்படுகிறது. 19வது குடைவரையில் எளிமையாகக் காட்டப்பட்டுள்ள இக்கதைத் தொகுதி 26வது குடைவரையில் விரிவாகச் செதுக்கப்பட்டுள்ளது. சிற்பத்தொகுதியின் மையப்பகுதியில் புத்தர் அமர்ந்துள்ளார். அவர் வரத முத்திரை காட்டியுள்ளார்.[99] கீழ்ப்பகுதியில் மாரனின் குழு காட்டப்பட்டுள்ளது. ஒரு பெண் நடனமாடுகிறாள், சில பெண்கள் இசைக்கருவிகளை இசைக்கின்றனர். ஊர்த்துவகா என்னும் இசைக்கருவி இங்கு இடம்பெற்றுள்ளது. இது பின்னர் சாளுக்கியரின் வாதாபியிலும், பாண்டியரின் திருப்பரங்குன்றத்திலும் இடம் பெறலாயிற்று. இச்சிற்பத் தொகுதியில் ஒரு பக்கம் மாரன் தன் மனைவியுடன் நிற்கின்றான். குடைவரை ஒன்றில் இக்காட்சி ஓவியமாகத் தீட்டப்பட்டுள்ளது. இக்குடைவரையில் புத்தரின் முதல் போதனை சிற்பமாக வடிக்கப்பட்டுள்ளது. குடைவரை 17 இல் புத்தரின் தர்மச்சக்கர முத்திரை காட்டும் முதல் போதனைச் சிற்பம் சுவரில் செதுக்கப்படாமல் சுவரை விட்டு சற்றுத் தள்ளி தனியாகச் செதுக்கப்பட்டுள்ளது. இது ஒரு கோயில் போன்று (ஸ்தூபத்துக்குப் பதிலாக) கருதப்பட்டு இதனைச் சுற்றித் திருச்சுற்றுப்பாதையும் அமைக்கப்பட்டுள்ளது. இங்கு புத்தர் அமர்ந்துள்ள பீடத்தின் கீழ் இரண்டு மான்களும், அவரது இரு பக்கங்களிலும் சவுரி வீசுவோரும், வித்யாதரர்களும் இடம் பெற்றுள்ளனர். குடைவரை எண்.6 இல், பின் மற்றும் வலது சுவர்களில் சிற்பங்கள் செதுக்கப்பட்டுள்ளன. இவற்றில் மத்தியில் புத்தரின் முதல் போதனைக் காட்சி இடம் பெற்றுள்ளது. அதன் இருபக்கங்களிலும் ஆறு ‘மானுசிபுத்தர்’ கள் நின்று கொண்டுள்ளனர். இவர்கள் சாக்கிய முனியின் இறுதி அவதாரத்திற்கு முந்தியவர்கள் என்று கருதப்படுகிறது.[100] இரண்டாவது குடைவரையில் தனிக்கருவறை ஒன்று வெட்டப்பட்டு அதில் புத்தரின் உருவம் செதுக்கப்பட்டுள்ளது.

இந்த உருவத்திற்குக் கீழ், பீடத்தில், தர்மச்சக்கரமும், அதன் இரண்டு பக்கங்களிலும் இரண்டு மான்களும், புத்தரின் சீடர்களும்

---

99. Susan L. Huntington, முன்னது, Fig.12.15 ப.253

100. மேலது, Fig.12.18 பக்.**256 - 257**

வடிக்கப்பட்டுள்ளனர். இக்கருவறையின் நுழைவாயிலில் உள்ள நிலைச்சட்டத்தில் மூன்று பக்கங்களிலும் சிற்பங்கள் செதுக்கப் பட்டுள்ளன. இச்சிற்பங்களில் மிதுனங்களும் (தம்பதிகள்) இடம் பெற்றுள்ளன. இதனையொட்டி புத்தரின் பல உருவங்கள் ஓவியங்களாகத் தீட்டப்பட்டுள்ளன.[101]

கன்னேரி

கி.பி. ஐந்தாம் நூற்றாண்டின் பிற்பகுதியிலும், ஆறாம் நூற்றாண்டின் முற்பகுதியிலும் கன்னேரியில் மீண்டும் கலை வளர்ச்சி தொடங்கியது. பண்டைய குடைவரைகள் பல திருப்பணி செய்யப்பட்டன. புதியன வெட்டப்பட்டன. மொத்தத்தில் ஒரு நூறுக்கும் மேற்பட்ட குடைவரைகளைக் கொண்டு இந்தியக் கலை வரலாற்றில் அதிகமான குடைவரைகளைக் கொண்ட இடம் என்ற சிறப்பினை கன்னேரி பெற்றது. இங்குள்ள 3வது குடைவரையின் முன்பாகக் கண்டுபிடிக்கப்பட்ட கி.பி.494 வது ஆண்டைய செப்புப் பட்டயத்தின்படி வாகாடகர்களின் வீழ்ச்சிக்குப் பின் அவர்களின் கீழ் சிற்றரசர்களாயிருந்த திரைகூடகர்கள் அதிகாரம் பெற்ற பின்பு இங்கு கலை வளர்ச்சி புதுப்பிக்கப்பட்டிருக்கக் கூடும்.[102] கி.பி. இரண்டாம் நூற்றாண்டைச் சேர்ந்த மூன்றாவது குடைவரையின் தாழ்வாரத்தின் இடதுமுனையில் கி.பி. ஐந்தாம் நூற்றாண்டின் பிற்பகுதியில் இரண்டு பிரமாண்டமான, பெரிய புத்தர் உருவங்கள் செதுக்கப்பட்டுள்ளன. இவை ஒவ்வொன்றும் ஏழு மீட்டர் உயரம் கொண்டவை. இவை தனித்தனியே தோரணங்களையுடைய தேவகோட்டங்களில் வைக்கப்பட்டுள்ளன. தோரணங்களில் கையில் மாலைகளுடன் பறக்கும் வித்யாதரர்கள் உள்ளனர். இவ்விரு சிற்பங்களிலுமே புத்தர் வலது கையில் வரதமுத்திரை காட்டியுள்ளார். இது என்னிடம் சரணடைந்து ஞானத்தைப் பெறுங்கள் என்று கூறுவது போலும் காட்டுவதாகக் கருதப்படுகிறது.[103] அஜந்தாவின் சிற்பங்களை இந்த புத்தரது உருவம் பெரிதும் ஒத்திருப்பதால் அஜந்தாவில் பணியாற்றிய கலைஞர்கள் அல்லது அவர்களது வாரிசுகள் கன்னேரிக்குச் சென்று தங்கள் பணியைத் தொடங்கியிருக்க வேண்டும் எனத் தெரிகிறது.

---

101. James C. Harle, முன்னது, Fig.95

102. Susan L. Huntington, முன்னது, ப.262

103. மேலது, Fig.12.24 ப.263.

கன்னேரியில் உள்ள 90 வது குடைவரையில் (கி.பி. 6 ஆம் நூற்றாண்டின் மத்திய பகுதி) இடதுபக்கச் சுவரில் 'புத்த மண்டலம்' சிற்பத் தொகுதியாகச் செதுக்கப்பட்டுள்ளது. இச்சிற்பத் தொகுதியானது இதுவரை நாம் கண்ட பௌத்த சிற்பங்களில் எங்கும் காணாத முற்றிலும் மாறுபட்ட ஒரு அமைப்பைக் கொண்டதாகும். இதில் நடுவில் புத்தர் தன் கால்களைத் தொங்க விட்டு அமர்ந்துள்ளார். இது பௌத்த சமயத்தில் 'தர்மகாய' அமைப்பு என்றும், 'சர்வ வித்வைரோசனம்' (உலக அறிவு) என்றும், ' அழைக்கப்படுகிறது. இதனையே சாக்கியமுனி புத்தர் என்றும் அழைப்பர். இச் சிற்பத்தொகுதியின் நான்கு மூலைகளிலும் மத்தியில் உள்ள சிற்பம் போன்று, ஆனால் அளவில் சிறிய, நான்கு உருவங்கள் காணப்படுகின்றன. இவர்கள் நான்கு ஜீனர்கள் (jinas) என்றும் மத்தியில் உள்ள புத்தரைச் சேர்த்து 'பஞ்சஜீனர்கள்' கொண்ட மண்டல அமைப்பு இது என்றும் கருதப்படுகிறது. இவர்கள், அதாவது இந்த புத்தர்கள், ஞானத்தின் உருவங்கள் என்றும் இவர்கள் நான்கு திசைகளிலிருந்தும் தோன்றியவர்கள் என்றும் நம்பப்படுகிறது. இவர்களே ஞானத்தைத் தொடங்கி வைப்பவர்கள். இவர்கள் பௌத்த சமயத்தின் 'மூன்று காயங்கள்' என்ற முறைமையில் ஒன்றான 'சம்போக காயத்தின்' பிரதிநிதிகளாவர். மற்ற இரண்டு காயங்களாவன 'நிர்மாண காயம்' மற்றும் 'தர்ம காயம்' ஆகியனவாகும். அறிவைப் புகட்டுபவர்களான இந்த ஐந்து ஜீனர்கள் பௌத்த போதனைகளின் முறைமைகளை உருவாக்குபவர்களாக விளங்கினர்.[104] இச்சிற்பத் தொகுதியில் இவர்கள் அனைவரும் தர்மச்சக்கர முத்திரை காட்டி பிரலம்பபாத ஆசனத்தில் அமர்ந்துள்ளனர். இச்சிற்பத்தில் இரண்டு ஓரங்களிலும் மேலிருந்து கீழாக நான்கு புத்தர்கள் நின்றிருக்கின்றனர். இவர்களின் எண்ணிக்கை மொத்தத்தில் எட்டாக இருப்பதால் இவர்கள் எட்டு மானுசி புத்தர்கள் (நிர்மாண காயர்கள்) என்றழைக்கப் படலாயினர். இவர்கள் பௌத்த மண்ணுலகத்தாருக்கு பௌத்த சமயம்

---

104. மேலது, Fig.12.25 பக்.263 - 264, பிற்காலக் கலையில் அவர்கள் முத்திரைகள் மற்றும் வாகனங்களால் வேறுபடுத்திக் காட்டப்பட்டனர். நான்கு திசைகளில் உள்ள ஜுனர்கள் அக்சோபியா (கிழக்கு), ரத்னசம்பவா (தெற்கு), அமிதாப (மேற்கு) மற்றும் அமோகசித்தி (வடக்கு) ஆகியோராவர்.

பற்றிய கல்வி புகட்டும் பொறுப்பினைப் பெற்றிருந்தனர். மத்தியில் உள்ள புத்தரின் தாமரை பீடத்திற்குக் கீழே இந்திரனும், பிரம்மாவும் தங்களது தேவியர்களுடனும், மற்றும் நாகர், நாக கன்னிகைகளும் காட்டப்பட்டுள்ளனர். அவர்கள் அனைவரும் புத்தருக்குக் கீழ்ப்படிந்தவராகக் கருதப்படுவதையே இது காட்டுகிறது. புத்தரின் இரு பக்கங்களிலும் போதிசத்துவர்களும் பெண்களுடன் நிற்கின்றனர். ஒரு காலகட்டத்தில், மகாயான பௌத்தத்தில் பெண்களும் காட்டப்படுவது சிற்பவமைதி (iconography) மரபாக இருந்தது என்பதையே இது காட்டுகிறது.

இதே குடைவரையின் வலது சுவரில் அவலோகிதேசுவரர் சிற்பத்தொகுதி ஒன்று உள்ளது. இதில் அவலோகிதேசுவரர் நடுவில் ஒரு தாமரை பீடத்தில் நின்றிருக்கின்றார். அவருக்கு இரண்டு பக்கங்களிலும் இரண்டு தேவியர் நிற்கின்றனர். இது ஸ்ரீதேவி மற்றும் பூதேவியுடன் விஷ்ணு நடுவில் நிற்பது போல் உள்ளது. இங்கு அவலோகிதேசுவரருக்கு இருபக்கமும் உள்ளவர்கள் தாரா மற்றும் பிர்குதி ஆவர். தாரா என்றால் நட்சத்திரம் என்று பொருளாகும். பிர்குதி எனில் அபரிமிதமான அல்லது முழுமையான என்பதாகும். இதற்கு முழுமையான ஞானம் பெற்றவர் என்ற பொருளும் உண்டு. அவலோகிதேசுவரக்கு மேலே 'தர்மகாயம்' எனப்படும் உருவம் உள்ளது. இங்கு இது வைரோசனம் எனக் கருதப்படுகிறது. இதன் இருபக்கங்களிலும் இரண்டு போதிசத்துவர்கள் அமர்ந்துள்ளனர்.[105] தவிர, இச்சிற்பத்தொகுதியில் ஏராளமான உருவங்கள் உள்ளன. அவை ஒவ்வொன்றும் தனித்தனியே ஆராயப்பட வேண்டியவையாகும்.

கன்னேரியில் உள்ள 41வது குடைவரையில் பதினோரு தலைகளைக் கொண்ட (ஏகாதசமுக) அவலோகிதேசுவரர் சிற்பம் ஒன்று உள்ளது. இதில் போதிசத்துவர் நின்று கொண்டிருக்கிறார். வலது கை அபயம் காட்டுகிறது. இடதுகை கம்பொன்றினைப் பிடித்துள்ளது. அவரது பிரதான தலைக்கு மேல் பத்து சிறு தலைகள் வைக்கப் பட்டுள்ளன. இவ்வமைப்பானது புத்தரின் தலைக்கு மேலே பத்து போதிசத்துவர் தலைவைப்பது என்பதைக் காட்டும் 'தசபூமிகா' அமைப்பு முறையாகும். இது போதிசத்துவர் புத்தநிலையை

---

105. மேலது, Fig.12.26, ப.164

அடைவதற்கு முன்பு நிகழ்த்திய பத்து படிநிலைச் சாதனைகளைக் குறிப்பதாகும். இது பிற்காலத்தில் நேபாளம், திபெத், சீனா, ஜப்பான் நாடுகளில் கலைவடிவம் பெற்றுத் திகழ்ந்தது. ஆனால் இந்தியக் கலையில் கன்னேரியில் தொடங்கி அத்தோடு நின்று விட்டது.[106]

எல்லோரா

பௌத்த குடைவரைகளின் இறுதிக்கட்ட வளர்ச்சியை எல்லோராவில் காணலாம். அஜந்தாவுக்கும், ஔரங்காபாத்துக்கும் அருகில் அமைந்துள்ள எல்லோராவில் கி.பி.7-8 நூற்றாண்டுகளைச் சேர்ந்த பௌத்த மற்றும், இந்து கலைகளின் உன்னதப் படைப்புகளைக் காணலாம். இங்குள்ள 12வது குடைவரை மூன்று அடுக்குகளைக் கொண்டது என கட்டடக்கலை இயலில் கண்டோம். ஒவ்வொரு தளத்திலும் உள்ள பிரதான சன்னதியிலும் புத்தர் நடுவில் இருக்க அவரது இருபுறமும் போதிசத்துவர்கள் நின்றுள்ளது போல் சிற்பங்கள் செதுக்கப்பட்டுள்ளன. இந்த போதிசத்துவர்கள் அவலோகிதேசுவரர் மற்றும் வஜ்ரபாணி அல்லது மஞ்சுவஜ்ரம் எனப்படும் மஞ்சுஸ்ரீ ஆகியோராவர். தவிர, இக்குடைவரையில் எட்டு போதிசத்துவர்கள் உருவங்கள் கொண்ட 'அஷ்ட போதிசத்துவ மண்டலம்' அமைக்கப் பட்டிருக்கிறது. இந்த மண்டலம் இக்குடைவரையில் இரண்டு இடங்களில் காணப்படுகின்றது. ஒன்றில் போதிசத்துவர்கள் நின்ற நிலையில் காட்டப்பட்டுள்ளனர். மற்றொன்றில் புத்தர் நடுவில் அமர்ந்திருக்க அவரைச் சுற்றி எட்டு போதிசத்துவர்களும் அமர்ந்திருக்கின்றனர். இச்சிற்பங்கள் ஒன்பது கட்டங்களுக்குள் அமைக்கப்பட்டுள்ளன. மற்றொரு இடத்தில் புத்தர் தாமரை பீடத்தில் கால்களைத் தொங்கவிட்டு அமர்ந்துள்ளார். இருபக்கங்களிலும் போதிசத்துவர்கள் நிற்கின்றனர். பறக்கும் வித்யாதரர்களும் காட்டப்பட்டுள்ளனர். நுழைவாயிலின் இரண்டு பக்கங்களிலும் மானுசி புத்தர்கள் அமர்ந்துள்ளனர். அனைவரது உருவங்களும் ஒரே அளவினதாகவும், ஒரே அமைப்புடையன வாகவும் அமைந்துள்ளன.[107] எல்லோராவின் 10வது குடைவரையில் உள்ள ஸ்தூபத்தின் வெளிப்புறச் சுவரில் புத்தர் அமர்ந்திருப்பது போல் சிற்பம் செதுக்கப்பட்டுள்ளது. அவருக்கு இருபுறமும் போதிசத்துவர்கள் காணப்படுகின்றனர்.

---

106. மேலது, ப.265
107. Carmel Berkson, Ellora Concept and Style, New Delhi, 1992, p.92.

தர்மச்சக்கர முத்திரை காட்டும் புத்தரின் முகம் சற்றுகுனிந்து பார்ப்பது போல் உள்ளது.[108]

காஷ்மீரத்து செப்புத் திருமேனிகள்

குப்தர்களுக்குப் பிந்திய கால காஷ்மீரத்து செப்புத் திருமேனிகள் பற்றி இலக்கியங்களில் விரிவாகக் கூறப்பட்டுள்ளன. அத்திருமேனிகள் சமகால கற்சிற்பங்களை ஒத்தனவாக அமைந்துள்ளன. இச்சிற்பங்களில் காட்டப்பட்டுள்ள ஆடை அமைப்புகள் பெரும்பாலும் காந்தாரச் சிற்பங்களை நினைவுபடுத்துகின்றன. ஆனால் மற்ற கலைக் கூறுகள் பிற்காலத்தவை என்பதை உணர்த்துகின்றன. கி.பி. எட்டாம் நூற்றாண்டைச் சேர்ந்த, காஷ்மீரத்து அமர்ந்த நிலையிலான புத்தர் திருமேனி ஒன்று கலிபோர்னியாவில் பாதுகாக்கப்பட்டு வருகிறது. இதில் புத்தர் பத்மாசனத்தில் புன்முறுவலுடன் அமர்ந்துள்ளார். அவரது முடியும், உஷ்ணிசமும் நேர்த்தியாக அமைந்துள்ளன. அணிகலன் பூட்டப்படாத நீண்ட காதுகள், இடதுதோள்மீது சென்று வரும் மடிப்புகள் கொண்ட ஆடை ஆகியன அழகாகக் காட்டப் பட்டுள்ளன. அவரது வலது கை துடைமீது வைக்கப்பட்டுள்ளது. இடது கையில் ஓலைச்சுவடி உள்ளது. அவர் அமர்ந்துள்ள பீடத்தின் அடியில் பக்தர்கள் மற்றும் மான் போன்ற மிருகங்கள் உள்ளன. தர்மச்சக்கரம் காட்டப்படவில்லை. ஒருவர் அவருக்கு பூர்ணகலச மரியாதை செய்கிறார்.[109]

காஷ்மீரத்து செப்புத் திருமேனிகளிலேயே பெரிது நின்ற நிலையிலுள்ள புத்தர் சிற்பமாகும். 90.5 சென்டிமீட்டர் உயரமுள்ள இத்திருமேனி கிளீவ்லேண்ட் கலை அருங்காட்சியகத்தில் வைக்கப் பட்டுள்ளது.[110] இச்சிற்பம் பொன்னிறத்தில் காணப்படுகிறது. வலது

---

108. மேலது, ப.81
109. James C. Harle, முன்னது, Fig.145, ப.193
110. மேலது, Fig.146, பக்.194 - 195

கையில் அபயமுத்திரை காட்டி இடது கையில் ஓலைச்சுவடி வைத்துள்ளார். இவரது ஆடை குப்தர்காலத்து சாரநாத் புத்தர் சிற்பங்களின் ஆடை அமைப்பை நினைவூட்டுகிறது. அதாவது உடல் முழுவதும் ஆடை அணிந்திருந்தபோது ஆடை அணியாதது போல் தோற்றம் தெரிகிறது. இவரது காதுகள் நீண்டு தோள்பட்டை வரை தொங்குகின்றன. இவரது தலைக்குப் பின்னால் பிரபை அமைக்கப்படவில்லை. இது போன்றே சுவாட் பள்ளத்தாக்குப் பகுதியில் போதிசத்துவர் உருவங்கள் அமைக்கப்பட்டன. அவற்றில் ஒன்று போதிசத்துவ பத்மபாணியின் உருவம். இது நியூயார்க் ஆசியக்கழகத்தின் பாதுகாப்பில் வைக்கப்பட்டுள்ளது. இதில் போதிசத்துவர் பத்மபாணி லலிதாசனத்தில் அமர்ந்துள்ளார். அவரது பூணூல் பட்டையாக உள்ளது. (வஸ்த்ரயக்னோபவிதம்).

இதே பகுதியைச் சேர்ந்த மற்றொரு செப்புத் திருமேனி போதிசத்துவ சுகதிசம்தர்சன லோகேசுவரர் சிற்பமாகும் (கி.பி. 980-1003). இது தற்போது ஸ்ரீநகர் ஸ்ரீபிரதாப்சிங் அருங்காட்சியகத்தில் வைக்கப்பட்டுள்ளது.[111] இச்சிற்பம் பதினோராம் நூற்றாண்டில் கலைப்பாணியில் ஏற்பட்டுள்ள மாற்றத்தை வெளிப்படுத்துகிறது. இதில் பீடத்தில் உள்ள தாமரையின் அமைப்பே சற்று கரடுமுரடாகக் காணப்படுகிறது. போதிசத்துவர் சுகாசனத்தில் அமர்ந்துள்ளார். முகஅமைப்பில் கடுமை காணப்படுகிறது. கால்விரல்களின் அமைப்பில் கூட இயற்கைத் தன்மை இல்லை. கராச்சி தேசிய அருங்காட்சியகத்தில் லாகுல்ஸ்பதி பகுதியில் கிடைத்துள்ள போதிசத்துவர் திருமேனி ஒன்றுள்ளது. இது ஆள் உயரத்தில் உள்ளது. போதிசத்துவர் ஒருகையை இடுப்பில் வைத்துக் கொண்டுள்ளார்.

பாலர், சேனர் காலம்

கி.பி. எட்டாம் நூற்றாண்டின் பிற்பகுதியிலிருந்து பன்னிரண்டாம் நூற்றாண்டுவரை பீகார், மேற்கு வங்கம், வங்காள தேசம் ஆகியன அடங்கிய பகுதிகளை (மகதம்) பாலர் மற்றும் சேனர் ஆட்சி செய்தனர். அவர்கள் காலத்தில் பௌத்த சமயமும், கலையும் வளர்ந்தது. இக்காலகட்டத்தில், ஆசியாவின் பகுதிகளிலிருந்தும், திபெத், சீனா, நேபாளம், தெற்கு ஆசியா போன்ற பகுதிகளிலிருந்தும் பௌத்தத் துறவிகள் மகதப் பகுதிக்கு வந்து பௌத்த சமயத்தைப் பற்றித்

111. மேலது, ப.196

தெரிந்துகொண்டு சென்றனர். பாலர்களின் தொன்மைச் சின்னங்கள் பௌத்த சமயத்தைச் சேர்ந்தவையாகும். பாலர் மன்னன் தேவபாலனின் காலத்தைச் (கி.பி.808-843) சேர்ந்த கருமையான தீக்கல்லினாலான புத்தர் சிற்பம் அக்காலத்து சிற்பக்கலை அமைப்பை உணர்த்துகிறது. இதில் புத்தர் அமர்ந்திருக்கும் பீடத்தின் கீழே இரண்டு பக்கமும், சிங்கங்கள் அமர்ந்துள்ளன. அவரது தலைக்குப் பின்னால் உள்ள பிரபை மண்டலத்தில் கல்வெட்டு உள்ளது. அவர் போதி மரத்தடியில் அமர்ந்துள்ளார் என்பதைக் காட்ட பிரபைக்கு மேலே மரத்தின் இலைகள் காட்டப்பட்டுள்ளன. பிரபையின் இரண்டு பக்கங்களிலும் துதிக்கையைத் தூக்கிக்கொண்டுள்ள யானையுடன் கூடிய மகரங்கள் காணப்படுகின்றன. முறுவலுடன் காணப்படும் அவரது நெற்றியில் ஊர்ணம் (urna) உள்ளது. புத்தரின் முடி ஏழுவரிசைகளைக் கொண்ட சுருள்முடியாகக் காட்டப்பட்டுள்ளது. அவரது நீண்ட காதுகள் தோள்பட்டையைத் தொடும்படி அமைந்துள்ளன. அவரது அங்கி இடது தோளை மட்டும் மறைத்து வலது பாதம் வரை செல்கிறது. அர்த்த பரியாங்காசனத்தில் அமர்ந்துள்ள புத்தரின் வலது கை பூமிஸ்பரிச முத்திரை காட்டுகிறது. அவரது இடது கை மடியில் வைக்கப்பட்டுள்ளது.[112] இம் மையத்திலுள்ள மற்றொரு புத்தர் சிற்பம் கருப்பு தீக்கல்லினால் ஆனதாகும். இது விக்ரகபாலன் (கி.பி.848-853) ஆட்சிக் காலத்தைச் சேர்ந்ததாகும். இதில் புத்தர் தர்மசக்கர முத்திரை காட்டி அமர்ந்துள்ளார். அவர் அலங்கரிக்கப்பட்ட ஒரு மாடத்தில் (niche) அமர்ந்துள்ளார். அவருக்கு இருபுறமும் இரண்டு புத்தர்கள் தர்மசக்கர முத்திரைகாட்டி அமர்ந்த நிலையில் காணப்படுகின்றனர். பொதுவாக புத்தரின் இருபுறமும் நின்ற நிலையில் போதிசத்துவர்களோ அல்லது இந்திரனும், பிரம்மாவும் அமைக்கப்படுவது வழக்கம். ஆனால் இங்கு மாற்றத்துடன் புத்தரது உருவமே செதுக்கப்பட்டுள்ளது. புத்தர் அமர்ந்துள்ள பீடத்திற்குக் கீழ் இரண்டு புத்த உருவங்கள் காணப்படுகின்றன. அவற்றில் ஒன்று தியான முத்திரையுடனும், மற்றொன்று போதனை செய்வது போன்றும் அமைக்கப்பட்டுள்ளன. புத்தரின் தலைக்கு மேலே இரண்டு பக்கமும் இரண்டு புத்தர்கள் உள்ளனர். அதில் இடது பக்கம் உள்ளவர் பூமிஸ்பரிச முத்திரையும்,

112. Marg, Vol.XXXVIII, No.3, p.17

வலதுபக்கம் உள்ளவர் அபய முத்திரையும் காட்டுகின்றனர். மாடத்தின் இரண்டு தூண்களின் உச்சியில் இரண்டு புத்தர் உருவங்கள் உள்ளன. ஒன்று பூமிஸ்பரிச முத்திரையுடனும், மற்றொன்று அபய முத்திரையுடனும் செதுக்கப்பட்டுள்ளன.[113] மொத்தத்தில் இச்சிற்பமானது எல்லோராவின் 12வது குடைவரையில் உள்ள அஷ்டபோதிசத்துவ மண்டலத்தைப் போன்று காணப்படுகிறது. ஆனால் எல்லோராவின் மையத்தில் உள்ள புத்தரைச் சுற்றி எட்டு போதிசத்துவர்கள் அமர்ந்துள்ளனர். ஆனால் இங்கோ மையத்தில் உள்ள புத்தரைப் போன்றே அவரைச் சுற்றி எட்டு புத்தர்கள் உள்ளனர்.

பிர்லா மையத்தில் உள்ள மற்றொரு புத்தர் சிற்பம் அதே கருப்பு தீக்கல்லால் ஆனதாகும். இதில் புத்தர் பிரலம்பபாதாசனத்தில் அமர்ந்துள்ளார். கால்களைத் தொங்கவிட்டு அமர்ந்திருக்கும் இப்பாணி அஜந்தா சிற்பங்களை நினைவூட்டுகிறது. இவரது தலையைச் சுற்றியுள்ள பிரபை மண்டலம் தாமரை போன்று முட்டை வடிவில் அமைந்துள்ளது. அதில் கல்வெட்டுகள் காணப்படுகின்றன. அவரது ஆடை உடல் முழுவதும் மறைத்துள்ளது. இதில் புத்தருக்கு வைசாலியில் குரங்கு ஒன்று தேன் வழங்கும் காட்சியும் இடம் பெற்றுள்ளது. சிறிய உருவமாகக் காட்டப்பட்டுள்ள குரங்கின் கையில் ஒரு பாத்திரம் உள்ளது. அதைக் குரங்கு புத்தரை நோக்கி நீட்டுகிறது. புத்தர் கையிலும் பாத்திரம் காணப்படுகிறது. இது புத்தர் குரங்கு தந்த தேனை வாங்கிக் கொண்டார் என்பதைக் காட்டுகிறது.[114]

கிபி10 ஆம் நூற்றாண்டைச் சேர்ந்த மற்றொரு புத்தர் சிற்பத்தில் உதட்டில் புன்முறுவலும், கண்கள் பணித்து தியானநிலையும் காட்டப்பட்டுள்ளது. அவரது வலது கை பூமிஸ்பரிச முத்திரை காட்டுகிறது. ஆடை இடது தோள் மீது சென்று மடித்துப் போட்டது போல் குஞ்சம் ஒன்று காட்டப்பட்டுள்ளது. அவரது தலைக்குப் பின்னால் உள்ள பிரபை முட்டை வடிவில் (oval) அமைந்துள்ளது. போதிமரத்தை உணர்த்த இரண்டு இலைகள் மட்டும் காட்டப்பட்டுள்ளன. புத்தர் அமர்ந்துள்ள பீடத்தில் கூடுகளும்,

113. மேலது, ப.18

114. மேலது, ப.18

அதன்கீழ் மூன்று சிங்கங்களும், இரண்டு யானைகளும் பீடத்தைத் தாங்குவது போன்றும் அமைக்கப்பட்டுள்ளன. அவரது பிரபையின் இரு பக்கங்களிலும் மலரிதழ் அமைப்பு காணப்படுகிறது. இது கி.பி. 9-10 ஆம் நூற்றாண்டின் கலைச்சிறப்புகளில் ஒன்றாகும். இது மகேந்திரபாலனின் காலத்தினைச் சேர்ந்ததாக இருக்கக்கூடும். இதன் பீடத்தில் உள்ள கல்வெட்டு, "இது எண்ணை ஆலையைச் சேர்ந்த ராமகு என்பவரின் மகனான தீஜகனின் சமயக் கொடை" என்று எழுதப்பட்டுள்ளது.[115]

போதிசத்துவர் பத்மபாணியின் சிற்பம் ஒன்று பிர்லா காட்சிக் கூடத்தில் வைக்கப்பட்டுள்ளது. கி.பி. 10 ஆம் நூற்றாண்டின் இடைப்பகுதியைச் சேர்ந்த இச்சிற்பம் சாம்பல்நிறக் கல்லினால் ஆனதாகும். இவ்வுருவத்தில் ஆண் தன்மையைவிட பெண்தன்மையே மிகுந்திருக்கிறது. அவரது தலையில் முடியாலேயே அலங்கரிக்கப்பட்ட கிரீட அமைப்பு காணப்படுகிறது. ஒரு கையில் பத்மத்தை ஏந்திக் கொண்டு மற்றொரு கையில் வரதமுத்திரை காட்டுகிறார். அவர் சுகாசனத்தில் அமர்ந்துள்ளார். பீடத்தில் மூன்று பக்தர்கள் வணங்கிய நிலையில் உள்ளனர். போதிசத்துவரின் இருபுறமும் அவரது மனைவியரான இரண்டு தாராக்கள் உள்ளனர். இச்சிற்பம் நாளந்தாவிலிருந்து வந்திருக்கக் கூடும். ஏனெனில் நாளந்தா சிற்பங்களின் அனைத்துக் கூறுகளும் இதில் உள்ளன.[116] கி.பி.11 ஆம் நூற்றாண்டைச் சேர்ந்த, பாலர்காலத்து, சாம்பல் நிறக்கல்லினாலான இச்சிற்பம் தாராவின் சிற்பமாகும். இதில் தாரா சுகாசனத்தில் அமர்ந்து கொண்டு கையில் பத்மத்தின் காம்பினைப் பிடித்துள்ளார்.[117]

நாளந்தாவில் உள்ள அருங்காட்சியகத்தில், பாலர் காலத்தைச் சேர்ந்த கசர்ப்பன அவலோகிதேசுவரர் (11 ஆம் நூற்றாண்டின் பிற்பகுதி) சிற்பம் ஒன்று உள்ளது. கருமையான கல்லினால் ஆன இச்சிற்பம் பாலர் சேனர்களின் காலத்துக் கலை மரபினைத் தெளிவாகக் காட்டுகிறது. இதில் போதிசத்துவர் நடுவில் நிற்கிறார். அவரது ஒரு பக்கத்தில் தாராவும், செல்வம் மிகுந்த இளவரசர் சுதனகுமாரனும் நின்றுள்ளனர்.

---

115. மேலது, ப.19
116. மேலது, ப.20
117. மேலது, ப.20

மறுபக்கத்தில் பிர்குதியும், ஹயகிரீவரும் உள்ளனர். போதிசத்துவர் நின்றிருக்கும் தாமரை மிக விரிவாக அமைக்கப்பட்டுள்ளது. அவரது தலைக்கு மேலே 'ஐந்து ஜீனர்கள்' அமர்ந்துள்ளனர்.[118] சுல்தான் கஞ்ச்சைச் சேர்ந்த, பாலரின் சிம்மநாத அவலோகிதேசுவரரின் (11-12 ஆம் நூற்றாண்டு) சிற்பம் பர்மிங்காம் கலைக் கூடத்தில் வைக்கப் பட்டுள்ளது.[119] இதில் போதிசத்துவர் சிம்மத்தின் மீது இராஜலீலா சனத்தில் அமர்ந்துள்ளார். சிம்மநாதர் என்னும் சொல்லே புத்தரையும் அவரது தர்மத்தையும் குறிப்பதாகும்.

இச்சிற்பத்தில் போதிசத்துவரின் தலைமுடி சிவபெருமானின் தலைமுடி போன்று அலங்கரிக்கப்பட்டுள்ளது. அவருக்குப் பின்னால் திரிசூலம் ஒன்றும் வைக்கப்பட்டுள்ளது. இதில் பாம்பு ஒன்றும் சுற்றியுள்ளது. அவருக்கு இடது பக்கம் வாள் ஒன்றும் உள்ளது. அவருக்கு மேலே ஐந்து ஜீன புத்தர்களின் உருவங்களும் காட்டப் பட்டுள்ளன. இந்த ஜீன புத்தர்களின் உருவங்கள் பாலர் காலத்துச் சிற்பங்களில் இடம்பெறுவது ஒரு மரபாகக் கருதப்பட்டிருக்க வேண்டும். கல்கத்தா அருங்காட்சியகத்தில் உள்ள மேற்கு வங்காளத்தைச் சேர்ந்த தபந்திகியில் கிடைத்த அவலோகிதேசுவரர் சிற்பத்திலும், ஜாக்திஸ்பூரில் கிடைத்துள்ள புத்தர் சிற்பத்திலும், பரேயாவில் கிடைத்த புத்தர் (அக்சோபியா) சிற்பத்திலும், விக்ரமபுரத்தில் கிடைத்த பர்ணசபரி சிற்பத்திலும் ஐந்து ஜீன புத்தர்கள் காட்டப்பட்டிருப்பது இம்மரபினை எடுத்துக்காட்டுவதாக அமைந்துள்ளது. ஜாக்திஸ்பூரில் கிடைத்த புத்தரது சிற்பத்தொகுதியில் தாமரை பீடத்தில் புத்தர் அமர்ந்து பூமிஸ்பரிச முத்திரை காட்டுகிறார். அவரைச் சுற்றியுள்ள சிற்பங்களின் எண்ணிக்கை அளவற்றதாக உள்ளது. இது அவர் மாரன் என்னும் அசுரனை வென்ற காட்சியையும், அவரது வாழ்க்கை நிகழ்வுகளில் சிலவற்றையும் காட்டுவதாக அமைந்துள்ளது. இச்சிற்பத்தில் பீடத்தின் அடியில் சக்கரம், யானை மற்றும் குதிரை செதுக்கப்பட்டுள்ளது. சிற்பத்தொகுதியின் உச்சியில் புத்தரின் பரிநிர்வாணக்காட்சி இடம் பெற்றுள்ளது.[120] இச்சிற்பத்தொகுதியில் புத்தரின் பிறப்புக் காட்சி, குரங்கு தேன்

---

118. Susan, L. Huntington, முன்னது, Fig.18.5, ப.393
119. மேலது, 18.7, 394.
120. Ratan Parimoo, முன்னது, Fig.97

வழங்குதல், முதல் போதனை, துஸிதா சொர்க்கத்திலிருந்து கீழிறங்கல், நளகிரி என்னும் யானையை அடக்குதல், மாரசேனையை அடக்குதல் போன்றவை இடம் பெற்றுள்ளன. பாலர் - சேனர் காலத்துச் சிற்பங்களில் புத்தரின் உஷ்ணிசம் சில சிற்பங்களில் இடம்பெற்றிருந்த போதும், வேறு சில சிற்பங்களில் அதற்கு பதிலாக சடைக்கிரீடம் அமைக்கப்படும் மரபும் இருந்து வந்துள்ளது.

பீஹாரில் குத்கிகார் பகுதியில் கிடைத்த லோகநாதர் செப்புத்திருமேனி ஒன்று பாட்னா அருங்காட்சியகத்தில் வைக்கப்பட்டுள்ளது. கி.பி.12 ஆம் நூற்றாண்டைச் சேர்ந்த இச்சிற்பத்தில் முலாம் பூசப்பட்டுள்ளது.[121] இதில் போதிசத்தவர் பத்மபீடத்தில் சுகாசனத்தில் அமர்ந்துள்ளார். அவரது கீழாடை பிற்காலச் சோழர் காலத்துச் செப்புத் திருமேனிகளை ஒத்துள்ளது. ஒருகையில் பத்மத்தை வைத்துள்ளதால் அவலோகிதேசுவரர் பத்மபாணி என்பதை நினைவூட்டுவதாக உள்ளது. மற்றொரு கை வரதமுத்திரை காட்டுகிறது. அளவற்ற ஆபரணங்களை அணிந்துள்ள அவரது தலையில் அலங்கரிக்கப்பட்ட கிரீடம் அணிவிக்கப்பட்டுள்ளது. முறுவல் பூக்கும் அவரது நெற்றியில் ஒற்றை நாமம் காட்டப்பட்டுள்ளது. இது ஊர்ணமாக இருக்குமா ? என்பது கேள்விக் குறியாக உள்ளது.

பௌத்த சிற்பக்கலையானது மௌரியர்கள் காலத்தில் (கி.மு.3 ஆம் நூற்றாண்டு) தொடங்கி பாலர் - சேனர் காலம் (கி.பி. 12 ஆம் நூற்றாண்டு) வரை தொடர்ந்து வளர்ச்சியடைந்து வந்துள்ளது. வெவ்வேறு கால கட்டங்களில் பிற கலை மரபுகளின் தாக்கத்தின் விளைவாக சிற்பங்களின் அமைப்பில் மாற்றங்கள் ஏற்பட்டுள்ளன. இந்து மற்றும் சமண சிற்பக்கலை வளர்ச்சியிலும் பௌத்தத்தின் தாக்கம் தவிர்க்க முடியாததாக விளங்கியிருக்கிறது. சிற்பக்கலையோடு தொடங்கி வளர்ச்சியடையா விட்டாலும், பௌத்தர்களின் ஓவியக்கலை ஒரு காலகட்டத்தில் தொடங்கி 12 ஆம் நூற்றாண்டு வரை பல படிநிலைகளைக் கண்டுள்ளது என்பது இங்கு குறிப்பிடத்தக்கதாகும்.

o

---

121. Susan, L. Huntington, pl. 27

5

ஓவியக்கலை

சிற்பக்கலைக்கும், கட்டடக்கலைக்கும் முந்தியது ஓவியக்கலை. பண்டைய மனிதன் தன் எண்ணத்தின் பிரதிபலிப்பாகப் பாறைகளில் ஓவியங்களைத் தீட்டினான். அதன்பின் மட்பாண்டங்களிலும், கல்லறைச் சுவர்களிலும் ஓவியங்களை வடித்தான். அடுத்த கட்டத்தில் குடைவரைச் சுவர்கள் வெறுமனே விடப்பட்டதால் அழகாயிருக்காது என்று கருதி அவற்றில் ஓவியங்களைத் தீட்டினான். அவ்வோவியங்கள் சமயத் தொடர்பானவையாக அமைக்கப்பட்டன. அவ்வாறு அமைக்கப்பட்ட ஓவியங்களில் தொன்மையானது பௌத்தர்களின் ஓவியங்களாகும். வரலாற்று அடிப்படையில் இச்சமயத் தொடர்பான ஓவியங்கள் வரையப்படுவதற்கு முன்பே கட்டடக்கலையும், சிற்பக்கலையும் வளர்ச்சியடையத் தொடங்கின.

சாதவாகனர் காலம்

தொன்மையான, இந்திய வரலாற்றடிப்படையான, ஓவியங்கள் கி.மு. இரண்டாம் நூற்றாண்டுக்கும் கி.பி. இரண்டாம் நூற்றாண்டுக்கும் இடைப்பட்ட சாதவாகனர் காலத்தைச் சேர்ந்தவையாகும். இவர்கள் காலத்தில் மேற்கு இந்தியாவில் நாசிக், பேத்சா, கார்லே, கோண்டேன் போன்ற குடைவரைகள் வெட்டப்பட்டன. அஜந்தாவின் தொன்மையான குடைவரைகளும் இவர்களது காலத்தைச் சேர்ந்தனவாகும். அஜந்தாவில் உள்ள ஓவியங்கள் பாஜா, அமராவதி மற்றும் சாஞ்சியிலுள்ள பௌத்த சிற்பங்களைப் பெரிதும் ஒத்துள்ளன. இவ்வோவியங்களில் பெரும்பகுதி 9வது மற்றும் 10வது

குடைவரைகளில் இடம்பெற்றுள்ளன. இக்குடைவரைகளில் உள்ள கல்வெட்டுகள் ஓவியங்களின் தொன்மையை உணர்த்துகின்றன. இவை தொடக்ககால பிராமி கல்வெட்டுகளாகும். இவை கி.மு.முதல் இரண்டு நூற்றாண்டுகளைச் சேர்ந்தவை. எனவே இங்குள்ள ஓவியங்களும் ஏறத்தாழ இதே காலத்தைச் சேர்ந்தவையாக இருக்கக்கூடும். இது சாஞ்சியின் தோரணங்களை விதிசாவின் கலைஞர்களை வைத்து அழகுபடுத்திய சதகர்ணியின் காலமாக இருக்கவேண்டும். எனவே இவ்வோவியங்கள் குப்தர்கள், வாகாடகர்கள் மற்றும் இந்தியாவின் மத்தியகால ஓவியங்கள் ஆகிய அனைத்துக்கும் முன்னோடியாக விளங்கியுள்ளன. இவை சுவர்களிலும், தூண்களிலும், கூரைகளிலும் வரையப்பட்டுள்ளன. இவற்றில் பெரும்பாலும் புத்த ஜாதகக் கதைகளும், அவதாரங்களும், இயற்கையான பூக்களும், செடிகொடிகளும், மிருகங்களின் உருவங்களும் வரையப்பட்டுள்ளன.[1] புத்தர் முற்பிறவிகளில் ஒரு பறவையாக, ஒரு மிருகமாக மற்றும் பல பிறவிகளாக வாழ்ந்துள்ளார். இறுதியில் புத்தநிலையடைந்தார். எனவே மிருகங்களும், பறவைகளும் கூட ஓவியங்களில் தீட்டப்பட்டன.

இந்தியா முழுவதும் தொடக்ககாலக் கலையில் ஒரு ஒற்றுமையான அமைப்பு காணப்பட்டது. வடக்கே சுங்கர்கள் குஷாணர்கள், கிழக்கே கலிங்கர்கள், தெற்கே தக்காணத்தில் சாதவாகனர்கள் ஆகியோர் மௌரியர்களிடமிருந்து பொதுவான மரபினைப் பெற்றிருந்தனர். சுங்கர், சாதவாகனர், கலிங்கர், குஷாணரிடையே நிலவிய குறிப்பிடத்தக்க கலை ஒற்றுமைகள் கலை வல்லுநர்களின் கண்களை ஆச்சரியத்தில் ஆழ்த்துகின்றன. அமராவதி, பார்கூத் ஆகிய இடங்களில் காணப்பட்ட தொடக்ககாலச் சிற்ப அமைப்புகளை அஜந்தாவின் 10வது குடைவரையின் ஓவியங்களுடன் ஒப்பிடுவது ஆர்வம்மிக்கதொரு பணியாகும். தலைப்பாகைகள், கழுத்து மாலைகள், காதுவளையங்கள், முகபாவனைகள், கைகளின் அமைப்புகள் ஆகியவை இங்கு ஒப்பிடத்தக்கவையாகும். விசிறி போன்ற அமைப்புடைய தலைப்பாகைகள் சாஞ்சியின் தோரண சாலபாஞ்சிகைகளின் உருவங்களில் காணப்படுகின்றன. இதனையொத்த அமைப்பு மதுராவிலும் அமராவதியிலும்

---

1. C. Sivaramamurti, Indian Painting, New Delhi, 1996, p.24

கிடைக்கப்பெற்றுள்ளது. அமராவதியின் சில சிற்பக் கூறுகள் கார்லேயை நினைவூட்டுகின்றன. எனவே இந்தியக்கலையில் ஒருமைப்பாடு என்பது தவிர்க்க முடியாததாக விளங்கியது.[2]

அஜந்தாவின் 9வது குடைவரையில் இரண்டு அடுக்கு (layers)களில், ஓவியங்கள் காணப்படுகின்றன. இதில் முதலாவது அடுக்கு குடைவரை வெட்டப்பட்ட காலத்தையும், இரண்டாவது அடுக்கு கி.பி.ஐந்தாம் நூற்றாண்டையும் சேர்ந்ததாகும். முந்தைய ஓவியங்களை அழிக்காமலே அதன் மீது அடுத்த அடுக்கு ஓவியங்களைத் தீட்டுவது என்பது அக்காலத்து வழக்கமாக இருந்துள்ளது. கி.பி.10ஆம் நூற்றாண்டில் வரையப்பட்ட தஞ்சைப் பெரிய கோயில் ஓவியங்கள் மீது கி.பி.16-17 நூற்றாண்டுகளில் நாயக்கர் காலத்து ஓவியங்கள் வரையப்பட்டிருந்ததும், பிற்காலத்தில் இரண்டாவது அடுக்கு ஓவியங்கள் அகற்றப்பட்டதும் இங்கு நினைவுறுத்தப்படுவது அவசியமாகும். அஜந்தாவின் 9வது குடைவரையில் பழைய ஓவியத்தின் மீது கி.பி.ஐந்தாம் நூற்றாண்டில் வரையப்பட்ட ஓவியம் முன்சுவரின் உட்பகுதியில், இடது சாளரத்திற்கும் கதவுக்கும் மேலேயும், இடது சுவரிலும் காணப்படுகிறது. இடது கோடியில் கி.பி.5ஆம் நூற்றாண்டைச் சேர்ந்த கல்வெட்டும் இரண்டு புத்தத் துறவிகளின் தலைகளும் ஓவியமாகத் தீட்டப்பட்டுள்ளன. பழைய ஓவியங்களில் இரண்டு பிரிவான உருவங்கள் உள்ளன. அவை பாறையாலேயே பிரித்துக் காட்டப்பட்டுள்ளன. இதில் இடது பக்கத்திலுள்ள பிரிவில் இரண்டு நாகர்கள் மரத்தின் கீழ் அமர்ந்துள்ளனர். அவர்களுக்குப் பாறையே குடையாக அமைந்துள்ளது. இவர்களில் ஒருவருக்கு அதிகமான நாகத்தலைகள் காட்டப்பட்டிருப்பதால் அவர் நாக அரசனாக இருந்திருக்க வேண்டும். வலது பக்கம் உள்ள பிரிவு பெரிதும் அழிந்துள்ளது. இதில் ஒரு அரசனைச் சுற்றி பலர் உள்ளனர். இவர்களில் ஐந்து பேர் அரசரது ஆசனத்தின் அருகில் அமர்ந்து கொண்டு ஏதோ ஆலோசனை சொல்லுதல் போன்றும் அரசன் அதனை உற்றுக் கவனித்தல் போலவும் வரையப்பட்டுள்ளது. அமர்ந்திருக்கின்ற உருவங்களுக்கு இடது பக்கம் ஒரு தம்பதியினர் காணப்படுகின்றனர்.

---

2. மேலது, ப.25

ஒரு உருவம் பறப்பது போல் காட்டப்பட்டுள்ளது. இவ்வுருவங்களில் காணப்படுகின்ற தலைமுடி அலங்காரமும், ஆடை அமைப்பும், ஆபரணங்களும் இதன் சமகாலத்தைச் சேர்ந்த சாஞ்சியின் சிற்பங்களை ஒத்துள்ளன.[3]

இக்குடைவரையின் இடது பக்கச் சுவரின் இடது கோடியில் பிற்காலத்தைச் சேர்ந்த ஓவியத்தில் ஆறு புத்தர்கள் காணப்படுகின்றனர். இதற்கு உள்ளே உள்ள பழைய ஓவியத்தில் ஒரு ஸ்தூபத்தை நோக்கி பக்தர்கள் ஊர்வலமாகச் செல்லும் காட்சி இடம்பெற்றுள்ளது. ஸ்தூபத்தைச் சுற்றி சுவர் அமைந்துள்ளது. இங்குள்ள தோரண அமைப்பு சாஞ்சியை நினைவுபடுத்துகிறது. தோரணத்திற்குச் சற்றுத் தள்ளி ஒரு மடாலய அமைப்பு காணப்படுகிறது. இதற்கு அடுத்து சில உருவங்கள் நின்ற நிலையில் வரையப்பட்டுள்ளன. பழைய ஓவியத்திற்கும், பிந்தியகால ஓவியத்துக்கும் இடையில் குறிப்பிடத்தக்க வேற்றுமைகள் காணப்படுகின்றன. புத்தரின் உருவங்களும் ஓவியமாகத் தீட்டப் பட்டுள்ளன.[4]

அஜந்தாவின் குடைவரைகளில் தொன்மையான சைத்தியம் 10வது குடைவரையாகும். இதன் அரைவட்ட முடிவுப் பகுதிக்கருகில் ஸ்தூபம் வெட்டப்பட்டுள்ளது. இதில் கி.மு. இரண்டாம் நூற்றாண்டின் கல்வெட்டு ஒன்றுள்ளது. இதன் முகப்பை அமைத்த கொடையாளி வாசிதி புதகடகாதி என்று குறிப்பிடப்பட்டுள்ளது. இதில் அமைந்துள்ள ஓவியங்களில் குறிப்பிடத் தகுந்தவை போதிமர வழிபாடு, சியாமாஜாதகம், சத்தந்த ஜாதகம் ஆகியனவாகும். 9வது குடைவரையைப் போன்றே இதிலும் முன் அடுக்கு, பின் அடுக்கு ஆகியவை காணப்படுகின்றன. இக்குடைவரையின் மத்திய மண்டபத்தில் இக்குடைவரை வெட்டப்பட்ட காலத்திலேயே (கி.மு.2 ஆம் நூற்றாண்டு) ஓவியம் தீட்டப்பட்டிருந்தது என்பதை உணர்த்தும் வகையில் ஓவியங்களில் வரையப்பட்டுள்ள ஆபரணங்கள் அமைந்துள்ளன. இங்கு ஒரு அரசர் அவரது பரிவாரங்களுடன், அதாவது படைவீரர்கள், நாட்டியக் கலைஞர்கள், இசைவாணர்கள்,

---

3. Debala Mitra, முன்னது, ப.38
4. மேலது, ப.39

மற்றும் பெண்கள் ஆகியோருடன், போதிமரத்தையும், ஸ்தூபத்தையும் வணங்கும் காட்சி இடம்பெற்றுள்ளது. அண்மைக் காலத்தில் ஏற்பட்டுள்ள அழிவுச் செயல்களால் இவ்வோவியங்கள் பெரிதும் அழிந்துள்ளன. இவை 9வது குடைவரையைப் போன்றே பக்கவாட்டில் தொடர்கதையாக வரையப்பட்டுள்ளன[5] இங்குள்ள பிந்திய ஓவியங்களில் சியாமா ஜாதகம் 11லிருந்து 15வது தூண் வரையான பகுதிகளில் தூண்களுக்குப் பின்புறம் வரையப்பட்டுள்ளது. இந்த ஜாதகக் கதை முன்னமே சிற்பக்கலை வரலாற்றில் விளக்கப்பட்டுள்ளது. இங்கு ஓவியத்தில் தனது பரிவாரங்களுடன் காட்டப்பட்டுள்ள அரசன் சியாமாவை நோக்கி அம்பெய்கிறான். ஆசிரமத்தில் கவலையுடன் சியாமாவின் பெற்றோர்கள் காணப்படுகின்றனர். இதன் வலதுபுறம் உயிர்பெற்றெழும் காட்சி இடம்பெற்றுள்ளது. மற்றொரு காட்சியில் சியாமா ஒரு மரத்தடியில் அமர்ந்திருக்க அவனருகில் இரண்டு மான்கள் உள்ளன. இதற்கடுத்து முனிவர்களின் ஆசிரமம் (பர்ணசாலை) காட்டப்பட்டுள்ளது. சியாமா ஜாதகத்துக்கு வலது பக்கம் சத்தந்த ஜாதகக் கதை வரையப்பட்டிருக்கிறது. இது இரண்டாவது தூணிலிருந்து பன்னிரண்டாவது தூண் வரையான பகுதியில் தூண்களுக்குப் பின்புறம் அமைந்துள்ளது. இது தோரணச் சிற்பங்களில் காட்டப்பட்டிருப்பது போன்று ஆறு கொம்பு களையுடைய யானை மற்றும் அதன் மனைவிகளான மகாசுபத்தா மற்றும் சுல்லசுபத்தா ஆகியோரைப்பற்றிய கதையாகும். இந்த ஓவியம் பெரிதும் சிதைந்துள்ளது. இங்கு கதைத்தொகுப்பு கதையின் சரியான தொடர்ச்சியைக் காட்டவில்லை. இருப்பினும் இக்கதையில் வரும் முக்கிய காட்சிகள் அதாவது இமயமலைப் பகுதியில் சத்தந்தனின் வாழ்க்கை, ஆலமரத்தடியில் அமைந்துள்ள அவனது வீடு, தாமரைக்குளம், மகாசுபத்தாவுக்கு அவன் தாமரை மலர் கொடுத்தல் வாரணாசியின் அரசியாக ஆனபின் சுபத்தா தான் நோயுற்றதாக நடித்தல், சோனுத்தரனைக் காட்டுக்குச் சென்று சத்தந்தனின் கொம்புகளைக் கொண்டு வரச்சொல்லுதல், சோனுத்தரன் காட்டில் சென்று தேடுதல், பின்பு கொம்புகளை வெட்டிக் கொண்டு வந்து சுபத்தாவிடம் சேர்த்தல், இதைக்கண்டு மயங்கிய சுபத்தா உயிர்விடுதல் ஆகிய காட்சிகள் இங்கு

---

5. மேலது, ப.40

இடம்பெற்றுள்ளன. இதன் தொடர்ச்சியாக ஒரு அரச தம்பதியர், பணிப்பெண்கள் தொடர, சைத்திய கோயிலை நோக்கிச் செல்வது போன்ற ஓவியம் தீட்டப்பட்டுள்ளது. இக்குடைவரையில் உள்ள பிற்கால ஓவியங்கள் பெரும்பாலும் புத்தரது உருவங்களாகவே அமைந்தன. இக்குடைவரைகளின் ஒரு தூணில் ஓவியக் கலையில் ஏற்பட்ட வளர்ச்சியைக் காணமுடிகிறது. கி.பி.முதல் மற்றும் இரண்டாம் நூற்றாண்டைச் சேர்ந்த இதில் ஓவியம் பக்கவாட்டில் (horizontal) தொடர்ந்து வரையப்படாமல் உயரவாக்கில் (vertical) வரையப் பட்டிருப்பதைக் காணலாம். இதில் உள்ள போதிசத்துவரின் உருவத்தில் வளைவுகள் நுண்ணிதின் அமைந்துள்ளன. இவ்வுருவம் சிலிண்டர் வடிவத்தில் அமைக்கப்பட்டுள்ளது..இது பின்னாளில் 17வது குடைவரையில் புத்தர் உருவமாக மலர்ந்துள்ளது. போதிசத்துவரின் உருவம் பொன்மாநிற வண்ணத்தில் அமைந்துள்ளது. அவரது தலைக்குப் பின் பச்சை நிறத்தில் முட்டை வடிவ பிரபை காணப்படுகிறது. அதற்குமேல் குடைகளும், பறக்கும் வித்யாதரர்களும் காட்டப்பட்டுள்ளனர். அவரது உருவமைப்பு சற்று வளைந்த நிலையில் காணப்படுகிறது. இது அவர் மென்மையான இயல்புடையவர் என்பதைக் காட்டுவதாக அமைந்துள்ளது.[6]

பிற்கால சாதவாகனர்களின் சிற்பங்களை ஒத்திருக்கும் ஓவியங்கள் பேத்சாவில் கிடைத்துள்ளன. கி.பி. இரண்டாம் நூற்றாண்டின் இறுதிக் கட்டத்தைச் சேர்ந்த இவற்றைக் கண்டறிந்தவர் பிரஞ்சு வல்லுனர் பேராசிரியர் ஜோவேதுப்ரயில் ஆவார். இங்குள்ள ஒரு பெண்ணின் உருவம் மிக நேர்த்தியாக வரையப்பட்டுள்ளது. அவளது ஆடை மற்றும் ஆபரணங்களும், அவள் நின்றிருக்கும் பாங்கும் அமராவதி மற்றும் கார்லே சிற்பங்களை நினைவூட்டுகின்றன. இவ்வோவியம் சீனதர்க்கிஸ் தானில் தாண்டன் ஓவியத்தில் கிடைத்துள்ள தாமரைக் குளத்தில் உள்ள ஒரு பெண்ணின் ஓவியத்தோடு ஒப்பிடத் தக்கதாகும். இது கிறித்துவ சகாப்தத்தின் தொடக்கக் காலத்திலேயே இந்தியக் கலை நுட்பங்கள் இப்பகுதிக்குச் சென்றுள்ளதைக் காட்டுகிறது.[7]

---

6. Mulk Raj Anand, Album of Indian Paintings, Delhi, 1973, p.19
7. C. Sivaramamurti, முன்னது, ப.27

குஷாணர் காலம்

வட இந்தியாவில் சுங்கர்களுக்கு அடுத்தபடியாக அதிகாரத் துடன் விளங்கியவர்கள் குஷாணர்கள் ஆவர். அவர்கள் ஆட்சி மத்திய ஆசியாவிலிருந்து ஆப்கானிஸ்தான், பாகிஸ்தான் மற்றும் இந்தியாவில் மதுராவுக்கு அப்பால் வரை பரவியிருந்தது. அவர்கள் இந்தியாவில் ஓவியங்களைத் தீட்டவில்லை எனினும் மத்திய ஆசியாவில் அவர்களது பெயரைச் சொல்ல ஒரே ஒரு ஓவியம் கிடைத்துள்ளது. பாலவஸ்தே பகுதியில் கிடைத்த அவ்வோவியம் கி.பி. 3-4 நூற்றாண்டைச் சேர்ந்ததாகும். தற்போது இது புதுடில்லி தேசிய அருங்காட்சியகத்தில் வைக்கப்பட்டுள்ளது. இது புத்தரின் உருவமாக இருப்பினும் பிற புத்தர் உருவங்களிலிருந்து முற்றிலும் மாறுபட்ட ஒன்றாகும். புத்தரின் மார்பில் ஸ்ரீவத்ஸம் காட்டப்பட்டுள்ளது. இங்கு புத்தர் மகாபுருஷராகக் காட்டப்பட்டுள்ளார். இவரது உடலில் பல குறியீடுகள் காணப்படுகின்றன. மேருமலையும், உடலில் காயங்களுடன் ஒரு குளத்தில் காணப்படும் வாசுகி என்னும் பாம்பும் திருப்பாற்கடலைக் கடையும்போது நடைபெற்ற நிகழ்வினைக் குறிக்கும் குறியீடுகளாகும். சந்திரமம் என்பது விராடபுருஷனின் மனதில் தோன்றிய அமிர்தம் என வேதங்கள் கூறுகின்றன. புத்தர் இங்கு விஸ்வரூபத்தில் விராட புருஷராகக் காட்சியளிக்கின்றார். பின்னாளில் மகாவிஷ்ணுவின் அவதாரமான கிருஷ்ணரும் விஸ்வரூப தரிசனம் கொடுத்ததாகக் கூறப்படுகிறது.

புத்தரின் உடலில் உள்ள முக்கியமான குறியீடுகளாவன, அவரது இருகைகளில் காட்டப்பட்டுள்ளவையாகும். இங்கு தீப்பிழம்பாக ஒரு தூண் அல்லது ஒரு தாமரை இடம்பெற்றுள்ளது. அதற்குமேல் இரண்டு தீப்பிழம்புகள் இலைகளாகக் காட்டப்பட்டுள்ளன. அவரது முன் கையில் வஜ்ரம் இடம் பெற்றுள்ளது. அமராவதி சிற்பங்களில் தாமரையின் மீது தீப்பிழம்புகள் கொண்ட தூண்கள் காட்டப்பட்டிருக்கின்றன. இதில் தாமரையைக் குறியீடாகக் கொண்ட பிரம்மாவைவிட புத்தரும், சங்கமும், தர்மமும் உயர்வானவை என உணர்த்தப்பட்டுள்ளது. இதுவே பின்னாளில், சிவபெருமானின் லிங்கோத்பவ உருவ அமைதியில் அவரைத் தீப்பிழம்புடன் கூடிய தூணாகக் காட்டுவதற்கு முன்னோடியாக

அமைந்திருக்க வேண்டும். இது ஒரு கலைக் கூறானது எவ்வெவ்விடங்களில் எல்லாம் பரவுகிறது என்பதற்குச் சிறந்ததோர் எடுத்துக்காட்டாகும்.[8]

குப்தர் காலம்

குப்தர் காலத்தில் இலக்கியங்களில் ஓவியங்கள் வரையப்பட்ட செய்திகள் காணப்படுகின்றன. காளிதாசரின் சாகுந்தலத்தில் தனது காதலியை விட்டுப்பிரிந்திருந்த துஷ்யந்தன் அவளது உருவத்தை வரைந்தானாம். அந்த ஓவியம் சகுந்தலையின் நிஜ உருவம் என்று நினைத்து அவன் அதை அணைத்தபோது அது வெறும் படம்தான் என்று அவனது அரசவைக் கோமாளி கிண்டலாகக் கூறினானாம்.[9] எனவே அக்காலத்திலும், அதற்கு முந்திய வாத்சாயனர் (காமசூத்திரம்) காலத்திலும் ஓவியங்கள் பற்றியும் ஓவிய இலக்கணம் பற்றியும் பெரிதாகப் பேசப்பட்டிருக்க வேண்டும்.

குப்தர் காலத்தில் கலைச்சின்னங்கள் அஜந்தா குடை வரைகளுக்கு வடக்கில் 150 மைல் தொலைவில் உள்ள பாக் குடைவரைகளில் காணப்படுகின்றன. இங்குள்ள ஒன்பது குடைவரைகளில் 2, 4, மற்றும் 5வது குடைவரைகள் முக்கியமானவையாகும். 2வது குடைவரையில் பௌத்த சிற்பங்கள் காணப்படுகின்றன. 4 மற்றும் 5வது குடைவரைகளில் வரையப்பட்ட ஓவியங்களில் பெரும்பான்மையானவை அழிந்துவிட்டன. இந்த ஓவியங்களின் கருத்தமைவு ஜாதகக் கதைகளாகவோ அல்லது அவதானங்களாகவோ இருந்திருக்க வேண்டும். முதலாவது காட்சியில் ஒரு இளவரசியும் அவளது தோழியும் உள்ளனர். ஒருத்தி மிகவும் துயருற்ற நிலையில் இருக்க மற்றொருத்தி அவளைச் சமாதானப்படுத்துவதாக அமைந்துள்ளது. அடுத்த காட்சியில் இரண்டு தேவர்களும், இரண்டு அரச உருவங்களும் அமர்ந்துகொண்டு பேசிக்கொண்டிருப்பது போல் காணப்படுகின்றனர். அவர்களில் ஒருவர் இந்திரன் (சுக்ரா) என்பது அவரது கிரீடத்திலிருந்து தெரியவருகிறது. மூன்றாவது காட்சியில் சில துறவிகள் மற்றும் பெண்

---

8. மேலது, ப.29
9. Mulk Raj Anand, Chitralakshana, Delhi, 1989, p.13

பக்தர்கள் உள்ளனர். துறவிகள் காற்றில் பறப்பது போன்று சாகசம் செய்கின்றனர். பக்தர்கள் வீணை, குழல் போன்ற இசைக் கருவிகளை இசைக்கின்றனர். நான்காவது காட்சி ஹல்லிசலஸ்யம் என்னும் நாட்டுப்புற நடன நிகழ்ச்சியைக் காட்டுகிறது. இதில் சிலர் உடுக்கையும், வேறு சிலர் சிங்கியும் இசைக்கின்றனர். இவர்களது ஆடை அமைப்பு முறை அக்கால நாகரீகத்தை அறியக் கிடைக்கும் பொக்கிசமாகும். இதற்கு அடுத்த காட்சி குதிரைகளிலும்,யானைகளிலும் மக்கள் ஊர்வலம் செல்லுவதாகும். இதில் வரையப்பட்டுள்ள யானை ஓவியங்கள் அஜந்தாவின் எந்த ஓவியத்துடனும் ஒப்பிடத்தக்கனவாகும். இங்கு அமைந்துள்ள ஊர்வலக் காட்சி கலை வரலாற்றில் குறிப்பிடத்தக்க நுணுக்கங்களைக் காட்டுவதாகும்.[10] ஆனால் இவை அனைத்தும் பௌத்தக் கலையுடன் தொடர்புடையதுதானா என்பது அறியப்படத்தக்கதாகும். இவை பௌத்ததுடன் தொடர்புடையதாக இருக்கலாம் என்பதற்கு உறுதுணையாக இருப்பது 2வது குடை வரையில் உள்ள பௌத்தச் சிற்பங்களே.

வாகாடகர் காலம்

தக்காணத்தில் சாதவாகனர்களைத் தொடர்ந்து ஆட்சிப் பொறுப்பேற்றவர்கள் வாகாடர்கள் ஆவர். அவர்கள் ஆதிக்கம் படைத்தவர்களாக மட்டுமன்றி பரசைவர்களோடும், குப்தர்களோடும் திருமண உறவு வைத்திருந்தனர். முதன் முதலாக வாகாடர்கள் அமராவதியில் உள்ள கி.பி. இரண்டாம் நூற்றாண்டுக் கல்வெட்டு ஒன்றில் குறிப்பிடப்படுகிறார்கள். அஜந்தாவில் உள்ள சில கல்வெட்டுகள் இவர்களது காலத்தைச் சேர்ந்தவை ஆகும். எனவே அக்குடைவரைகளில் உள்ள ஓவியங்கள் இவர்களது படைப்பென்பதில் ஐயமில்லை. அவர்களது ஓவியங்கள் அஜந்தா குடைவரைகளின் சுவர்கள், கூரைகள் மற்றும் தூண்களில் காணப்படுகின்றன. அவைகளில் பெரும்பாலானவை புத்தரின் வாழ்க்கை வரலாற்றையும் அவரது முற்பிறவி ஜாதகக் கதைகள் மற்றும் அவதானங்கள், பூவேலைப்பாடுகள் மற்றும் விலங்குகள் ஆகியவற்றைச் சித்தரிக்கின்றன.

10. C. Sivaramamurti, முன்னது, பக்.30 - 32.

16வது குடைவரையில் உள்ள கி.பி. ஐந்தாம் நூற்றாண்டைச் சேர்ந்த ஒரு கல்வெட்டு அது வாகாடக அரசன் ஹரிசேனனின் அமைச்சரான வராகதேவனால் பௌத்தத்துறவிகளுக்கு அர்ப்பணிக்கப் பட்டதெனக் குறிப்பிடுகிறது. 26 வது குடைவரையில் உள்ள மற்றொரு கல்வெட்டு அஸ்மக மன்னரின் அமைச்சரான பவிராஜா என்பவரின் நண்பரான, பித்தபத்ரா என்ற துறவி சுகதா கோயிலைத் கொடையளித்ததைக் குறிப்பிடுகிறது. 20வது குடைவரையில் உள்ள சிதைந்த கல்வெட்டின் ஒரு பகுதி உபேந்திரன் என்பவரால் கொடையாகக் கொடுக்கப்பட்ட ஒரு மண்டபத்தைக் குறிப்பிடுகிறது. இக்கல்வெட்டுச் செய்திகள் அனைத்தும் வாகாடகர்களின் கலைப்பணியை உறுதிப்படுத்துகின்றன.[11]

வாகாடகர் காலத்தில் அஜந்தாவில் வரையப்பட்ட ஓவியங்கள் அனைத்தும் கெட்டிச்சாய (tempera) வகையைச் சேர்ந்தவையாகும். இதற்காகப் பயன்படுத்தப்பட்ட பொருட்கள் எளிமையானவையாகும். சிற்ப சாத்திரங்களில் குறிப்பிடப்பட்டிருக்கின்ற ஐந்து வகை வண்ணங்களும், அதாவது சிவப்புக்காவி, மஞ்சள் காவி (yellow ochre), கருவண்ணம் (lamp black), கருநீலம் (lapis lazuli) மற்றும் வெள்ளை (white) ஆகியன இவ்வோவியங்கள் வரைவதற்குப் பயன்படுத்தப்பட்டுள்ளன. சுவரில் முதலில் நெல் உமி மற்றும் பசை கலந்த மண் பூசப்பட்டது. அதன் மீது சுண்ணாம்பு பூசப்பட்டு மெருகூட்டப்பட்டது. அதன்மீது ஓவியம் தீட்டப்பட்டது. ஓவியத்தின் வெளிக் கோடுகள் தடித்த கருப்பு அல்லது மாநிற (brown) வண்ணத்தில் வரையப்பட்டன. அதன்பின்பு பிற வண்ணங்கள் போடப்பட்டன. ஒளி மற்றும் நிழல் அமைப்பும் காண்பிக்கப்பட்டன.[12] 1வது குடைவரையின் தூண்களில் இக்காலத்து ஓவியங்கள் இடம்பெற்றுள்ளன. அவற்றில் பல அழிந்துபோன பின்பும் எஞ்சியுள்ளவை அக்கால ஓவிய நுணுக்கங்களைத் தெளிவுபடுத்துகின்றன. இவற்றில் பெரிய அளவிலான போதிசத்துவர்கள் உருவங்கள் உள்ளன. இங்குள்ள போதிசத்துவர் பத்மபாணியின் உயரமான கிரீடம் ரத்தினக் கற்கள் பதிக்கப்பட்டதாக அமைந்துள்ளது. அவரது கண்கள் கீழே பணித் துள்ளன. கழுத்தில் ஒரே ஒரு முத்து மாலையும், தோளில்

11. மேலது, ப.341

12. மேலது, ப.34 - 35.

துணியாலான(வஸ்த்ரம்) பூணூலும் அணிந்துள்ளார். மடிக்கப்படாத வலது கையில் ஒரு தாமரை வைத்துள்ளார். அவரது கண்பட்டை வில் போன்று அலங்கரிக்கப்பட்டுள்ளது. கண்கள் மீன் போன்று அமைந்துள்ளன.

ஓவியன் இவ்வுருவத்தில் தக்காண இளவரசன் ஒருவனை மனதில் கொண்டு வரைந்திருக்க வேண்டும்.[13] இக்குடைவரையில் உள்ள மற்றொரு போதிசத்துவர் உருவம் அழகான ஆபரணங்களுடன் காணப்படுகிறது. இங்கு போதிசத்துவருக்கு, ஒரு அரசன், ஒரு தட்டில் அல்லி மலர்களை வைத்துக் கொடுக்கின்றான். இங்குள்ள இரண்டு பெண்கள் கருமையான வண்ணத்தில் வரையப்பட்டுள்ளனர். ஒருத்தி இன்னொருத்திக்கு அல்லி மலர் கொடுக்கிறாள். வாயில் பக்கத்தில் தம்பதியர் சமயத்தொடர்பான பேச்சில் ஈடுபட்டு உள்ளனர். இது அவர்களது கையசைவுகளில் வெளிப்படுகிறது. கதவின் வெளிப்புறம் இரண்டு போதிசத்துவர்கள் உள்ளனர். அவர்களில் ஒருவர் வஜ்ரபாணி. உள் அறையின் இரு சுவர்களிலும் புத்தரின் வாழ்க்கை நிகழ்வுகள் வரையப்பட்டுள்ளன. அதில் ஒன்று மாரன் சித்தார்த்தரை தியானத்திலிருந்து விடுவிக்க முயற்சிக்கும் காட்சியாகும். வஜ்ராசனத்தில் அமர்ந்துள்ள சித்தார்த்தர் கையை பூமிஸ்பரிச முத்திரையில் வைத்துள்ளார். அவரது இரண்டு பக்கங்களிலும் மாரனின் ஆட்கள் உள்ளனர். இங்கு சித்தார்த்தரின் மனதைக் கெடுக்க வேண்டி மாரனின் இரண்டு அழகுமிகு மகள்களும் நின்று கொண்டிருக்கின்றனர். உள் மண்டபத்தின் வலதுசுவரில் சிராவஸ்தி அற்புதக்காட்சி வரையப்பட்டுள்ளது. ஆறு ஆசிரியர்களுக்குத் தெரியப்படுத்தவேண்டும் என்பதற்காக சிராவஸ்தியின் அரசன் பிரசேனஜிதின் தலைமையிலான ஒரு கூட்டத்தினர் முன்பு புத்தர் சில அற்புதங்களைச் செய்து காட்டுகிறார். அவற்றில் ஒன்று அவர் தானே ஒரே உருவத்தைக் கொண்ட பலராக உருவகித்துக்காட்டுகிறார். இது கோபியர் முன் கிருஷ்ணன் எடுத்த பல உருவப்பிரதிகளுடன் ஒப்பிடத்தக்கதாகும். பிரதான மண்டபத்தின் சுவர்களில் சிபி ஜாதகம் வரையப்பட்டுள்ளது. இதில் போதிசத்துவர் சிபி அரசராகப் பிறவி எடுத்தபோது ஒரு பறவைக்காகத் தன் தொடைச்சதையினை அறுத்துக் கொடுத்த காட்சி இடம்பெற்றுள்ளது.

---

13. Mulk Raj Anand, முன்னது, 1973, ப.41

இங்குள்ள அடுத்த காட்சி புத்தரின் ஒன்றுவிட்ட சகோதரனான நந்தனை மதம் மாற்றியதாகும். இங்கு புதிய மடாலயத்தினை ஏற்றுக் கொள்ளவும், தனது மனைவியை விட்டு வெளியேறவும் விரும்பாது இருந்த நந்தனின் மனதை மாற்றித் துறவு கொள்ள வைத்த காட்சி காணப்படுகிறது. நந்தனின் மாற்றத்தினை அறிந்து வருந்திக் கொண்டிருக்கும் அவனது மனைவியான சுந்தரியின் வருத்தப்பட்ட உருவம் இங்கு காணப்படுகிறது. அவளது பணியாட்கள் அவளைச் சமாதானப்படுத்துகின்றனர். ஆனால் நந்தன் கட்டாயத்தின் பேரில் மாற்றப்பட்ட காட்சி இங்கு காணப்படவில்லை. இக்காட்சி 16வது குடைவரையில் அழகாகச் சித்திரிக்கப்பட்டுள்ளது. முதல் குடைவரையில் காணப்படும் மற்றொரு ஓவியம் சங்கபால ஜாதகமாகும். இதில் போதிசத்துவர் நாக அரசன் சங்கபாலனாகப் பிறவி எடுத்த கதை வரையப்பட்டுள்ளது. இக்காட்சிக்கு அடுத்தபடியாக மகாஜனக ஜாதகம் இடம் பெற்றிருக்கிறது. மிதிலையின் அரசன் அவனது சகோதரனால் கொல்லப்படுகிறான். அவனது மனைவி தன் குழந்தையுடன் சம்பா பகுதிக்குத் தப்பி ஓடுகிறாள். அங்கு குழந்தை வளர்ந்து மகாஜனகன் என்று பெயர் பெற்று விளங்கினான். சுவர்ணபூமிக்குக் கடலில் பயணம் செய்தபோது கப்பல் கவிழ்ந்தது. அவன் ஒரு பெண் தெய்வத்தால் மிதிலைக்குக் கொண்டு வரப்படுகிறான். அங்கு சீவலி என்ற பெண்ணை மணக்கிறான். அவளோ அவனது தந்தையிடமிருந்து அரசை அபகரித்துப் பின்பு இறந்து போனவனின் மகளாவாள். சில காலம் கழித்து மகாஜனகன் துறவு மேற்கொள்கின்றான். அதனைத் தடுக்க முயன்று தோற்றுப்போன சீவலி தானும் துறவு மேற்கொள்கின்றாள். இந்தக் கதை காலக்கிரமத் தொடர்ச்சியாக வரையப்படவில்லை. வலது கோடியில் கப்பல் கவிழ்ந்த காட்சியும், இடது கோடியில் மகாஜனகனை உலக வாழ்விலிருந்து பிரிந்து செல்லாது சீவலி தடுக்கும் காட்சியும் இடம்பெற்றுள்ளன. ஓரிடத்தில் அரசியானவள் அவனுக்கு எதிராக அமர்ந்து கொண்டிருக்க அவளது பாதங்களை ஒரு பணிப்பெண் அமுக்கிக் கொண்டுள்ளாள். அதன் வலதுபக்கம் ஒரு பெண் நாட்டிய மாடுகிறாள். அருகில் ஒருவர் இசைக்கருவியுடன் காணப்படுகிறார். ஆனால் இவை எதுவும் மகாஜனகனை எந்த மாற்றமும் செய்திடவில்லை.

இதற்கு அடுத்த காட்சியாக ஒரு அரசன் நகர வாயிலுக்கு வெளியே யானை மீதேறி வருகிறான். அவன் ஒரு துறவியின் சமயப்பிரச்சாரத்தைக் கேட்பதற்காக வருகிறான். ஒரு கூட்டத்தினிடையே அரசன் கைகளைக் கூப்பி வணங்கிய நிலையில் காட்டப்பட்டுள்ளான். இதற்கு அடுத்த காட்சியாக மகாஜனகனின் அரண்மனை வரையப்பட்டுள்ளது. இங்கு அவன் தான் துறவு மேற்கொள்ளப்போவதாக மனைவியிடம் அறிவிக்கின்றான். அதன்பின்பு ஒரு குதிரை மீதமர்ந்து புறப்படுகிறான். இதற்குக் கீழே அவன் மனைவி வருத்தம் தோய்ந்த முகத்துடன் காணப்படுகிறாள். இவ்வோவியம் அழிந்து போயிருந்தாலும் அரசனின் உருவம் தெளிவாகக் காணப்படுகிறது.[14]

இக்குடைவரையின் கிழக்குச் சுவரில் தம்பதியர்கள் அல்லது காதலர்களின் ஓவியம் தீட்டப்பட்டுள்ளது. இதில் உள்ள உருவங்கள் தெளிவாகக் காட்டப்பட்டுள்ளன. இவற்றின் கோடுகளும், வண்ணங்களும் இவை காலத்தால் சற்றுப் பிந்தியன என்பதை உணர்த்துவதோடு ஓவியக்கலையின் வளர்ச்சி நிலையையும் காட்டுகின்றன. இதில் ஆணின் மடியில் பெண் அமர்ந்துள்ளாள். இது ஒரு அரசனும் அரசியுமாக இருக்கவேண்டும். பெண்ணின் காதில் ஏதோ சொல்வதற்கு முயல்வது போல் இவ்வோவியத்தில் இருவரது முகங்களும் ஒட்டினாற்போல் காட்டப்பட்டிருக்கின்றன. அவர்கள் பல்வகை ஆபரணங்களை அணிந்துள்ளனர். இது பரோக் ஓவிய அமைப்பில் வரையப்பட்டதெனக் கருதப்படுகிறது.[15] இதனையொத்த மற்றொரு காட்சி புத்தரின் பிறப்பைக் காட்டுவதாகும். இதில் ஓவியத்தின் பின்னமைப்பு (background) நேர்த்தியாகக் காட்டப்பட்டுள்ளது. இங்கு தூண்களையுடைய முற்றம் அமைந்துள்ளது. தூண்களுக்குப் பச்சை வண்ணமும், மனித உருவங்களுக்கு மர வண்ணமும் தீட்டப்பட்டுள்ளது. காலத்தால் பிந்தியதான (கி.பி.6-7 நூற்றாண்டுகள்) இவ்வோவியத்தில் கலை நுணுக்கத்தின் பின்னடைவு தெளிவாகத் தெரிகிறது.[16]

---

14. Debala Mitra, முன்னது, பக்.15 - 21.

15. Douglas Barrett and Basil Gray, Indian Painting, London, 1978, p.25 (Illustration)

16. Mulk Raj Anand, 1973, முன்னது, ப.42

இக்குடைவரையின் பின்சுவற்றின் மேல்தட்டில் அல்லி மலரைக் கையில் வைத்துள்ள போதிசத்துவருக்கு இடதுபுறம் ஒரு தம்பதியர் ஓவியம் உள்ளது. அவர்கள் ஒரு அறைக்குள் அல்லது மண்டபத்தில் உள்ளனர். அவர்களுக்கு வெளியே அவர்களிடமிருந்து ஏதோ உதவி எதிர்பார்த்து நான்குபேர் நின்றுகொண்டிருக்கின்றனர். இதற்கு இடதுபுறத்தில் உள்ள ஒரு மண்டபத்தில் துறவியின் ஆடை அணிந்த இளமையான ஒருவர் கையில் ஒரு பாத்திரத்துடன் நிற்கின்றார். அவருக்கு நான்கு பெண்கள் மரியாதை செய்கின்றனர். இக்காட்சிக்கு இடதுபுறத்தில் ஒரு அரசன் அரியணையில் அமர்ந்துள்ளான்.

பின் சுவரில் அதிகமான ஆபரணங்களால் அலங்கரிக்கப்பட்ட போதிசத்துவரின் ஓவியம் காணப்படுகிறது. அவருக்கு வலது புறம் சம்பெய்ய ஜாதகம் தீட்டப்பட்டுள்ளது. தனது ஆசைகளை நிறைவேற்றுவதற்காக போதிசத்துவர் சம்பெய்யன் என்னும் நாக அரசனாகப் பிறவி எடுக்கிறார். தான் இவ்விதம் ஊர்வனவாகப் பிறந்து விட்டோம் என்று வருத்தத்துடன், மனித உலகிற்குச் சென்று தவமிருக்கலானார். அவர் ஒரு எறும்புப் புற்றில் தங்கினார். அவரை தனது மகுடியின் மூலம் நடனமாடவைத்த பாட்டியைத் தன்னைப் பிடித்துச் செல்ல அனுமதித்தார். ஒருநாள் வாரணாசி அரசன் முன்பு நடனமாடிய பொழுது, சம்பெய்யனின் மனைவி நாகி சுமனாவின் வேண்டுகோளின்படி சுதந்திரமாக விடப்பட்டார். இதற்கு நன்றிக் கடனாக சம்பெய்யன் அவ்வரசனை நாகலோகத்திற்கு அழைத்துச் சென்று ஏழு நாட்கள் ஆராதித்தார். ஏராளமான பொருட்களைக் கொடுத்து மீண்டும் அவனது நாட்டிற்கு அனுப்பி வைத்ததும் தீட்டப்பட்டுள்ளது. இங்கு ஓவியத்தில் மேல்தட்டில் இடது பக்கம், வருத்தத்துடன் காணப்படும் சம்பெய்யனின் உருவம் காணப்படுகிறது. இதற்கு வலது பக்கம் வாரணாசி அரண்மனைக் காட்சியும், சுமனா அரசரிடம் முறையிடும் காட்சியும் உள்ளன. அரசருக்கு வலது பக்கம் பாம்பாட்டி காட்டப்பட்டுள்ளான். அதற்கு அடுத்தபடியாக நாக அரசனும், வாரணாசி அரசனும் பெண்கள் சூழ அமர்ந்துள்ளனர். இதனைத் தொடர்ந்து நாக அரசன் சம்பெய்யனின் அரண்மனை வாயிலில் இரண்டு அரசர்களும் யானையிலிருந்து இறங்குகின்றனர்.

முதலாவது குடைவரையின் பிரதானவாயிலின் முன்சுவரில் தீட்டப்பட்டுள்ள அரசவை தொடர்பான ஓவியம் எந்தக் கருத்தைக்

கூறுகிறது என்பதில் அறிஞர்களிடையே கருத்து வேறுபாடு காணப்படுகிறது. இதில் ஒரு அரசன் தன் அரியணையில் மகிழ்ச்சியான உணர்வுடன் அமர்ந்துள்ளான். அவனைச் சுற்றி அதிகாரிகளும் பணியாட்களும் உள்ளனர். இதற்கு வலது பக்கத்தில் வெளிநாட்டவர்கள் பலர் நின்றுகொண்டிருக்கின்றனர். அவர்களில் சிலர் அவைக்களத்திலும், இன்னும் சிலர் வெளியிலும் உள்ளனர். அவர்கள் தொப்பி அணிந்துள்ளனர். சிலர் தாடி வைத்துள்ளனர். அரியணைக்கு அருகில் மூன்று பேர் பரிசுப் பொருட்களுடன் அரசனைக் காண்கின்றனர். அதில் ஒருவர் முத்துப்பதக்கம் ஒன்றைக் கொடுக்கிறார். இரண்டாமவர் ஒரு பணப்பை தருகிறார். மூன்றாமவர் கையில் ஆபரணங்கள் நிறைந்த தட்டு ஒன்றுள்ளது. இதில் காட்டப்பட்டுள்ள அரசன் சாளுக்கிய மன்னன் இரண்டாம் புலிகேசி என்றும், அவன் பெர்சியாவின் சஸ்ஸானிய அரசன் இரண்டாம் குஸ்ரு (கி.பி.596-628) வின் தூதுவர்களைத் தமது அரண்மனைக்கு வரவேற்றான் என்றும் ஒரு கருத்து நிலவுகிறது.[17] இக்கருத்தினை வலியுறுத்தும் முல்க்ராஜ் ஆனந்த் இது கி.பி.630 இல் வரையப்பட்ட ஓவியம் என்றும், இக்காலத்தில் பாரசீகர்களுக்கும் சாளுக்கியர்களுக்கும் தொடர்பிருந்தது என்றும், இவ்வோவியம் கி.பி.6ஆம் நூற்றாண்டுக்குப் பின்பும் அஜந்தாவில் ஓவியக்கலை வளர்ந்துள்ளதைக் காட்டுகிறது என்றும், சமயச் சார்பற்ற ஓவியமாக இது காணப்படுகிறது என்றும், அஜந்தா ஓவியக்கலையின் இறுதிக் காலத்திலும் சிறந்ததோர் படைப்பாக இவ்வோவியம் அமைந்துள்ளது என்றும் விளக்கமளிக்கிறார். ஆனால் தபேலா மித்ரா புலிகேசியின் அரசவைக்கு பாரசீக மன்னன் தூதுவர்களை அனுப்பியதற்கான சான்றுகள் ஏதுமில்லை என்றும், எனவே இங்கு காணப்படும் அரசவைக்காட்சி புலிகேசியினுடையது என்ற கருத்து ஏற்கத்தக்கதல்ல என்றும் கூறுகிறார். அத்தோடு, அஜந்தா ஓவியங்கள் பௌத்த கலைத் தொடர்பானவை என்பதால் இது வெளிநாட்டுத் தூதுவர்களை வரவேற்கும் பேரரசர் அசோகர் மற்றும் அவரது அரசவையைக் காட்டுவதாக இருக்கலாம் என்று அவர் கருதுகிறார்.[18]

இக்குடைவரையின் கூரையில் உள்ள ஓவியங்கள் பெரும்பாலும் அலங்கார வேலைப்பாடாகவே காணப்படுகின்றன.

17. மேலது, ப.40
18. Debala Mitra, முன்னது, ப.23

இவற்றில் சிற்றுருவ ஓவியங்கள் அதிகமாகக் காணப்படுகின்றன. பூச்செடிகள், செடிகொடிகள், விலங்குகள் போன்றவை முக்கிய இடம் பெற்றுள்ளன. ஒரு சில இடங்களில் மது அருந்தும் காட்சியும், கேளிக்கைக் காட்சியும் காணப்படுகின்றன. ஒரு யானை தனது துதிக்கையில் தாமரை மலர் ஒன்றினை வைத்துள்ளது. யானையைச் சுற்றியும் ஏராளமான மலர்க்கொடிகள் உள்ளன. போதிசத்துவர் தான் சித்தார்த்தராகப் பிறப்பதற்கு முன்பு வெள்ளை யானை வடிவில் துதிக்கையில் மலர் ஏந்தி மாயாதேவியின் உடலில் புகுந்ததாக சிற்பக்கலை வரலாற்றில் முன்னமே கண்டோம். அக்காட்சியின் ஒரு பகுதியையே இந்தயானை நினைவுபடுத்துகிறது. மற்றொரு இடத்தில் தங்க வாத்துக்கள் வரிசையாகச் செல்வது போல் ஓவியம் தீட்டப்பட்டுள்ளது. இது புத்தரின் முன்பிறவிகளில் ஒன்றைக் காட்டுவதாக அமைந்துள்ளது. பிறிதொரு காட்சியில் காளைச்சண்டை இடம்பெற்றுள்ளது. இதில் காளைகளின் உருவங்களும், அவை சண்டையிடும் பாங்கும் அழகாகத் தீட்டப் பட்டிருந்த போதும் ஒரு காளையின் தலை மட்டுமே தெரிகிறது. அது மற்றொன்றின் தலையை மறைத்துள்ளது. இது ஒரு வேளை அஜந்தாவில் அலங்காரக்கலையின் தொடக்க காலத்தைச் சேர்ந்த ஓவியர்களால் தீட்டப் பட்டிருக்கக்கூடும்.[19] இந்தக் காளைகளில் வலது பக்கம் உள்ள காளையின் உடலைக்காட்டும் போது இரண்டு கோடுகள் போடப் பட்டிருப்பது அக்காளை பலமுள்ளதாக, வீரியம் கொண்டதாக விளங்கியுள்ளது என்பதை வெளிப்படுத்து வதற்காகவே என்று கருதப்படுகிறது.

அஜந்தாவின் இரண்டாவது குடைவரையில் சிதைந்துபோன ஓவியங்கள் சில காணப்படுகின்றன. அவை கி.பி.ஆறாம் நூற்றாண்டைச் சேர்ந்தவை. இவை அனைத்தும் மைய மண்டபத்தின் கூரையிலும் இடை மண்டபம், முற்றம் ஆகியவற்றிலும் வரையப்பட்டுள்ளன. கூரையில் உள்ள ஓவியங்களில் பறவைகள், பூக்கள், பழவகைகள், கேளிக்கைச் சித்திரங்கள், போன்றவை காணப்படுகின்றன. இவ்வோவியங்கள் அஜந்தாவில் உள்ள சிறந்த படைப்புகளில் ஒன்றாகும். இங்கு இருபத்தி மூன்று வாத்துக்கள் வரிசையாக ஊர்வலம் போகும் காட்சி அற்புதமாகத் தீட்டப்பட்டிருப்பது அனைவரையும் கவருவதாக அமைந்துள்ளது.

---

19. Mulk Raj Anand, 1973, முன்னது, ப.38

பக்கச்சுவர்களிலும், உள் மண்டபத்திலும் உள்ள ஓவியங்களில் புத்தரின் பல்வேறு அமைப்பிலான உருவங்கள் தீட்டப்பட்டுள்ளன. இது மத்திய ஆசியாவில் துன்குவாங்கில் உள்ள ஆயிரம் புத்தர்களின் குடைவரையை நினைவுபடுத்துவதாக உள்ளது. மையமண்டபத்தின் பின்சுவரில் ஒன்றும், கருவறையின் முன் சுவரில் இரண்டுமாக மொத்தம் மூன்று பெரிய அளவிலான போதிசத்துவர் உருவங்கள் வரையப்பட்டுள்ளன. இவற்றில் வாயிலுக்கு இடதுபக்கம் உள்ளது பலரும் கருதுவது போல் மைத்திரேயர் உருவம் அல்ல. அது சிங்கம், யானை, தீ, பாம்பு, திருடன், நீர் போன்றவற்றால் பயமுறுத்தப்பட்டுக் கொண்டிருக்கும் மனித இனத்தைக் காக்கும் பணியை மேற்கொண்டுள்ள அவலோகிதேசுவரர் உருவமாகும்.[20]

புத்தரின் வாழ்க்கை நிகழ்வுகளும் இந்தக் குடைவரையில் ஓவியமாகத் தீட்டப்பட்டுள்ளன. புத்தரின் சொந்தஊர் பற்றிய காட்சி மையமண்டபத்தின் இடதுசுவரில் வரையப்பட்டுள்ளது. அதற்குக் கீழே மாயாதேவியின் படுக்கை அறை உள்ளது. யானை அவள் உடலில் செல்வது, போதிசத்துவர் துசிதா சொர்க்கத்திலிருந்து இறங்கிவருவது போன்ற காட்சிகள் அழிந்தநிலையில் காணப்படுகின்றன. இதற்குச் சற்றுமேலே மாயாதேவி தனது கனவு பற்றி சுத்தோதனரிடம் விளக்குகிறார். ஓரிடத்தில் புத்தரின் பிறப்புக்காட்சி உள்ளது. குழந்தை சித்தார்த்தரை இந்திரன் தன் கையில் வைத்துள்ளார். மாயாதேவி மரத்தின் கிளை ஒன்றைப் பற்றிக்கொண்டு நிற்கிறார். இதற்கு வலதுபக்கம் குழந்தை பிறந்ததும் ஏழு அடி எடுத்து வைத்த காட்சி வரையப்பட்டுள்ளது. மண்டபத்தின் இடது கோடிச்சுவரில் ஹம்சஜாதகமும், வலது சுவரில் விதுரபண்டித ஜாதகமும், இதற்கு இடது பக்கம் ருரு ஜாதகமும் ஓவியங்களாகக் காட்டப்பட்டுள்ளன. விதுரபண்டித ஜாதகம், விதுர பண்டிதர் நாக பிறவியெடுத்த போதிசத்துவரை வாதத்தில் வென்று புண்ணகன் அல்லது பூர்ணன் என்னும் தளபதி நாக இளவரசி இரந்ததி என்பவளைத் திருமணம் செய்து கொள்ளும் கதையைக் கூறுகிறது. இக்கதைக்குக் கீழே ஊஞ்சலில் இரந்ததி அமர்ந்திருக்கும் காட்சி பூர்ண அவதானம் (திவ்யாவதானம்) எனப்படுகிறது. இதற்குக் கீழே புத்தருக்கு முன்பாக பூர்ணன் நின்றுகொண்டிருப்பது அவனது மனமாற்றத்தைக்

20. Debala Mitra, முன்னது, ப.27

காட்டுவதாக அமைந்துள்ளது. இதற்கும் சற்று மேலே பூர்ணனால் அமைக்கப்பட்ட சந்தனத்தாலான மடாலயம் காட்டப்பட்டுள்ளது. இந்த மடாலயத்தை புத்தர் பார்வையிட்டார் என்று நம்பப்பட்டு வருகிறது.

ஆறாவது குடைவரையில் ஒரு துறவியின் உருவம் வரையப் பட்டுள்ளது. துறவி முட்டிக்கால் போட்டு அமர்ந்து பிரார்த்தனை செய்கிறார். அவரது இடது கையில் மூன்று தாமரைகள் வைத்துக் கொண்டுள்ளார். அவரது வலது கையில் ஒரு வாசனைத் திரவியப் பெட்டி உள்ளது. அவரது கண்கள் பாதி மூடிய நிலையில் உள்ளன. இந்த ஓவியம் தரண கீர்த்தனன் என்ற துறவியால் கொடையளிக்கப்பட்டதென அங்குள்ள எழுத்துக்கள் தெரிவிக்கின்றன. பதினோராவது குடைவரையில் முதல் குடைவரை போன்று இயற்கைக் காட்சிகளும், போதிசத்துவர் உருவங்களும் வரையப்பட்டுள்ளன.

பதினாறாவது குடைவரையில் இருந்த பல ஓவியங்கள் அழிந்துவிட்டன. அவற்றில் எஞ்சியுள்ளவற்றில் குறிப்பிடத்தக்கது மைய மண்டபத்தின் இடது சுவரில் உள்ள முன் அரைத்தூணில் வரையப் பட்டிருக்கும் ஓவியமாகும். இதில் ஒரு அழகிய அரசி ஒரு பணியாள் வைத்துள்ள கிரீடத்தைப் பார்த்ததும் வருந்தும் காட்சி இடம்பெற்றுள்ளது. இவ்வரசி நந்தரின் மனைவியான சுந்தரியாக இருக்கலாம் என்று கருதப்படுகிறது. புத்தர் கபிலவஸ்துவுக்கு முதன்முதலில் சென்றபோது அவரது ஒன்றுவிட்ட சகோதரர் நந்தரின் வீட்டுக்கு உணவு எடுக்கச் சென்றார். அப்போது நந்தர் குளித்துக் கொண்டிருக்கும் தம் மனைவிக்கு உதவி செய்து கொண்டிருந்தார். பின்பு அவர் புத்தரைப் பார்க்க வந்தபோது புத்தர் அவரிடம் தான் கொண்டு வந்த பிச்சை பாத்திரத்தைக் கொடுத்துவிட்டு அவரை மடாலயத்துக்குக் கூட்டிச் சென்று துறவு மேற்கொள்ளும்படி கூறினார். உலக சிற்றின்ப வாழ்க்கையிலிருந்து வெளிவர விரும்பாத நந்தரை புத்தர் விண்ணுலகிற்கு அழைத்துச் சென்று அங்குள்ள அழகிய பெண்களைக் காட்டினார். திரும்பி வரும் போது நந்தர் மனம் மாறி துறவு மேற்கொள்ள முடிவு செய்தார். இங்கு ஓவியம் பெரிதும் அழிந்திருக்கின்ற போதும் நந்தரின் தலை மொட்டையடிக்கப்படுவது,

கட்டாயத்தின் பேரில் துறவு மேற்கொள்ளுவதால் வருந்தும் நந்தரின் உருவம், புத்தருடன் காற்றில் பயணம் செய்வது போன்றவை தெளிவாகக் காணப்படுகின்றன. இக்காட்சிக்கு அடுத்தபடியாக இரண்டு வரிசைகளில் புத்தர் அமர்ந்துள்ளது போன்ற ஓவியங்கள் தீட்டப்பட்டுள்ளன. இவை காலத்தால் சற்றுப் பிந்தியவை எனக் கருதப்படுகிறது. இதற்கு அப்பால் புத்தர் சிம்மாசனம் ஒன்றில் அமர்ந்து போதனை செய்கிறார். அவரது தலைக்கு மேலே பறக்கும் பெண் வித்யாதரர்களின் உருவங்கள் மிக நேர்த்தியாக வரையப்பட்டுள்ளன.

கருவறையின் இடது பக்கத்தில் உள்ள பின்சுவரில், இரண்டு வாயில்களுக்கு இடையில், சிராவஸ்தி அற்புதக் காட்சி காணப்படுகிறது. இதற்கடுத்ததாக யானைகளின் நகர்வலம் அமைந்துள்ளது. கருவறையின் வலது பக்கத்தில் உள்ள பின்சுவரில் புத்தரின் போதனைக் காட்சி உள்ளது. வலது பக்கச் சுவரில் புத்தரின் வாழ்வு நிகழ்ச்சிகள் காட்டப்பட்டுள்ளன. இதில் ஓவியங்களின் பல பகுதிகள் அழிந்த நிலையிலும், புத்தருக்கு சுஜாதா பாயசம் வழங்குதல், திரபுஸம் மற்றும் பள்ளிகம், இராஜகிருக நகரத்தின் தெருக்களில் புத்தர் பிச்சை பாத்திரத்துடன் நின்றிருத்தல், பிம்பிசாரரின் வருகை, உழவுத் திருவிழாவின் போது சித்தார்த்தரின் முதல் தியானம், அசிதா முனிவரின் வருகை, அவரது பள்ளி வாழ்க்கை, அவர் வில் வித்தை கற்றுக் கொள்ளுதல் போன்ற காட்சிகளை இங்கே காணமுடிகிறது. இக்காட்சிக்கு வலது கோடியில் மாயாதேவி துயில் கொள்ளும் காட்சி இடம்பெற்றுள்ளது. இதன் இடது பக்கத்தில் ஒரு மண்டபம் உள்ளது. அதில் மாயாதேவி சுத்தோதனருக்குத் தன் கனவு பற்றி விளக்குகிறார். இங்கு மண்டபம் முப்பரிமான அமைப்பில் காட்டப்பட்டிருப்பது இயற்கையாக உள்ளது. அசிதா முனிவரின் வருகைக் காட்சியில் அசிதா குழந்தை சித்தார்த்தரைக் கையில் ஏந்தி பின்னாளில் அவர் சிறந்த மகானாக வருவார் என்பதை அங்கீகரித்தது போன்று காட்டப்பட்டிருக்கிறது. சித்தார்த்தர் பள்ளியில் இருக்கும் ஓவியத்தில் அவரது வகுப்பறையும், ஆசிரியரும், மூன்று சக மாணவர்களும் இருக்கின்றனர். சித்தார்த்தரின் தலைமூடி பாதி மொட்டை அடிக்கப்பட்டுள்ளது. அவரது ஆடையமைப்பு பாரசீக முறையை நினைவூட்டுகிறது. இதற்குக் கீழே, நான்கு மாணவர்கள் நின்றிருக்கின்றனர். அதில் ஒருவர் (சித்தார்த்தர்) வில்லில் நாண் ஏற்றுகிறார்.[21] இந்த ஓவியத்தில் பள்ளிக்காட்சி வரையப்பட்டிருப்பது

21. Edith Tomory, முன்னது, ப.239

போன்றே காந்தாரச் சிற்பம் ஒன்றில் (கி.பி.2-4 நூற்றாண்டுகள்) சித்தார்த்தர் மாட்டுவண்டியில் பள்ளிக்கு அழைத்துச் செல்லப்படும் காட்சி ஒன்று இடம்பெற்றுள்ளது. இதில் சித்தார்த்தர் வண்டியில் அமர்ந்துள்ளார். அவரது தலைக்குப் பின்னால் பிரபை உள்ளது. அவருடன் செல்லும் பணியாட்கள் அல்லது சக மாணவர்களில் ஒருவன் மைகுடுவையையும், மற்றொருவன் எழுதுகோலையும் க்கைகளில் வைத்துள்ளனர். இச்சிற்பம் தற்போது இலண்டன் விக்டோரியா ஆல்பர்ட் அருங்காட்சியகத்தில் வைக்கப்பட்டுள்ளது.[21அ]

இக்குடைவரையில் உள்ள ஜாதகக் கதை கூறும் ஓவியத் தொகுதிகளில் இரண்டு தெளிவாகத் தெரிகின்றது. அவற்றில் ஒன்று ஹஸ்தி ஜாதகமும், மற்றொன்று மகா உம்மக்க ஜாதகமும் ஆகும். ஹஸ்தி ஜாதகத்தில் போதிசத்துவர் யானையாகப் பிறந்து பசியால் வாடும் பயணிகளுக்கு உணவாகும் வகையில் தானே தன்னை மாய்த்துக் கொள்ளுகிறார். இங்கே ஓவியத்தில் பயணிகள் யானையின் மாமிசத்தை வைத்து விருந்துண்ணும் காட்சி தெரிகிறது. இரண்டாவது ஜாதகத்தில் மனித சக்திக்கு மீறிய குழந்தையான மகோசதன் சர்ச்சைகளுக்கு முடிவு கூறும் வகையில் அமைந்துள்ள காட்சி காட்டப்பட்டிருக்கிறது. ஓவியத்தொகுதியின் மேல் பகுதியில் மகாசதனின் குளம் காணப்படுகிறது. அங்கு அவன் நான்கு பேருடன் பேசிக் கொண்டிருக்கின்றான். அதற்குக் கீழே ஒரு குழந்தையின் தாய் யார் என்பதில் ஏற்பட்ட சிக்கலுக்கு முடிவு கூறும்படி அவன் அழைக்கப்படுகிறான். அவன் அந்தக் குழந்தையைத் தன்னை நோக்கித் தள்ளி விடும்படி சொல்கிறான். குழந்தைக்காக சண்டையிடும் இரு பெண்களில் ஒருத்தி குழந்தைக்கு வலி ஏற்படும் என்று பயந்து அவ்வாறு செய்ய மறுக்கிறாள். இதன் மூலம் உண்மையான தாய் யாரென்பது கண்டுபிடிக்கப்படுகிறது.[22] இந்த ஓவியத்திற்கும் கீழே இருவர் ஒரு தேரை தனக்கே சொந்தம் என்று வாதிட மகோசதன் ஒரு சிறு சோதனையின்

21அ. Francis Watson, India- A concise History, New York, 1999, p.40, Illustration 39.

22. இக்கதை வேறுவிதமாகவும் சொல்லப்பட்டது. நீதி வழங்க வேண்டியவர், குழந்தையை இரண்டாக வெட்டி இருவருக்கும் பங்கிடுவதாகக் கூறியதும் உண்மையான தாய் பதறிப் போவதைக் கண்டு தீர்ப்பு சொன்னதாகவும் ஒரு கதை உண்டு.

மூலம் நியாயமான தீர்ப்பு சொன்ன கதை இடம்பெற்றுள்ளது. இதற்குப் பக்கத்தில் ஒருவருக்குச் சொந்தமான நூல் பந்து ஒன்றினைத் திருடிய மற்றொரு பெண்ணைக் கண்டுபிடித்த கதையும் உள்ளது.[23]

இக்குடைவரையில் வரையப்பட்டுள்ள மற்றொரு ஓவியம் சுதசோமா ஜாதகக் கதையாகும். ஜாதக மாலையில் கூறப்பட்டுள்ளபடி, சுதசன் என்னும் இளவரசன் காட்டுக்கு வேட்டையாடச் செல்கின்றான். அங்கு அவன் அயர்ந்து தூங்கிக்கொண்டிருக்கும் போது வந்த பெண் சிங்கம் ஒன்று அவனது அளவற்ற அழகில் மயங்கி அவனது பாதங்களை நக்குகிறது. இதனால் அது ஒரு குழந்தையைப் பெற்றெடுக்கிறது. அக்குழந்தை பின்னாளில் இளவரசன் சுதசோமன் ஆகிறான். இங்கு ஓவியத்தில் பெண்சிங்கம் சுதசனின் பாதங்களை நக்கிக்கொண்டிருக்கும் காட்சி தெளிவாகத் தெரிகிறது. ஏனையவை அழிந்துபோயுள்ளன. ஒரு ஓவியத்தில் ஒரு இளவரசி இறந்துகொண்டிருக்கும் காட்சி காணப்படுகிறது. இக்கதை வேறு விதமாகவும் சொல்லப்பட்டது. நீதி வழங்க வேண்டியவர் குழந்தையை இரண்டாக வெட்டி இருவருக்கும் பங்கிடுவதாகக் கூறியதும் உண்மையான தாய் பதறிப்போவதைக் கண்டு தீர்ப்பு சொன்னதாகவும் ஒரு கதை உண்டு. வாழ்க்கையின் ஒரு காலகட்டத்தில் கவலையை எப்படி உணர்த்துவது என்பதற்கு இவ்வோவியக்காட்சி எடுத்துக்காட்டாகும். தனது கணவன் வெளியேறி விட்டதால் இவ்வரசி சோகத்துடன் உள்ளாள். இங்கு காளிதாசரின் சிறந்த இலக்கியவரிகள் கட்புலக்காட்சியாகக் (visual) காட்டப்பட்டுள்ளன. சோகம் பற்றிக்கொண்டது, இன்பம் தொடர்ந்து நீடிக்கவில்லை, இறப்பு தவிர்க்க முடியாதது போன்ற கருத்தமைவுகள் இதன் மூலம் வெளிப்படுத்தப்பட்டுள்ளன.[24]

பதினேழாவது குடைவரையில் ஏராளமான ஓவியங்கள் வரையப்பட்டுள்ளன. அவற்றில் பெரும்பான்மையானவை நல்ல நிலையில் பாதுகாக்கப்பட்டுள்ளன. நுழைவாயிலின் மேலுள்ள ஓவியம் ஏழு மானுசி புத்தர் உருவங்களையும், பின்னால் வரப்போகும் புத்தரான மைத்ரேயர் உருவத்தையும் கொண்டுள்ளது. அவர்கள் அனைவரும் தங்களது போதி மரத்தடியில் அமர்ந்துள்ளனர். அவர்களுக்குக் கீழ்

---

23. C. Sivaramamurti, முன்னது, பக்.41 - 42.
24. Mulk Raj Anand, 1989, முன்னது, ப.21.

எட்டுத் தம்பதியர்கள் தீட்டப்பட்டுள்ளனர். நுழைவாயிலின் இடதுபக்கம், பின்சுவரில், கின்னரர்களும், பிறரும் இசைக்க, பெண்கள் நாட்டியமாட கடவுள்களின் தலைவராக பௌத்தர்களால் கருதப்பட்ட புத்தர் மேகக் கூட்டங்களுக்கிடையே பறந்து செல்லும் காட்சி ஓவியமாக்கப்பட்டுள்ளது. தூண்களுடைய ஒரு சிறு முற்றத்தில் அரசகுடும்பத்தைச் சேர்ந்த தம்பதியர் வரையப்பட்டிருக்கின்றனர். இதில் அரசன் தன் மனைவிக்கு மதுவைக் கொடுக்கிறான். அடுத்த காட்சியில் அவர்கள் வருத்தமான உணர்வுடன் நகரவாயிலை நோக்கிச் செல்கின்றனர். வாயிலுக்கு வெளியே ஒரு இளவரசன் ஏழைகளுக்கு உணவு வழங்குகிறான். இதில் காட்டப்பட்டுள்ள பிச்சைக்காரர்களின் உருவங்கள், முனிவர்கள், துறவிகள் ஆகியோரின் உருவங்கள் என பல்வேறுவகை ஓவியங்கள் அக்கால சமுதாய வாழ்க்கை முறையைப் பற்றி ஆராய்வோருக்கு ஏற்புடைய சான்றாக அமையும் என்பதில் வியப்பில்லை. இந்தக் காட்சிகள் வசந்தரா ஜாதகத்தை நினைவூட்டுவனவாக அமைந்துள்ளன. வசந்தரா ஜாதகத்தில் தான் வெளியேறப்போவதை வசந்தரன் தன் மனைவிக்கு அறிவிக்கின்றான். அதன்பின்பு ஏழு ஊர்கள் தானம் செய்கிறான். இங்கு தாழ்வாரத்தின் இடது பக்கம் உள்ள ஓவியம் முக்கியத்துவம் வாய்ந்ததாகக் கருதப்படுகிறது. இங்குள்ள சிதைந்த நிலையில் உள்ள பிரமாண்டமான சக்கரத்தைப் பச்சை வண்ணத்தில் உள்ள இரண்டு கைகள் தாங்கிக் கொண்டுள்ளன. இது வாழ்வின் சக்கரம் (Wheel of life) எனப்படுகிறது. திபெத்திய தத்துவத்தில் இந்த சக்கரம் பௌத்தக் கோட்பாடான காரணகாரியத் தொடர்பினைக் (causation) குறிப்பதாகும்.[25] இவ்வோவியத்துக்கு சற்றுக் கீழே பச்சை வண்ணத்தில் மணிபத்ரனின் உருவம் உள்ளது. அதில் அவனது பெயரும் எழுதப்பட்டுள்ளது. இதற்கு வலது பக்கம் எட்டுத் துன்பங்களிலிருந்து மக்களைக் காக்கும் அவலோகிதேசுவரர் உருவம் காணப்படுகிறது.

இக்குடைவரையின் வாயிலின் வலதுபக்கம் விண்ணுலக மங்கையர்களின் உருவங்கள் வரையப்பட்டுள்ளன. இவை ஓவியனின் திறனை வெளிப்படுத்துவதாக அமைந்துள்ளன. இம்மங்கையரின் தலையில் தலைப்பாகை போன்ற அலங்காரம் காணப்படுகிறது.

---

25. Debala Mitra, முன்னது, ப.53

இதற்கும் வலது பக்கத்தில் நளகிரி என்னும் யானையை அடக்கும் காட்சி காணப்படுகிறது. இக்காட்சி சிற்பங்களிலும் அதிகமாக செதுக்கப்பட்டிருப்பது பற்றி முந்திய இயலில் கண்டோம். புத்தரின் உறவினனான தேவதத்தன் பொறாமை கொண்டவனாயிருந்தான். அஜாதசத்துரு என்ற அரசனுடன் சேர்ந்து கொண்டு புத்தரைக் கொல்வதற்குப் பல திட்டங்களைத் தீட்டினான். மதம் பிடித்த யானை ஒன்றை ராஜகிருகத் தெருக்களில் ஏவிவிட்டான். நளகிரி என்னும் அந்த யானை புத்தரைப் பார்த்ததும் அவரது காலில் விழுந்து வணங்கியது. புத்தர் மிகுந்த கருணையோடு அதன் தலையில் கைவைத்து ஆசிர்வதித்தார். இக்காட்சியைக் காட்டும் இந்த ஓவியத்தில் அஜாதசத்துருவின் அரண்மனையும், அங்கே தேவதத்தனும், அஜாதசத்துருவும் பேசிக்கொண்டு திட்டம் தீட்டுவதும், கடைகளைக் கொண்ட ராஜதெருக்களும், மதம் பிடித்த யானை மக்களுக்கு பீதி உண்டாக்குதலும், இறுதியில் புத்தரின் பாதங்களில் சரணடைதலும் அழகாக வரையப்பட்டுள்ளன.

தாழ்வாரத்தின் வலது சுவரில் புத்தரின் போதனைக் காட்சி இடம்பெற்றுள்ளது. தாழ்வாரத்தின் கூரையில் ஏராளமான அலங்கார வேலைப்பாடுகளைக் காட்டும் ஓவியங்கள் தீட்டப்பட்டுள்ளன. இதன் மத்தியில் ஆறுபேர் கொண்ட ஒரு குழுவின் ஓவியம் காணப்படுகிறது. அவர்களின் கைகளின் அமைப்பு நேர்த்தியாக அமைந்துள்ளது. அவர்கள் ஒவ்வொருவரும் ஒரு கை மட்டுமே கொண்டிருந்தாலும் இரண்டு கைகள் உடையவர்கள் போன்ற தோற்றம் காட்டப்பட்டுள்ளது. மைய மண்டபத்தின் சுவர்களில் வெவ்வேறு ஜாதகக் கதைகள் இடம்பெற்றுள்ளன. பிரதான வாயிலுக்கு இடதுபுறம் உள்ள முன்சுவரிலிருந்து அவை தொடங்குகின்றன. முதலாவதாக சத்தந்த ஜாதகம் காணப்படுகிறது. இதில் பத்தாவது குடைவரையில் உள்ளது போன்றே கதையானது காலக்கிரமப்படி அமைக்கப்படவில்லை. இருப்பினும் கதையைத் தெரிந்துகொள்ளும் அளவுக்குத் தெளிவாக வரையப்பட்டுள்ளது. இங்கு கீழ்ப்பகுதியில் சத்தந்தன் என்னும் யானை அரசன், தாமரைக் குளத்தில் தனது உற்றாருடன் இருக்கும் காட்சி உள்ளது. இதற்கு வலது பக்கம் வேட்டையாடும் தம்பதியர் ஒரு பாறையில் நின்றுகொண்டு யானைக் கூட்டத்தைப் பார்வையிடுகின்றனர். ஓவியத்தின் உச்சியில் சோனுத்தரன்

என்னும் வேட்டுவன் யானையை நோக்கி அம்பு எய்கிறான். இதற்கடுத்து அவன் யானையை வணங்கிவிட்டுத் தலைநகர் செல்கிறான். இதற்கு வலது பக்கத்தில் யானையின் கொம்புகளைப் பார்த்த அரசி மயங்கி விழுந்து இறந்து போகிறாள்.[26]

இதற்கு அடுத்த காட்சி மகாகபி ஜாதகம் 1 ஆகும். இது முன்னமே சிற்பக்கலை வரலாற்றில் பார்த்தது போல் குரங்குகள் ஆற்றைக் கடப்பதற்காகக் குரங்காகப் பிறவி எடுத்த போதிசத்துவர் தானே தனது உடலையே பாலமாக அமைத்துக் கொடுத்ததைக் குறிப்பிடும் கதையாகும். இந்த ஓவியத்தில் அதிகமான மீன்களும், பாசிப்பறவைகளும் நிறைந்துள்ள ஆறு காட்டப்பட்டுள்ளது. சில மனிதர்கள் ஆற்றில் குளித்துக்கொண்டிருக்கின்றனர். இதற்கு இடது பக்கம் ஒரு அரசன் குதிரையில் அமர்ந்துள்ளான். இவன் காசி அரசன் பிரம்மதத்தன் ஆவான். நின்று கொண்டுள்ள சில வீரர்கள் குரங்குகள் மீது அம்பெய்கின்றனர். ஓவியத்தின் உச்சியில் குரங்குகள் போதிசத்துவரின் உடல்மீது நடந்து ஆற்றைக் கடக்கின்றன. இதற்குச் சற்று மேல்புறம் போதிசத்துவர் அரசனுக்குத் தர்மத்தை உபதேசிக்கின்றார்.[27] இதற்கடுத்து ஹஸ்தி ஜாதகம் இடம் பெற்றுள்ளது. இதனையொத்தது 16வது குடைவரையிலும் காணப்படுகிறது. இதற்கடுத்த காட்சி அடையாளம் காணப்பட முடியாததாக உள்ளது. இதில் இரண்டு காட்சிகள் உள்ளன. மேலே உள்ளதில் அரசவைக் காட்சியும், கீழே உள்ளதில் ஒரு அரசன் வாளுடன் நின்றுகொண்டிருப்பதும் ஓவியமாக்கப்பட்டுள்ளன.

இதற்கு அடுத்தபடியாக ஹம்ச ஜாதகம் வரையப்பட்டுள்ளது. இரண்டாவது குடைவரையிலும் இந்த ஜாதகம் ஓவியமாகத் தீட்டப்பட்டுள்ளது என முன்னமே கண்டோம். இதற்கு அடுத்தபடியாக வசந்தரா ஜாதகம் இடம்பெற்றுள்ளது. இந்தக் கதை பற்றிய ஓவியம் இரண்டு அரைத்தூண்களுக்கு இடைப்பட்ட இடது பக்க சுவர் முழுவதும் பரவியுள்ளது. வசந்தரனாகப் பிறந்த போதிசத்துவர் கருணையும், கொடைத்தன்மையும் கொண்டவன். அவனது தந்தை சஞ்சயன் என்னும் அரசனாவான். அவனது மக்கள்,

---

26. மேலது, ப.55
27. C. Sivaramamurti, முன்னது, ப.43.

வசந்தரனை வம்கா மலைக்குக் கடத்தும்படி கட்டாயப்படுத்தினர். இதற்குக் காரணம் அவன் மழையை வருவிக்கக்கூடிய சக்தி படைத்த ஒரு யானையை பஞ்சத்தால் வாடிய கலிங்கநாட்டு பிராமணர்களுக்குத் தானமாகக் கொடுத்துவிட்டான். எனவே அவன் நாடு கடத்தப்பட வேண்டும் என்று கட்டாயப்படுத்தப்பட்டான். அவன் தனது மனைவி, மகன் மற்றும் மகளுடன் ஒரு தேரில் தலைநகரை விட்டு வெளியேறினான். வழியில் குதிரைகளை விட்டுவிட்டான். பின்பு தேரை விட்டான். பின்பு கால்நடையாகச் சென்று இந்திரனால் கொடுக்கப் பட்ட தவச்சாலையில் குடும்பத்துடன் வசித்தான். தனது குழந்தைகளை ஜீஜகன் என்னும் பிராமணனுக்குக் கொடுத்தான். தனது மனைவியை பிராமணனாக வந்த இந்திரனுக்குக் கொடுத்தான். இதனைக் கண்டு வியந்த இந்திரன் அவர்கள் குடும்பத்தில் அத்தனை பேரையும் ஒன்று சேர்த்தான். இக்கதைச் செய்திகள் முழுவதும் ஓவியத்தில் காட்டப் பட்டுள்ளன. இதற்கு அடுத்தபடியாக மகாகபி ஜாதகம் வரையப் பட்டுள்ளது. இதில் குரங்காகப் பிறந்த போதிசத்துவர் நன்றிகெட்ட ஒரு மனிதனை ஆழமான பகுதியிலிருந்து மீட்கும் காட்சி வரையப் பட்டுள்ளது. அந்த மனிதன் தன்னைக் கொல்ல முயற்சி செய்தபோதும், அதனைப் பொருட்படுத்தாத குரங்கான போதிசத்துவர் அவன் காட்டைவிட்டு வெளியேறுவதற்கு வழிகாட்டினார். இங்கு ஓவியத்தில் இக்கதை சுவரின் கீழ் வலது மூலையில் இடம்பெற்றுள்ளது. இதில் அந்த மனிதன் ஒரு மரத்தின் மீது அமர்ந்துள்ளான். இதற்கு அடுத்தபடியாக குரங்கு அவனைப் பள்ளத்திலிருந்து தூக்கிவிடுகிறது. அடுத்ததாகத் தூங்கிக்கொண்டிருக்கும் குரங்கின் மீது அவன் கல்லெறிந்து கொல்ல முயல்கிறான். குரங்கு திடீரென்று குதித்துத் தப்பி விடுகிறது. இக்காட்சிக்கு மேல் பக்கத்தில் சுதசோமா ஜாதகம் வரையப்பட்டுள்ளது. இதே ஜாதகம் 16வது குடைவரையிலும் இடம் பெற்றுள்ளதை முன்பே கண்டோம்.

இடைக்கூடத்தில் வலது பக்கம் உள்ள பின்சுவரில் நான்கு ஜாதகக் கதைகள் இடம்பெற்றுள்ளன. அவற்றில் ஒன்று சுவரின் மேல் பாதிப் பகுதியை நிறைத்திருந்தது. அதில் சரபமிக ஜாதகம் ஓவியமாக்கப் பட்டிருந்தது. இதில் போதிசத்துவர் ஒரு கலைமானாகப் பிறந்து வாரணாசியின் அரசரைக் காத்த கதை தெளிவாகக் காணப்படுகிறது. கலைமானை விரட்டிச் சென்ற அவ்வரசன் ஒரு ஆழமான பள்ளத்தில்

விழுந்து விடுகிறான். அவனை அந்த மான் தூக்கிக் காப்பாற்றுகிறது. இங்கே, ஓவியத்தில், அரசனுடன் வரும் வேட்டையாடும் குழு ஓரிடத்தில் காட்டப்பட்டுள்ளது. அடுத்து மான் அரசனைக் காப்பாற்றுவதற்காக முதலில் ஒரு கல்லைத் தூக்கிப் பயிற்சி செய்யும் காட்சி இடம்பெறுகிறது; இறுதியாக அரசனையே தனது தோளில் தூக்கிக் கொண்டு வருகிறது. சரபமிக ஜாதகத்திற்கு வலது பக்கத்தில், மச்சஜாதகத்தில், போதிசத்துவர் மீனாகப் பிறந்து வறட்சிக் காலத்தில் தனது சக மீன்களைப் பறவைகளின் அழிவுச் செயலிலிருந்து காப்பதற்காக மழைக்கடவுளை வேண்டி வரவழைக்கிறார். இதில் ஒரு குளம் காட்டப்பட்டுள்ளது. போதிசத்துவர் பெரிய மீனாகவும் அவரைச் சுற்றி சிறிய மீன்களும் உள்ளன.

சரபஜாதகத்திற்குக் கீழே, மாதிபோசக ஜாதகம் வரையப் பட்டுள்ளது. போதிசத்துவர் ஒரு யானையாகப் பிறந்து ஒரு முறை ஒரு காட்டுவாசியைத் தனது முதுகில் சுமந்து வந்து காட்டின் வெளியே விட்டார். தனது அரசவை யானை இறந்தபின், வாரணாசியின் அரசன் யானையாகப் பிறந்த போதிசத்துவரை, அவரால் காப்பாற்றப்பட்ட காட்டுவாசியின் உதவியுடன் பிடித்து வந்து அரண்மனையில் வைத்திருந்தான். போதிசத்துவரோ தனது கண் தெரியாத தாய் யானையை நினைத்துக் கொண்டிருந்த காரணத்தால் உணவு அருந்த மறுத்தார். நிலைமையை அறிந்த அரசன் யானையை விடுவித்தான். இவ்வோவியத் தொகுதியில் உச்சியில், வலதுபக்கத்தில், யானை உணவு உட்கொள்ள மறுக்கும் காட்சி இடம்பெற்றுள்ளது. கீழ்ப் பகுதியில் இடது பக்க மூலையில், அரச பரிவாரங்களால் யானை அழைத்துச் செல்லப்படுகிறது. விடுவிக்கப்பட்டதை அறிந்த யானை மகிழ்கிறது. இறுதியாக தனது பெற்றோர்களை சந்தோசமாகக் குளிப்பாட்டிக் கொண்டிருக்கிறது. இதனைத் தொடர்ந்து கதவுக்கருகில் இக்கதையை ஒத்த சியாமா ஜாதகம் வரையப்பட்டுள்ளது. கருவறையின் இடது பக்கம் உள்ள வலது சுவரில் மகிச ஜாதகம் தீட்டப்பட்டுள்ளது. இதில் போதிசத்துவர் ஒரு எருமையாகப் பிறவி எடுத்து ஒரு மரத்தடியில் ஓய்வெடுத்துக்கொண்டிருந்தார். ஒரு குரங்கு அவருக்கு அடிக்கடித் துன்பம் கொடுத்துக்கொண்டிருந்தது. ஒரு முறை, மற்றொரு எருமை அம்மரத்தடியில் நின்றிருந்தபோது அந்தக் குரங்கு எப்பொழுதும் போல அந்த எருமையைச் சீண்டியது. உடனே குரங்கு இறக்கும் அளவுக்குத்

தூக்கி எறியப்பட்டது. இங்கு ஓவியத்தின் கீழ்ப்பகுதியில் குரங்கு போதிசத்துவரின் கண்களில் கை வைத்திருக்கும் காட்சியும், அதற்கு மேலே கோபமான எருமையைப் பயத்துடன் பார்த்துக் கொண்டிருக்கும் குரங்கும் காட்டப்பட்டுள்ளன.

வலது சுவரில், இரண்டு அரைத்தூண்களுக்கும் (pilasters) இடைப்பட்ட பகுதியில் திவ்யாவதானத்தில் (divyavadana) சொல்லப் பட்டுள்ள சிம்மலனின் இலங்கைப் படையெடுப்பு பற்றிய கதை வரையப்பட்டுள்ளது. இதற்குத் துணையாக வலஹஸ்ஸ ஜாதகமும் இடம்பெற்றிருக்கிறது. ஓவியத்தில், சிம்மலன் பயணம் செய்யும் போது கப்பல் கவிழும் காட்சி காட்டப்பட்டுள்ளது. ஏராளமான வணிகர் உள்ளனர். அடுத்ததாக வணிகர்கள் கரை ஏறுகின்றனர். அப்பகுதி இராச்சசிகளின் தீவு எனப்பட்டது. இராச்சசிகள் அழகான பெண் உருவம் எடுத்து அவர்களை மயக்கினர். வரப்போகும் ஆபத்தை சிம்மலன் உணர்ந்தான். குதிரையாகப் பிறந்த போதிசத்துவர் சிம்மலனையும், அவனது நண்பர்களில் சிலரையும் தமது முதுகில் ஏற்றிக்கொண்டு வெளியேறினார். வாயிலுக்கு வந்ததும் சிம்மலன் நன்றிப் பெருக்குடன் குதிரை முன்பு முட்டிபோட்டு நின்றான். இராச்சசிகளின் பிடியிலிருந்து விலகமுடியாதிருந்த வணிகர்களில் சிலர் துயருற்றனர். இங்கு இராச்சசிகளின் சுயரூபம் காட்டப்பட்டுள்ளது. ஒரு இராச்சசி சிம்மலனின் அரண்மனைக்குச் சென்று அவன் தனது கணவன் என்றும் தன் கையில் உள்ள குழந்தைக்கு அவனே தந்தை என்றும் உரிமை கொண்டாடினாள். இதைக் கண்டு அரசனே அவளை மணக்க முன்வந்தான். இதைத் தடுக்க அமைச்சர் முயன்று தோற்றார். இராச்சசிகள் பலர் அரண்மனையில் உள்ளவர்களைத் துன்புறுத்திக் கொன்றனர். அவர்களை விரட்ட சிம்மலன் நடத்திய போர் இதில் காட்டப்பட்டுள்ளது. சிம்மலன் அரசனாகப் பட்டம் சூட்டப்படும் காட்சியும், பக்கத்தில் குதிரையும் காணப்படுகின்றன.

இதற்கு அடுத்துள்ள அரைத்தூணில் அழகான குளியலறை ஓவியம் வரையப்பட்டுள்ளது. இதில் அரச குடும்பத்தைச் சேர்ந்த ஒரு பெண் தனது குளியலறையில் கண்ணாடி ஒன்றைப் பார்த்துக் கொண்டிருக்கிறாள். அவளுக்கு இரண்டு பக்கங்களிலும் இரண்டு பெண்கள் அழகு செய்கின்றனர். அரச குடும்பப் பெண்ணின் தலையில் நவரத்தினங்கள் பதித்த கிரீடம் உள்ளது. இவர்களுக்கு அருகில்

குள்ளமான ஒரு பெண்ணும் காணப்படுகிறாள். இதனைத் தொடர்ந்து சிவி ஜாதகம் இடம்பெற்றிருக்கிறது. இதில் சிவி என்னும் அரசன் பிராமண உருவத்தில் தன்னை நாடிவந்த இந்திரனுக்குத் (சக்ரா) தனது கண்களையே தானமாகக் கொடுத்த கதை வரையப்பட்டுள்ளது. இங்கு 'சிபிராஜா' என்ற சொல் மூன்று இடங்களில் காணப்படுகிறது. இவ்வோவியத் தொகுதியின் அடிப்பாகத்தில் சிவியின் உருவம் தீட்டப்பட்டுள்ளது. அவரைச் சுற்றி அரசவையினரும், பெண்களும் உள்ளனர். அவர் துன்பப்படுவோர் யாராயிருந்தாலும் அவர்களுக்குத் தமது உடலுறுப்புகளைத் தானமளிப்பது என்று பிரகடனம் செய்து கொள்கிறார். இடது பக்க மூலையில் பிராமணனாக வந்த இந்திரன் வரையப்பட்டுள்ளான். இதற்குச் சற்றுத்தள்ளி சிவி தனது கண்களைப் பிடுங்குவதும், அதைக் கண்ட பெண்கள் மனவருத்தமடைவதும் காணப்படுகின்றன. இதன்பின் ஒரு குளத்திற்கு அருகில் தனது கண்களைத் தானம் செய்த சிவி அமர்ந்துள்ளார்.[28]

சாளரத்திற்கு இடது பக்கம் உள்ள முன் சுவரில் ருரு ஜாதகம் வரையப்பட்டுள்ளது. இதில் முக்கிய காட்சியான போதிசத்துவர் நீரில் மூழ்கிய வணிகரின் மகனைக் காப்பாற்றியது இடம்பெறவில்லை. எனினும், அந்நிகழ்வு பற்றி அரசனிடம் முறைசெய்யும் வேடர்களின் உருவங்களும், அரசன் இதற்காகப் பரிசினை அறிவித்தலும், இவ்வறிவிப்பைப் பலருக்கும் ஒருத்தன் பறையடித்து வெளிப்படுத்தலும், அரசன் தனது பரிவாரங்களுடன் வனத்தில் நின்றிருத்தலும், அவன் குதிரையில் அமர்ந்திருத்தலும் காட்டப்பட்டுள்ளன. இதற்கு அடுத்தகட்டமாக உள்ள ஓவியத் தொகுதி அழிந்த நிலையிலிருப்பினும் அதில் வேட்டுவனால் பிடிக்கப்பட்ட மானை கரடி ஒன்று காக்கின்ற காட்சி அமைந்திருக்கிறது. இதில் கரடி மீதும் அம்பெய்யப்பட்டுள்ளது. அம்பெய்த வேட்டுவனின் இரண்டு கைகளும் கீழே விழுந்துவிட்டன. இச்சுவரின் மற்ற பகுதியில் நிக்ரோதமிக ஜாதகம் வரையப்பட்டுள்ளது. இதில் மான்களின் மாமிசத்தின் மீது ஆர்வம் கொண்டிருந்த காசியின் அரசன் மான்களைப் பிடித்துத் தனது பூங்காவில் அடைத்து வைத்துள்ளதும், தினம் ஒரு மானைக் கொன்று மாமிசம் உண்டு வந்த அந்த மன்னனுக்கு ஒரு நாள் உணவாகக் கர்ப்பமாக இருந்த மானான போதிசத்துவர் இரையாக

---

28. Debala Mitra, முன்னது, பக்.56 - 63.

இசைந்ததும் இதனால் அம்மன்னன் மனம் மாறிய கதையும் ஓவியமாகத் தீட்டப்பட்டுள்ளன. இவ்வோவியத்தில் குறிப்பிடத்தக்க காட்சிகளாவன, மானாகப் பிறந்த போதிசத்துவர் அரியணையில் அமர்ந்து கொண்டு அரச தம்பதியருக்கு உபதேசிப்பதும், ஒரு ஸ்தூபம் மற்றும் பறவைகள், விலங்குகள் ஆகியன போதிசத்துவருக்கு நன்றி தெரிவித்தலும் ஆகும்.

இக்குடைவரையின் இடைக்கூடத்தின் சுவர்களில் புத்தரின் வாழ்க்கை நிகழ்ச்சிகள் பற்றிய ஓவியங்கள் காணப்படுகின்றன. இதன் வலது சுவரில் சிராவஸ்தியின் அற்புதக் காட்சியும், மேல்சுவரில் புத்தர் தன் தாயாருக்கு அபி தர்மத்தை உபதேசித்தலும், மையச் சுவரில் விண்ணிலிருந்து சாம்காசியாவில் இறங்குதலும், அங்கு பிரம்மாவும் இந்திரனும் உடனிருத்தலும் ஓவியங்களாக வரையப்பட்டுள்ளன. இடைக்கூடத்தின் பின் சுவரில் பிச்சை பாத்திரம் ஏந்திய புத்தரும், அருகில் அவரது மனைவியும், மகன் ராகுலும் உள்ளனர். பத்தொன்பதாவது குடைவரையில் இதே காட்சி இடம்பெற்றுள்ளது. புத்தர் பாத்திரத்தை ராகுலிடம் கொடுக்கிறார். இது தவிர இக்குடைவரையில் புத்தரின் வெவ்வேறு அமைப்பிலான உருவங்கள் வரையப்பட்டுள்ளன. இதன் கூரையில் ஏராளமான இயற்கைக் காட்சிகள், குறிப்பாக பூச்செடிகள், கொடிகள், பறவைகள், விலங்குகள் போன்றவையும் தீட்டப்பட்டுள்ளன.

இருபதாவது குடைவரையில் இருந்த ஓவியங்கள் இனங்காண முடியாத அளவுக்கு சிதைவடைந்துள்ளன. இருபத்தி ஒன்றாவது குடை வரையிலும் ஓவியங்கள் அழிந்திருப்பினும் அதில் புத்தரின் முதல் போதனைக்காட்சி தெளிவாகத் தெரிகின்றது.

பாதுகாக்கப்பட்ட ஓவியங்களைக் கொண்டிருப்பதால் முகலாயருக்கு முந்திய இந்திய ஓவியக்கலை வரலாற்றில் ஒரு முக்கிய ஆவணமாகவே அஜந்தா திகழ்கிறது எனலாம். இவற்றில் உள்ள உருவ அமைப்புகள் அலங்காரத்திற்காக வரையப்படாமல் முறைப்படியான, கதைத் தொடர்புடையனவாக அமைந்துள்ளன. இக்குடைவரைகளில் அனைத்திலும் உள்ள ஓவியங்களில் ஒரே மாதிரியான கலைநுட்பம் பயன்படுத்தப்படவில்லை. பல்வேறு வகையான நுட்பங்கள் இடம் பெற்றுள்ளதால் அவை தனியாக ஆராயப்படத்தக்கவையாகும். குடைவரைகளின் சுவரில் உள்ள ஓவியங்களுக்கும், கூரையில் உள்ள

ஓவியங்களுக்கும் அதிக வேறுபாடுகள் காட்டப்பட்டுள்ளன. அவற்றின் வண்ணங்களிலும், கலை நுட்பத்திலும் அமைப்பு முறையிலும் வேறுபாடுகள் தெரிகின்றன. கூரைகளில் விலங்குகள், பூக்கள், செடி கொடிகள், பறவைகள் போன்றவை வரையப்பட்டுள்ளன. அவற்றில் வெள்ளை வண்ணமே அதிகம் காணப்படுகிறது. இது ஒருவேளை குடைவரையின் உட்பகுதியில் வெளிச்சத்தைக் கொடுப்பதற்காக அமைக்கப்பட்டிருக்க வேண்டும். சுவரில் அமைந்துள்ள ஓவியங்களின் அமைப்பைக் காணும்போது அதிலும் ஒரு குறிப்பிட்ட முறைமை பின்பற்றப்பட்டிருப்பது தெரிகிறது. புத்தரின் தனி உருவங்கள் கருவறையின் இடைக்கூடத்திற்கு அருகில் வரையப்பட்டிருக்கின்றன. ஆனால் ஜாதகக் கதைகள் மைய மண்டபத்தின் சுவர்களில் தீட்டப்பட்டுள்ளன. பதினேழாவது குடைவரையின் கருவறையின் இடைக்கூடத்தில் புத்தரின் உருவமும் பக்தர்களின் குழு ஒன்றும் வரையப்பட்டுள்ளன. இதில் தரமுறைமை சரியாகப் பின்பற்றப்பட்டிருப்பதை உணரலாம். தவிர, அஜந்தா ஓவியங்களில் நில அமைப்பு, மலைகள் போன்றவை இயல்பாக அமைந்துள்ளன.[29] தலை அலங்காரமும், ஆடையும், ஆபரணங்களும் பல வேறுபட்டவையாகக் காட்டப்பட்டுள்ளன. அவை பற்றி எம்.கே. தவலிகர் விரிவாக எழுதியுள்ளார்.

அஜந்தா ஓவியங்களில் கட்டடக்கலைக் கூறுகளும் இடம்பெற்றுள்ளன. பதினேழாவது குடைவரையில் உள்ள விஸ்வந்தர ஜாதகத்தில், மன்னன் விஸ்வந்தரன் நகரைவிட்டு வெளியேறும் காட்சி உள்ளது. இதில் சதுரமான இரண்டு பிரமாண்ட தூண்கள் உள்ளன. அவற்றில் அடித்தளத்தில் சாரநாத்தில் உள்ள தமேகா ஸ்தூபத்தில் உள்ளது போன்று பூச்சுருள் கலைக்கூறு காணப்படுகிறது. இந்த ஜாதகக் கதையில் நகர வாயில் ஒன்றும் இடம்பெற்றுள்ளது. இதே குடைவரையில் பல தளங்களைக் கொண்ட இந்திய அரண்மனை ஒன்றும் வரையப்பட்டுள்ளது. இதற்கு முன்பாக தூண்களையுடைய முற்றம் ஒன்றும் இடம்பெற்றுள்ளது. சிம்கல அவதானக் காட்சியில் பல அடுக்குகளைக் கொண்ட அரண்மனை உள்ளது. இங்கு அரண்மனையைச் சுற்றிக் கட்டப்படும் சுற்றுச்சுவர் ஒன்றும்

---

29. Susan, L. Huntington, முன்னது, பக்.258 - 259.

காணப்படுகிறது. அரசன் வெளிநாட்டுத் தூதுவர்களை வரவேற்கும் காட்சியில் அரசவை மண்டபம் எப்படி அமைக்கப்பட்டிருக்கும் என்பது உணர்த்தப்படுகிறது. முதல் குடைவரையின் ஓவியங்களில் விருந்தினர்களை வரவேற்கும் அறை வண்டிக்கூடு போன்ற கூரையுடனும், முன் நுழைவாயிலுடனும் காணப்படுகின்றது.[30]

பாலர், சேனர் காலம்

அஜந்தா ஓவியங்களுக்குப்பின்பு பௌத்தர்களின் சுவர் ஓவியங்கள் காணப்படவில்லை. பாலர்-சேனர் (கி.பி9-16 நூற்றாண்டு) காலத்தில்தான் பௌத்த ஓவியங்களைக் காணமுடிகிறது. அவை சுவர் ஓவியங்கள் அல்ல. மாறாக அவை கையெழுத்துப்படி ஓவியங்களாகும். அவை சிற்பங்களை ஒத்தனவாகவே உள்ளன. தொன்மையான பாலர் ஓவியங்கள் பனை ஓலையிலும், மரங்களிலும் வரையப்பட்டன. இவ்வோவியங்களில் நடுவில் உருவமும் இரண்டு பக்கங்களிலும் உருவமைதியைப்பற்றி விளக்கும் பௌத்த சாத்திரங்களான பிரஜ்னாபாரமிதம், கண்டவியூக சாதனமாலை ஆகியனவும் இடம்பெற்றிருந்தன. இவை சுவர் ஓவிய மரபினைப் பின்பற்றி வரையப்பட்டன. பிரஜ்னாபாரமிதத்தினைக் கொண்டுள்ள குறிப்பிடத்தக்க ஓவியம் ஒன்று மகிபாலன் என்ற அரசனின் ஆறாவது ஆண்டைச் சேர்ந்ததாகும். கி.பி.1000த்தைச் சேர்ந்த பிரஜ்னாபாரமிதத்தைத் தீட்டியுள்ள ஓவியம் ஒன்றில் புத்தரின் பரிநிர்வாணக்காட்சி இடம்பெற்றுள்ளது. அவர் படுத்திருக்கும் அலங்கார வேலைப்பாடு மிகுந்த கட்டிலின் இருமருங்கிலும் மக்கள் சோகத்துடன் வரையப்பட்டுள்ளனர். பரிநிர்வாணக் காட்சியின் இரண்டு பக்கத்திலும் பிரஜ்னாபாரமிதம் எழுதப்பட்டுள்ளது.[31] மேற்கு வங்கத்தில் புத்தரது பிறப்புக் காட்சியும், சிராவஸ்தி அற்புதக் காட்சியும் ஓவியங்களாகத் தீட்டப்பட்டுள்ளன. இப்பிரதிகள் இன்று லாஸ் ஏஞ்சல்ஸ் அருங்காட்சியகத்தில் வைக்கப்பட்டுள்ளன.

காஷ்மீரத்து ஓவியங்கள்

காஷ்மீரத்தில், பதினொன்றாம் நூற்றாண்டில், லடாக் ஒரு சிறந்த கலைமையமாகத் திகழ்ந்துள்ளது. அக்காலத்தில் திபெத்திய

30. M.K. Dhavalikar, முன்னது, பக்.7-9.
31. C. Sivaramamurti, முன்னது, pl.16, பக்.84-85.

மொழிபெயர்ப்பாளர் (திப். லோ-ஷா-ப), ரின்-சென் பிசங்-போ (958-1015), மற்றும் இந்திய பண்டிதர் தீயம்கர அதிசன் (952-1054) போன்றவர்கள் இப்பகுதியில் பௌத்த சமயத்தைப் பரப்பினர். ரின்-சென், லடாக் பகுதியில் நூற்றியெட்டு கோயில்களை நிர்மாணித்தார் என்று சொல்லப்படுகிறது. டூகாங் என்ற இடத்தில் அவர் கட்டிய கோயிலில் பௌத்த உருவமைதிகள் நேர்த்தியாக அமைந்துள்ளன. இங்குள்ள ஓவியங்கள் குறிப்பிடத்தக்க சிறப்பு வாய்ந்தவை. அதற்குக் காரணம் இங்கும் இன்னும் சில இடங்களிலும் மட்டுமே இந்திய மரபிலான மகாயான பௌத்தப் பிரிவைச் சேர்ந்த மண்டல ஓவியங்கள் பாதுகாக்கப்பட்டு வருகின்றன.[32] இவற்றில் குறிப்பிடத்தக்கது இக்கோயிலின் தெற்குச் சுவரில் அமைந்துள்ள மண்டலமாகும். இதில் சர்வவித் வைரோசனர் (உலக அறிவு) சாக்கிய முனியாகவும், மஞ்சுஸ்ரீ, பிரஜ்னாபாரமிதர் ஆகியோரும் இடம்பெற்றுள்ளனர். ஒவ்வொரு மண்டலப் பிரிவிலும் முப்பத்தி ஏழு பிரதானக் கடவுளரின் உருவங்கள் காணப்படுகின்றன.[33] மேற்குச் சுவரில் உள்ள மற்றொரு மண்டலக் காட்சியில் சர்வவித் வைரோசனர் புலித்தோலில் அமர்ந்து கொண்டிருக்கிறார். நான்கு திசைகளைக் காட்டுவதற்காக அவருக்கு நான்கு முகங்கள் கொடுக்கப்பட்டுள்ளன.[34] சும்தெஸ்க்கில் உள்ள அவலோகிதேசுவரர் உருவத்திற்கு வண்ணம் தீட்டப்பட்டுள்ளது. அதன் இருபக்கங்களிலும் உள்ள சுவர்களில் மண்டலக் காட்சியும், புத்தரின் பலவகை உருவங்களும் வரையப்பட்டுள்ளன. அவற்றின் வண்ணங்கள் டுகாங் ஓவியங்களிலிருந்து மாறுபட்டுள்ளன.

அல்ச்சி என்ற இடத்தில் உள்ள ஓவியங்களில் குறிப்பிடத்தக்கது பிரஜ்னாபாரமிதரின் ஓவியமாகும். இவர், ஒரு நூலும், ருத்ராட்சமும் கைகளில் வைத்துள்ளார். இதே பெண்ணுருவம் சம்தெஸ்க்கிலும் காணப்படுகிறது. இவர் தனது அவதாரத்தின் நான்கு பேரால் பராமரிக்கப்படுகிறார். இவருக்குக் கீழ் பக்தியுடன் ஒரு பெண்ணும், புரோகிதர் ஒருவரும் நின்றுள்ளனர். இங்குள்ள அனைவரது ஆடைகளும் ஆடம்பரம் மிக்க மற்றும் நுட்பமான வேலைப்பாடு

32. Susan, L. Huntington, முன்னது, பக்.377 - 378.
33. மேலது, pl.15
34. மேலது, pl.16

கொண்டனவாக அமைந்துள்ளன. பிரஜ்னாபாரமிதரின் உருவமைப்பானது தெற்கு ஆசிய கலையில் நிலவி வந்த கலை நுணுக்கத்துடன் ஒப்பிடத்தக்கதாகும். இவரையே சியாமதாரா (பச்சைதாரா) என்றும் அழைத்தனர். இக்கருத்துக்கு உறுதுணையாக அமைவது சம்டெஸ்க்கில் உள்ள ஓவியத்தில் காணப்படும் உருவமைதியில் பிரஜ்னாபாரமிதரின் உருவக் கூறுகளும், தாராவின் உருவக் கூறுகளும் ஒருங்கிணைக்கப்பட்டிருப்பதாகும்.[35]

பௌத்த ஓவியங்கள் சாதவாகனர் காலத்திலிருந்து தொடங்கி பாலர்-சேனர் ஆட்சிக்காலம் வரை வளர்ந்து வந்துள்ளன. ஆனால் இவற்றின் வளர்ச்சியில் அடுத்தடுத்த படிநிலைகளைக் காணமுடியவில்லை. அதாவது சிற்பக்கலை வளர்ச்சிபோன்று தொடர்ந்து செல்லும் வரலாற்றுப் போக்கு அமையவில்லை. அந்தந்தப் பகுதிக்கு ஏற்ப மாற்றங்கள் ஏற்பட்டுள்ளன. மேலும், சிற்பக்கலை போன்றல்லாது ஒரு சில இடங்களில் மட்டுமே இவ்வோவியங்கள் வரையப்பட்டுள்ளன. அஜந்தா குடைவரைகளே பௌத்த ஓவியக் கலையின் மையமாகத் திகழ்ந்துள்ளன. ❏

---

35. மேலது, பக்.382 - 383

6

தமிழகத்தில் பௌத்தக்கலை

பௌத்த சமயம் வடஇந்தியாவில் பெரும் பகுதியில் பரவியிருந்தது. தெற்கே ஆந்திரத்திலும், கேரளத்திலும் செல்வாக்குப் பெற்று விளங்கியது. ஆனால் தமிழகத்திலும், கர்னாடகத்திலும் சமண சமயம் வளர்ந்த அளவுக்கு பௌத்தம் வளர்ச்சியடையவில்லை. தமிழகத்தில் பல இடங்களிலுள்ள குடைவரைகளைப் பௌத்தர் குடைவரைகள் என்று ஒரு காலத்தில் அறிஞர் பெருமக்கள் கருதினர். மயிலை சீனி. வெங்கடசாமி அவர்கள் தமது 'பௌத்தமும் தமிழும்' என்ற நூலில் பாண்டிய நாட்டில் உள்ள அழகர் கோயில், ஆனைமலை, கீழவளவு, அரிட்டாபட்டி போன்ற குடைவரைகளைப் பௌத்தர்களின் இருக்கைகள் என்று குறிப்பிட்டுள்ளார்.[1] ஆனால் அவர் அந்த நூலை எழுதிய காலத்தில் அசோகர் பயன்படுத்தியது போன்று தமிழகத்தில் பிராமி எழுத்துக்களைப் பௌத்தர்களே பயன்படுத்தியிருப்பர் என்ற யூகம் இருந்திருக்க வேண்டும். இங்கு சமணர்கள் இயற்கைக் குகைத் தளங்களில் வாழ்ந்துள்ளனர். அவர்கள் பிராமி எழுத்துக்களை உபயோகித்துள்ளனர். வைதீக சமயத்தவர்களும், பௌத்தர்களும் செயற்கைக் குடைவரைகளை அமைத்தனர். அத்தகைய பௌத்தக் குடைவரை எதுவும் தமிழகத்தில் காணப்பெறவில்லை. தமிழகத்தில் தொண்டை நாட்டில் காஞ்சி, சோழ

1. மயிலை சீனி. வேங்கடாசாமி, பௌத்தமும் தமிழும், சென்னை, 1957, பக்.61-71.

நாட்டில் நாகப்பட்டினம், காவிரிப்பூம்பட்டினம், பூதமங்கலம், சேர நாட்டில் வஞ்சி போன்ற பல இடங்களில் பௌத்தம் செல்வாக்குப் பெற்று விளங்கியிருக்கிறது.[2] ஆனால் பாண்டிய நாட்டில் குறிப்பிடும்படி எந்த இடமும் அண்மைக்காலம் வரையில் அடையாளம் காணப்படவில்லை. அண்மையில் அரியாங்குண்டு என்ற இடத்தில் தமிழக அரசின் தொல்லியலாரால் புத்தரின் உருவச் சிலைகள் கண்டுபிடிக்கப்பட்டுள்ளன.[3] இராமநாதபுரம் மாவட்டம் மணிகண்டியில் கிடைத்த புத்தரின் கற்சிலை சென்னை அரசு அருங்காட்சியகத்தில் வைக்கப் பட்டுள்ளது.[4]

சிறந்த பௌத்த நூலான மணிமேகலையின் ஆசிரியராக விளங்கிய சீத்தலைச் சாத்தனார் மதுரை நகரைச் சேர்ந்தவர் என்பர். இவர் புகார், வஞ்சி, காஞ்சி ஆகிய இடங்களில் நிலவிவந்த பௌத்தப் பள்ளிகள் பற்றிய செய்திகளைக் கூறுகிறார். தமிழகத்தில் பௌத்த சமயம் நிலைநாட்டப்பட்டுள்ளது என்பதற்குக் கிடைக்கின்ற முதல் காப்பிய ஆதாரம் மணிமேகலை ஆகும். கி.பி. ஆறாம் நூற்றாண்டில் வாழ்ந்த தருமபாலர் என்னும் பௌத்த ஆசிரியர் திருநெல்வேலிப் பகுதியைச் சேர்ந்தவர் எனக் கூறப்படுகிறது. இவர் காஞ்சிபுரத்திலுள்ள "படராதித்த விஹாரை" என்னும் பௌத்தப் பள்ளியின் தலைவராக இருந்திருக்கிறார். 'பரமார்த்த மஞ்சுஷா' போன்ற பௌத்த இலக்கியங்களுக்கு உரை எழுதியுள்ளார். இலங்கையில் அனுராதபுரத்து 'மகாவிஹாரை' யில் தங்கி பாலி இலக்கியங்களைக் கற்றார். பொதிகை மலையைச் சேர்ந்த மற்றொரு பௌத்த ஆசிரியர் வச்சிர போதியாவார். வஜ்ராயன பௌத்தப் பிரிவைச் சேர்ந்த இவர் காஞ்சியிலும், நாளந்தா பல்கலைக் கழகத்திலும் கல்வி பயின்றவராவார். இலங்கை, சீனா போன்ற நாடுகளுக்கும் சென்று பௌத்தத்தைப் பரப்பினார். இலங்கையின் மன்னன் பராக்கிரமபாகு (கி.பி.1263-1268) என்பவன் கூட்டிய பௌத்த மாநாட்டில் கலந்துகொண்டு சிறப்புரையாற்றிய தர்மகீர்த்தி என்பவர் பாண்டிய நாட்டைச் சேர்ந்தவராவார்.[5] எனவே

---

2. கே.வி. இராமன், பாண்டியர் வரலாறு, சென்னை, 1977, ப.261
3. கு. சேதுராமன், இராமேசுவரம் கோயில், மதுரை 2000, ப.III
4. கே.வி. இராமன், முன்னது, ப.263
5. மேலது, பக்.261 - 262.

தமிழகத்தின் பிறபகுதிகளில் பௌத்தப் பள்ளிகள் இருந்த போதும், பௌத்தப் பள்ளிகள் இருந்ததற்கான சரியான அடையாளங்கள் இல்லாத பாண்டிய நாட்டில் பௌத்தத் துறவிகளும், ஆசிரியர்களும் உருவாக்கப்பட்டுள்ளனர் என்பது தெளிவாகிறது.

தமிழகத்தில் பௌத்த சமயம் வேரூன்றியது பற்றியும் அது வளர்ச்சியடைந்தது பற்றியும் அறிய சில நேரடி மற்றும் மறைமுகச் சான்றுகள் கிடைக்கின்றன. தென்னார்க்காடு பகுதியில் கி.பி.12 ஆம் நூற்றாண்டில் பௌத்த சங்கம் ஒன்று இருந்ததென பாண்டிய மன்னன் ஒருவனின் கல்வெட்டு குறிப்பிடுகிறது. காஞ்சிபுரத்தில் கிடைத்துள்ள கண்ட கோபாலனின் கல்வெட்டு ஒன்று வரதராசப் பெருமாள் கோயில் அருகில் செயல்பட்டு வந்த பௌத்தப் பள்ளி பற்றிக் குறிப்பிடுகிறது.[6] காஞ்சிக்கு அருகில், அசோகரின் ஆணையின் பேரில், உருவாக்கப்பட்ட புத்தமடாலயம் ஒன்றில் தர்மபாலர் என்பவர் வாழ்ந்ததாக ஒரு கல்வெட்டுச் செய்தி கூறுகிறது.[7] பல்லவ மன்னன் முதலாம் மகேந்திரவர்மனின் வடமொழி நூற்களான மத்தவிலாசமும், பாகவத்தஜுகியமும் கி.பி.ஆறாம், ஏழாம் நூற்றாண்டுகளில் பௌத்த சமயம் பெற்றிருந்த நிலையைக் குறிப்பிடுகின்றன. தேவாரம் மற்றும் நாலாயிரதிவ்வியப் பிரபந்தம் ஆகியவற்றில் பௌத்தர்களைப் பற்றிய செய்தி காணப்படுகிறது. திருஞானசம்பந்தர் தேவாரத்தில்,

"புத்தர் தேரர், சமணர் கருவீறிலாப்
பித்தர் சொன்ன மொழி கேட்கிலாத பெருமான்"

என்று மூன்று சமயப் பிரிவினர்கள் பற்றிக் கூறப்பட்டுள்ளது.[8] மாணிக்க வாசகரின், பாடல்களில்

"புத்தன் முதலாய புல்லறிவிற் பல் சமயம்
தத்தம் மதங்களில் தட்டுளுப்புப்பட்டு நிற்க"

என்று சாடப்பட்டுள்ளது.[9]

---

6. **C. Minakshi, Buddhism in South India, in 'South Indian Studies', Vol.II, Chennai, 1979, p.86.**
7. **மேலது, ப.87**
8. **சம்பந்தர் தேவாரம், பதிகம் 254 : 10**
9. **திருத்தோணக்கம், 6.**

வைணவ ஆழ்வார்களில் ஒருவரான தொண்டரடிப் பொடி யாழ்வார் 'பவுத்தரும் சமணமும் புலையறம் பேணும் பலங்கினர்'[10] எனச் சாடுகிறார். எனவே பக்தி இயக்க காலத்தில் சமணர்களும், பௌத்தர்களும் சிறந்து விளங்கியிருக்க வேண்டும். அவர்களைப் பழி சொல்லி விரட்டுவதற்கே நாயன்மார்களும், ஆழ்வார்களும் முயற்சி செய்துள்ளனர் என்று தெரிகிறது.

தஞ்சைப் பெரிய கோயில் சோழ மன்னன் முதலாம் இராசராசனால் (கி.பி 985-1014) கட்டப்பட்டது என்பது அனைவரும் அறிந்ததே. இக்கோயிலின் படிக்கட்டின் ஓரப்பகுதி ஒன்றில் ஒரு சிற்பத் தொகுதி உள்ளது. அதில் மூன்று கட்டங்களாகச் சிற்பங்கள் வடிக்கப் பட்டுள்ளன. அதில் ஒன்றில் போதிமரத்தடியில் புத்தர் அமர்ந்துள்ளார். பக்தர்கள் மற்றும் கந்தர்வர்கள் ஆகியோர் உள்ளனர். புத்தருக்கு இடப்புறம் இந்துக்கடவுளரும், அவருக்கு வலது புறம் அரசக் காவலர்களும் நிற்கின்றனர். இரண்டாவது சிற்பத்தொகுதியில் போதிமரம் மட்டும் உள்ளது. அருகில் அரசனும் அரசியும் கந்தர்வர்களும் இணைந்து புத்தர் கோயிலை வேறிடத்துக்கு மாற்ற வேண்டும் என வேண்டிக்கொள்கின்றனர். மூன்றாவது சிற்பத் தொகுதியில், இந்துக் கோயில் நிர்மாணிக்கப்படும் காட்சி இடம் பெற்றுள்ளது. எனவே தஞ்சைப் பெரிய கோயில் கட்டப்படுவதற்கு முன்பு அங்கு ஒரு புத்தர் கோயில் இருந்து அது அகற்றப்பட்ட பின் இக்கோயிலை இராசராசன் கட்டியிருக்க வேண்டும் என்று கருதப்படுகிறது.[11] இக்காலகட்டமே பௌத்த சமயத்தின் அழிவின் தொடக்க காலம் என்று கருதுகின்றனர். இருப்பினும் தொடர்ந்து 16 ஆம் நூற்றாண்டு வரையான காலத்தைச் சேர்ந்த பௌத்த சிற்பங்கள் தமிழகத்தில் ஆங்காங்கே கிடைக்கின்ற காரணத்தால் இராசராசன் காலத்தைச் சமயப்பொறை மிக்க காலம் என்றும், சமாதானத்தின் பேரிலேயே பௌத்த கோயில் இடமாற்றம் செய்யப்பட்டிருக்கக் கூடும் என்றும் தெரிகிறது.

---

10. திருமாலை, 7
11. Suresh B. Pillai, Introduction to the Study of Temple Arts, Thanjavur, 1976, Part II, pp.10 - 12, Illustration 8 - a, b and c.

காஞ்சியில் பௌத்தக் கலை

தென்னிந்திய வரலாற்றில் காஞ்சிபுரம் அளவிற்கு எந்த ஒரு நகரமும் சிறந்த பௌத்த மையமாகத் திகழவில்லை. பன்னிரண்டுக்கும் மேற்பட்ட பாலி இலக்கியங்களில் காஞ்சிபுரம் பௌத்தப் பண்பாட்டு மையமாகத் திகழ்ந்தது என்று குறிப்பிடப்பட்டுள்ளது. பௌத்த உலகின் பல்வேறு பகுதிகளிலிருந்தும் அறிஞர் பெருமக்கள் காஞ்சிக்கு வந்துள்ளனர். சீனப் பயணியான யுவான்சுவாங் கி.பி. ஏழாம் நூற்றாண்டில் காஞ்சியில் தங்கியிருக்கிறார். பௌத்தத் தத்துவம் மற்றும் கோட்பாட்டில் தேர்ந்த அறிஞர்கள் வரவழைக்கப்பட்டு பௌத்தக் கல்விக் கூடங்களில் உயர்பதவிகளில் அமர்த்தப்பட்டனர். அண்மைக் கால ஆய்வுகளின்படி, காஞ்சியில் ஒன்றுக்கும் மேற்பட்ட விகாரங்கள் இருந்திருக்கக்கூடும் என சி. மீனாட்சி குறிப்பிடுகிறார். நகர தீர்த்தாகமத்தின்படி ஆறு மடாலயங்கள் காஞ்சியில் செயல்பட்டிருக்க வேண்டுமென அவர் கருதுகிறார். ஏகாம்பர நாதர் கோயிலில் புத்தர் சிற்பங்கள் கண்டுபிடிக்கப்பட்டுள்ளன. எனவே இதனைச் சுற்றியுள்ள பகுதியில் ஒரு மடாலயம் இருந்திருக்க வேண்டும். அடுத்த மடாலயம் காமாட்சி கோயிலுக்கு அருகில் அமைந்திருக்கக்கூடும். பால்நாடு பளிங்குக் கல்லாலான சைத்தியம் ஒன்று கைலாசநாதர் கோயில் பகுதியில் அமைந்திருக்கக்கூடும். காரணம், இப்பகுதியில், 1927 இல், துப்ரயில், பளிங்கினாலான பௌத்தத் தூண்களைக் கண்டறிந்தார். இங்கு நடத்தப்பட்ட அகழ்வாய்வில், இராசசிம்மன் கைலாசநாதர் கோயிலைக் கட்டுவதற்கு முன்பாக இங்கு ஒரு சைத்தியம் கட்டப்பட்டிருக்கலாம் என்பதற்கான ஆதாரங்கள் கிடைத்துள்ளன.[12]

மற்றொரு பௌத்த மடாலயம் வரதராசப் பெருமாள் கோயில் பகுதியில் இருந்ததற்கான கல்வெட்டு ஆதாரத்தை முன்பே கண்டோம். வரதராசர் கோயில் வளாகத்தில் புத்தர் சிலைகள் இருந்தன எனவும் அவை வெளிச்சுற்றுச்சுவர் கட்டப்பட்ட காலத்தில் பூமியில் புதைக்கப்பட்டுவிட்டதாகவும் கூறுகின்றனர். கருக்கீழ் அமர்ந்த அம்மன் கோயிலில் கிடைத்துள்ள இரண்டு புத்தர் சிலைகளைக் கொண்டு அக்கோயில் முதலில் புத்தவிகாரமாக இருந்திருக்கும் எனத்

---

12. C. Minakshi, முன்னது, பக்.97 - 99.

தெரிகிறது.[13] மரபுவழி நம்பிக்கை ஒன்று நிலவிவருகிறது. அதன்படி காஞ்சியிலிருந்து பொன்னாலான காமாட்சி அம்மன் சிலை ஒன்று படையெடுப்பின் விளைவாக தஞ்சைக்கு மாற்றப்பட்டது. டி.ஏ. கோபிநாதராவ், காஞ்சியில் உள்ள காமாட்சி கோயில் பௌத்தப் பெண் தெய்வமான தாராவின் கோயிலாக இருந்து பின்பு மாற்றப்பட்டிருக்க வேண்டும் என்று கூறுகிறார். எனவே காஞ்சியிலிருந்து தஞ்சைக்கு எடுத்துச் செல்லப்பட்டதாக நம்பப்படும் பொன்சிலை சுவர்ண தாராவின் சிலையாக இருந்திருக்க வேண்டும். பௌத்த தந்திர வழிபாட்டினரால் வணங்கப்படும் தாராவின் அறுபத்தி ஓர் அமைப்புகளில் சுவர்ணதாராவும் ஒன்றாகும்.[14]

காஞ்சியில் ஐந்து புத்தர் சிலைகளைக் கோபிநாதராவ் கண்டறிந்துள்ளார். அவற்றில் இரண்டு காமாட்சி கோயில் வளாகத்தில் வைக்கப்பட்டுள்ளன. இக்கோயில் பிரகாரத்தில் இருந்த ஒரு சிற்பம் சென்னை அருங்காட்சியகத்திற்குக் கொண்டு செல்லப்பட்டுள்ளது. இரண்டு சிற்பங்கள் கருக்கீழமர்ந்த அம்மன் சன்னதியில் வைக்கப்பட்டுள்ளன. இவற்றில் ஒன்று தியான நிலையில் உள்ள சிலையாகும். மற்றொன்றில் புத்தர் பூமிஸ்பரிச முத்திரை காட்டுகிறார். ஏகாம்பரநாதர் கோயிலின் கிழக்கு வெளிப்பிரகாரச் சுவரில் பரிநிர்வாண புத்தரின் சிற்பம் காணப்படுகிறது. இரண்டடி உயரமான இச்சிற்பத்தில் முகம் சிதைந்துள்ளது. புத்தரின் தலைக்கு மேல் காணப்படும் பிரபை இந்துக்கலையமைப்பினைக் காட்டுகிறது.[15] இக்கோயிலின் வெளிப்பிரகார வடக்குச் சுவரின் உட்பகுதியில் உள்ள நந்தவனத்தை ஒ[illegible] சுவரில் ஒரு மாடத்தில் சிறிய புத்தரின் உருவம் காணப்படுகிறது. மாடத்தில் தோரணமும் அரைத்தூண்களும் இடம்பெற்றுள்ளன. தெற்குப் பிரகாரத்தில் நூழைவாயிலுக்கு வலதுபக்கம் சுவரில் பொருத்தப்பட்டுள்ள கல்பலகையில் ஏழு புத்தர்கள் அமர்ந்த நிலையில் உள்ளனர். இவர்களில் மூவர் ஒரு பலகையிலும், மற்ற இருவர் பிறிதொரு பலகையிலும் செதுக்கப்பட்டுள்ளனர். இக்கோயிலுக்கு அருகில் உள்ள சிவகாஞ்சி காவல் நிலையத்திற்குள் மெருகூட்டப்பட்ட கருங்கல்லால்

---

13. மேலது, ப.99

14. மேலது, ப.109

15. மேலது,

ஆன புத்தர் சிலை காணப்படுகிறது. இதில் புத்தர் தியானத்தில் உள்ளார். காமாட்சி கோயில் வெளிப்பிரகாரத்தில் இரண்டு புத்தர் சிலைகள் உள்ளன என முன்பே கண்டோம். தவிர, இக்கோயில் நந்தவனத்திற்கருகில் தியானி புத்தர் சிலை ஒன்று கண்டுபிடிக்கப் பட்டுள்ளது. இதன் உயரம் அதிகம் எனினும் அழகில் இது தரம் குறைந்ததாகவே காணப்படுகிறது. செங்கல்பட்டு மாவட்டம் கடவம் என்ற இடத்தில் கிடைத்துள்ள உயரமான புத்தர் சிலை சென்னை அரசு அருங்காட்சியகத்தில் வைக்கப்பட்டுள்ளது.[16] ஆர்ப்பாக்கம் என்ற இடம் பிரபலமான சமணத்தலமாக இருந்துவந்துள்ளது. அங்கு கிடைத்திருக்கின்ற புத்தர் சிலைகளைப் பார்க்கும் போது தொடக்கத்தில் பௌத்த சமயம் இவ்விடத்தில் சிறப்புடன் விளங்கியிருக்கிறது என்று தெரிகிறது. பிற்காலத்தில் சமணம் வேரூன்றியிருக்க வேண்டும். தற்போது இங்குள்ள ஆதிகேசவப் பெருமாள் கோயில் பௌத்தப் பள்ளியிருந்த இடத்தில் கட்டப்பட்டிருப்பதாகக் கருதப்படுகிறது. இங்குள்ள தோட்டம் புத்தப்பள்ளித் தோட்டம் என்று இன்றும் அழைக்கப்படுகிறது. இங்கு கண்டுபிடிக்கப்பட்ட புத்தர் சிலைகளில் ஒன்று நின்ற நிலையில் உள்ளது. இது ஜாவா அமைப்பில் காணப்படுகிறது. மற்ற இரு சிற்பங்களில் புத்தர் தியானத்தில் அமர்ந்துள்ளார்.[17]

சென்னை திருவல்லிக்கேணியில் எல்லையம்மன் கோயில் புறச்சுவரில் மாடம் போன்றதொரு பகுதியில் பௌத்தச் சிற்பம் ஒன்று கண்டுபிடிக்கப்பட்டுள்ளது. 'பால்நாடு' கல்லால் செய்யப்பட்ட இச் சிற்பத்தில் ஆடவர் அறுவர் முன்னும் பின்னுமாக இருவரிசைகளில் மூவர் மூவராக வணங்கிய நிலையில் காட்டப்பட்டுள்ளனர். அவர்களது ஆடை அமைப்பும், தலைப்பாகையும், ஆபரணங்களும், உடலமைப்பும் அமராவதி சிற்பங்களை நினைவூட்டுகின்றன. இது சென்னை அரசு அருங்காட்சியகத்தில் வைக்கப்பட்டுள்ள அமராவதி சிற்பத் தொகுதிகளில் ஒன்றாகவே இருக்க வேண்டும் எனத் தெரிகிறது. இராயப்பேட்டை பகுதியிலும் இத்தகையதொரு சிற்பம்

---

16. மேலது, பக்.110 - 111.

17. மேலது, ப.112

கண்டுபிடிக்கப்பட்டுள்ளது.[17அ] செங்கல்பட்டு மாவட்டத்தில் புத்தபேடு என்று ஊர் உள்ளது. இங்கு பௌத்த சமயத்தைச் சேர்ந்த மக்கள் வாழ்ந்ததாகக் கூறப்படுகிறது. இவ்வூரில் அமர்ந்த நிலையிலான, மூன்றரை அடி உயரமுள்ள, புத்தர் சிலை ஒன்று கண்டுபிடிக்கப்பட்டது. இது கி.பி.11-12 ஆம் நூற்றாண்டைச் சேர்ந்தது. இங்கு ஒரு கோயில் இருந்திருக்க வேண்டும் என்று கருதுவதற்கு ஏற்ற கல்வெட்டுச் சான்று ஒன்றும் காணப்படுகிறது. ஆனால் அந்தக் கல்வெட்டில் புத்தபேடு என்று ஊரின் பெயர் குறிப்பிடப்படவில்லை.[17ஆ]

காவிரிப்பூம்பட்டினம்

காவிரிப்பூம்பட்டினம் சங்க காலத்திலும், சோழர் காலத்திலும் முக்கிய துறைமுகமாக விளங்கி வந்துள்ளது. தென்னிந்தியாவின் சிறந்த பாலிமொழி அறிஞரான புத்ததத்தர் கடல் பயணம் செய்து கொண்டிருந்தபோது 'அபிதம்மவதானம்' என்னும் நூலை எழுதும்படி புத்த கோசரால் கேட்டுக்கொள்ளப்பட்டார். இதனைப் புத்ததத்தர் காவிரிப்பூம்பட்டினத்தில் உள்ள புத்த மடாலயத்தில் தங்கியிருந்த போது எழுதி முடித்தார் என்று நம்பப்படுகிறது. அந்த மடாலயத்தை கணகதாசர் என்பவர் கட்டியதாகப் புத்ததத்தர் குறிப்பிடுகிறார். கன்கர் என்பவர் அமராவதி ஸ்தூபத்தில் உள்ள கல்பலகைக் கல்வெட்டுகளில் குறிப்பிடப்பட்டிருக்கின்ற காரணத்தால் அவரது மாணாக்கராகவே கணகதாசர் அடையாளம் காட்டப்படத்தக்கவராவார். எனவே காவிரிப்பூம்பட்டினம் மடாலயம் ஏறக்குறைய கி.பி.2-ஆம் நூற்றாண்டைச் சேர்ந்ததெனக் கொள்ளலாம். இங்கு மேலையூர் என்னும் பகுதியில் செம்பால் செய்யப்பட்டு தங்க முலாம்பூசப்பட்ட மைத்ரேயர் சிலை ஒன்று கண்டுபிடிக்கப்பட்டது. இது கி.பி. எட்டாம் நூற்றாண்டைச் சேர்ந்த அழகுமிக்க உருவமாகும்.[18]

தென்னார்க்காடு பகுதி

17அ. ஆர். வசந்தகல்யாணி, திருவல்லிக்கேணியில் பௌத்த சிற்பம், ஆவணம், இதழ் 7, தஞ்சாவூர், 1996, பக்.187 - 188.

17ஆ. ப.தெ. பாலாஜி, புத்தமேடு - ஒரு பௌத்த ஊரிருக்கை, ஆவணம், 5, 1994, ப.60.

18. இரா. நாகசாமி, ஓவியப்பாவை, சென்னை, 1979, ப.70

தென்னார்க்காடு பகுதியில் திருவதிகை (திருவடி)யைச் சுற்றி பௌத்தர்கள் வாழ்ந்ததாகத் தெரிகிறது. இப்பகுதியில் உள்ள மற்றொரு கிராமத்தில் கி.பி.13 ஆம் நூற்றாண்டில் புத்தசங்கம் ஒன்று செயல்பட்டிருக்க வேண்டும் எனக் கருதப்படுகிறது. திருச்சோழபுரத்தில் உள்ள சிவன் கோயிலில் பாண்டிய மன்னன் சடையவர்மன் சுந்தரபாண்டியனின் (கி.பி.1251) சிதைந்த கல்வெட்டு உள்ளது. இது சாரிபுத்த பண்டிதர் என்பவர் அளித்த கொடையைக் குறிப்பிடுகிறது.[19] இந்தக் கல்வெட்டில் சங்கத்தார் என்று வருவதால் இது புத்த சங்கத்தையே குறிக்கிறது என சி. மீனாட்சி கருதுகிறார்.[20] தென்னார்காடு பகுதியில் திருவதிகையிலும் அதன் சுற்றுப்புறங்களிலும் சமணர்கள் வாழ்ந்துள்ளனர். இப்பகுதியில் கி.பி.ஐந்தாம் நூற்றாண்டுக்கு முன்பு பௌத்த சமயம் செழித்தோங்கியிருந்தது. இப்பகுதியை மகதநாடு என்று அழைப்பதும், ஒரு கிராமத்திற்கு பாடலிபுத்திரம் என்று பெயரிட்டிருப்பதும் இதற்கு ஆதாரமாக விளங்குகிறது. இதற்கு மற்றுமொரு ஆதாரமாகத் திருவதிகை சிவன்கோயிலில் அமர்ந்த நிலையிலான புத்தர் சிலை ஒன்றுள்ளது. வட ஆர்க்காடு பகுதியிலும் ஏராளமான புத்தர் உருவங்கள் கண்டுபிடிக்கப்பட்டுள்ளன.[21] இம்மாவட்டத்தில் கனிகியூப்பை என்ற ஊரில் தியானி புத்தரின் சிலை ஒன்று குளக்கரையில் உள்ள பனைமரத்தின் அடியில் வைக்கப்பட்டுள்ளது. பள்ளூர் என்ற கிராமத்தில் மூன்று புத்தர் சிலைகள் உள்ளன. அவற்றின் உயரம் முறையே மூன்றடி, இரண்டடி எட்டங்குலம், இரண்டடி நான்கு அங்குலம் ஆகும். அவற்றின் பிரபைக்கு மேலுள்ள தோரணம் அழகாக அமைக்கப்பட்டுள்ளது.[22]

சோழ நாடு

திருவாரூர் மாவட்டம் திருநாட்டியத்தான்குடி என்ற ஊரில் உள்ள மூங்கில் காட்டில் அமர்ந்த நிலையிலான, சுமார் ஐந்தடி உயரமான புத்தர் சிலை ஒன்று கண்டுபிடிக்கப்பட்டுள்ளது. இதன் வலது கை, கழுத்து, முகம் மற்றும் தலையில் தீச்சுடர் ஆகியன உடைந்த

19. M.E.R. 113 / 1904
20. C. Minakshi, முன்னது, ப.103.
21. மேலது, பக்.112 - 113.
22. மேலது, ப.113.

நிலையில் உள்ளன. நீண்டு தொங்கும் காதுகளும், திண்மையான தோளும், விரிந்த மார்பும் அழகாக அமைந்துள்ளன. ஒருபக்கத் தோளை மூடிய ஆடையும், உள்ளங்கையில் சக்கரச் சின்னம் மற்றும் இடுப்பில் ஆடை ஆகியனவும் காணப்படுகின்றன.[23]

திருச்சி வட்டம், கீழக்குறிச்சியில் கி.பி.11-12 ஆம் நூற்றாண்டைச் சேர்ந்த புத்தர் சிற்பம் ஒன்று அண்மையில் கண்டுபிடிக்கப்பட்டது. இதன் உயரம் 1.50 மீட்டர், அகலம் 50 செ.மீ. ஆகும். செவ்வக வடிவக்கல்லில் நாற்புறமும் மங்கலச் சின்னங்கள் பொறிக்கப்பட்டுள்ளன. கீழ்ப்பகுதியில் பூரண கும்பமும், அதன் இருபுறமும் விளக்குகளும் காணப்படுகின்றன. அதற்கு மேலே கத்தியும், வில்லும் தர்மச்சக்கரமும் பொறிக்கப்பட்டுள்ளன. உடுக்கை போன்ற பசும்[illegible]யும், கலப்பை வடிவமும் அதற்கும் மேலே சாமரங்களும் திருமறுவும் காணப்படுகின்றன. மங்கலச் சின்னங்களுக்கு மேலே கல்வெட்டு பொறிக்கப்பட்டுள்ளது. வீரதாவளத்தில் இருந்த பௌத்தப்பள்ளிக்குச் செந்தாமரை கண்ணநல்லூர் முதலிய ஊர்களை இறையிலியான பள்ளிச்சந்தமாக அளித்ததைக் கல்வெட்டு தெரிவிக்கிறது.[24]

புதுக்கோட்டை மாவட்டம், மணல்மேல்குடி என்ற கிராமத்திற்கு அருகில் சீனன் திடல் என்ற இடத்தில் கி.பி.10 ஆம் நூற்றாண்டைச் சேர்ந்த புத்தர் சிலை ஒன்று கண்டுபிடிக்கப்பட்டுள்ளது. நாலரை அடி உயரமான இச்சிற்பத்தில் தீச்சுவாலையுடன் கூடிய பிரபை காணப்படுகிறது. சுருள்முடியுடன் காணப்படும் அவரது தலையின் உச்சியில் உஷ்ணிசம் உள்ளது. அவரது ஆடை இடது தோள் மீது செல்கின்றது. கி.பி. 10-11 ஆம் நூற்றாண்டுகளில் சீனாவிற்கும் தென்னிந்தியாவிற்கும் இடையில் கடல்வாணிபம் நடைபெற்று வந்தது என்பது வரலாறு.

---

23. பா. ஜம்புலிங்கம், திருநாட்டியத்தான்குடி புத்தர்சிலை ஆவணம், 14, 2003, ப.145.

24. கி. ஸ்ரீதரன், கீழக்குறிச்சி புத்தர் சிற்பமும், கல்வெட்டும், ஆவணம், 11, 2000, ப.151.

நாகப்பட்டினத்துப் புத்த விகாரங்களுக்கு சீனர்கள் வந்து வழிபட்டுள்ளனர். இந்த புத்தர் உருவம் கிடைத்த பகுதியில் சீன பீங்கான் ஓடுகள், பானை ஓடுகள் போன்றவை கிடைத்துள்ளன. மணல்மேல்குடி கிராமம் தென்னிந்தியா - சீனா - இலங்கை கடல்வாணிக வழியில் அமைந்துள்ள ஒரு துறைமுகமாகும்.[25]

இம்மாவட்டத்தில் உள்ள குளத்தூர் வட்டம் ஆலங்குடிப்பட்டி கிராமத்தில் புத்தர் சிற்பம் ஒன்று கண்டுபிடிக்கப்பட்டது. இது மூன்றரை அடி உயரமானது. செட்டிபட்டி என்ற இடத்தில் அழிந்த நிலையிலுள்ள சைத்தியம் ஒன்றில் நிர்மாணிக்கப்பட்டிருந்ததெனக் கூறப்படுகிறது. இங்குள்ள ஒரு கல்வெட்டு ஐநூற்றுவப் பெரும்பள்ளி என்று ஒரு புத்த மடாலயத்தைக் குறிப்பிடுகிறது. இது கிறித்தவ சகாப்தத்தின் தொடக்க காலத்தில் ஐநூறு மாணவர்களைக் கொண்டு விளங்கியதாகக் கருதப்படுகிறது. புதுக்கோட்டையிலிருந்து ஆறு மைல் தொலைவில் உள்ள வெள்ளனூர் என்ற (வெள்ளியனல்லூர்) இடத்தில் புத்தர் சிலை ஒன்றுள்ளது. பல பௌத்தத்தலங்கள் சமணர்களது தலங்கள் என்றும், சமணர் தலங்கள் பௌத்தத் தலங்கள் என்றும் தவறாக அடையாளம் காணப்பட்டுள்ளன.[26] அறந்தாங்கி வட்டப் பொன்பேத்தி என்ற கிராமமும் அதனைச் சுற்றியுள்ள பகுதிகளும் சோழர் கால்த்தில் பௌத்த மையங்களாகத் திகழ்ந்துள்ளன. இப்பகுதியை ஆண்ட சிற்றரசன் புத்தமித்திரன் வீரசோழியம் என்ற நூலை எழுதினான். இவ்வூருக்கு அருகில் கரூர் என்ற கிராமத்தில் சோழர் காலத்தைச் சேர்ந்த புத்தர் சிலை ஒன்று கண்டுபிடிக்கப்பட்டுள்ளது.[27]

தஞ்சை மாவட்டம் திருவலஞ்சுழியில் உள்ள சிவன் கோயிலில் நின்ற நிலையிலான புத்தர் சிலை உள்ளது. இதில் புத்தரின் வலது கையில் அபயமுத்திரையும், இடது கையில் வரதமுத்திரையும் காட்டப்பட்டுள்ளது. கும்பகோணத்திற்கு அருகில் உள்ள

---

25. ஜெ. இராஜாமுகமது, மணல்மேல்குடி புத்தர் சிலை, ஆவணம், 13, 2002, ப.113.

26. C. Minakshi, முன்னது, ப.116

27. ஜெ. ராஜாமுகமது, புதுக்கோட்டை மாவட்ட வரலாறு, புதுக்கோட்டை, 1992, ப.249.

பட்டீசுவரத்தில் தியானத்தில் அமர்ந்துள்ள புத்தர் சிற்பம் உள்ளது. இது தற்போது அவ்வூர் சிவன் கோயிலில் வைக்கப்பட்டுள்ளது. இதே ஊருக்கு அருகில், அண்மையில், கோபிநாதப் பெருமாள் கோயிலுக்கு அருகில் ஒரு புத்தர் சிலை கண்டுபிடிக்கப்பட்டது. இதில் புத்தர் பீடம் இல்லாது தரையில் அமர்த்தப்பட்டுள்ளார். இரண்டடி உயரமுள்ள இதன் தலை துண்டிக்கப்பட்டுள்ளது. புத்தர் அர்த்த பத்மாசனத்தில் தியான நிலையில் அமர்ந்துள்ளார்.[27அ] நன்னிலம் தாலுகாவில் கோட்டபாடி என்ற ஊரிலும், ஏழையூரிலும் புத்தரின் சிற்பங்கள் உள்ளன. அவை கலையழகு மிக்கனவாகக் காட்சியளிக்கின்றன. அவை காஞ்சிபுரம் கருக்கீழமர்ந்த அம்மன் சன்னதியிலுள்ள புத்தரின் உருவங்களைப் பெரிதும் ஒத்துள்ளன. உஷ்ணிசத்துடனும், சுருள்முடியுடனும் கூடிய, தியான நிலையில் உள்ள புத்தர் சிலை ஒன்று மங்கநல்லூர் என்ற இடத்தில் காணப்படுகிறது. இதற்கு அடுத்துள்ள பெருஞ்சேரி என்ற ஊரில் ஒரு காட்டில் புத்தர் சிலை ஒன்று நிர்மாணிக்கப்பட்டுள்ளது. இதனை இன்று இந்துக் கடவுள் என்று வணங்கி வருகின்றனர். இதனைப் போன்றே மதுரைக்கு அருகில் உள்ள பாண்டிகோவிலில் புத்தர் சிற்பம் பாண்டிமுனீசுவரர் என்ற பெயரில் பிரபலமாக வணங்கப்பட்டு வருகிறது. உயிர்க்கொலையையும், புலால் உண்ணுதலையும் தவிர்த்த புத்தருக்கு இங்கு முனீசுவரர் என்ற பெயரில் உயிர்ப்பலியிடுகின்றனர் (ஆடு, சேவல்). கருங்கல்லால் செய்யப்பட்டுள்ள பெருஞ்சேரி புத்தர் சிலையில் சுருள்முடியும், உஷ்ணிசமும், இடது தோள் மீது செல்லும் மெல்லிய ஆடையும், நீண்ட காதுகளும் காணப்படுகின்றன. இச்சிற்பம் ஐந்தடி மூன்றங்குலம் உயரமும், இரண்டடி ஏழுஅங்குலம் அகலமும் கொண்டுள்ளது. மன்னார்குடி சமணக்கோயிலுக்கு உள்ளேயே புத்தரின் சிற்பம் ஒன்றுள்ளது. அவரது தலையில் உஷ்ணிசமும், மார்பில் ஆடையின் கோடும் காட்டப்பட்டுள்ளன. நாகப்பட்டினத்து செப்புத் திருமேனிகள் சிலவற்றில் உள்ளது போன்று புத்தரின் இருபக்கமும் பக்தர்கள் அல்லது இயக்கர்கள் இருவர் நிற்கின்றனர்.[28]

27அ. பா. ஜம்புலிங்கம், பட்டீஸ்வரம் அருகே புத்தர் சிலை, *ஆவணம், 13, 2002, ப.185.*

28. C. Minakshi, முன்னது, பக்.114 - 115.

நாகப்பட்டினம்

நாகப்பட்டினம், தமிழகத்தில், காஞ்சிபுரத்தையொத்த, சிறந்த பௌத்தத் தலமாகும். மௌரியர் காலத்திலேயே இங்கு பௌத்தக் கோயில்கள் கட்டப்பட்டிருக்க வேண்டும் எனப் பலரும் கருதினாலும், வரலாற்று அடிப்படையில் பல்லவர் காலத்திலிருந்தாவது இவ்வூர் பௌத்த மையமாகத் திகழ்ந்திருக்கக்கூடும் எனத் தெரிகிறது. பல்லவ மன்னன் இராசசிம்மன் நாகப்பட்டினத்தில் ஒரு பௌத்தக் கோயிலைக் கட்டினான் என்றும், இன்று கிருத்தவக் கல்லூரியாக மாற்றப்பட்டுள்ள சீனக் கோயில் (Chinese Pagoda) தான் அது என்றும் சி.மீனாட்சி கருதுகிறார்.[29] இது சீனாவிலிருந்து வரும் பயணிகள் இங்கு தங்கி வணங்குவதற்காகக் கட்டப்பட்டதாகும். பின்னாளில் சோழர் காலத்தில் கட்டப்பட்ட இரண்டு பௌத்தக் கோயில்களிலிருந்து இது வேறுபட்டதாகும். பல்லவ மன்னன் நந்திவர்ம பல்லவன் வைணவத்தை ஆதரிக்கத் தொடங்கிய காலத்தில்தான் திருமங்கை ஆழ்வார் நாகப்பட்டினத்திலிருந்த புத்தரின் பொற்சிலையை எடுத்துச் சென்று உருக்கி திருவரங்கக் கோயிலின் மூன்றாவது பிரகாரத்தைக் கட்டப் பயன்படுத்தியிருக்கலாம் என்று நம்பப்படுகிறது.[30]

சோழர்களின் சிறப்புமிக்க லெய்டன் செப் பேட்டின்படி, நாகப்பட்டினத்தில் உள்ள சூடாமணி விகாரம், ஸ்ரீவிசயத்தின் சைலேந்திர அரசன் கிடாரந்தரையன் சூடாமணிவர்மனின் பெயரால், அவரது மகன் ஸ்ரீமாற விசயோத்துங்கவர்மனால் கட்டப்பட்டது என்று தெரிகிறது. முதலாம் இராசராசன் காலத்தில் ஆனைமங்கலம் என்ற கிராமம் இந்த விகாரத்திற்காகத் தானமாகக் கொடுக்கப்பட்டது. இதுவே இராசேந்திரன் காலத்திலும் உறுதி செய்யப்பட்டது. சூடாமணி விகாரத்திற்கு அருகிலேயே இராசேந்திரப் பெரும்பள்ளி ஒன்று முதலாம் இராசேந்திரன் காலத்தில் கட்டப்பட்டது. இதன் மூலம் பதினோராம் நூற்றாண்டின் இறுதியில் சோழ மன்னர்களின் பெயரால் இரண்டு விகாரங்கள் நாகப்பட்டினத்தில் இருந்துள்ளன என்பது தெளிவாகிறது. பூதமங்கலம் என்று பெயரிடப்பட்ட இரண்டு

---

29. C. Minakshi, Administration and Social Life under the Pallavas, Madras, 1977, p.24.

30. C. Minakshi, முன்னது, 1979, ப.95

ஊர்களில் இந்த விகாரங்கள் கட்டப்பட்டிருக்க வேண்டும் என்று சி.மீனாட்சி கருதுகிறார். சீனர்கள் நாகப்பட்டினத்துக்கு வந்து பதரிகாராம மடாலயத்தைப் பார்வையிட்டுள்ளனர். பர்மாவிலிருந்தும் வழிபாட்டிற்காக இங்கு துறவிகள் வந்துள்ளனர். எனவே நாகப்பட்டினம் மிகப் பழங்காலத்திலிருந்தே சிறந்த பௌத்தத் தலமாக இருந்துள்ளது.

நாகப்பட்டினத்தில், புத்தரின் செப்புத் திருமேனிகள் பல கண்டுபிடிக்கப்பட்டன. இவ்வூரின் சூடாமணி விகாரத்தைச் சேர்ந்த செப்புத்திருமேனிகள் வெளிநாடுகளிலும் கிடைத்துள்ளன. நாகப் பட்டினத்தில் சுமார் 350 செப்புத் திருமேனிகள் 1856 முதல் 1934 வரை தோண்டி எடுக்கப்பட்டன. இவற்றில் சில சென்னை அரசு அருங் காட்சியகத்திலும், மற்றவை கல்கத்தா, பாட்னா, நாக்பூர், பம்பாய், லக்னோ, ஸ்ரீநகர், பரோடா, குவாலியர், கொழும்பு, கராச்சி, டாக்கா, ரங்கூன், இலண்டன் போன்ற அருங்காட்சியகங்களிலும் வைக்கப் பட்டுள்ளன. ஒரு சில திருமேனிகள் ராக்பெல்லர் போன்ற செல்வந்தர்களின் சொந்தப் பாதுகாப்பு அறைகளுக்குச் சென்றுள்ளன. இத்திருமேனிகளில் ஒரு பகுதி புத்தர் உருவங்களாகவும், மற்றொரு பகுதி போதிசத்துவர்களின் சிலைகளாகவும் உள்ளன. சுமார் எண்பது படிமங்களில் அவற்றைக் கொடுத்தவர்களின் பெயர்களோ, படிமங்களின் பெயர்களோ, அல்லது இரண்டு தகவல்களும் சேர்ந்தோ பொறிக்கப்பட்டுள்ளன.[31]

உதாரணமாக, கவராண்டி, ஆத்தூர் சாரிபுத்திர நாயகர், புத்துடையான் பெருமாள் நாயகர் என்ற பெயர்கள் பொறிக்கப் பட்டுள்ளன. புத்தரையோ அல்லது போதிசத்துவரையோ குறிக்க நாயகர் அல்லது ஆழ்வார், தேவர், பெருமாள் என்ற சொற்கள் பயன்படுத்தப்பட்டுள்ளன. இவை எழுத்தமைதியைக் கொண்டு கி.பி.12 ஆம் நூற்றாண்டைச் சேர்ந்தவை எனக் கருதப்படுகின்றன.[32]

1992 இல் டோக்கியோவில் இதெமித்சு நுண்கலைகள் அருங் காட்சியகத்தில் அமெரிக்க செல்வந்தர் மூன்றாம் ராக்பெல்லர்

---

31. எ. சுப்பராயலு, நாகப்பட்டினம் சூடாமணி விஹாரத்தைச் சேர்ந்த ஒரு புதிய புத்தர் படிமம், ஆவணம், 3, 1993, பக்.43 - 44.

32. மேலது, ப.44

பாதுகாப்பில் வைக்கப்பட்டுள்ள கலைப் பொருள்களின் கண்காட்சி ஒன்று நடைபெற்றது. அதில் நாகப்பட்டினத்து புத்தர்படிமம் ஒன்றும் வைக்கப்பட்டிருந்ததைப் பேராசிரியர் எ.சுப்பராயலு கண்ணுற்றார். இதுவரை அறியப்படாத அச்சிற்பத்தின் தாமரைப் பீடத்தில் ஒரு கல்வெட்டும் (கி.பி.1100) பொறிக்கப்பட்டுள்ளது. அபய, வரத முத்திரைகள் மற்றும் உஷ்ணிசத்துடன் காணப்படும் இச்சிற்பம் 68.1 செ.மீ. உயரம் கொண்டதாகும்.[33] இதில் உள்ள கல்வெட்டு :

1. இராசேந்திரத் சோழப் பெரும்பள்ளி அக்கசாலைப் பெரும்பள்ளி ஆழ்வார் கோயிலுக்கு திருவுத்ஸவம் எழுந்தருள ஆழ்வார் இவ்வாழ்வாரை எழு(ந்)தருளுவித்தார் சிறுதவூர் நாலாங்குணாகர உடையார்.

2. "ஸ்வஸ்திஸ்ரீ பதினெண் விஷயத்துக்கும் அக்கசாலைகள் நாயகர்" என்றுள்ளது.

நாகப்பட்டினத்துச் செப்புத்திருமேனிகளில் இவ்வளவு நீளமான எழுத்துப் பொறிப்பு இதுவரை கிடைக்கப் பெறவில்லை.[34] இதில் குறிப்பிடப்பட்டுள்ள ஆழ்வார் என்பதும், உத்ஸவம் என்பதும் வைதீக இந்து சமயத்தின் தாக்கத்தை வெளிப்படுத்துகின்றன. இதே போன்றுதான் நாயகர், தேவர், பெருமாள் என்ற சொற்களும் பயன்படுத்தப்பட்டுள்ளன. இங்கு குறிப்பிடப்பட்ட கல்வெட்டில் உள்ள அக்கசாலைப் பெரும்பள்ளி என்பது இராசேந்திர சோழப் பெரும்பள்ளியின் மற்றொரு பெயரோ அல்லது அப்பள்ளியைச் சேர்ந்த ஓர் உட்பள்ளியாகவோ இருக்கலாம் என பேராசிரியர் எ.சுப்பராயலு கருதுகிறார்.

நாகப்பட்டினத்துப் பௌத்த உலோகச் சிற்பங்களில் சில வைதீக இந்து சமயத்து சிற்பங்களைப் பெரிதும் ஒத்துள்ளன. உதாரணமாக அங்கு கிடைத்த கி.பி.11ஆம் நூற்றாண்டைச் சேர்ந்த மைத்ரேயர் செப்புப்படிமம் இந்துக்கடவுளர் திருமேனி போன்றே அமைந்துள்ளது. இதில் போதிசத்துவர் உயரமான கிரீடம் அணிந்துள்ளார். நான்கு கைகளைக் கொண்டுள்ள அவரது வலது மேல் கையில் ருத்ராட்ச மாலையும், இடது கையில் மலரும் வைத்துள்ளார்.

33. மேலது, ப.43

34. மேலது, ப.45

அவரது கீழ்க்கைகள் முறையே அபய, வரத முத்திரைகள் காட்டுகின்றன. அவரது கிரீடத்தில் ஸ்தூபம் ஒன்று காட்டப்பட்டுள்ளது. அதுவே அவர் பௌத்தக் கடவுள் என்ற அடையாளத்தைக் காட்டுகிறது. அவரது ஆபரணங்களும், ஆடையும், சோழர்கால இந்துச் சிற்பங்களையே நினைவூட்டுகின்றன.[35]

பத்தாம் நூற்றாண்டைச் சேர்ந்த, நாகப்பட்டினத்து நின்ற நிலையிலான புத்தரின் செப்புத்திருமேனி சென்னை அரசு அருங்காட்சியகத்தில் உள்ளது. இதில் புத்தர் தாமரைப் பீடத்தின் மீது நின்றுள்ளார். அவரது ஆடை இடது தோள் மீது செல்கின்றது. வலது கை அபயமுத்திரை காட்ட இடது கை ஆடையைப் பிடித்துள்ளது. அவரது நீண்ட காதுகளும், சுருள் முடியும், உயரமான உஷ்ணிசமும் நேர்த்தியாக அமைந்துள்ளன. அவரது முக அமைப்பும், கைகளும் நல்லூர் - நடராசரின் செப்புத்திருமேனியை ஒத்துள்ளன. இது 89செ.மீ உயரமுடையது. இதுவரை கண்ட புத்தர் திருமேனிகளில் இதுவே பெரிய உருவம் என்று பி.ஆர். சீனிவாசன் கருதுகிறார். இது உற்சவ மூர்த்தியாகப் பயன்படுத்தப்பட்டிருக்க வேண்டும் எனத் தெரிகிறது.[36] பதினோராம் நூற்றாண்டின் இடைப்பகுதியைச் சேர்ந்த மற்றொரு நின்ற நிலையிலான புத்தர் திருமேனி 735 செ.மீ உயரமுடையது.[37] இந்த புத்தர் சிலை முந்திய புத்தரின் உருவமைப்பிலிருந்து வேறுபட்டு காணப்படுகிறது. இவரது வலது கை முந்தியதைப் போன்றே அபயகரம் காட்ட இடது கை ஆகூய வரதம் காட்டுகிறது. இது இந்துக்கடவுளர் உருவங்களின் தாக்கம் என்று கூறலாம். இவரது உடல் முழுவதும் ஆடை மூடியுள்ளது. உஷ்ணிசத்து நெருப்புஜுவாலை பொதுவான அமைப்பான மூன்று நாக்குகளுடன் காட்டப்படாமல் ஐந்து நாக்குகளாகக் காட்டப்பட்டிருக்கிறது. அவர் நின்றிருக்கின்ற பீடத்தின் அமைப்பே இது ஒரு உற்சவ மூர்த்தியின் உருவம் என்பதைத் தெளிவு படுத்துகிறது. இவரது உருவத்தில் மார்பு குறுகிக் காணப்படுகிறது. கைகள் சிறிது கனமாக அமைந்துள்ளன.

---

35. Susan L. Huntington, முன்னது, Fig.21.38, ப.538.

36. P.R. Srinivasan, Bronzes of South India, Madras, 1994, pp.120 - 121, Fig.58.

37. மேலது, பக்.270, Fig.152

இதே நூற்றாண்டைச் சேர்ந்த அமர்ந்த நிலையிலுள்ள புத்தர் திருமேனியின் உஷ்ணிசத்து தீப்பிழம்பு மூன்று பிரிவாக உள்ளது.[38] இவருக்கு இரண்டு பக்கங்களிலும் இரண்டு நாகராஜாக்கள் நின்றுள்ளனர். அவர்களது தலைக்குப் பின்புறம் ஐந்து தலை நாக உருவங்கள் காட்டப்பட்டுள்ளன. அவர்கள் இருவரது கைகளிலும் சவுரி காணப்படுகிறது. புத்தரின் தலைக்குப் பின்புறம் ஜுவாலையுடன் கூடிய பிரபை உள்ளது. அவரது சுருள்முடி நேர்த்தியாக அமைந்துள்ளது. புத்தர் யோகாசனத்தில் அமர்ந்துள்ளார். அவரது ஆடை இடது தோளை மறைத்துச் செல்கிறது. அவரது தலைக்குமேல் போதிமரம் கிளைகளுடனும், கொடிகளுடனும் காணப்படுகிறது. பதினோராம் நூற்றாண்டின் இறுதிக்கட்டத்தைச் சேர்ந்த ஜம்பலா, என்னும் பௌத்த தெய்வத்தின் திருமேனி 10.5 செ.மீ. உயரமுடையதாகும். இத்தெய்வம் இந்து சமயத்தில் உள்ள குபேரனுக்கு இணையாகக் கருதப்படுவதாகும்.[39] இங்கு ஜம்பலா சுகாசனத்தில் அமர்ந்துள்ளார். பூதகணத்தின் உருவத்தை ஒத்த அவரது வயிறு பெரியதாகக் காணப்படுகிறது. கரண்டமகுடமும், மகரகுண்டலங்களும், கழுத்தில் கந்தி என்ற ஆபரணமும், விரிந்த பூணூலும், உதரபந்தமும் அவரது உருவத்திற்கு அழகு சேர்க்கின்றன. அவர் செல்வத்திற்கு அதிபதி என்பதைக் காட்டவே பெருத்த வயிறு காட்டப்பட்டுள்ளது.

பதினோராம் நூற்றாண்டைச் சேர்ந்த அவலோகிதேசுவரர் திருமேனி ஒன்று (14.7 செ.மீ) ஜம்பலாவின் உருவத்தைப் பெரிதும் ஒத்ததாக அமைந்துள்ளது. இதில் அவலோகிதேசுவரர் பத்மபீடத்தில் நின்றிருக்கிறார். இவர் கரண்ட மகுடம் அணிந்துள்ளார். காதுகளில் பத்ரகுண்டலங்கள் அணி செய்கின்றன. நெற்றியில் ஊர்ணம் தெளிவாகத் தெரிகிறது.[40] பன்னிரண்டாம் நூற்றாண்டைச் சேர்ந்த அவலோகிதேசுவரர் சிற்பம் ஒன்று பத்மபீடத்தில் நின்ற நிலையில் அமைந்துள்ளது. இவரது உருவம் வீணாதர தட்சிணாமூர்த்தியின் உருவத்தைப் பெரிதும் ஒத்துள்ளது. இவரது சடை மகுடம் உயரமாக

---

38. **மேலது, பக்.303, Fig.179**

39. **மேலது, பக்.321 - 322, Fig.190**

40. **மேலது, ப.323, Fig.191**

அமைந்துள்ளது. நான்கு கைகளைக் கொண்ட இத்திருமேனியின் மேல் கைகளில் உடைந்துள்ள ருத்ராட்சமாலையும், குண்டிகையும் காணப்படுகின்றன. அவரது இடுப்பில் உள்ள ஆடையில் சோழர் காலத்து ஆடை அமைப்பில் காட்டப்படும் சிம்மமுகம் காணப் படுகிறது.⁴¹ இதே நூற்றாண்டைச் சேர்ந்த தாராவின் செப்புத் திருமேனியும், மைத்ரேயரின் திருமேனியும் நாகப்பட்டினத்தில் கண்டுபிடிக்கப்பட்டன. தாரா பத்மபீடத்தில் சுகாசனத்தில் அமர்ந்துள் ளார். கரண்ட மகுடமும், கழுத்தில் ஆரமும், சன்னவீரமும், தோளில் விழுந்துள்ள முடியலங்காரமும், கைகளில் அணியப்பட்டுள்ள கேயூரம் போன்ற ஆபரணங்களும், ஆடை அமைப்பும் மிக நேர்த்தியாகக் காட்டப்பட்டுள்ளன. இடையில் உள்ள ஆடையில் சிம்மமுகம் காட்டப்பட்டுள்ளது. நடுவில் குஞ்சம் ஒன்றும் தொங்குகிறது. கால் முட்டிக்குக் கீழ் உத்தரியம் தொங்கிக் கொண்டுள்ளது. மைத்ரேயரின் செப்புத்திருமேனியில் அவர் உயரமான பீடத்தில் நின்றுகொண்டிருக் கிறார். பீடத்தின் மேல் பகுதியில் தாமரை ஆசனம் உள்ளது. இரண்டு கைகளில் ஒன்று அபயமுத்திரை காட்டுகிறது. மற்றொன்றில் மலர் வைத்துள்ளார். கிரீடமும், மகரகுண்டலங்களும், ஆரமும் பிற ஆபரணங்களும் அவரது உடலுக்கு அழகு சேர்க்கின்றன.⁴²

கி.பி. பதினாறாம் நூற்றாண்டைச் சேர்ந்த நாகப்பட்டினத்து அவலோகிதேசுவரர் செப்புத்திருமேனி ஒன்றில் அவர் சிவபெருமானைப் போன்றே காட்டப்பட்டுள்ளார்.⁴³ இதில் அவலோகிதேசுவரர் மூன்று வளைவுகளாக (tribangha) உடலை வளைத்துத் தாமரைப்பீடத்தில் நின்றுள்ளார். அவரைச் சுற்றி சுவாலையுடன் கூடிய திருவாச்சி காணப்படுகிறது. அவரது கிரீடத்தில் புத்தரின் அமர்ந்த கோலம் உள்ளது. அவரது நான்கு கைகளில், மேலிருகைகளில் ருத்ராட்ச மாலையும், மலரும் வைத்துள்ளார். கீழிருகைகளில் அபய, வரதமுத்திரை காட்டுகிறார். அதிகமான ஆபரணங்கள் அணிவிக்கப்பட்டுள்ளன. இதே நூற்றாண்டைச் சேர்ந்த புத்தர் திருமேனி ஒன்றும் சென்னை அரசு அருங்காட்சியகத்தில்

---

41. மேலது, ப.333, Fig.199
42. மேலது, ப.334, Figs.200 - 201
43. Shu Hikosaka, Buddhism in Tamilnadu - A New Perspective, Madras, 1989, pp.190 - 191.

உள்ளது. அதில் புத்தர் அபய, வரதமுத்திரைகள் காட்டுகிறார். அவரது தலையில் உஷ்ணிசம் ஐந்து சுவாலையாகக் காட்டப்பட்டுள்ளது. இத்திருமேனி ஒரு மாடத்திற்குள் (niche) வைக்கப்பட்டது போன்று அமைந்துள்ளது. அவரது இருபக்கங்களிலும் இரு அரைத்தூண்களும், அவற்றிற்கு மேலே மகர தோரணமும் அமைக்கப்பட்டுள்ளன.[44]

பிற இடங்களில் உள்ள சிற்பங்கள்

இலண்டனில் உள்ள விக்டோரியா ஆல்பர்ட் அருங்காட்சியகத்தில் முற்காலப் பல்லவர்களைச் சேர்ந்த (கி.பி 5 ஆம் நூற்றாண்டு) அவலோகிதேசுவரர் செப்புத் திருமேனி ஒன்று பாதுகாத்து வைக்கப்பட்டுள்ளது.[45] இந்தப் படிமம் மிகவும் நேர்த்தியாக அமைந்துள்ளது. அவலோகிதீசுவரரின் தலையில் உள்ள சடை மகுடமும் நீண்ட காதுகளில் உள்ள அணிகலன்களும், கண்களின் தெளிச்சியும், உதடுகளின் முறுவலும், பூணூலும் சிவபெருமானை நினைவூட்டுகின்றன. மொத்தத்தில் இவரது உருவம் சென்னை அரசு அருங்காட்சியகத்தில் வைக்கப்பட்டுள்ள அமராவதி சிற்பங்களை ஒத்துள்ளது. வலது கை உடைந்துள்ளது. இடது கையில் மலர் வைத்திருக்க வேண்டும் என்பதை அக்கை முத்திரை உணர்த்துகிறது. ஆனால் கையில் மலர் இல்லை. சாதவாகன வம்சத்தைச் சேர்ந்த நின்ற நிலையிலான புத்தரின் (கி.பி.3ஆம் நூற்றாண்டு) திருமேனி ஒன்று சென்னை அரசு அருங்காட்சியகத்தில் உள்ளது (43.5 செ.மீ).[46] இதில் புத்தரின் ஆடை இடது தோளை மறைத்துச் செல்கின்றது. வலது கை வரத முத்திரை காட்டுகிறது. இடது கை ஆடையைப் பிடித்துள்ளது. சுருள்முடி காணப்படுகிறது. பல்லவர்காலத்தைச் சேர்ந்த (கி.பி 8-9 ஆம் நூற்றாண்டு) மைத்ரேயர் செப்புத்திருமேனி (39.5 செ.மீ) ஒன்று சென்னை அருங்காட்சியகத்தில் வைக்கப்பட்டுள்ளது.[47] இதில் அவரது கிரீடமும், அதன்கீழ் உள்ள பட்டையும், காதுகளில் உள்ள மகர குண்டலங்களும், நவரத்தினங்கள் பதித்த ஆரமும் (necklace) முத்துக்கள்

---

44. மேலது, pl.5
45. C. Sivaramamurti, South Indian Bronzes, New Delhi, 1963, pl.2
46. மேலது, pl.1c.
47. மேலது, pl.12b.

கோர்த்த பூணூலும், குஞ்சங்களும், இடையில் சிம்மமுகம் கொண்ட ஆடை அமைப்பும், முகப்பொலிவும் அழகாக அமைந்துள்ளன. இத்திருமேனி பல்லவர் காலத்ததே என்பதை வலியுறுத்தும் வகையில் மைத்ரேயரின் பூணூல் அவரது வலது கை மீது செல்கிறது. கைகளில் உள்ள ஆபரணங்களும் செழுமையை உணர்த்துகின்றன.

தமிழகத்தின் தென்கோடியில் அமைந்துள்ள வைதீக இந்துக்களின் சிறந்த தலமான இராமேசுவரமும் அதனைச் சுற்றியுள்ள பிற பகுதிகளும் கி.பி. ஒன்பதாம் நூற்றாண்டுவரை பௌத்த மையமாகவும் இருந்துள்ளன என்பதை அண்மைக்கால கண்டுபிடிப்புகள் தெரிவிக்கின்றன. இராமேசுவரத்திற்கு அருகில் அரியாங்குண்டு என்ற இடத்தில் ஒன்பதாம் நூற்றாண்டைச் சேர்ந்த கல்லாலான புத்தர் உருவம் ஒன்று கிடைத்துள்ளது. மேலும் சுமார் ஏழாம் நூற்றாண்டைச் சேர்ந்த புத்தர் மற்றும் போதிசத்துவரின் உலோகச் சிற்பங்கள் இரண்டும் தமிழ் நாடு தொல்லியல் துறையினரால் கண்டறியப்பட்டன. இவற்றில் தெற்கு ஆசியக் கலை நுட்பத்தைக் காணமுடிகிறது.[48] இதே போன்ற அமைப்புடைய புத்தர் செப்புப் படிமம் ஒன்று ஸ்ரீநகர் ஸ்ரீபிரதாப்சிங் அருங்காட்சியகத்தில் உள்ளது. இது கி.பி. ஆறாம் நூற்றாண்டின் பிற்பகுதியைச் சார்ந்ததெனவும், வடமேற்கு இந்தியாவில், குறிப்பாக காஷ்மீரத்தில், கிடைத்திருக்கக் கூடுமெனவும் கருதப்படுகின்றது.[49]

கன்னியாகுமரி மாவட்டத்தில் தேரூர் என்ற கிராமத்தில் பௌத்த சமயம் நிலைபெற்றிருந்தது தெரியவந்துள்ளது. பண்டைய ஆவணங்களில் இவ்வூர் தேரனூர் என்று அழைக்கப்படுகிறது. இங்குள்ள அவலோகிதேசுவரர் கோயில் அங்குள்ள மக்களால், இளைய நாயனார் கோயில் என்று அழைக்கப்படுகிறது. இங்கு அவலோகிதேசுவரர் மற்றும் அவரது மனைவி தாரா ஆகியோரின் அழகுமிகு கற்சிற்பங்கள் உள்ளன. ஒவ்வொரு ஆண்டும் சித்திரை மாதம் பௌர்ணமியன்று இங்கு திருவிழா கொண்டாடப்பட்டு வருகிறது. 1919 ஆம் ஆண்டு நடைபெற்ற திருவிழாவின்போது இலங்கையிலிருந்து பௌத்தத் துறவிகள் இங்கு வந்து வணங்கிச் சென்றதாகக் கூறப்படுகிறது.[50]

---

48. கு. சேதுராமன், இராமேசுவரம் கோயில், மதுரை, 2000, ப.III.
49. Susan, L. Huntington, pl.175, ப.356
50. Shu Hikosaka, முன்னது, ப.192.

எனவே தமிழகத்தில் பௌத்த சமயத்தின் கலை வரலாற்று எச்சங்களாக விகாரங்கள் இருந்தன எனினும், இன்று நமக்கு ஆதாரங்களாக அமைபவை கற்சிற்பங்களும், செப்புத் திருமேனிகளும் மற்றும் ஒரு சில கல்வெட்டுகளுமே ஆகும். மதுரைக் காஞ்சியில் குறிப்பிடப்பட்டுள்ள அறவோர் பள்ளிகள் என்பது புத்த விகாரத்தைக் குறிப்பதாகச் சிலரும், சமணப்பள்ளியைக் குறிப்பதாக மற்றொரு சாராரும் கருதுகின்றனர். இது இரு சமயத்துவருக்கும் பொருந்துவதாக அமைந்துள்ளது. எனவே மதுரையில் பௌத்த விகாரம் இருந்தது என்று சுஹிகோ சாகா போன்றவர்கள் கூறுவது எந்தளவிற்கு ஏற்கத்தக்கது என்பது கேள்விக்குறியே ஆகும். மேலும் தமிழகத்தில் தொடக்க காலத்திலிருந்து கி.பி.16ஆம் நூற்றாண்டு வரையான காலங்களில் பௌத்த சமயம் நாகப்பட்டினத்திலும், பிற இடங்களிலும் செல்வாக்குப் பெற்றநிலையில் இருந்துள்ளது என்பது மறுக்க முடியாததாகும். தமிழகத்திலிருந்த பௌத்தப் பெரியவர்களும், ஆசிரியர்களும் பிற இடங்களுக்குச் சென்று பணியாற்றியுள்ளனர் என்றும் நம்பப்படுகிறது. தமிழகத்தில் பௌத்த சமய வரலாறும், கலைவரலாறும் இன்னும் முழுமைபெறவில்லை. தொடர்ந்து பௌத்த சமயச் சின்னங்களும் கண்டுபிடிக்கப்பட்டு வருகின்றன. அண்மையில் சென்னையில் உள்ள இந்திய அரசின் தொல்லியல் கழகத்தார், சென்னைக்கு அருகே, 20 கிலோ மீட்டர் தொலைவில் உள்ள, கோலப்பாக்கம் (Kolapakkam) என்ற ஊரில் தியானத்தில் அமர்ந்துள்ள புத்தரின் இரண்டு கற்சிற்பங்களைக் கண்டெடுத்துள்ளனர். இங்குள்ள அகஸ்தீசுவரர் கோயில் கி.பி.10ஆம் நூற்றாண்டைச் சேர்ந்த முதலாம் இராசராச சோழன் காலத்தது. இங்குள்ள கல்வெட்டு சுமத்திராவின் அரசன் ஸ்ரீவிசய மகாராசன் என்பவனது ஆகும் (Hindu Feb. 12, 2006). இங்கு கண்டுபிடிக்கப்பட்ட ஒரு சிற்பத்தில் புத்தரின் தலைக்கு மேல் போதிமரமும், மற்றொரு சிற்பத்தில் முக்குடையும் காட்டப்பட்டுள்ளன. இரண்டு சிற்பங்களிலுமே புத்தரின் இருபக்கங்களிலும் இயக்கர்கள் அல்லது போதிசத்துவர்கள் நின்றிருக்கின்றனர். ஒரு புத்தரின் உடலில் ஆடையின் கோடுகள் தெளிவாகத் தெரிகின்றன. இதிலிருந்து கோலப்பாக்கமும் அதனை அடுத்துள்ள மாங்காடு, இரண்டாம் கட்டை, குன்றத்தூர், போன்ற பகுதிகளும் பௌத்த மையங்களாகத் திகழ்ந்துள்ளன என்று தெரிகிறது. ஏனெனில் அப்பகுதிகளிலும் புத்தர் சிலைகள் முன்னமே கண்டுபிடிக்கப்பட்டுள்ளன.

7

ஆசிய நாடுகளில் பௌத்தக்கலை

பௌத்த சமயக் கருத்துக்களும், கலைப்பொக்கிசங்களும், தான் பிறந்த இந்திய நாட்டிலிருந்து ஆசியாவின் பிறநாடுகளில் பரவுவதற்கு ஏதுவாக அமைந்த சாதனம் தரைவழியாகவும், கடல்வழியாகவும் ஏற்பட்ட வாணிபமே ஆகும். இந்த வாணிபம் நடைபெற்ற வாணிப வழிகள் இதில் முக்கிய பங்கு வகிக்கின்றன. இவ்வகையில் வாணிப வழிகளில் உள்ள நாடுகளில் எல்லாம் பௌத்தத் தத்துவங்களும், பண்பாடும், கலையும் பரவின. இப்பண்பாட்டு விரிவாக்கத்தில் அந்தந்த நாட்டுப் பண்பாடும் கலந்ததோடு, அது வந்து சேர்ந்த வாணிக வழிகளில் இருந்த நாடுகளின் பண்பாடும் சேர்ந்துகொண்டு புதிய கலைக்கோணங்கள் உருவாயின. ஆசியாவின் பல நாடுகளில் வேரூன்றி விட்ட பௌத்தசமயம் தான் பிறந்த மண்ணில் செல்வாக்கிழந்துவிட்டது. உலகப் பெரும் சமயங்களில் ஒன்றான பௌத்தத்தை உருவாக்கிய பெருமை இந்தியாவுக்கு உண்டெனினும் அதனைக் காத்துப் போற்றிவரும் பண்பு பிற ஆசிய நாடுகளிடையே இருந்து வருகிறது. பௌத்தத்தைத் தங்களது நாட்டின் சமயமாக ஏற்றுக்கொண்ட நாடுகள் பௌத்த சிற்பங்களை உருவாக்கும்போது அதற்கான அடிப்படை இலக்கணத்தை இந்திய பௌத்த இலக்கியங்களிலிருந்தே எடுத்துக்கொண்டன. ஆனால் அவற்றை அமைக்கும் முறையில் தங்களது கலை நுட்பத்தைப் பயன்படுத்திக் கொண்டனர். இதுவே அவர்களது கட்டடக்கலையிலும், சிற்பக் கலையிலும் காணப்படும் பண்பாட்டுக் கூறுகளாகும். இவ்வியலின்

முக்கிய நோக்கம் இந்தியா தவிர்த்த பிற ஆசிய நாடுகளில் காணப்படும் இன்றியமையா கலைப்பொக்கிசங்களைப் பற்றிய செய்திகளைத் தமிழ்ச்சான்றோர்களுக்கும், ஆய்வு மாணவர்களுக்கும் எடுத்துரைப் பதாகும்.

இலங்கை

இந்தியாவின் தென் கிழக்கில் அமைந்துள்ள இலங்கை ஒரு சிறு தீவாகும். அயர்லாந்தின் பரப்பளவே கொண்ட இந்நாட்டில் இன்று ஆதிக்குடிகளான சிங்களரும், தமிழரும் பெரும்பான்மையாக வசித்து வருகின்றனர். சிங்களமும், தமிழும், ஆங்கிலமும் அந்நாட்டு மொழிகளாக விளங்கிவருகின்றன. கி.மு.ஐந்தாம் நூற்றாண்டு வாக்கில் தான் இலங்கையின் வரலாறு வெளிவரத் தொடங்கியது. கங்கைச் சமவெளியிலிருந்து விஜயன் என்னும் இளவரசன் இப்பகுதிக்குச் சென்று அங்கிருந்த இளவரசியை மணந்துகொண்டு சிங்கள அரசவம்சத்தை உருவாக்கினான் என்று தொன்மக் கதைகள் குறிப்பிடுகின்றன.[1] இராமாயணக்கதையில் இராவணன் என்பான் இலங்கையின் மன்னனாகக் காட்டப்பட்டுள்ளான். இக்காப்பியத்தின் காலம் இன்றுவரை சர்ச்சைக்குரியதாகவே உள்ளது. எனினும் இந்தியாவிற்கு அடுத்தபடியாக பௌத்த சமயம் விரைந்து பரவியது இலங்கையில்தான் என்பது மறுக்கப்படமுடியாததாகும். பேரரசர் அசோகரின் மைந்தன் மகிந்தன் சுமார் கி.மு.250 வாக்கில் இலங்கை வந்து அன்று அந்நாட்டின் தலைநகராக விளங்கிய அனுராதபுரத்தில் பௌத்த சமயத்தை நிலைநாட்டிச் சென்றதாகக் கருதப்படுகிறது. இக்காலத்தில் ஆட்சி செய்த சிங்களமன்னன் தேவானம்பியதிஸ்ஸா (கி.மு. 250 - 210) என்பவராவார். இவருக்கு அடுத்து வந்த தமிழ் மன்னன் எளாரன் கி.மு.161 வரை ஆட்சி செய்தார். இவரைப் போரில் வென்று ஆட்சியைப் பிடித்த சிங்கள மன்னன் துட்டகாணி (துட்டுகாமுணு) (கி.மு.161-137) என்பவரார்வார். இவர் காலத்தில் பௌத்த சமயம் வளர்ச்சியடைந்தது. இவர் இலங்கையின் அசோகர் என்றும் வரலாற்றாளர் கருதுகின்றனர். கி.பி. எட்டாம் நூற்றாண்டு வரை பிரபலமாயிருந்த அனுராதபுரத்தை விட்டுவிட்டு சிங்களமன்னர்கள் பொலன்னருவையை (பொலன்னருவா)த் தலைநகராகக் கொண்டனர். எந்த ஒரு

1. Benjamin Rowland, The Art and Architecture of India, Penguin Books, Middlesex, III ed. 1970, p.359.

காரணத்திற்காக அனுராதபுரத்திலிருந்து தலைநகரை மாற்றினரோ அதே நிலை பதினைந்தாம் நூற்றாண்டிலும் ஏற்பட்டது. அனுராதபுரத்தைப் போன்றே பொலன்னருவாவிலும் தமிழர்கள் அதிகமாகக் குடியேறினர். இதனால் பழைய தலை நகரங்களும், வளமான வடபகுதியும் காடுகளாயின. பண்டைய கோயில்களும், சின்னங்களும், அரண்மனைகளும் காடுகளிடையே இருந்தன. அவற்றை, சென்ற 19ஆம் நூற்றாண்டின் இறுதியில்தான் தொல்லியலார் கண்டுபிடித்து வெளி உலகிற்கு அறிவித்தனர்.

இந்தியத் துணைக்கண்டத்தில், குடியாட்சி ஒழிக்கப்பட்டு முற்றிலும் ஆங்கில ஆட்சியின் கீழ் வந்த முதல் நாடு (கி.பி.1815) இலங்கை தான். பண்டைக்காலத்தில் ரோம் நகரத்துடனும், பின்னாளில் போர்த்துக்கீசியர், டச்சுக்காரர்கள் மற்றும் ஆங்கிலேயருடனும் இலங்கை வாணிபத் தொடர்புகொண்டிருந்தது. ஆனால், நீண்ட வரலாற்றுப் போக்கில் இந்நாடு இந்தியாவுடன் பல வகையிலும் மிக நெருங்கிய தொடர்பினைக் கொண்டிருந்தது மறுக்கப்பட முடியாததாகும். முன்பு குறிப்பிட்டது போல் சிங்கள வம்சமும், பௌத்த சமயமும் இந்தியாவிலிருந்துதான் சென்றுள்ளது. அசோகரின் மகன் மகிந்தனுக்குப் பின் இலங்கையில் பௌத்த சமயத்தைச் சேர்ந்த சிற்பங்களை வடிக்கத் துணைநின்றவர்கள் அல்லது தூண்டுகோலாயமைந்தவர்கள் ஆந்திரர்களாவர். பிற்காலத்து (கி.பி.459-993) அனுராதபுரத்துச் சிற்பக்கலை வளர்ச்சி தமிழகத்தின் சிற்பக்கலை வளர்ச்சியோடும், ஓரளவு தக்காணத்துக் கலையோடும் தொடர்பு கொண்டதாக இருந்தது எனத் தெரிகிறது.[2] இலங்கையின் அரசியல் வரலாற்றிலும் தொடர்ந்து தமிழ் மன்னர்களின் செல்வாக்கு அல்லது தலையீடு தவிர்க்க முடியாததாக இருந்துள்ளது. இலங்கையில் பல ஊர்கள் அல்லது இடங்களுக்குத் தமிழ்ப் பெயர்கள் வழங்கிவந்துள்ளதும் இதன் விளைவே எனலாம். இதற்கு உதாரணமாக யாழ்ப்பாணத்தில் உள்ள பிரதானப் பகுதியான திருநெல்வேலியைச் சொல்லலாம்.

இலங்கையின் தொன்மையான கலைச்சின்னங்கள் வட - மத்திய பகுதியில் உள்ளன. பழைய, நீர்ப்பாசன வசதி பெற்ற ராஜரத்னா

2. James C. Harle, முன்னது, ப.445

என்ற பகுதியில் இச்சின்னங்கள் ஏராளமாகக் காணப்படுகின்றன. இதில் அனுராதபுரமும், பொலன்னருவாவும் அடங்கும். தென்கிழக்கில், அரசியல் முக்கியத்துவம் பெற்றிருந்த ரோகனா பகுதியும் பண்டைய கலைச் சின்னங்களைக் கொண்டுள்ளது. மாபெரும் ஸ்தூபங்கள், அரண்மனைகளின் இடிந்துபோன பகுதியில் கண்டெடுக்கப்பட்ட கற்சிற்பங்கள் போன்றவையே இலங்கையின் தொன்மைச் சின்னங்களாகும். ஒரு நூற்றாண்டுகால தொல்லியலாரின் ஆய்வுக்குப்பின்பு இவை வெளிக்கொணரப்பட்டன. இந்த ஸ்தூபங்களில் சில செப்பனிடப்பட்டன; சில திருத்திக் கட்டப்பட்டுள்ளன. தவிர, சிதைந்துபோன மடாலயங்களின் பகுதிகளும் கிடைத்துள்ளன. அவை முழுவதும் இலங்கைப் பண் பாட்டுடன் தொடர்பு கொண்டவையாக அமைந்துள்ளன. இந்தியாவில் கிடைத்துள்ள அளவுக்கு அதிகமான சிற்பங்கள் கிடைக்கவில்லை எனினும் அவை அழகு மிகுந்த, தரம் வாய்ந்தவையாகத் தெரிகின்றன. பொலன்னருவா காலத்தில் (கி.பி.1050-1270) தான் செங்கல் பயன்படுத்தப்பட்டது. அதற்கு முந்திய கட்டிடங்கள் அனைத்தும், அடிப்படைத் தளம் (basement) தவிர்த்த பகுதிகள் மரத்தால் கட்டப்பட்டிருந்ததால் அவை எப்படி இருந்தன என்றறிவது கடினமாக உள்ளது. தொல்லியல் தவிர, இலங்கை பற்றிய தொன்மை வரலாற்றை தீபவம்சம் மற்றும் மகாவம்சம் என்னும் நூற்களின் வாயிலாகவும், பிந்திய வரலாற்றை சூலவம்சம் என்ற நூலின் மூலமும் அறியலாம். ஆனால் கிடைத்திருக்கின்ற சிற்பங்களைப் பொறுத்தவரை அவற்றின் காலத்தைக் கணக்கிட உதவும் கல்வெட்டுகள் ஏதுமில்லை.

தமிழகத்தைப் போன்றே இலங்கையில் கிடைக்கின்ற தொன்மையான வரலாற்றுச் சின்னங்கள் பௌத்த குடைவரைகளில் உள்ள பிராமி கல்வெட்டுகள் ஆகும். இக்குடைவரைகள் துறவிகள் வாழுமிடங்களாக இருந்துள்ளன. தேவானம் பியதிஸ்ஸாவின் ஆட்சிக்காலத்தில் மிகிந்தலேயில் பௌத்த சங்கம் ஒன்று தொடங்கப்பட்டது. இதனை மகிந்தனே தொடங்கி வைத்ததாகக் கூறுவர். இதே காலத்தில் மகாவிகாரம் ஒன்றும், அனுராதபுரத்தில் தூபாராமம் ஒன்றும் கட்டப்பட்டது. தூபாராமத்துடன் ஒரு ஸ்தூபமும் (தாகபம்) கட்டப்பட்டது. இதுவே இலங்கையின் முதல்

ஸ்தூபம் ஆகும். இதற்கு அடுத்தபடியாக அனுராதபுரத்திலேயே ரூவன்வேலிசேயம் என்ற ஸ்தூபம் நிர்மாணிக்கப் (கி.மு. 2 ஆம் நூற்றாண்டு) பட்டது.[3] தொடர்ந்து ஏற்பட்ட அரசியல் பிரச்சனைகளால் சில காலம் ஏற்பட்ட தடைக்குப்பின்பு, மீண்டும் அனுராதபுரத்தில் கி.பி. மூன்றாம் நூற்றாண்டு வாக்கில் அபயகிரி மற்றும் ஜேடாவனம் மடாலயங்கள் கட்டப்பட்டன. கி.பி. நான்காம் நூற்றாண்டில் கலிங்க நாட்டிலிருந்து புத்தரின் புனிதப்பல் இலங்கைக்குக் கொண்டு செல்லப்பட்டது.[4] அபயகிரி மடாலயத்தின் ரத்னபிராசாத மண்டபத்தில் துவார பாலகர் சிற்பம் (8-9 நூற்றாண்டு) மிக அழகாக வடிக்கப்பட்டுள்ளது. இச்சிற்பம் நாகராஜர் சிற்பம் எனவும் கருதப்படுகிறது.

இலங்கையின் ஸ்தூபங்கள் மூன்று அடுக்குகளைக் கொண்ட அடிப்படைத் தளத்தைக் (medhi) கொண்டவையாகும். அதன்மீது அரைவட்ட அண்டா அமைக்கப்பட்டிருக்கும். நான்கு மூலைகளிலும் ஆந்திரத்து ஸ்தூபங்களில் இருந்த ஆயகத் தூண்களைப் போன்ற அமைப்பு காணப்படும். அண்டா பகுதிக்கு மேல் சதுரமான ஹார்மிகா அமைந்திருக்கும். அதற்கு மேல் ஒரு குடைக்கம்பு வைக்கப்பட்டிருக்கும். இப்பகுதி இந்திய ஸ்தூபங்களில் உள்ள குடைக்கம்பு போன்றில்லாது உயரமாக அமைக்கப்பட்டிருக்கும். இதுவே இலங்கையில் உள்ள ஸ்தூபங்களின் பொதுவான கட்டடக்கலைக் கூறாகும்.[5]

இலங்கையில் உள்ள தொன்மையான ஸ்தூபம் அனுராதபுரத்தில் உள்ள தூபாராமம் ஆகும். இது துட்டகாணி என்ற அரசர் காலத்தில் விரிவுபடுத்தப்பட்டது. அதன்பின்பு கி.பி. முதல் நூற்றாண்டில் இது மரத்தாலான அண்டாபகுதியால் மூடப்பட்டது. இது தற்போது முழுவதும் திருப்பணி செய்யப்பட்டதோடு அலங்கரிக்கப்பட்டிருக்கின்றது. ஏறத்தாழ துட்டகாணி காலத்தைச் சேர்ந்ததே இலங்கையின் பிரபலமான மகாதூபம் எனப்படும் ரூவனவேலிசேயம் ஸ்தூபம் ஆகும். இது 295 அடி விட்டம் கொண்டதாகும். கி.மு. ஒன்றாம் நூற்றாண்டில் ஆட்சி செய்த

---

3. மேலது, பக். 447 - 449
4. மேலது, ப. 448
5. மேலது, ப. 448

வடகாமணி (கி.மு.89-77) காலத்தைச் சேர்ந்த அபயகிரி ஸ்தூபம் அமைப்பில் பெரியதாகும். மகாசேனாவின் ஆட்சிக் காலத்தில் கட்டப்பட்ட ஜேடவன ஸ்தூபம் அனைத்து ஸ்தூபங்களையும் விட பெரியதாகும். இது 393 அடி உயரமும், 377 அடி விட்டமும் கொண்டதாகும். இவை இரண்டும் கி.பி.12-13 ஆம் நூற்றாண்டுவரை எந்தவித பாதிப்புக்கும் உள்ளாகாமல் இருந்துள்ளன. ரோகனத்தில் திஸ்ஸமகாராமம் என்ற இடத்தில் உள்ள யதாலவிகாரம் எனப்படும் ஸ்தூபம் கி.மு. இரண்டு அல்லது முதல் நூற்றாண்டைச் சேர்ந்ததாகும்.

அனுராதபுரத்தில் தொடக்கத்தில் ஹீனயானப் பிரிவு வலுப்பெற்றிருந்த போதும் மகாயானமும் தனது செல்வாக்கைப் பெற்றிருந்தது என்பதற்கு அங்கு கிடைத்த கலைச்சின்னங்களே சான்று பகர்கின்றன. மிகிந்தலே காடுகளில் உள்ள இந்திகதுசயம் என்னும் ஸ்தூபம் மகாயானப் பிரிவைச் சேர்ந்ததாகும். இதில் உள்ள கல்வெட்டு 'முழுமையான ஞானம்' என்ற சொல்லோடு தொடங்குகிறது. இது எட்டாம் நூற்றாண்டைச் சேர்ந்ததெனக் கருதப்படுகிறது. இதன் அண்டாபகுதி சாரநாத்தில் உள்ள தாமேக் ஸ்தூபத்தை ஒத்துள்ளது.[6] இலங்கையின் கட்டடக்கலை வளர்ச்சியில் ஆந்திராவின் தாக்கம் இருந்தது என முன்னமே கண்டோம். அதுபோன்றே அங்கு கிடைத்துள்ள கி.பி. 2- 3ஆம் நூற்றாண்டுகள் மற்றும் அதற்குப் பிந்திய காலச் சிற்பக்கலையிலும் அத்தகைய செல்வாக்கினைக் காணலாம்.

அக்காலச் சிற்பங்கள் பெரும்பாலும் புத்தரது உருவங்களாகவே இருந்தன. அவை ரூவனவேலி ஸ்தூபத்தின் அடிப்படைத்தளத்தில் வைக்கப்பட்டிருந்தன. அவற்றில் இரண்டு புத்தரின் நின்ற நிலையிலான சிற்பங்களாகும். மற்றொன்று துட்டகாமணியின் உருவம் என்று கருதப்படினும், அது சித்தார்த்தர் போதிசத்துவராயிருந்ததைக் குறிக்கும் சிற்பம் என்றும் கூறப்படுகிறது. புத்தரின் இரண்டு உருவங்களில் ஒன்று நிமிர்ந்த முகத்துடன், கருணைப் பொலிவின்றி காணப்படுகிறது. அவரது ஆடை இடது தோள்மீது செல்கிறது. ஆடையின் மடிப்புகள் வட்டமான கோடுகளால் காட்டப்பட்டுள்ளன. ஆடை அமைப்பும், கால் பக்கத்தில் ஆடை மடிக்கப்பட்டிருப்பதும் அமராவதி சிற்பங்களை நினைவுபடுத்துகின்றன.

---

6. **Benjamin Rowland, முன்னது,** ப.363

புத்தரின் வலது கை உடைந்துள்ளது. இடது கை ஆடையைப் பிடித்துள்ளது. அவரது கண்கள் பாதி மூடியிருந்த போதும் அதில் தெய்வீகம் புலப்படவில்லை. சுருள்முடி நெற்றிக்குமேல் தலை உச்சியில் காட்டப்பட்டுள்ளது. உஷ்ணிசம் சரியாகத் தெரியவில்லை. அவர் தாமரைப் பீடத்தில் நேராக நின்றுள்ளார்.[7] இங்குள்ள துட்டகாமணி அல்லது போதிசத்துவருடைய உருவம் இலங்கைக் கலைஞர்களின் கலைப்பாணியில் உடலில் எந்த வளைவும் காட்டப்படாமல் நேராக நின்றிருக்கும்படி அமைந்துள்ளது. இவரது ஆடை அமைப்பு தமிழகத்துச் சிற்பங்களை நினைவூட்டுகின்றன. கழுத்தில் கனமான ஆரமும், சங்கிலியும் அணிவிக்கப்பட்டுள்ளது. இரு கைகளும் உடைந்துள்ளன. தலையில் உள்ள தலைப்பாகை அல்லது கிரீடம் புத்தரின் சுருள்முடியுடன் காணப்படும் உஷ்ணிசத்தையே நினைவூட்டுவதாக உள்ளது.[8]

அனுராதபுரம் அருங்காட்சியகத்தில் சுண்ணாம்புக் கல்லாலான புத்தரின் நின்ற கோலச் சிற்பம் வைக்கப்பட்டுள்ளது. இது கி.பி.3-4 ஆம் நூற்றாண்டைச் சேர்ந்ததாகும்.[9] இது எட்டடி உயரம் கொண்டது. இதில் புத்தரின் ஆடை இடது தோள்மீது செல்கிறது. வலது கை அபய முத்திரை காட்ட இடது கை ஆடையைப் பிடித்துள்ளது. சுருள்முடியும், உஷ்ணிசமும் தெளிவாகக் காட்டப்பட்டுள்ளன. இந்த புத்தர் மட்டுமல்லாது இலங்கையில் கிடைத்துள்ள எந்த புத்தரின் சிற்பத்திலும் அவரது தலைக்குமேல் பிரபையும், அவரது இரண்டு பக்கங்களிலும் காட்டப்பட வேண்டிய பக்தர்கள் அல்லது போதிசத்துவரின் உருவங்களும் எதுவும் காட்டப்படவில்லை. முந்திய உருவத்தைப் போன்றில்லாது இந்த புத்தரின் ஆடை மடிப்புகளைக் காட்டும் கோடுகள் நெருக்கமாக அமைந்துள்ளன. இதே காலத்தைச் சேர்ந்த செப்புத்திருமேனி ஒன்று ஹனோய் அருங்காட்சியகத்தில் வைக்கப்பட்டுள்ளது. இது டோங்குவாங் என்ற இடத்தைச் சேர்ந்ததாகும்.[10] இதில் புத்தர் உயரமான தாமரைப் பீடத்தில் நின்றுள்ளார். அவரது ஆடை இடது தோள்மீது

---

7. மேலது, Fig.291
8. மேலது, Fig.293
9. J.C. Harle, முன்னது, Fig.356.
10. Benjamin Rowland, முன்னது, Fig.292

செல்கிறது. அவரது வலதுகை ஞானமுத்திரை காட்டுகிறது. இடது கை ஆடையைப் பிடித்துள்ளது. நெற்றியில் ஊர்ணமும், தலையில் சுருள்முடியும், உஷ்ணிசமும் அழகாக அமைந்துள்ளன. அவரது புன்முறுவல் காட்டும் முகம் நாகப்பட்டினம் செப்புத்திருமேனியை நினைவூட்டுகிறது. பிந்திய கால இலங்கை செப்புத்திருமேனிகள் இந்த அடிப்படையிலேயே அமைந்தன.

அனுராதபுரம் பகுதியில் கூட்டம் போகுனம் என்ற இடத்திற் கருகில், புத்தர் தியானத்தில் அமர்ந்திருக்கும் சிற்பம் ஒன்று கண்டுபிடிக்கப்பட்டுள்ளது. இச்சிற்பம் ஒரு போதிமரத்தினைச் சுற்றி வைக்கப்பட்டிருந்த நான்கு புராதனச் சிற்பங்களில் ஒன்றென அகழ்வாய்வின்போது கண்டுபிடிக்கப்பட்டது. இதனை கி.பி. 4-5 நூற்றாண்டைச் சேர்ந்ததென பலர் கருதினும் இது அதற்கும் சற்று முந்திய காலத்தைச் சேர்ந்ததாக இருக்கக்கூடும் என நம்பப்படுகிறது.[11] இதில் புத்தர் அர்த்த பத்மாசனத்தில் அமர்ந்துள்ளார். அவரது காதுகள் நீண்டு தோள்பட்டையை ஒட்டியுள்ளன. கண்களை மூடி அமைதியும், கருணையும் காட்டியுள்ளார். தலையில் சுருள்முடி அலங்கரிக்கிறது. அவரது ஆடை மெல்லிய கோட்டினால் அடையாளம் காட்டப்பட்டுள்ளது. கொழும்பு அருங்காட்சியகத்தில் உள்ள தியானநிலையில் உள்ள மற்றொரு சிற்பம் கத்ராவில் உள்ள குஷாணர் காலத்து புத்தர் உருவங்களைப் பெரிதும் ஒத்துள்ளது. அவரது தலையில் உள்ள சுருள்முடியின் அமைப்பு குப்தர்காலத்து சாரநாத் சிற்பங்களை நினைவூட்டுகின்றன.[12] அண்மைக் காலத்தில், அனுராதபுரம் இரயில் நிலையத்திற்கு அருகில், கொழுவிலா என்ற இடத்தில் கண்டுபிடிக்கப்பட்ட புத்தரின் தியான நிலையில் அமர்ந்துள்ள சிற்பம் கொழும்பு அருங்காட்சியகத்தில் வைக்கப்பட்டுள்ளது. இதே இடத்தில் கண்டுபிடிக்கப்பட்ட மற்ற இரண்டு சிற்பங்களில் புத்தர் நின்ற நிலையில் வடிக்கப்பட்டுள்ளார். இங்கு இடிந்து, சிதைந்துபோன ஒரு ஸ்தூபத்தின் எச்சங்களும், தூண்களும் காணப்படுகின்றன. அனுராதபுரத்திலிருந்து

---

11. W.B. Marcus Fernando, Ancient City of Anuradhapura, 1970, p.49
12. Benjamin Rowland, முன்னது, ப.366, Fig.294

மூன்று மைல் வடக்கே, இன்று அசோகாராமயம் என்று அழைக்கப்படுகின்ற இடத்தில் புத்தர் சிலையும், ஸ்தூபத்தின் சிதைந்த பகுதிகளும் கண்டுபிடிக்கப்பட்டுள்ளன. இதில் அமர்ந்த நிலையிலுள்ள புத்தர் வழக்கத்திற்கு மாறாக அபய முத்திரை காட்டியுள்ளார். அவரது இடது கை ஆடையைப் பிடித்துள்ளது. பொதுவாக இது நின்றிருக்கும் புத்தர் சிற்பங்களில் காணப்படும் கலைக்கூறாகும். 6 அடி 9 அங்குலம் உயரம் கொண்ட அர்த்த பரியங்காசனத்தில் அமர்ந்துள்ள இச்சிற்பத்தில், புத்தரின் இரு கால் முட்டிகளுக்கிடையிலான தூரம் 6 அடி ஆகும்.[13]

கி.பி. 7-8ஆம் நூற்றாண்டைச் சேர்ந்த சிற்பங்களும் அனுராதபுரத்தில் கண்டுபிடிக்கப்பட்டுள்ளன. அவற்றில் ஒன்று அவுகனம் என்ற இடத்தில் பாறையில் வெட்டப்பட்டுள்ள நின்ற நிலையிலான புத்தர் சிற்பமாகும். இதனை உதயகிரியில் பாறையில் வெட்டப்பட்டுள்ள பூவராகர் சிற்பத்துடன் ஒப்பிடலாம். இச்சிற்பம் 46 அடி உயரமானது. இதன் தலையில் நாகப்பட்டினத்து சிற்பங்களில் உள்ளது போல் சுவாலையுடன் கூடிய உஷ்ணிசம் காட்டப்பட்டுள்ளது. அவரது முகத்தோற்றத்தை வைத்துப் பார்க்கும்போது இது கி.பி. எட்டாம் நூற்றாண்டுக்கு முந்தியதெனக் கருதமுடியாது. இதில் புத்தர் தனது வலது கையைத் தூக்கியுள்ளார். அவரது இடதுகை ஆடையைப் பிடித்துள்ளது. ஆடை இடது தோளை மறைத்துச் செல்கிறது.[14] அனைத்து புத்தர் சிற்பங்களிலும் வலது தோள் ஆடையால் மூடப்படவில்லை என்பது இங்கு குறிப்பிடத்தக்கதாகும். இலங்கையில் நிலவிவந்த பௌத்த சமயம் தேரவாத பிரிவைச் சேர்ந்ததாகும். அது மூத்தவர்களின் சமயம் என்று அழைக்கப்படுகிறது. இப்பிரிவின்படி இலங்கையில் போதிசத்துவர்களின் உருவங்கள் வடிக்கப்பட்டன. அவற்றில் சில வெறும் தலைகளுடனும், வேறுசில கைகள் உடைபட்ட நிலையிலும் காணப்படுகின்றன. ஆனால் பாறையில் செதுக்கப்பட்ட சிற்பங்கள் எந்தவித இடிபாடுகளுக்கும் உட்படாமல் நல்ல நிலையில் உள்ளன. இதில் குறிப்பிடத்தக்கது புதுருவேகலாவில் உள்ள பாறையில் வெட்டப்பட்ட புத்தர் சிலையாகும். கி.பி. 8-9ஆம் நூற்றாண்டைச்

---

13. W.B. Marcus Fernando, முன்னது, ப.65, pl.XXX
14. James C. Harle, முன்னது, ப.450, Fig.357

சேர்ந்த இச்சிற்பம் நின்றநிலையில் 43 அடி உயரத்தில் அமைக்கப்பட்டுள்ளது. புத்தரின் இரண்டு கைகளும் ஞானமுத்திரை காட்டுகின்றன. தலையலங்காரம் வழக்கத்திற்கு மாறாக அமைந்துள்ளது. இது எதனுடைய தாக்கம் என அறிய இயலவில்லை. போதிசத்துவ உருவங்கள் இரண்டு வகையாக அமைந்துள்ளன. ஒன்று, இளவரசரின் ஆடை போன்று அலங்கரிக்கப்பட்ட உருவமைப்பு. இதற்கு அழகான கிரீடம் அணிவிக்கப்பட்டுள்ளது. இது சாளுக்கியர், பல்லவர், சோழர் சிற்பங்களைப் பெரிதும் ஒத்துள்ளது. இவ்வுருவங்கள் சமபாதத்தில் நின்றுள்ளன. தலைக்குமேலே சிரச்சக்கரம் அல்லது பிரபை அமைக்கப்பட்டுள்ளது. இரண்டாவது வகை போதிசத்துவருடைய உருவங்களை எளிதில் அவலோகிதேசுவரர் உருவங்கள் என்று கூறிவிடலாம். இதில் போதிசத்துவர் சடைமுடி அணிந்திருப்பார். நீண்ட வேட்டி அணிந்திருப்பார். சிதுல்பாஷவா என்ற இடத்தில் கிடைத்துள்ள போதிசத்துவர் (கி.மு.700) சிற்பம் மாமல்லபுரத்துச் சிற்பங்களின் கலைக் கூறுகளோடு பெரிதும் ஒத்துள்ளது.[15]

அனுராதபுரத்து போதிமரம்

அனுராதபுரத்தில் உள்ள புனிதமான போதிமரம் ஒரு கோயிலாக அமைக்கப்பட்டுள்ளது. இது ஜெயஸ்ரீ மகா போதி என்று அழைக்கப் படுகிறது. எச்.ஜி. வெல்ஸ், இலங்கையில் இன்று வரை வளர்ந்துவரும் போதி மரம் உலகின் தொன்மையான வரலாற்றுச் சிறப்புமிக்க மரமாகும்; இது கி.மு.245 இல் புத்தகயா போதிமரத்திலிருந்து வெட்டி எடுத்துச்செல்லப்பட்ட ஒரு துண்டை நட்டு வளரச் செய்யப்பட்டதாகும் என்று குறிப்பிட்டுள்ளார். இந்த மரத்துண்டு அல்லது கிளை போதி மரத்திலிருந்து வெட்டி அசோகரின் மகளான தேரிசங்கமித்திரையால் இலங்கைக்குக் கொண்டுவரப்பட்ட தென்பர். இது அனுராதபுரத்தில் மகாமேகவனப் பூங்காவில், தேவானம்பியதிஸ்ஸா என்ற அரசரால் கி.மு.249 இல் நடப்பட்டது. இதனை புத்தகயாவின் போதிமரத்தின் தெற்குப்பிரிவு என்று கூறுகின்றனர். இலங்கையில் ஜெயஸ்ரீ மகாபோதிமரம் நடப்பட்டது பற்றி மகாவம்சம் விரிவாகக் கூறுகிறது.

---

15. மேலது, பக்.453 - 454

பொலன்னருவா

இலங்கையின் மத்திய வடக்குப் பகுதியில் உள்ள பொலன்னருவா பன்னிரண்டாம் நூற்றாண்டில் சிறந்த பௌத்தமையமாக விளங்கியது. இடைக்கால இலங்கையின் தலைநகராகவும் திகழ்ந்தது. அனுராதபுரம் வீழ்ச்சியடைந்ததும் பொலன்னருவா அரசியல் மையமாகியது. கி.பி.781 முதல் 1290 வரை பொலன்னருவா தலைநகராக விளங்கியது. வடகிழக்கு இலங்கையில் அடர்த்தியான காடுகளுக்கிடையே இருந்த தோபவேவா என்ற குளத்துப் பகுதியில் கலைச்சின்னங்கள் காணப்பட்டன. இக்குளத்தில் பண்டைக்காலத்தில் வைக்கப்பட்ட சிகப்புத் தாமரைக்கொடி மிக நேர்த்தியாக வளர்ந்து அழகுமிகு பூக்களை அண்மைக்காலம் வரை கொடுத்துவந்துள்ளது. பொலன்னருவாவின் கலைவளர்ச்சிக்கு ஆதரவாக இருந்தது முதலாம் பராக்கிரமபாகு (1164 - 97) என்ற சிங்கள மன்னனாவான். இன்று அந்நகரம் ஒரு சிறு கிராமமாக உள்ளது. இங்கு வரலாற்றுச் சிறப்பு மிக்க கலைக்கருவூலங்கள் உள்ளன. இவற்றில் குறிப்பிடத்தக்கது கல் விகாரத்துச்சிற்பங்களும், அழகான பரிவேனத்தில் உள்ள திவங்கா சிற்பக்கூடமும் ஆகும். கல்விகாரம் ஒரு குடைவரைக் கோயிலாகும். இது 12ஆம் நூற்றாண்டைச் சேர்ந்தது. இங்கு நான்கு சிற்பங்கள் வெவ்வேறு விதமாக அமைக்கப்பட்டுள்ளன. இவற்றில் ஒன்றில் புத்தர் தியானத்தில் அமர்ந்திருக்கிறார். மற்றொன்றில் நின்றுகொண்டுள்ளார். மூன்றாவது சிற்பம் சயன நிலையைக் காட்டுகிறது. நான்காவது சிற்பம், பிரமாண்டமான, 46 அடி நீளமுள்ள, புத்தரின் பரிநிர்வாணச் சிற்பமாகும். இந்தப் பரிநிர்வாணச் சிற்பம் தொன்மையான இந்திய பரிநிர்வாணச் சிற்பங்களின் அமைப்பினை ஒத்திருந்தபோதும் இதனைப்போன்ற பிரமாண்டமான சிற்பம் இந்தியாவில் இல்லை. இதில் புத்தர் தனது வலதுகையை மடக்கித் தலைக்குக்கீழ் தலையணையில் வைத்துள்ளார். இடது கால் முட்டிப் பகுதியில் சற்று மடக்கப்பட்டுள்ளது. அவரது முகத்தில் அமைதியும், கருணையும் ஒன்றுசேர்ந்து காணப்படுகின்றன.

இதனைப் போன்று பிரமாண்டமான நின்ற நிலையிலுள்ள சிற்பம் ஒன்று தோபவேவா குளத்தைப் பார்த்துள்ள பாறையில் செதுக்கப்பட்டுள்ளது. இதனை முதலாம் பராக்கிரமபாகு மன்னனது சிற்பம் என்று கூறுகின்றனர். இவ்வரசன் தாடியுடன் கையில் ஒரு

ஓலைச்சுவடி வைத்துள்ளது போல் காட்டப்பட்டுள்ளார். இச்சிற்பம் மௌரியர் காலத்து இயக்கர்களின் சிற்பங்களை ஒத்துள்ளது. இதற்கருகிலேயே அமர்ந்த நிலையிலான புத்தர் சிற்பம் ஒன்றும் கண்டுபிடிக்கப்பட்டது. அது தக்காணத்துக் கலைப்பாணியில் அமைந்துள்ளது.

கொழும்பு அருங்காட்சியகத்தில் வைக்கப்பட்டுள்ள அமர்ந்த நிலையிலுள்ள புத்தரின் செப்புத்திருமேனி பாதுல்லா என்ற இடத்தில் கிடைத்த கி.பி. ஐந்தாம் நூற்றாண்டைச் சேர்ந்ததாகும். இது இந்தியாவின் தொன்மையான பல செப்புப் படிமங்களை ஒத்துள்ளது. இலங்கையில் கிடைத்துள்ள அமர்ந்த நிலையிலான புத்தரது செப்புத்திருமேனிகளின் ஒரு கையில் விதர்க்க முத்திரையும், மற்றொரு கையில் மலர் வைத்துள்ள கடகமுத்திரையும் காட்டப்பட்டுள்ளன. சில படிமங்களில் கைகள் தியான நிலையில் வைக்கப்பட்டுள்ளன. சிறிய அளவிலான, ஏராளமான, ஆண், பெண் போதிசத்துவர்களின் செப்பு உருவங்கள் லலிதாசனத்திலோ அல்லது மகாராஜ லீலாசனத்திலோ அமர்ந்த நிலையில் வடிக்கப் பட்டுள்ளன. சிலநேரங்களில் அவர்கள் நான்கு கைகளைக்கொண்டு மகாயான பௌத்தக் கொள்கைகளை வெளிப்படுத்துகின்றனர்.[16] அமர்ந்த நிலையிலுள்ள தாராவின் சிற்பம் ஒன்று குறுனேகலத்தில் கிடைத்துள்ளது. பத்தினி தேவியின் சிலை அல்லது தாராவின் நின்ற நிலையிலான முலாம் பூசப்பட்ட சிற்பமும் கிடைத்துள்ளது. அது தற்போது இலண்டனில் பிரிட்டிஷ் அருங்காட்சியகத்தில் உள்ளது.

முதலாம் பராக்கிரமபாகு காலத்தில் இலங்கை ஒன்று படுத்தப்பட்டதோடு பழைமையான சமயச்சின்னங்கள் புனரமைக்கப்பட்டன. அனுராதபுரத்திலும், மிகிந்தலேயிலும் இருந்த கட்டடங்கள் திருப்பணி செய்யப்பட்டன. புதிதாகக் கட்டப்பட்ட கட்டிடங்களில், குறிப்பாக மூன்று முக்கிய படிமாகரங்களில் பெருமளவில் செங்கற்கள் பயன்படுத்தப்பட்டன. அவற்றில் வண்டிக்கூடு போன்ற கூரையும், உட்பக்கம் மேலேறிச் செல்ல படிகளும், அடுக்குமாடி அறைகளும், சுதை உருவங்களும் அமைக்கப் பட்டன. அந்த மூன்று கட்டடங்களிலும் சிறியதும், பழைமையானதும்

16. மேலது, ப.456

மற்றும் அமர்ந்த நிலையிலுள்ள புத்தரின் உருவத்தைக் கொண்டது தூபாராமம் ஆகும். இலங்க திலகம் மற்றும் திவங்கமும் செங்கல் மற்றும் சுதை பூசப்பட்ட நின்ற நிலையிலான புத்தரின் உருவங்களைக் கொண்டுள்ளன. திவங்காவில் போதிசத்துவர்களின் உருவங்களும் காணப்படுகின்றன. இக்கட்டிடங்கள் இலங்கைக்கே உரிய அமைப்பில் கட்டப்பட்டிருக்கின்றனவேயன்றி தென்னிந்தியாவின் தாக்கத்தை அவற்றில் காணமுடியவில்லை.[17] பொலன்னருவாவில், மெடிகிரியாவில் உள்ளது போன்றே, வடதாகேயில் அதன் நான்கு மூலைகளிலும் அமர்ந்த நிலையிலான புத்தர் சிற்பங்கள் அமைக்கப்பட்டுள்ளன. இந்த சிற்பங்களின் தலையில் மென்மையான முடி காட்டப்பட்டுள்ளது. ஆடையின் மடிப்புகள் தெரியவில்லை. புனிதப்பல் கோயிலின் (அடதாகே) கருவறைக்கு முன்னால் ஒரு மண்டபம் கட்டப்பட்டுள்ளது. இலங்கையில் சிக்ரியாவில் கி.பி.ஐந்தாம் நூற்றாண்டில் வரையப்பட்ட, ஓவியம் அஜந்தா ஓவியங்களை ஒத்துள்ளன. அனுராதபுரத்திலும், பொலன்னருவையிலும், அவற்றைச் சுற்றியுள்ள பகுதிகளிலும் கிடைத்திருக்கின்ற கலைச்சின்னங்கள் மிகப் பழங்காலந்தொட்டே இலங்கையில் பௌத்த சமயமும், கலையும், சிறப்பும், செல்வாக்கும் பெற்று விளங்கியுள்ளன என்பதை வெளிப்படுத்துகின்றன. எனினும் அக்கால கட்டிடங்களின் பெரும் பகுதி அழிந்துபோயின. இன்று கொழும்பின் பல பகுதிகளிலும் பௌத்தக் கோயில்களும் மடாலயங்களும் கட்டப்பட்டுள்ளன. இலங்கையின் அரசியலில் முக்கிய முடிவுகளை எடுப்பவர்கள் பௌத்த மடாலயத் தலைவர்கள்தான் என்றும் சொல்லப்படுகிறது.

நேபாளம்

புத்தர் பிறந்த இடம் நேபாளத்தில் தான் உள்ளது. இங்குள்ள சமயக் கட்டடக்கலையானது தனக்கே உரிய ஒரு பாணியைக் கொண்டுள்ளது. இதனை காட்மாண்டுக்கு அருகிலுள்ள போத்நாத் என்ற இடத்தில் உள்ள, கி.பி.ஒன்பதாம் நூற்றாண்டு ஸ்தூபத்தின் மூலம் உணரலாம். நேபாளத்திலிருந்தும், அதன் அருகில் உள்ள சிக்கிமிலிருந்தும்தான் பௌத்த சமயம் திபெத்தைச் சென்றடைந்துள்ளது. தற்போது திபெத்தியர்கள் நேபாளத்தில் பௌத்த ஸ்தூபங்களையும், மடாலயங்களையும் எழுப்பியுள்ளனர்.

---

17. மேலது, பக்.462 - 464.

புத்தர் நேபாளத்தில் சாக்கியத்தலைநகரான கபிலவஸ்துவுக்கு அருகில் உள்ள லும்பினியில் பிறந்தார் என்பது அறிந்ததே. அது, நேபாளத்தின் தெற்குப்பகுதியில் தேரை என்ற இடத்தில் அமைந்துள்ளது. கி.பி.நான்காம் - ஐந்தாம் நூற்றாண்டில் இந்தியாவுக்கு வந்த சீனப்பயணி பாஹியான் கபிலவஸ்துவை "மாபெரும் பாழ்பட்ட வெறுமைக் காட்சி" என்று வர்ணித்துள்ளார். அவர் கண்ட கபிலவஸ்துவில் ஒரு சில புத்தத்துறவிகளும், ஓரிரு குடும்பத்தினரும், சிங்கம், வெள்ளையானை போன்ற பயங்கர மிருகங்களும் மட்டுமே வாழ்ந்து கொண்டிருந்ததாக அவர் எழுதுகிறார். அவர், சாக்கியர்களின் அரண்மனை, புத்தரின் குறியீடுகள் கண்டெடுக்கப்பட்ட பகுதிகள், லும்பினித் தோட்டம், புத்தரின் தாயார் மாயாதேவி குளித்தகுளம், புத்தர் பிறந்த இடம், மண்மேடுகள், ஸ்தூபங்கள், மடாலயங்கள் ஆகியவற்றின் எச்சங்களைப் பார்வையிட்டுள்ளார். பௌத்த மரபுகள், அசோகர், கி.மு.3ஆம் நூற்றாண்டில் நேபாளத்துக்குச் சென்றதாகவும், அங்கு ஸ்தூபங்களை நிர்மாணித்ததோடு கல்வெட்டுப் பொறித்தத் தூண் ஒன்றையும் லும்பினியில் நிறுத்தினார் என்றும் குறிப்பிடுகின்றன. அண்மைக்கால அகழ்வாய்வுகள் ஸ்தூபம், மடாலயம், குளியல் குளம் ஆகியவற்றை வெளிக்கொணர்ந்துள்ளன. 1896இல் அசோகரது தூண் கண்டுபிடிக்கப்பட்டது. ஆனால் அது இடி விழுந்த காரணத்தால் தற்போது இரண்டாக உடைந்துள்ளது. சென்ற இருபது ஆண்டுகளில் தேரவாத, மற்றும் திபெத்திய பௌத்தர்கள் மீண்டும் புத்துயிர்கொடுக்கும் வகையில் லும்பினியில் மடாலயங்கள் கட்டி உள்ளனர்.

அசோகரால் எழுப்பப்பட்டதாகக் கருதப்படும் ஸ்தூபங்களில் இன்று வரை, சில மாற்றங்களுடன், நிலைத்திருப்பவை இரண்டு ஸ்தூபங்களாகும். அவை, காட்மாண்டு பகுதியில் சுயம்புநாத்திலும், போத் நாத்திலும் உள்ளன. இவை இரண்டும் நேபாளத்தின் தனித்தன்மை வாய்ந்த கட்டடக் கூறுகளைக் கொண்டுள்ளன. ஸ்தூபத்தின் அண்டா பகுதியைச் சுற்றி பதின்மூன்று அடுக்குகளைக் கொண்ட கோபுரம் போன்ற ஸ்தூபி அமைந்துள்ளது. இது பௌத்த சமய நம்பிக்கையான பதின்மூன்று சொர்க்கங்கள் அல்லது விண்ணுலகங்களைக் குறிக்கும் குறியீடாகக் கருதப்படுகிறது. இதன் சிறப்பு அம்சம் யாதெனில் இங்குள்ள சதுர வடிவ ஹார்மிகத்தின்

மீது தூபி எழுப்பப்பட்டிருப்பதாகும். ஹார்மிகம் முலாம் பூசப்பட்டுள்ளது. இதன் நான்கு பக்கங்களிலும் கண்கள் அமைக்கப்பட்டுள்ளன. இக்கண்கள் சூரிய வழிபாட்டினைக் குறிப்பதாகக் கூறுவர். மற்றொரு கருத்து யாதெனில், இக்கோயில் மகாபுருசரைக் குறிக்கிறது என்பதும், புத்தர் அனைத்துப் பக்கங்களிலும் பார்க்கிறார் என்பதும் ஆகும். ஸ்தூபத்தை பக்தர்கள் சுற்றிவரும் போது அதில் உள்ள கண்களும் தம்முடன் சுற்றி வருவதாக பக்தர்கள் உணர்கின்றனர். இந்த கண்கள் ஓவியமாகத் தீட்டப்பட்டோ அல்லது தந்தத்தால் செய்து வைக்கப்பட்டோ இருக்கும். சுயம்புநாத் ஸ்தூபத்தில் பதின்மூன்று தேவர்களின் சொர்க்கத்தினைக் குறிக்கும் பதின்மூன்று குடைகள் வைக்கப்பட்டுள்ளன. இதன் அண்டாவைச் சுற்றிச் சிற்பங்கள் அமைக்கப்பட்டுள்ளன. அவை வங்காளத்து பாலர்களின் சிற்பக்கலையை ஒத்துள்ளன.[18]

தொன்மையான பௌத்த சிற்பங்களில் குறிப்பிடத்தக்கவை பாஸ்டன் கலையியல் அருங்காட்சியகத்தில் வைக்கப்பட்டுள்ள செப்புத்திருமேனிகள் ஆகும். இவற்றின் கலை நுணுக்கங்கள் குப்தர்கள் மற்றும் பாலர்களிடமிருந்து பெறப்பட்டதெனக் கருதப்படுகிறது. இவ்வருங்காட்சியகத்தில் உள்ள பத்மபாணி போதிசத்துவர் உருவம் பாலர்காலத்து போதிசத்துவர்களைப் போன்றே அமைந்துள்ளது. கி.பி.11-13 ஆம் நூற்றாண்டைச் சேர்ந்த தாராவின் படிமம் ஒன்று இலண்டன் பிரிட்டிஷ் அருங்காட்சியகத்தில் வைக்கப்பட்டுள்ளது.[19] நேபாளத்து சிற்பங்களில் பிரபாவளி அமைப்பது அரிதாக உள்ளது. ஆனால் இந்த தாராவின் சிற்பத்தில் முட்டை வடிவ பிரபை காணப்படுகிறது.

பாதனில் உள்ள தங்க விகாரத்தில் வைக்கப்பட்டுள்ள அமர்ந்த நிலையிலான அவலோகிதேசுவரர் சிற்பம், நேபாளக் கலை நுட்பத்தைக் கொண்ட பதினான்காம் நூற்றாண்டுச் சிற்பமாகும். இவ்வுருவத்தின் அமைப்பும், முகபாவனையும், கருணையும், அமர்ந்திருக்கும் பாங்கும் எவ்வகையிலும் இந்தியக்கலையோடு தொடர்புகொண்டிருக்கவில்லை. சான்பிரான்சிஸ்கோ அருங்காட்சியகத்தில் பதினெட்டாம்

---

18. Benjamin Rowland, முன்னது, பக்.263 - 264.
19. James C. Harle, முன்னது, ப.475, Fig.382

நூற்றாண்டைச் சேர்ந்த தாராவின் படிமம் ஒன்று காணப்படுகிறது.[20] பொன் வண்ணத்தில் அமைந்துள்ள இவ்வுருவத்தில் தாரா பத்மாசனத்தில் அமர்ந்துள்ளார். ஒரு கையில் மலரும், மற்றொரு கையில் ஞானமுத்திரையும் காட்டப்பட்டுள்ளன. அதிகமான ஆபரணங்கள் அணிவிக்கப்பட்டுள்ளன.

செப்புத்திருமேனிகள் தவிர, ஓவியங்களிலும் புத்தரும், பிறரும் அழகாகத் தீட்டப்பட்டிருக்கின்றனர். கிளிவ்லேண்ட் அருங்காட்சியகத்தில் பச்சை வண்ணத்தில் தீட்டப்பட்ட தாராவின் ஓவியம் வைக்கப்பட்டுள்ளது. கி.பி. பதினைந்தாம் நூற்றாண்டைச் சேர்ந்த இவ்வோவியத்தில் தாரா இராஜலீலாசனத்தில் அமர்ந்துள்ளார். அவரது ஒரு கை அபய முத்திரையைக் காட்டுகிறது. மற்றொரு கையில் மலர் வைத்துள்ளார். அவர் ஒரு கோயிலுக்குள் அமர்ந்திருப்பது போன்ற தோற்றம் கொடுக்கப்பட்டுள்ளது. அதே அருங்காட்சியகத்தில், போதிக்கும் புத்தரின் (17ஆம் நூற்றாண்டு) உருவமும் அவரை வணங்கி அவரிடம் கல்வி கற்கும் சீடர்களின் உருவங்களும் வரையப்பட்டுள்ளன. தாராவின் தலைக்குப் பின்புறமும், புத்தரின் தலைக்குப் பின்பும் பிரபை காட்டப்பட்டிருக்கிறது. இவர்களைச் சுற்றி புத்தரின் வெவ்வேறு உருவங்களும், பெண் தெய்வங்களும் வரையப்பட்டுள்ளன. இதில் உள்ள ஒவ்வொரு ஓவியத் தொகுதியிலும் அது பற்றிய விளக்கங்கள் எழுதப்பட்டுள்ளன. இதன் சமகால நாயக்க மன்னர்கள் அமைத்த இராமாயண ஓவியங்களிலும் இவ்வமைப்பைக் காணலாம்.

இன்று இந்து நாடு என அங்கீகரிக்கப்பட்டுவருகின்ற நேபாளம் பௌத்த சமயத்தையும் ஆதரித்து வந்துள்ளது என்பதற்கு அங்குள்ள பௌத்தச் சின்னங்கள் பாதுகாக்கப்பட்டு வருகின்ற விதத்திலேயே உணரலாம். மேலும் அண்மைக்காலத்திலும் மரத்தாலான பௌத்த கட்டிடங்களும் கட்டப்பட்டுள்ளன என்பது அந்நாட்டின் சமயப் பொறையையே காட்டுகிறது.

---

20. மேலது, ப.477, Fig.384

திபெத்

பௌத்த சமயம் திபெத்துக்குள் நுழைவதற்கு முன்பாக திபெத்தியர்கள் பாம்போ என்ற சமயத்தைப் பின்பற்றினர். அது சூனியமும், காமத்தின் வயப்பட்ட பக்தி அனுபவமுமாக இருந்தது. அக்காலத்து ஒரே ஒரு வரலாற்று நிகழ்ச்சி என்று சொன்னால் அது திபெத்திய முதல் அரசனுக்கும் நேபாள இளவரசிக்கும் கி.பி.630ல் நடைபெற்ற திருமணத்தைக் கூறலாம். இதனைத் தொடர்ந்து அவ்வரசர் சீனப்பேரரசர் தாய்சுங்கின் மகளுடன் ஓர் ஒப்பந்தம் செய்தார். இதற்கு அடுத்து பௌத்த சமயம் வேரூன்றத் தொடங்கியது. இருப்பினும் பௌத்த சமயத்தை உண்மையில் புகுத்தியவர் கி.பி.எட்டாம் நூற்றாண்டில் வாழ்ந்த, கபிரிஸ்தானைச் சேர்ந்த, பத்மசம்பவர் என்பவராவார். இவர் தந்திரிக பௌத்தத்தைப் பரப்பினார். இவருக்குப்பின் அதீசா என்பவர் பௌத்த சமயத்தைப் பரப்பினார். சீனாவுடன் ஏற்பட்ட தொடர்பினால் திபெத்தில் கலை வளர்ச்சி தொடங்கியது. மங்கோலியப் படையெடுப்புக்குப் பின்பு சீனாவில் தீபெத்திய பௌத்த சமயம் அதிகாரப்பூர்வமாக ஏற்றுக் கொள்ளப்பட்டது.[21]

பல்வேறு வகையான திபெத்திய ஸ்தூபங்கள் புத்தரின் வாழ்க்கையின் பல்வேறு கட்டங்களைக் குறிப்பனவாக அமைந்திருந்தன. திபெத்திய ஸ்தூபம் வட்டவடிவ அண்டாப் பகுதியைக் கொண்டிருந்தது. அது ஒன்று அல்லது அதற்கு மேற்பட்ட சதுரவடிவ [illegible]த் தளத்தைக் கொண்டிருந்தது. நேபாளத்தைப் போன்றே சதுரவடிவ ஹார்மிகம் அமைக்கப்பட்டு அதன் மீது உயரமாக குடைகள் வைத்து கம்புபோல் அமைத்து உச்சியில் தீப்பிழம்பு போன்ற தூபி வைக்கப்பட்டது. கியான்சே என்ற இடத்தில் உள்ள ஸ்தூபம் வழக்கத்திற்கு மாறான அமைப்பையும், உயரத்தையும் கொண்டிருந்தது. அது ஐந்து படிக்கட்டுகள் உள்ள தளமேடையில் அமைக்கப்பட்டது. இது ஜாவாவில் பாராபுதூரில் உள்ள மகாயான கருவறையைப் பெரிதும் ஒத்திருந்தது.

---

21. **Benjamin Rowland,** முன்னது, பக்.266 - 267

கட்டடக்கலையை விட திபெத்திய சிற்பக்கலையே விரைந்து வளர்ச்சியடைந்தது. புத்தரின் உருவங்களும், ஆண், பெண் போதி சத்துவர்களின் உருவங்களும் செதுக்கப்பட்டன. தொன்மையான திபெத்திய பௌத்த சிற்பங்கள் கி.பி.ஒன்பதாம் நூற்றாண்டைச் சேர்ந்தவையாகும். அப்போதிருந்து அண்மைக்காலம் வரை ஏராளமான சிற்பங்களும், ஓவியங்களும் அமைக்கப்பட்டன. 1949இல் சீனா திபெத்தைக் கைப்பற்றிய பின்பு ஆயிரக்கணக்கான கோயில்கள் இடிக்கப்பட்டன. சிற்பங்களும், ஓவியங்களும் அழிக்கப்பட்டுவிட்டன. இதனால் இன்று திபெத்தைவிட, பிற நாடுகளில் உள்ள அருங்காட்சியகங்களில்தான் திபெத்திய கலைப்பொக்கிசங்களைக் காணமுடிகிறது.

திபெத்திய பௌத்த சமயம் ஒரு புதிய வகையான கலை நுட்பத்தினைக் கொண்டிருந்தது. அதில் இந்திய, சீன மற்றும் மத்திய ஆசியக் கலைகளின் ஒருங்கமைப்பைக் காணலாம். உலகின் ஒருமித்த குறியீடுகளை இவர்களின் சிற்பங்களிலும், ஓவியங்களிலும் காணமுடிகிறது. கோயில்களில் வரையப்பட்ட சுவர் ஓவியங்களைத் துறவிகள் வழிபாட்டுக்காகவும், அவற்றின் முன்பு உண்ணாநோன்பு இருப்பதற்காகவும் பயன்படுத்தினர். ஹென்றிச் சிம்மர், திபெத்தியக் கலையில் தெய்வீகசக்தி இருந்ததை உணரமுடிகிறது என்று குறிப்பிட்டுள்ளார்.[22] திபெத்திய சுவரோவியங்கள் பல இன்றும் திபெத்தில் சபரங், கியான்சே கும்பும் போன்ற இடங்களிலும், லடாக்அல்ச்சியிலும், ஹிமாச்சலப் பிரதேசத்தில் தாபோவிலும், நேபாளத்தில் முஸ்டாங்கிலும், பூட்டானில் பரோசாங்கிலும் காணப்படுகின்றன. திபெத்துக்கு வெளியே உள்ள ஓவிய அமைப்பானது தங்கா அல்லது சுருள் ஓவியம் ஆகும். பொதுவாகப் பருத்தித்துணியிலும், சில நேரங்களில் பட்டுத்துணிகளிலும் ஓவியங்கள் வரையப்பட்டன. இதற்கான வண்ணங்கள் இயற்கையான கனிப்பொருள்களிலிருந்தும், தாவரங்களிலிருந்தும் தயாரிக்கப்பட்டன. உபயோகப்படுத்துவதற்கு முன்பாக அவை பதப்படுத்தப்பட்டன. இதனால் பழைமையான தங்காக்களும் இன்றும் வண்ணங்கள் மாறாமல் காட்சியளிக்கின்றன. இவ்வோவியங்கள் ஓரங்களில் சட்டம்

22. **The UNESCO Courier, Twenty Five Centuries of Buddhist Art and Culture, June 1956, p.50.**

வைக்கப்பட்டு சுவர்களில் தொங்கவிடுவதற்கு வசதியாக அமைக்கப்பட்டன. அவற்றைச் சுருட்டி வைப்பதற்கான வசதி இருந்ததால் ஓரிடத்திலிருந்து பிற இடங்களுக்கு எடுத்துச் செல்ல ஏதுவாயிற்று. லாமாக்கள் அவற்றைத் தங்களது வழிபாட்டுக்காகவும், போதனைக்காகவும் பயன்படுத்தினர். பல திபெத்திய வீடுகளில் ஒரு தங்காவும், சிறு செப்புப் படிமமும் வைத்திருப்பது வழக்கமாயிற்று. காகிதங்களிலும் சிற்றுருவ ஓவியங்கள் வரையப்பட்டு அவை மரச்சட்டங்களில் மாட்டப்பட்டன.

திபெத்திய ஓவியங்களைப் போன்றே சிற்பங்களும் பல்வேறு பொருட்களால் செதுக்கப்பட்டன. உலோகம், மண், சுதை, மரம், கல் மற்றும் சாந்துக்கலவை ஆகியன சிற்பங்கள் செய்யப் பயன்படுத்தப்பட்டன. அவற்றில் அதிகமாக உலோகமே பயன்படுத்தப்பட்டது. காரணம் தியானம் செய்யும் இறை உருவங்களை, பல இடங்களுக்கும் எடுத்துச் செல்வதற்காக சிறு செப்புப்படிமங்களைச் செய்ய உலோகங்கள் பெரிதும் பயன்பட்டன. கோயில்களிலும், மடாலயங்களிலும் வைப்பதற்காக பெரிய இறை உருவங்கள் சுடுமண்ணாலும், சுதையாலும் செய்யப்பட்டன. கலைப்பொருட்கள் செய்ய ஆணையிட்டவர்கள் மடாலயத்தைச் சேர்ந்தவர்கள் அல்லது தனிப்பட்ட கலை ஆர்வலர்கள் ஆவர். இந்தியக் கலைஞர்களைப் போன்றே திபெத்தியக் கலைஞர்களும் தங்கள் விருப்பப்படி எத்தகைய கலைக்கூறுகளையும் புகுத்தாது இலக்கணத்தில் வகுத்துள்ளபடி சிற்பங்களை வடிக்கவேண்டிய நிலையிலிருந்தனர். சாந்துக் கலவையிலான சிற்பங்களை பௌத்தத் துறவிகளின் குழுக்கள் செய்வித்தன. இச்சிற்பங்கள் முழுவதும் சாந்துக் கலவையால் செய்யப்படவில்லை. அவை மரச்சட்டம் அல்லது தோளில் செய்யப்பட்டு அவற்றில் சாந்துக்கலவை பூசப்படும். கி.பி.14ஆம் நூற்றாண்டில் சீனாவுக்கும் திபெத்துக்கும் இடையில் ஏற்பட்ட வாணிபத்தொடர்பினைத் தொடர்ந்து ஏராளமான பௌத்தத் துறவிகள் சீனாவுக்குச் சென்றுவந்தனர். அதன் விளைவாக திபெத்திய கலையில் வளர்ச்சி ஏற்பட்டது. திபெத்திய சிற்பங்களில் குறிப்பிடத்தக்கவை நியூயார்க்கில் தனிநபர் பாதுகாப்பில் உள்ள புத்தரின் மும்மூர்த்தி சிற்பமும், இலண்டன் விக்டோரியா ஆல்பர்ட் அருங்காட்சியகத்தில் உள்ள புத்தரின் வாழ்வு நிகழ்ச்சிகளைக் காட்டும் சிற்பத்தொகுதியுமாகும்.[23]

23. Benjamin Rowland, முன்னது, Figs.208, 209

பர்மா

பௌத்த சமயம் பர்மாவின் அடையாளச் சின்னமாகும். அந்நாட்டின் பௌத்த சமயச் சடங்குகளும், கலையும் அதன் வரலாற்றோடு நெருங்கிய தொடர்பு கொண்டவையாகும். வங்காளத்துடனும், வடஇந்தியாவின் பிற பகுதிகளுடனும் கொண்டிருந்த தொடர்பின் காரணமாக பர்மாவில் மகாயான பௌத்த மரபுகள் செல்வாக்குப் பெற்றிருந்தன. இதன் விளைவாக ஏற்பட்ட வழிபாடு லோகநாத் ஆகும். இதனை மகாயானப் பிரிவைச் சேர்ந்த போதிசத்துவர் அல்லது அவலோகிதேசுவரருடன் ஒன்றுபடுத்து கின்றனர். பர்மியக் கலையின் வரலாற்றை மூன்று கால கட்டடங்களாகப் பிரிக்கலாம். முதலாவது காலகட்டம் கி.பி. இரண்டாவது நூற்றாண்டிலிருந்து, எட்டு அல்லது ஒன்பதாம் நூற்றாண்டு வரையானதாகும். இதற்கடுத்தபடியாக பர்மாவின் தனித் தன்மையான கலைக்காலமான ஒன்பதாம் நூற்றாண்டுக்கும் பதின்மூன்றாம் நூற்றாண்டுக்கும் இடைப்பட்ட காலமாகும். குப்ளைகானின் அழிவுமிக்கப் படையெடுப்புக்குப்பின்பு பர்மாவில் பௌத்த மற்றும் இந்துக்கலைகள் மறையத்தொடங்கின. பர்மாவில் கிராமியக்கலை வளர்ச்சியடைந்தது.

கி.மு. முதல் ஆயிரம் ஆண்டுகளில் பர்மாவில் மத்திய ஆசியாவைச் சேர்ந்த பைஸ் இனத்தவர்கள் வாழ்ந்தனர். அவர்கள் வடக்குப் பகுதியில் குடியேறினர். தெற்குப் பகுதியில் மான்குமரைச் சேர்ந்த தாலியங்கர்கள் வசித்தனர். இப்பிரிவு எட்டாம் நூற்றாண்டு வரை வழக்கிலிருந்தது. எட்டாம் நூற்றாண்டில் தாலியங்கர்கள் வடபகுதியைக் கைப்பற்றிக் கொண்டனர். பகான் புதிய தலைநகராகியது. கி.பி. முதல் நூற்றாண்டிலேயே பர்மாவில் இந்திய காலனிகள் உருவாயின. இக்காலகட்டத்தில் பௌத்த சமயமும் உட்புகத் தொடங்கி ஐந்தாம் நூற்றாண்டில் வேரூன்றிவிட்டது. வடபகுதியில் மகாயான மையங்களும், தென்பகுதியில் ஹீனயான மையங்களும் தோன்றின.

இன்று பர்மாவில் கிடைக்கின்ற தொன்மையான கட்டடக்கலைச் சின்னங்கள் கி.பி. பத்தாம் நூற்றாண்டைச் சேர்ந்தவையாகும். இவற்றில் சில இந்துக் கோயில்களும் அடங்கும்.

பௌத்தக் கோயில்களில் குறிப்பிடத்தக்கது. நகாக்யே நாதௌன் என்றழைக்கப்படும் பகானில் உள்ள கோயிலாகும். இது குப்தர் காலத்து ஸ்தூபங்களை ஒத்துள்ளது. குறிப்பாக இது சாரநாத்தில் உள்ள தாமேக் ஸ்தூபத்தை ஒத்துள்ளது.[24] இடைக் காலத்தைச் சேர்ந்த ஸ்தூபங்களில் குறிப்பிடத்தக்கது மிங்கலஷேதி ஸ்தூபமாகும் (கி.பி.1274). இது மூன்று படிக்கட்டுகள் கொண்ட கட்டமைப்புடையதாகும். இதன் அடித்தளம் வட்டவடிவமானது. வட இந்தியக்கோயில்களைப் போன்று உயரமாக இல்லாமல் அகலமாக அமைக்கப்பட்டுள்ளது. ஆனால் வட இந்தியப் பிரசாதக் கோயில்கள் போன்று நான்கு பக்கங்களிலும் ஒவ்வொரு அடுக்கிலும் சிறு ஸ்தூப அமைப்பு காணப்படுகிறது. இதனைத் தென்னிந்தியக் கோயில்களில் உள்ள கோபுரங்களிலும், விமானங்களிலும் ஒவ்வொரு தளத்திலும் வைக்கப்பட்டுள்ள கர்ணக்கூடுகளோடும் ஒப்பிடலாம். பர்மாவின் ஸ்தூபங்களின் முக்கியத் தன்மை நான்கு பக்கங்களிலும் படிக்கட்டுகள் போன்று உயரமாகக் கட்டுவதாகும்.

பர்மாவின் சிற்பங்கள் வங்காள பௌத்த சிற்பங்களை ஒத்துள்ளன. பகானில் உள்ள ஆனந்தா கோயில் ஜாவாவின் பௌத்தக் கோயில்களை ஒத்துள்ளது. இதன் உட்பகுதியில் உள்ள இரண்டு பிரகாரங்களில் பக்தர்கள் சுற்றிச்செல்ல பாதை விடப்பட்டுள்ளது. அங்கு முப்பது அடி உயரமான புத்தர் சிற்பங்களும் வைக்கப்பட்டுள்ளன. பர்மாவின் பௌத்த சிற்பங்கள் புத்தரின் ஜாதகக்கதைகளைக் கூறுகின்றன. புத்தரின் வாழ்க்கை வரலாற்றைக் கூறும் சிற்பங்களும் பகானில் ஆனந்தா கோயிலில் உள்ளன. பொன்னால் செய்யப்பட்ட பர்மிய ஸ்தூபம் ஒன்று இலண்டனில் விக்டோரியா ஆல்பர்ட் அருங்காட்சியகத்தில் உள்ளது. இது கவிழ்த்து வைக்கப்பட்ட மணிபோன்று காட்சியளிக்கிறது. இதன் அடிப்பகுதியில் மிகவும் நுணுக்கமான அலங்கார வேலைப்பாடுகள் செய்யப்பட்டுள்ளன. பௌத்த சமயம் தவிர்த்து, இந்துக் கோயில்களும் பர்மாவில் கட்டப்பட்டுள்ளன. மகாவிஷ்ணு கோயில்களும், சிற்பங்களும் அங்கு உள்ளன.

---

24. மேலது, ப.439

ஜாவா

ஜாவா தீவின் சமயம் மற்றும் கலை ஆகியவற்றின் வரலாறு தொடர்ந்து ஏற்பட்ட தென்னிந்திய மற்றும் கிழக்கிந்திய மக்களின் குடியேற்றத்தினால் நிர்ணயிக்கப்பட்டதாகும். இக்குடியேற்றங்கள் கி.பி. நான்காம் நூற்றாண்டிலேயே ஏற்பட்டிருக்க வேண்டும் என்பதற்கு மேற்கு ஜாவாவில் கிடைத்த ஒரு வடமொழிக் கல்வெட்டு சான்று பகர்கின்றது. ஆனால் இதற்கு ஆதாரமாக எவ்விதக் கலைச்சின்னங்களும் இதுவரை கண்டுபிடிக்கப்படவில்லை. கி.பி. 7-8 நூற்றாண்டுகளில் சைலேந்திர அரசவம்சத்தின் காலத்தில் தான் சிறந்த கட்டிடங்கள் கட்டப்பட்டன. இவர்கள் ஜாவா, சுமத்திரா, மலேசியா, இந்தோசீனா போன்ற பகுதிகளை ஆண்டவர்களாவர். கிழக்கு இந்தியப் பகுதியிலிருந்து இவர்கள் சென்றதாகக் கருதப்படுகிறது. இக்காலகட்டத்தில் மகாயான பௌத்தம் புகுத்தப்பட்டதோடு, கி.பி.778 இல் கலசன் என்ற இடத்தில் தாராவுக்காக ஒரு கோயில் கட்டப்பட்டது. இக்கோயில் ஒரு பெட்டி போன்ற அமைப்பினைக் கொண்ட சண்டிபீமா கோயிலின் விரிவான வடிவமாகும். இதன் கருவறையின் மேல் பகுதி (entablature) பிதுக்கமாக அமைந்துள்ளது. இக்கோயில் சிற்பங்களில் கீர்த்திமுகம் அழகாகக் காட்டப்பட்டுள்ளது. இக்கோயில் வெளிச்சுவரில் உள்ள மாடங்களில் சிற்பங்கள் வைக்கப்பட்டன. இது சமகால இந்தியக் கோயில்களை விட கம்போடிய மற்றும் அங்கோர்வாட் கோயில்களை ஒத்துள்ளது. இக்கோயிலிலிருந்து சற்று மாறுபட்ட பாணியில் அமைந்திருப்பது சண்டிசேவு என்ற இடத்தில் உள்ள கி.பி.9 ஆம் நூற்றாண்டுக் கோயிலாகும். அமைப்பில் சண்டி கலசன் கோயிலை ஒத்திருப்பினும், இதனைச் சுற்றி இதே நுட்பத்துடன் கூடிய 250 சிறிய சன்னதிகள் அமைக்கப்பட்டிருந்தன. இக்கட்டிடங்கள் அனைத்தையும் மொத்தமாக வைத்துப் பார்த்தால் இது ஒரு கட்டடக்கலை மண்டலம் என்று கருதத்தக்க அமைப்புடையது என உணரலாம்.

சண்டி சேவுவில் உள்ள தனிப்பட்ட கோயில்கள் சிறிய சதுரக் கருவறைகளைக் கொண்டவையாகும். அவை பௌத்தக் கோயில்களில் திராவிடக்கலையின் தாக்கம் என்று சொல்லத்தக்க அளவில் அமைந்துள்ளன. அவற்றின் ஒவ்வொன்றிலும் உச்சியில் மணி அமைப்பிலான ஸ்தூபம் கட்டப்பட்டுள்ளது. சண்டி சேவுவின்

பிரதானக் கோயில் பகர்ப் பூரில் உள்ள பாலர் கோயிலை ஒத்துள்ளது. ஜாவாவில் கிடைத்துள்ள நாளந்தா செப்புத் திருமேனிகளும் ஜாவாவுக்கும் வங்காளத்திற்கும் கி.பி. எட்டு - ஒன்பதாம் நூற்றாண்டுகளில் நிலவிவந்த தொடர்பினை வெளிப்படுத்துகின்றன.[25]

போராபுதூர்

ஜாவாவின் பௌத்த கலைச்சின்னங்களில், கட்டடக் கலையிலும், சிற்பக் கலையிலும், உன்னத நிலையைக் காட்டும் சின்னம் போராபுதூரில் உள்ள ஸ்தூபம் ஆகும். இது ஆசியாவிலேயே சிறந்த சமயக்கலைச் சின்னம் என்று கருதப்படுகிறது. இதனை உருவாக்கியவர்கள் கி.பி எட்டாம் நூற்றாண்டில் ஆட்சிசெய்த சைலேந்திர வம்சத்தவராவர். இக் கலைச்சின்னம் ஜாவாவின் தரைப்பகுதியில் கட்டடப்பட்டிருப்பினும், இது மலை போன்று உயரமாக அமைந்துள்ளதோடு, தொன்மக்கதையுடன் தொடர்புடைய மேருமலையுடன் ஒப்பிடத்தக்க வகையில் எழுப்பப்பட்டுள்ளது. இது பிரபஞ்சத்தின் ஆன்மீகச் சின்னம் என்றே கருதப்படுகிறது. இக்கோயிலின் உச்சிக்கு செல்லுகின்ற ஆன்மீகவாதிகள் அழிவைத் தரக்கூடிய ஆசைகளை கீழேயே விட்டுவிட்டு பிரபஞ்சத்தின் தலைவரான புத்தருடன் இணைவதற்காக மேலே வந்துவிட்டதாக உணர்கின்றனர் என்று நம்பப்படுகிறது. பக்தர்கள் இக்கோயிலுக்குச் செல்லும் போது ஐந்து அடுக்குத் தளங்களைக் கடக்கிறார்கள். இந்த அடுக்குகளின் சுவர்கள் சிற்பங்களால் அலங்கரிக்கப்பட்டுள்ளன. இவை லலிதவிஸ்தரம் என்னும் பௌத்த இலக்கியத்தில் சொல்லப்பட்டுள்ள புத்தரின் வாழ்க்கை வரலாற்றைச் சித்திரிக்கின்றன. இக்காட்சிகள், புத்தரின் முன்னைய ஜாதகக் கதைகளிலிருந்து தொடங்கி, அவரது பிறப்பு மற்றும் வளர்ப்பு இறுதியில் வாரணாசியில் மான்பூங்காவில் அவரது முதல் போதனை ஆகியவை வரை காலக்கிரமப்படி அமைக்கப்பட்டுள்ளன. இதனைத் தொடர்ந்து பிற்காலத்தில் பௌத்தத்தைக்காக்கவேண்டி பிறவி எடுத்த மைத்திரேயரின் கதைத் தொகுதியும், தியானி புத்தர்களின் உருவங்களும் வடிக்கப்பட்டுள்ளன.[26]

---

25. Benjamin Rowland, முன்னது, ப.448

26. Hugo Munsterberg, Art of India and South East Asia, New York, 1970, p.202.

இந்த ஐந்து அடுக்குகளுக்கு மேலே மூன்று அடுக்குச் சுவர்கள் உள்ளன. அவற்றில் 72 பின்னல் அமைப்பு கொண்ட ஸ்தூபங்கள் அமைக்கப்பட்டிருக்கின்றன. இவற்றின் மத்தியில் பெரிய மற்றும் உயரமான முழுவதும் மூடப்பட்டுள்ள ஸ்தூபம் காணப்படுகிறது. இது முழுமையான ஆன்மநிலைக்கு எடுத்துக்காட்டாகும். சிறு ஸ்தூபங்கள் ஒவ்வொன்றிலும் அமர்ந்த நிலையிலான சிற்பங்கள் வைக்கப்பட்டுள்ளன. நடுவிலுள்ள ஸ்தூபத்தில் புத்தரின் உருவம் இல்லை. ஒரு வேளை உருவம் வைக்கப்பட்டு அழிந்துபட்டிருக்க வேண்டும்.[27] இக்கோயிலின் மேல்தட்டு ஒரு பெரிய மண்டலம் போன்று அமைந்துள்ளது. இது பௌத்த சமயக் கோட்பாடான மூலாதார உண்மைநிலை என்பதைக் காட்டுகிறது. இங்கு 504 சிலைகளும் 1400 புடைப்புச் சிற்பங்களும் உள்ளன.[28]

போராபுதூரின் சிற்பங்கள் குப்தர் காலத்துச் சிற்பக்கலையை ஒத்துள்ளன. இதற்குக் காரணம் இச்சிற்பங்களை அமைத்த சைலேந்திர மன்னர்கள் இந்தியாவிலிருந்து வந்தவர்களேயாவர். இக்கலைச் சின்னங்கள் இந்தியக் கலைமரபை ஒத்திருப்பினும் இவற்றின் அமைப்புமுறை ஜாவாவின் உன்னதமான தனித்தன்மையைக் காட்டுவதாகவே அமைந்துள்ளது. உதாரணமாக இங்கு பயன்படுத்தப்பட்டுள்ள கருப்பு எரிமலைக் கற்கள் இந்தியாவில் எங்கும் உபயோகத்தில் இருந்ததாகத் தெரியவில்லை. மேலும் சிற்பங்களில் காட்டப்பட்டுள்ள மென்மைத் தன்மை குப்தர்களது காலத்தினை விட மேன்மையுற்றிருப்பதையும் இது காட்டுகிறது. கற்சிற்பங்களே அன்றி, பிற பொருட்களிலும் சிற்பங்கள் அமைக்கப்பட்டன. செப்புத்திருமேனிகளும், தங்கம், வெள்ளி, தந்தம், மரம் போன்றவற்றாலான சிற்பங்களும் செதுக்கப்பட்டன. உருவமை திகளின் இலக்கணங்கள் இந்தியாவிலிருந்து பெறப்பட்டபோதும், அவற்றின் அமைப்பு முறையில் தங்களது நாட்டு மரபுகளைப் புகுத்தியுள்ளனர்.

---

27. மேலது. ப.204
28. UNESCO Courier, June, 1956, p.44.

தாய்லாந்து

பர்மாவுக்கு அருகில் உள்ள மற்றொரு தென்கிழக்கு ஆசிய நாடு சியாம் அல்லது தாய்லாந்து ஆகும். பர்மா பௌத்தக் கோயில்களின் சிறப்பிடமாக விளங்கியது. ஆனால் தாய்லாந்தோ பௌத்த சிற்பங்களின் உறைவிடமாகும். பௌத்த சிற்பங்களின் பூமியாகத் தாய்லாந்து கருதப்படுகிறது. அதன் தலைநகரமான பாங்காக் உலகின் முக்கிய பௌத்த நகரங்களில் ஒன்றாகத் திகழ்கிறது. ஏறக்குறைய 1300 ஆண்டுகாலமாகத் தாய்லாந்தின் கலைஞர்கள் புத்தரின் உருவங்களை வடிவமைத்து வருகின்றனர். அவ்வுருவங்கள் மிகச் சிறிய அளவிலான சிற்றுருவங்களிலிருந்து மிகப்பெரிய உருவங்கள் வரை செதுக்கப்பட்டன. கல், சுண்ணாம்பு, சுதை, சுட்ட களிமண், மரம், படிகக்கல், வெள்ளி, பொன், செம்பு போன்றவற்றால் சிற்பங்கள் செய்யப்பட்டன. இருப்பினும், இன்று தாய்லாந்து மக்களின் எண்ணிக்கையைவிட அங்குள்ள செப்புப் படிமங்களின் எண்ணிக்கை அதிகமாக உள்ளது.

தாய்லாந்தின் சமயச்சின்னங்கள் எண்ணிக்கையில் அதிகமாக இருப்பதற்குக் காரணம் அந்நாட்டு மன்னர்கள் தங்களது சாம்பல்களைப் பாதுகாப்பதற்காக பெரும் பெரும் கட்டடங்களைக் கட்டியதே ஆகும். மாபெரும் "வாட்ஸ்" எனப்படும் கட்டடங்கள் பௌத்த வழிபாட்டுத் தலங்களாகவும், மடாலயங்களாகவும், பள்ளிகளாகவும், மருத்துவமனைகளாகவும் செயல்பட்டு வந்துள்ளன.[29] தாய்லாந்து பௌத்தக் கலையின் தொன்மையான படைப்புகள் கி.பி. 6ஆம் நூற்றாண்டிற்கும் 12 ஆம் நூற்றாண்டுக்கும் இடைப்பட்ட காலத்தைச் சேர்ந்தவையாகும். அக்கால கட்டத்தில் துவாரவதி அரசர்கள் கீழ்மெனாம் பகுதியை ஆட்சி செய்தனர். இக்கலைப்படைப்பைச் செயல்படுத்தியவர்கள் பர்மாவின் மோன் இனத்தவர்களுடன் தொடர்பு கொண்ட மோன்களாவர். தாய்லாந்தியர்கள் சற்றுப் பிந்திய காலத்தில்தான் தெற்குச் சீனாவிலிருந்து வந்து குடியேறினர். மோன்களின் கலைப்படைப்புகள் குப்தர் கலையைப் பின்பற்றியதாக அமைந்துள்ளன. அவர்களது சிற்பங்களின் உன்னதநிலை குப்தர்களின் சிற்பங்களைப் போன்றே

---

29. மேலது, ப.47

காணப்படுகின்றன. சியாமியக் கலையின் இரண்டாவது காலகட்ட வளர்ச்சி கேமா மக்களின் படையெடுப்பின்போது நிகழ்ந்தது. இக்காலத்தில் சியாமின் கலையில் கம்போடியக் கலையின் தாக்கம் இருந்தது. இத்தருணத்தில் முக்கிய கலை நகரமாக இருந்தது பாங்காக்குக்கு அருகில் உள்ள லோப்புரி என்ற இடமாகும். மோன் சிற்பங்களை ஒப்பிடும்போது லோப்புரி குல அடிப்படையிலான மாற்றங்களைப் பிரதிபலித்தது. அவற்றின் முகங்கள் விரிந்து தட்டையானதாக அமைந்திருந்தன. உண்மையான தாய் கலையானது கி.மு.13ஆம் நூற்றாண்டில் தாய் அதிகாரம் நிலை நாட்டப்பட்ட தருணத்தில் தொடங்கலாயிற்று. முதன் முறையாக, குப்தர்களது கலையையோ அல்லது கேமர்களின் கலையையோ சார்ந்திருக்காமல், உண்மையான தேசியக்கலை ஒன்று வளரத் தொடங்கியது. முந்தைய காலத்தில் செய்யப்பட்ட சியாமிய சிற்பங்களிலிருந்து தாய் கலை வேறுபட்டு காணப்பட்டது. இக்கலையின் இரண்டு முக்கியத் தன்மைகளாவன, உயரமான உடல் அமைப்பும், தலைக்குமேல் தீப்பிழம்புடன் காட்டப்பட்டுள்ளதும் ஆகும். முக்கியமாகக் குறிப்பிடத்தக்கது நீளமான மற்றும் மெல்லிய கைகளின் அமைப்பு முறையாகும்.

தாய் கலையின் பிந்திய காலத்தில் ஆன்மீக உணர்வுப்பூர்வமான நிலை மாறியது. தெற்குத் தாய்லாந்தில் உள்ள அயுத்தியா பகுதியில் ஏராளமான பௌத்த சிற்பங்கள் வடிக்கப்பட்டன. பொதுவான படிமக்கலை மரபைப் பின்பற்றியதால் இச்சிற்பங்களுக்கிடையே மிகக் குறைந்த வேறுபாடுகளே காணப்பட்டன. இந்தியாவிலும் பிற்பகுதிகளிலும் பௌத்தக் கலையானது பின்னடைவு கண்ட காலத்தில் தாய்லாந்தில் அக்கலை தொடர்ந்து வளர்ச்சியுற்றது. இன்று பௌத்த சமயமும், பௌத்தக் கலையும் நிலைபெற்றிருக்கின்ற ஒரு சில நாடுகளில் தாய்லாந்தும் ஒன்றாகும். இதற்கு முக்கிய எடுத்துக்காட்டாக விளங்குவது பாங்காக் நகரமாகும். இரண்டு நூற்றாண்டுகால வரலாற்றையே கொண்ட பாங்காக்கில் ஏராளமான பௌத்தக் கோயில்கள் உள்ளன. இருநூறு ஆண்டுகளுக்கு முன்னால், முதலாம் இராமன் என்னும் அரசன், பாங்காக்கைத் தனது தலைநகராக்கினான். இது அப்போது ஒரு சிறு கிராமமாக இருந்தது. ஆனால் இன்றோ

400க்கும் மேற்பட்ட கோயில்களின் மரத்தாலான உச்சிப்பகுதிகள் வானத்தைத் தொட்டுக் கொண்டிருப்பது போல் அமைந்துள்ளன. இதன் தெருக்களில் மஞ்சள் ஆடை அணிந்த துறவிகள் எந்நேரமும் நடந்து செல்கின்றனர்.

தாய்லாந்தின் பௌத்த செப்புத் திருமேனிகளில் ஒன்று நியூயார்க் மெட்ரோபாலிடன் கலை அருங்காட்சியகத்தில் வைக்கப்பட்டுள்ளது. கி.பி ஒன்பதாம் நூற்றாண்டைச் சேர்ந்த இப்படிமம் 27 சென்டிமீட்டர் உயரம் கொண்டது.[30] இப்படிமத்தில் புத்தர் ஒரு தட்டையான பீடத்தில் நின்றிருக்கின்றார். பொதுவாக இந்தியாவில் உள்ள புத்தரின் சிற்பங்களில் அவர் தாமரைப் பீடத்தில் நின்றிருப்பது போன்றோ அல்லது அமர்ந்திருப்பது போன்றோ செதுக்கப்பட்டுள்ளார். இப்படிமத்தின் பொதுவான அமைப்பு குப்தர் காலத்து மதுரா சிற்பங்களை நினைவூட்டுகின்றது. இருப்பினும் சில கலைக்கூறுகள் தாய்லாந்துக்கே உரியதாக அமைந்துள்ளன. புத்தரின் ஆடை மடிப்பு இரண்டு ஆடைகளை அணிந்திருப்பது போன்ற தோற்றத்தைக் காட்டுகிறது. புன்முறுவல் காட்டும் அவரது முகத்தில் கண்கள் தியானத்தில் மூடியுள்ளன. சுருள் முடியும், உஷ்ணிசமும் நேர்த்தியாக அமைந்துள்ளன. அவரது இரண்டு கைகளும் ஞானமுத்திரை காட்டுகின்றன. நீண்ட காதுகளில் வளையம் போடப்பட்டுள்ளது. நெற்றியில் ஊர்ணம் காட்டப்படவில்லை. கி.பி.13ஆம் நூற்றாண்டைச் சேர்ந்த மற்றொரு தாய்லாந்து செப்புத் திருமேனி டெட்ராய்ட் கலை நிறுவனத்தில் வைக்கப்பட்டுள்ளது. இது 11 1/2 அங்குலம் உயரமான படிமமாகும்.[31] இதன் அமைப்பினை முன்பு விளக்கப்பட்ட சிற்பத்தோடு ஒப்பிட்டுப் பார்க்கும் போது காலத்தின் மாற்றத்தின் விளைவு நன்கு புலப்படுகிறது. இதனை இந்தியாவிலோ அல்லது பிற தெற்கு ஆசிய நாடுகளிலோ உள்ள சிற்பங்களோடு ஒப்பிடமுடியாது. இதில் புத்தர், மகாவிஷ்ணு வைகுண்டநாதராக அமர்ந்திருக்கும் பாணியில், நாக அரியணையில் அர்த்த பத்மாசனத்தில் அமர்ந்துள்ளார். அவரது கைகள் இரண்டும் தியான முத்திரையில் வைக்கப்பட்டுள்ளன. கழுத்திலும், கைகளிலும், கால்களிலும் ஆபரணங்கள் அணிந்துள்ளார். மேலாடை அணிவிக்கப்படவில்லை.

30. Hugo Munsterberg, முன்னது, ப.220

31. மேலது, ப.222

தலையில் மகுடம் உள்ளது. அவரது தலைக்கு மேலே விஷ்ணுவுக்கும், சமணத்தில் பார்சுவ நாதருக்கும் காட்டப்பட்டிருப்பது போன்று நாகக்குடை உள்ளது. இதில் நாகத்திற்கு ஏழு தலைகள் காட்டப்பட்டுள்ளன. இப் படிமம் பௌத்தக் கலை வரலாற்றில் ஒரு மாற்றத்தைக் காட்டுவதோடு, என்றோ ஒரு நாள் புத்தர் மகாவிஷ்ணுவின் அவதாரமே என்று வைணவர்கள் கூறிக்கொண்டிருந்ததற்குச் சிற்பவடிவம் கொடுத்தது போல் காட்சியளிக்கிறது.

கி.பி.12ஆம் நூற்றாண்டைச் சேர்ந்த, 31 அங்குலம் உயரம் கொண்ட, கல் சிற்பம் ஒன்று மியூனிச் அருங்காட்சியகத்தில் வைக்கப்பட்டுள்ளது. இது புத்தரின் தலையை மட்டுமே கொண்டுள்ளது.[32] இதில் புத்தர் மிக நேர்த்தியாகக் காட்டப்பட்டுள்ளார். அவரது புருவம் வில்போன்று வடிக்கப்பட்டுள்ளது. கண்கள் பாதி மூடி கீழ் நோக்கிப் பணிந்துள்ளன. அவரது புன்முறுவல் அழகாகக் காட்சியளிக்கிறது. தலையில் சுருள் முடியும், உஷ்ணிசமும் நேர்த்தியாக அமைந்துள்ளன. காலமாற்றத்தின் தாக்கம் இதில் இல்லை. இதனைப் பார்த்தவுடன் குப்தர்காலம் நினைவுக்கு வருகிறது. நியூயார்க்கில் உல்ஃப் பாதுகாப்புக் கூடத்தில் வைக்கப்பட்டுள்ள, கி.பி.15ஆம் நூற்றாண்டைச் சேர்ந்த, புத்தரின் நின்ற நிலையிலான செப்புத்திருமேனி 69 அங்குலம் உயரம் கொண்டதாகும்.[33] இதில் புத்தர் தாமரைப் பீடத்தில் நின்றிருக்கிறார். உடல் முழுவதும் ஆடை மூடியுள்ளது. அவரது வலது கை அபயமுத்திரை காட்டுகிறது. தலைக்கு மேல் உள்ள உஷ்ணிசம் உயரமாகவும் தீப்பிழம்பு போன்றும் அமைக்கப்பட்டுள்ளது. கி.பி.16ஆம் நூற்றாண்டைச் சேர்ந்த பிறிதொரு படிமத்தில் புத்தர் அர்த்த பத்மாசனத்தில் அமர்ந்துள்ளார். அவரது உஷ்ணிசம் உயரமாகத் தீம்பிழம்பாகக் காட்டப்பட்டுள்ளது. அவரது ஆடை இந்தியாவில் பல இடங்களில் உள்ளது போல் இடது தோளை மட்டும் மறைத்துச் செல்கிறது. 19ஆம் நூற்றாண்டைச் சேர்ந்த ஒரு செப்புப்படிமம் தனியார் பாதுகாப்பில் உள்ளது. அதில் புத்தரின் பரிநிர்வாணம் செதுக்கப்பட்டுள்ளது.[34] இதே நூற்றாண்டைச் சேர்ந்த பாங்காக் புத்தர் கோயில்கள் பெரும்பாலும் மரத்தால் செய்யப்பட்ட வானுயரமான ஊசிக்கோபுரங்களைக் கொண்டுள்ளன. சிற்பங்கள்

---

32. மேலது, ப.223
33. மேலது, ப.224
34. மேலது, ப.227

மற்றும் கோயில்களின் எண்ணிக்கையைக் கணக்கிடும்போது மிகச்சில ஓவியங்களே தாய்லாந்தில் வரையப் பட்டுள்ளன. அவற்றில் ஒன்று மியூனிச் அருங்காட்சியகத்தில் உள்ளது. இதில் புத்தரும் அவரது சீடர்களும் நின்றிருக்கின்றனர். புத்தர் உயரமான பீடத்தில் நின்று கொண்டு அபயமுத்திரை காட்டுகிறார். சீடர்கள் வணங்கிய நிலையில் உள்ளனர். இது கி.பி.18ஆம் நூற்றாண்டைச் சேர்ந்ததாகும்.[35] தாய்லாந்தில் காலந்தோறும் கோயில்கள் கட்டப்பட்டுள்ளன. சிற்பங்களின் எண்ணிக்கை கணக்கிலடங்காதளவு உள்ளது. ஓவியங்கள் மிகச்சிலவே.

கம்போடியா

தென்கிழக்கு ஆசிய நாடுகளில் சிறந்ததோர் கலைப்படைப்பை உலகிற்கு அளித்த நாடுகளில் ஒன்று கம்போடியாவாகும். மிகச்சிறிய நாடாக இருப்பினும் உலகக் கலை வரலாற்றில் தனக்கென ஓரிடத்தை அது பெற்றிருந்தது. கி.பி.10ஆம் நூற்றாண்டு முதல் 16ஆம் நூற்றாண்டு வரையான காலத்தில் கேமர் அரசர்களின் ஆட்சிக்காலத்தில் ஏராளமான கலைச்சின்னங்கள் உருவாக்கப்பட்டன. கேமர்கள் ஆட்சிக்கு வருவதற்கு முன்பே பௌத்த மற்றும் இந்து சமயத் தொடர்பான சிறந்த சிற்பங்கள் உருவாக்கப்பட்டன. அவை இந்தியா உட்பட பன்னாட்டுக் கலைச் செல்வங்களோடு ஒப்பிடத்தக்கனவாகும். ஒரு நூற்றாண்டுக்கு முன்னால் பிரஞ்சு நாட்டு தாவரவியல் வல்லுநர் ஹென்றி மோகாட் என்பவர் காடுகளுக்குள் புதைந்துள்ள தொன்மையான நகரங்களை ஆராய்ந்தார். அதன் ஒரு கட்டமாக கம்போடியாவின் மேகாங் ஆற்றினைச் சுற்றியிருந்த காடுகளை ஆராய்ந்து, ஆச்சரியப்படும் வகையில் அமைந்திருந்த கோயில் கோபுரங்களைக் கண்டார். கேமர்களின் தலைநகராக விளங்கிய அங்கோர்வாட் நகரைக் கண்ணுற்றார். கி.பி.1440 இல் கேமர்களின் அரசு வீழ்ச்சியுற்ற பின் கம்போடியாவின் தலைநகர் பணம்பன் என்ற இடத்திற்கு மாற்றப்பட்டது. அதுவே இன்றும் கம்போடியாவின் தலைநகராக உள்ளது. கி.பி.1490இல் பயணம் செய்த சீனப்பயணி, சௌதா-குவான் என்பவரும், கி.பி.17ஆம் நூற்றாண்டைச் சேர்ந்த ஸ்பானிய சமயப் பரப்பாளர்களும் அங்கோர்வாட் பற்றி எழுதிவைத்துச் சென்றுள்ளனர்.[36] ஆனால் அவர்களின் கதைகள் நம்பும்படி இல்லை.

---

35. மேலது, பக்.230 - 231
36. UNESCO Courier, June 1956, p.26

19 ஆம் நூற்றாண்டில் தான் தொல்லியலார் அங்கோர்வாட் பகுதியை ஆராய்ந்து சில முடிவுகளை வெளிப்படுத்தியுள்ளனர். அவர்கள் சுமார் 10,000 ஏக்கர் நிலத்தில் இருந்த சிறந்த சின்னங்களைக் கண்டுள்ளனர். அங்கோர்வாட் நகரமும், அதன் சிறந்த கோயிலும் இரண்டாம் சூரியவர்மன் (கி.பி. 1112 - 52) என்பவனால் உருவாக்கப்பட்டுள்ளன. ஆனால் அவன் பௌத்த சமயத்தைச் சேர்ந்தவனல்ல. அவனது வாரிசுகளில் ஒருவனான ஏழாம் ஜெயவர்மன் என்பவன், கி.பி.1181இல், அங்கோர்வாட்டுக்கு அருகிலேயே புதிய தலைநகரான அங்கோர்தாம் என்பதனை உருவாக்கினான். அவன் பௌத்த சமயத்தைச் சேர்ந்தவனாவான். இம்மன்னனே அங்கோர்வாட்டில் கட்டப்பட்டிருந்த விஷ்ணு கோயிலில் பௌத்த அலங்காரங்களைச் செய்வித்தான். அங்கோர்தாமின் மத்தியில் கி.பி.12ஆம் நூற்றாண்டின் இறுதியில் மகாயான பௌத்தப்பிரிவின் அடிப்படையில் கோயில் ஒன்று கட்டப்பட்டது. அது பேயன் கோயில் (Bayon temple) என்று அழைக்கப்படுகிறது. இது கருணை பொழியும் போதிசத்துவரான லோகேசுவரருக்கு அர்ப்பணிக்கப்பட்டது. இக்கோயிலின் முக்கிய கலையம்சம் இதில் உள்ள ஐம்பதுக்கும் மேற்பட்ட சிகரங்களில், ஒவ்வொன்றிலும், நான்கு பக்கங்களிலும் போதிசத்துவர் லோகேசுவரரின் முகம் புடைப்புச்சிற்பமாகப் பொறிக்கப்பட்டிருப்பதாகும். இதே போன்றே அவரது முகம் நகரத்தைச்சுற்றியுள்ள சுவரின் நான்கு வாயில்களிலும், மற்றும் சிறு கோயில் சிகரங்களிலும் செதுக்கி வைக்கப்பட்டுள்ளன. ஜெயவர்மன் தன்னை லோகேசுவரரின் அவதாரமாகக் கருதிய காரணத்தினால் அவரது தலை அல்லது முகத்தைப் பல இடங்களிலும் வைத்திருக்கலாம் என்று நம்பப்படுகிறது.[37] இதனை தஞ்சைப் பெரிய கோயிலில் முதலாம் இராசராசன் (கி.பி.985-1014) வைத்த திரிபுராந்தகர் சிற்பங்களோடு ஒப்பிடலாம். அம்மன்னனும் தன்னைத் திரிபுராந்தகரின் அவதாரமாகவே கருதினான்.

பேயன் கோயிலில் உள்ள ஒரு சுவரில் விரிவான புடைப்புச்சிற்பம் ஒன்றுள்ளது. இது லெபர் அரசனின் தொன்மக்கதையை விளக்குகிறது. இதில் அந்த அரசன் தனது

37. மேலது, ப.28

அரண்மனையில் அமர்ந்திருக்கும் காட்சி காட்டப்பட்டுள்ளது. புடைப்புச்சிற்பத்தின் கீழ்ப்பகுதியில் இரு பெண்கள் நடனமாடுகின்றனர். அங்கோர்வாட் சுவரின் ஒரு பகுதியில் புத்தரின் பாதச்சுவடு சிற்பமாக வடிக்கப்பட்டுள்ளது. அதில் ஏராளமான குறியீடுகள் காட்டப்பட்டுள்ளன. மையத்தில் தர்மச்சக்கரம் உள்ளது. புத்தர் தான் பிறக்கும்போதே பாதத்தில் சில குறியீடுகளுடன் பிறந்தார் என்று நம்பப்படுகிறது. பௌத்தக் கலைஞர்கள் இந்தக் குறியீடுகளோடு வேறு சில குறியீடுகளையும் பயன்படுத்திக்கொண்டனர். அங்கோர்தாமில் உள்ள பேயன் கோயில் படிக்கட்டில் பல தலைகளைக் கொண்ட நாகம் ஒன்றினைப் பலரும் இறுக்கமாகப் பிடித்துக் கொண்டிருப்பது போன்ற சிற்பம் ஒன்று அழகாகச் செதுக்கப்பட்டுள்ளது.[38]

கம்போடியாவின் மைத்ரேயர் செப்புப் படிமம் ஒன்று நியூயார்க்கில் தனிநபர் பொறுப்பில் உள்ளது. 22 சென்டி மீட்டர் உயரமுள்ள இப்படிமம் கி.பி. ஏழாம் நூற்றாண்டைச் சேர்ந்ததாகும்.[39] இதில் மைத்ரேயருக்கு சிவபெருமானைப் போன்று இடுப்பில் உள்ள ஆடை சிறு துண்டு போன்று காட்டப்பட்டுள்ளது. தலையில் உள்ள மகுடத்தில் புத்தரின் அமர்ந்த நிலையிலான உருவம் உள்ளது. மைத்ரேயரின் கைகள் இரண்டிலும் மலர் இல்லை எனினும் மலர் வைத்திருப்பது போன்ற குறியீடு காட்டப்பட்டுள்ளது. இப்பகுதியைச் சேர்ந்த, கி.பி.10ஆம் நூற்றாண்டின் புத்தர் தலை ஒன்று மெட்ரோபாலிடன் கலை அருங்காட்சியகத்தில் வைக்கப்பட்டுள்ளது.[40] இச்சிற்பம் காலிலிருந்து தலைவரை முழுவதுமாக அமைக்கப்பட்டிருக்க வேண்டும். மார்புப் பகுதியில் உடைந்துள்ளது தெரிகிறது. புத்தரின் நீண்ட காதுகளில் குண்டலங்கள் பொருத்தப்பட்டு தோளில் விழுந்துள்ளன. சுருள் முடி மகுடமாக அலங்கரிக்கப்பட்டுள்ளது. உஷ்ணிஷம் அடுக்குகளாக அமைந்துள்ளது. அவரது ஆடை இடது தோளில் செல்கிறது. புத்தரின் தலைக்குப் பின்னால் ஏழு தலைகளைக் கொண்ட நாகம் பிரபையாகக் காட்சியளிக்கிறது. அங்கோர் தாமில் உள்ள பிமிய நாதர் சன்னதியைச் சேர்ந்த லோகேசுவரரின் சிற்பத்தின்

---

38. மேலது, பக்.26 - 27.
39. Hugo Munsterberg, முன்னது, ப.232
40. மேலது, ப.248

மகுடத்தில் புத்தரின் யோகநிலையில் அமர்ந்துள்ள உருவம் காணப்படுகிறது. இச்சிற்பம் தற்போது நியூயார்க் மெட்ரோபாலிடன் கலை அருங்காட்சியகத்தில் உள்ளது.[41]

சீனா

இந்தியாவின் பௌத்த சமயமானது ஆப்கானிஸ்தானத்திலிருந்து மத்திய ஆசியாவுக்குச் சென்று, பின்பு தூரக்கிழக்கு நாடுகளுக்குள் புகுந்தது. கிருத்தவ சகாப்தத்தின் தொடக்க நூற்றாண்டுகளில் மத்திய ஆசியா உலக வரலாற்றில் குறிப்பிடத்தக்கதோர் இடத்தைப் பெற்றிருந்தது. இக்கால கட்டத்தில் மத்திய ஆசியா, சீனாவுக்கும், ரோமப் பேரரசுக்கு மிடையேயும், சீனா, இந்தியா, ஈரான் நாடுகளுக்கிடையேயும் தொடர்பு ஏற்படுவதற்குக் காரணமாயிருந்தது. இதன் காரணமாக பல கலைக்கூறுகள் ஓரிடத்திலிருந்து மற்றொரு இடத்திற்குச் சென்றிருந்த போதும், இந்தியாவிலிருந்து சென்ற பௌத்தக் கலை தூரக்கிழக்கு நாடுகளில் வேரூன்றிவிட்டது. சீனாவில் டேங் அரசவம்சம் ஆட்சி செய்தபோது அந்நாடு பௌத்தக் கலை மையமாகத் திகழ்ந்ததோடு அண்டை நாடுகளிலும் பரவச் செய்தது. இதனை, மத்திய ஆசிய நாடுகளில் காணப்படுகின்ற சிற்பங்களைக் காணும்போது உணரமுடிகிறது. அப்பகுதிகளில் கல் கிடைக்கப் பெறாத காரணத்தால் அச்சிற்பங்கள் களிமண் அல்லது மரத்தால் செய்யப்பட்டன. இதன் காரணமாகவே அப்பகுதியில் ஏராளமான சுவர் ஓவியங்கள் கிடைத்துள்ளன. இஸ்லாமியப் படையெடுப்பின் விளைவாக ஓவியங்கள் தீட்டப்பட்ட கோயில்கள் பல மண்ணில் புதைந்துபோயின. தொல்லியலார் அவற்றை வெளிக்கொணர்ந்தனர். அவற்றில் சில இன்று பெர்லின், பாரிஸ், புதுடில்லி அருங்காட்சியகங்களில் வைக்கப்பட்டுள்ளன.[42]

சீனாவில் கி.பி.65 வாக்கிலேயே பௌத்த சமயம் நிலைபெற்று விட்டது. இந்தியத் துறவிகளும் சீனப் பயணிகளும் ஓரிடத்திலிருந்து மற்றோரிடத்திற்குச் சென்றதன் விளைவாக பௌத்தக் கலையும் சீனாவில் வளரத் தொடங்கியது. கி.பி.4-5 ஆம் நூற்றாண்டில்

---

41. மேலது, ப.252

42. மேலது, ப.175

பாஹியானும், 7ஆம் நூற்றாண்டில் யுவான் சுவாங்கும் இந்தியாவிற்கு வந்து சென்றபின் சீன பௌத்த சமய வரலாற்றில் ஒரு பெரும் வளர்ச்சி ஏற்பட்டது. கி.பி. 4-6ம் நூற்றாண்டுகளில் வடக்கு சீனாவில் பௌத்த கலைச் சின்னங்கள் உருவாயின. இக்காலத்தில் வைய் அரசவம்சம் சீனாவில் ஆட்சிபுரிந்தது. கி.பி 510 வாக்கில் ஓங்மென் என்ற இடத்தில் குடைவரை கோயில்கள் வெட்டப்பட்டன. செங்மென்னில் உள்ள மற்ற கலைச் சின்னங்களாவன மிகப்பெரிய, 50 அடிக்கு மேலும் உயரமான புத்தர் சிற்பங்களும், சிறு கோயில்களில் வடிக்கப்பட்டுள்ள சிறு சிறு புத்தர் உருவங்களுமாகும். வைய் அரசர்களின் தலைநகராக விளங்கிய தாதுங்குக்கு அருகில் யுன்காங் என்ற இடத்தில் வெட்டப்பட்ட செயற்கையான குகைத்தலங்களில் எண்ணற்ற புத்தர் உருவங்கள் செதுக்கப்பட்டன. லுங்மென் கோயிலுக்கும் முந்திய காலத்தில் (கி.பி.414) யுன்காங்கில் வெட்டப்பட்ட கோயில்களில் வைய் வம்சத்துப் புடைப்புச் சிற்பங்கள் ஏராளமாகக் காணப்படுகின்றன. வைய் வம்சத்தின் கலைஞர்கள் தங்களது சிற்பக்கலைக்கு மத்திய ஆசியாவில் குச்சாப்பகுதியில் இருந்த களிமண் மற்றும் மணல் பாறைச் சிற்பங்களை எடுத்துக்காட்டாகக் கொண்டிருந்தனர்.[43]

ஏழாம் நூற்றாண்டின் தொடக்கத்தில் ஆட்சிசெய்த சூய் அரசவம்சத்தின் காலத்தில் அவ்வமிசத்து மன்னன் ஒருவன் 105000 புத்தர் சிலைகளை, தங்கம், வெள்ளி, மரம், கல், யானைத்தந்தம் ஆகியவற்றில் செதுக்கும்படி ஆணையிட்டதாகக் கூறப்படுகிறது.[44] இருப்பினும், முன்னமே குறிப்பிட்டுள்ளபடி, டேங் (கி.பி.618-906) வம்சத்தின் ஆட்சிக் காலத்தில் தான் இக்கலை உன்னத நிலையடைந்தது. அவ்வம்சத்தின் ஆட்சிக்காலத்தில் தலைநகராக விளங்கிய, இன்று சியான் என்று அழைக்கப்படுகின்ற பகுதியில் கிரே கூஸ் பகோடா என்னும் பௌத்தக் கோயில் கட்டப்பட்டது. பேரரசின் அனைத்துப் பகுதிகளிலும், கோயில்களும், சிற்பங்களும், ஓவியங்களும் அமைக்கப்பட்டன.

டேங் ஆட்சிக்குப் பின் வந்த லியோ வம்சத்தின் (கி.பி907-1125) ஆட்சிக்காலத்தில் அழகுமிகு சிற்பங்கள் வடிக்கப்பட்டன. அவை

---

43. UNESCO Courier, 1956, முன்னது, பக்.36 - 37.

44. மேலது, ப.37

அமெரிக்கா, ஐரோப்பா, ஆகிய பகுதிகளில் சிற்பங்கள் வடிப்பதற்கு முன் மாதிரியாக விளங்கின. சான்சி மாநிலப் பகுதியில் தாதுங் என்ற இடத்திற்கருகில் மூன்று முக்கிய கோயில்கள் கட்டப்பட்டன. அவை, சியாசு, சிசியாத, மற்றும் யுன் காங்கின் மூன்றாவது மற்றும் பதினொன்றாவது குடைவரைகளில் உள்ள லியோ வம்சத்துச் சிற்பங்கள் ஆகும். சியாசுவில் உள்ள சிற்பங்கள் களிமண்ணால் ஆனவை. அவற்றில் கடவுள்களுக்கு மகுடமும், ஆபரணங்களும், ஆடை அலங்காரமும், தலைக்குப் பின்னால் பிரபையும் காட்டப்பட்டுள்ளன. இக்காலத்து ஆடைகளில் குறிப்பிடத்தக்கது கம்பளியிலான கழுத்துப்பட்டை கொண்டதாகும்.[45] இதற்கு அடுத்துபடியாக முக்கியத்துவம் வாய்ந்தது, கி.பி.11ஆம் நூற்றாண்டைச் சேர்ந்த முடா (பகோடா) கோயிலாகும். இதுவே இன்றுவரை நிலைத்துள்ள தொன்மையான மரத்தாலான கோயிலாகும். இதன் முதல் மற்றும் நான்காவது தளங்கள் சாக்கியமுனி புத்தருக்கும் மூன்றாவது தளம் வஜ்ரதாது மண்டலத்தைச் சேர்ந்த நான்கு புத்தர்களுக்கும், ஐந்திலிருந்து எட்டாவது வரையுள்ள தளங்கள் போதிசத்துவர்களுக்கும் அர்ப்பணிக்கப்பட்டுள்ளன. இவை கலை நுணுக்க அடிப்படையில் கி.பி. 11ஆம் நூற்றாண்டின் பிற்பகுதியையும், 12ஆம் நூற்றாண்டின் முற்பகுதியையும் சேர்ந்தவையாகும். லியோ காலத்து சிற்பங்கள் உயிரோட்டமுள்ளவையாக அமைந்திருந்தன. கண்களில் ஒளி வீசுவது போல் காட்டப்பட்டன. கி.பி. 1020க்குப் பின்னர் செதுக்கப்பட்ட சிற்பங்களில் குறிப்பிடத்தக்கவை பெங்குவாசு மடாலயத்து பீடத்தில் அமைந்துள்ள களிமண்ணாலான 23 சிற்பங்களாகும். இவை சாங்சு அரவம்சத்துப் படைப்புகளாகும். இதனைத் தொடர்ந்து சிற்பக்கலை வீழ்ச்சியுறத் தொடங்கியது.

கி.பி.11-12 நூற்றாண்டுகளில் பௌத்த ஓவியக் கலை செழித்தோங்கத் தொடங்கியது. இதே கால கட்டத்தில் சிற்பக்கலையும் வழக்கிலிருந்தது. கி.பி.1608இல் டிங்யு பெங் என்பவரால் வரையப்பட்ட மரத்தில் அமர்ந்துள்ள லோகன் என்ற ஓவியம் காகிதத்தில் மையாலும், மெல்லிய வண்ணங்களாலும் அமைந்ததாகும். இதன் சிறப்பு இதில் காட்டப்பட்டுள்ள கோடுகளும் வண்ணங்களுமாகும். இங்கு

---

45. Mercedes Beaudry, Buddhist Art in China, A : / Buddhist.htm,p.1

குறிப்பிடப்பட்டுள்ள லோகன் என்ற சொல்லுக்கு ஞானம் பெற்றவர் என்று பொருள் கூறுகின்றனர். அடுத்த சிறப்புமிகு ஓவியக் காட்சிகள் துன்கு வாங்கில் உள்ள 491 குடைவரைகளில் உள்ளவையாகும். இக் குடைவரைகளில் சுமார் 45000 சதுரமீட்டர் அளவுக்கு ஓவியங்கள் தீட்டப்பட்டுள்ளன. தவிர இக் குடைவரைகளில் 2415 சுதை உருவங்களும் காணப்படுகின்றன. இக் குடைவரைகள் கி.பி. 4ஆம் நூற்றாண்டுக்கும் 14ஆம் நூற்றாண்டுக்கும் இடைப்பட்டவையாகும். சீன பௌத்தத் துறவிகள் டன்குவாங்கில் தொன்மையான குடைவரைகளை வெட்டினர். அவற்றில் ஒன்று கி.பி.366 இல் வெட்டப்பட்ட ஆயிரம் புத்தர்களின் குடைவரை ஆகும். ஓவியங்களும், சிற்பங்களும் தொடர்ந்து ஆயிரம் ஆண்டுகள் காலம் வரை, அதாவது யுவான் வம்சம் ஆட்சி பீடம் ஏறும்வரை சிறப்புற்று விளங்கின.[46] பீகிங்கில் செம்பினால் ஆன ஒரு பாத்திரம் உள்ளது. அது தாமரையின் வடிவில் அமைந்துள்ளது. அதனைச் சுற்றி ஏராளமான புத்தர் உருவங்கள் அலங்காரமாக அமைக்கப்பட்டுள்ளன.[47] பௌத்த சமயத்தில் தாமரை ஒரு முக்கியப் பங்கு வகிக்கிறது. அது முழுமையையும், திரத்தன்மையையும், வளமையையும், மறுபிறவியையும் உணர்த்தும் குறியீடாகும். இதுவே பிற்காலத்து இந்து மற்றும் சமணக்கலைகளிலும் பின்பற்றப்பட்டது.

ஜப்பான்

கி.பி. 710 இல் ஜப்பானின் தலைநகர் நர என்ற இடத்தில் அமைக்கப்பட்டது. கி.பி. 794 இல் தலைநகர் கியோட்டோவுக்கு மாற்றப்பட்டது. இவ்விரு நிகழ்ச்சிகளுக்கும் இடைப்பட்ட எண்பது ஆண்டுகாலம் ஜப்பானிய சிற்பக்கலை வரலாற்றில் குறிப்பிடத்தக்க காலமாகும். இதனைப் பொற்காலம் என்றே கருதுகின்றனர். இக்காலத்தில்தான் உலகிலேயே மிகப்பெரிய புத்தரின் செப்புத்திருமேனி வார்க்கப்பட்டது. இதனை வார்க்கவேண்டும் என்று முதன் முதலில் ஆணையிட்டவர் பேரரசர், ஷோமு ஆவார். இத்திருமேனி கி.பி.743க்கும் 749 க்கும் இடைப்பட்ட காலத்தில்

---

46. மேலது, ப.3

47. UNESCO Courier, முன்னது, ப.41

வடிக்கப்பட்டது. அமர்ந்த நிலையிலுள்ள இச்சிற்பம் 53 அடி உயரமானதாகும். முகம் 16அடியும், கண்கள் 4 அடியும், காதுகள் எட்டரை அடியும் கொண்டவை. இதை அமைப்பதற்கு 437டன் வெங்கலமும், 288 பவுண்டு தங்கமும், ஏழுடன் கரியும் தேவைப்பட்டன. இது, பௌத்த கோயிலான தோடாய்ஜியில் வைக்கப்பட்டுள்ளது. இதன் பொருள் "கிழக்கின் மாபெரும் கோயில்" என்பதாகும். இது உலகிலேயே மிகப்பெரிய மரத்தாலான கோயிலாகும். இக்காலத்தில் பௌத்த சமயம் ஜப்பானின் தேசிய சமயமாகத் திகழ்ந்தது. பௌத்த மடாலயங்கள் பல கட்டப்பட்டு தேசிய நிறுவனங்களாக்கப்பட்டன. இக்காலத்தில் பௌத்த கோயில்களும், மடாலயங்களும் மக்கள் வருகைக்காக திறந்து வைக்கப்பட்டிருந்தன.

நர நகரத்தில் ஹோரியூஜி மடாலயத்தின் பகுதியாக இருந்த கோயில்களில் குறிப்பிடத்தக்கது ஐந்து தளங்களையுடைய கோயிலாகும். இதில் ஏராளமான களிமண் சிற்பங்கள் பாதுகாக்கப்பட்டு வரப்படுகின்றன. முதன் முதலில் சுமேரு மலையின் சிற்பம் இங்கு உள்ளது. இது பௌத்த சமயத்தில் "உலகத்தின் மையம்" என்று கருதப்படுகிறது. இதுவே இந்து சமயத்தில் மேருமலை என்று அழைக்கப்பட்டு வந்தது. இதில் உள்ள மடிப்புகளில் சுமார் 80 புத்தர் உருவங்கள் வடிக்கப்பட்டுள்ளன. அவை ஒவ்வொன்றும் ஒரு அடி உயரமானவையாகும். அவற்றில் புத்தரின் வாழ்வில் நடைபெற்ற ஐந்து நிகழ்வுகளும் காட்டப்பட்டுள்ளன. இச்சிற்பங்களில் பல இன்று அழிந்து போய்விட்டன. 19ஆம் நூற்றாண்டில் 114 சிற்பங்கள் இருந்ததாகக் கூறப்படுகிறது. பலசிற்பங்கள் பழுது பார்க்கப்பட்டுள்ளன.[48] ஜப்பானியக் கோயில்கள் கட்டுவதற்கும், சிற்பங்கள் செதுக்குவதற்கும் அதிகமாக மரமே பயன்படுத்தப்பட்டது. இதற்குக் காரணம் ஜப்பானில் அபரிமிதமாகக் கிடைக்கும் மரமே ஆகும். அங்கு குறைந்த அளவே கல்குவாரிகள் உள்ளன. இதனால் ஜப்பானின் கோயில்கள் பல இயற்கையின் சீற்றத்தால் அழிந்துபோயின. டோக்கியோ நகரத்திற்கு வெளியில் காமகுராவின் அமிதப புத்தர் செப்புத்திருமேனி வெட்ட வெளியில் அமர்ந்த நிலையில் உள்ளது. இது ஒரு காலத்தில் மரத்தாலான ஒரு கோயிலில் வைக்கப்பட்டிருக்க

48. **UNESCO Courier, முன்னது, பக்.52 - 53.**

வேண்டும். கோயில் அழிந்துபட்டிருக்கக்கூடும். கி.பி.1495 இல் ஏற்பட்ட கடல் கொந்தளிப்பில் பல சின்னங்கள் அழிந்துபோயின. இருப்பினும், ஜப்பானின் பௌத்த கலைச் சிறப்பை அறிய விரும்புவோருக்கு இன்றும் 72000 தொன்மையான கருவறைகளும், கோயில்களும், மடாலயங்களும், சிற்பங்களும், ஓவியங்களும், கண்களுக்கு விருந்தளித்துக் கொண்டிருக்கின்றன.[49]

கொரியா

கொரியாவில் கி.பி.327 வாக்கில் பௌத்த சமயம் புகுந்தது. அது கி.பி.10ஆம் நூற்றாண்டுக்கும் 14ஆம் நூற்றாண்டுக்கும் இடைப்பட்ட காலத்தில் உன்னத நிலை அடைந்தது. அதன்பின் கன்பியூஷிய மதம் நாட்டின் தேசிய மதமாக அறிவிக்கப்பட்டது. ஒவ்வொரு ஆண்டும் மே மாதம் 24ஆம் நாள் பௌத்தத் திருவிழா கொண்டாடப்படுகிறது. இத்திருவிழாவின் போது மக்கள் ஒளிக்கூண்டு விளக்குகளை, பல்வேறு அமைப்புகளில், ஏந்திவருவர். உயரமான குச்சிகளில் பல்வகை வண்ணங்களைப் பூசிவருவர். தொடக்கத்தில் இவ்விழா பௌத்த சமயத்தின் தோற்றத்தினை நினைவூட்டுவதாக நடத்தப்பட்டது. அக்குறிப்பிட்ட நாளில் பௌத்தர்கள் அனைவரும் ஒளிக்கூண்டு விளக்குகளை உன்னிப்பாகக் கவனிப்பர். அவரவர் ஏந்திவரும் விளக்கு பிரகாசமாக எரிந்தால் அவர்களது வாழ்க்கையும் பிரகாசமாக இருக்கும் என்று நம்பினர். இன்றும் கொரியாவில் கட்டப்பட்ட பௌத்த கோயில்கள் நிலைத்துள்ளன. இங்கிருந்துதான் பௌத்த சமயம் ஜப்பானுக்குப் பரவியது. ஜப்பானில் கட்டப்பட்ட ஹோரியூஜி கோயிலுக்கான மரவேலைகளைக் கொரியாவின் தச்சர்கள் செய்துள்ளனர். கி.பி. எட்டாம் நூற்றாண்டில் செதுக்கப்பட்ட போதிசத்துவர் சிற்பம் ஒன்று தற்போது பாரிஸில் குமெட் ஆவணக்கூட அருங்காட்சியகத்தில் வைக்கப்பட்டுள்ளது. அது கொரியாவில் சுக்குலம் குடைவரை கோயில்களில் வடிக்கப்பட்ட புடைப்புச் சிற்பமாகும்.[50]

---

49. மேலது, ப.54
50. மேலது, ப.48

இந்தியாவில் கி.மு 6ஆம் நூற்றாண்டில் தோன்றிய பௌத்த சமயமும், கி.மு.3ஆம் நூற்றாண்டில் தொடங்கப்பட்ட பௌத்தக் கலையும் வணிக வழிகள் வாயிலாக மத்திய ஆசியா, தென்கிழக்கு நாடுகளிலும் பரவி மேன்மை பெற்று விளங்கின. பிறந்த மண்ணில் செல்வாக்கிழந்த போதும் புகுந்த மண்ணில் இன்றும் பௌத்த சமயம் சிறந்து செயல்பட்டுக்கொண்டிருக்கிறது. தான் பிறந்த மண்ணில் தன் பெயரில் இல்லாவிட்டாலும் இந்து சமயத்தின் பேரில் தனது தொன்மை மிகு கலைக்கூறுகளைப் பௌத்தம் நிலைநிறுத்திக் கொண்டுள்ளது என்பது வரலாறு கண்ட உண்மை. ❑

8

இந்துக்கலையில் பௌத்தத்தின் தாக்கம்

இந்நூலின் முன்னுரையில் முன்னமே குறிப்பிட்டது போல் இந்திய சமயக் கலை வரலாற்றின் முன்னோடிகள் பௌத்தர்களேயாவர். சிந்து சமவெளி நாகரீக காலத்துச் சிற்பங்கள் சிலவற்றிற்குச் சமய அடையாளங்கள் கொடுக்க அறிஞர்கள் சிலர் மேற்கொண்ட முயற்சிக்குத் தொடங்கப்பட்ட சமயம் சார்ந்த கலைகளின் கூறுகள் சில பின்னாளில் வைதீக இந்து மற்றும் சமண சமயத்தவர்களால் பின்பற்றப்பட்டுள்ளன என்று கொள்ளுவது மிகையன்று. இவ்வியலின் முக்கிய நோக்கம் வைதீக சமயத்தவர்களால் பின்பற்றப்பட்ட பௌத்தக்கலைக் கூறுகளை எடுத்தியம்புவதாகும்.

பௌத்தக் கலையின் தொடக்கம் ஸ்தூபங்களை நிறுவி, அதைச்சுற்றி வேலி அமைத்து, நான்கு பக்கங்களிலும் அல்லது நான்கு திசைகளிலும் தோரணங்களை நிறுவுவது என்பதை முன்னரே கண்டோம். சாஞ்சி ஸ்தூபத்தில் அதனைச் சுற்றி திருச்சுற்றுப்பாதை (circumambulatory passage) அமைக்கப்பட்டது. அதனைப் பின்னாளில் சாந்தார வகைக் கோயில்களிலும் அஷ்டாங்க விமானக் கோயில்களிலும் பின்பற்றியிருப்பதைக் காணலாம். இதற்கு உதாரணமாகத் தமிழகத்திலேயே பின்னாளில் கட்டப்பட்ட காஞ்சி

நாதர் கோயில், காஞ்சி வைகுந்தப்பெருமாள் கோயில், தஞ்சை பிடாரி கதீசுவரர்கோயில், உத்திரமேரூர் சுந்தரவரதப்பெருமாள் கோயில், திருக்கோஷ்டியூர் சௌமிய நாராயணர்கோயில், மதுரை கூடலழகர் பெருமாள் கோயில், இராமேசுவரம் இராமநாதசுவாமி பிரதானக்கோயில் மற்றும் அக்கோயில் வளாகத்தில் உள்ள பத்தாம் நூற்றாண்டைச் சேர்ந்த இருண்ட கருவறையைச் சுற்றிய குறுகிய சன்னதிகள், சேரமாதேவியில் உள்ள இராமசாமி கோயில், மன்னார் கோயிலில் உள்ள இராஜகோபாலசுவாமி கோயில் ஆகியவற்றைக் குறிப்பிடலாம். இவை அனைத்திலுமே ஸ்தூபத்தைச் சுற்றியுள்ள திருச்சுற்றுப்போல் கருவறையின் உள்சுவருக்கு அடுத்து பாதையமைத்து அதற்கடுத்து வெளிச்சுவர் கட்டப்பட்டுள்ளது. இதுபோன்ற அமைப்பை தக்காணக் கோயில்களில் சிலவற்றிலும் காணலாம். இதற்கு உதாரணமாக ஐஹோளேயில் உள்ள துர்க்கை கோயிலைக் குறிப்பிடலாம். இதன் விமான உச்சிப் பகுதி பௌத்தச் சைத்தியத்தின் அமைப்பை ஒத்துள்ளது.

ஸ்தூபத்தின் நான்கு பக்கங்களிலும் வைக்கப்பட்டுள்ள தோரணங்களுக்கு அடிப்படையாக அமைந்தது வேதகாலத்து கிராமங்களின் நுழைவாயிலில் வைக்கப்பட்ட தோரணங்கள் என்று பெர்ஸி பிரௌன் கருதினாலும், அவை சமயச் சின்னங்களோடு தொடர்புபடுத்தப்பட்டது பௌத்தர்கள் காலத்தில்தான். இத் தோரணங்களின் வளர்ச்சியடைந்த நிலையே இந்துக் கோயில்களின் நுழைவாயிலில் சிற்பங்களோடு அமைக்கப்பட்டுள்ள சாலபாஞ்சிகையில் ஒய்யாரமாக நின்றுகொண்டிருக்கின்ற இயக்கியர்களின் உருவங்களாக மலர்ந்துள்ளன. நேபாளத்தில் உள்ள சில ஸ்தூபங்களின் ஹார்மிகாவில் மனிதக்கண் வரையப்பட்டுள்ளது.[1] இதன்மூலம் ஸ்தூபம் மனித உருவத்தோடு ஒப்பு நோக்கத்தக்கதாக அமைக்கப்பட்டதென்ற கருத்து வலியுறுத்தப்படுகிறது எனலாம். இந்துக்கோயில்கள் கூட பிற்காலத்தில் ஆறு பாகங்களாகக் கட்டப்பட்டு மனித உருவத்தோடு அடையாளம் காணப்பட்டன[2]

1. Richard Waterstone, முன்னது, ப.36

2. Edith Tomory, முன்னது, ப.91 pl.159.

அசோகர் காலத்தில் அவரது தூண்களைப் போன்றே ஸ்தூபத்தின் அண்டாப்பகுதியின் சுவர் பூமியிலிருந்தே எழுப்பப்பட்டது. செங்கல் கட்டடத்திற்கு மேல் சுண்ணாம்பு பூசி மெருகேற்றப்பட்டது. அண்டாவைச் சுற்றி சிறு, சிறு மாடங்கள் அமைக்கப்பட்டன. விழாக்காலங்களில் விளக்குகள் வைப்பதற்காகவே இந்த மாடங்கள் ஏற்படுத்தப்பட்டிருக்க வேண்டும். இவ்வமைப்பே பிற்காலத்தில் இந்துக் கோயில்களில் பெரிய மாடங்களாக வளர்ச்சி பெற்று தேவகோட்டங்களாக மலர்ந்திருக்க வேண்டும். அண்டத்தின் மீது ஒரு குடைக்கம்பு வைக்கப்பட்டது. இது மரியாதைக்குரிய சின்னமாகக் கருதப்பட்டது. முன்னரே, முதலாவது இயலில் குறிப்பிட்டிருப்பது போல், புத்தர் சத்திரியர் குலத்தோன்றல் என்பதாலும், அவரே ஒரு தர்மச்சக்கரவர்த்தி என்பதாலும் அதனைக் குறிக்கும் மரியாதைச் சின்னமாகக் குடை வைக்கப்பட்டிருக்கக் கூடும். இக்குடைக்கம்பு சில இடங்களில் மரத்தாலும், பிற இடங்களில் கல்லாலும் அமைக்கப்பட்டிருந்தன. இக்குடை அமைக்கும் முறையை வைதீகர்கள் தங்கள் கோயில்களில் இறைவனின் உருவத்திற்கு மேலாக, அவருக்கு நிழலாக, வைத்திருக்கின்றனர். தவிர, இன்றுவரை கிராமங்களிலும், நகரங்களிலும், இறைவன் அல்லது இறைவி திருவீதி உலா வரும்போது அணிவகுப்பில் குடையும் இடம் பெற்றிருக்கும். கிராமங்களில் அம்மன் வழிபாட்டின் போது கரகம் எடுத்துவரும் வேளையில் கரகத்தின் மீது மரியாதைக்காகக் குடைகாட்டுவது ஒரு மரபாக இன்றும் விளங்கி வருவதைக் காணலாம்.

அசோகர் காலத்தைச் சேர்ந்ததெனக் கருதப்படும் ஒரு ஸ்தூபம் ஜெய்ப்பூர் பகுதியில் பைராட் என்ற இடத்தில் உள்ளதாகும். இதன் இடிபாடுகளைப் பார்க்கும்போது இதனைச் சுற்றிலும் வட்டவடிவமான ஆலயம் இருந்தது தெரியவந்தது. செங்கற்களால் கட்டப்பட்டு சுண்ணாம்புக்காறை பூசப்பட்டிருந்தது. இடையிடையே 16 எண் கோண மரத்தூண்கள் உள்ளன. கிழக்குப்பகுதியில் தலைவாயில் உள்ளது. இது இரு மரத்தூண்களால் தாங்கப்பெற்று சுற்றிலும் ஏழு அடி அகலத்திற்கு நடைபாதை அமைக்கப்பட்டுள்ளது. இவையனைத்தும் பிற்காலத்தில் ஒரு நீண்ட சதுரவேலிக்குள்

அடைக்கப்பட்டன. இந்த அமைப்பை ஜினஹாபிரியிலுள்ள துலஜாலேனா பிரிவைச் சேர்ந்த கி.மு.முதல் நூற்றாண்டைச் சேர்ந்த சைத்தியக் குடைவரையிலும் பிதால்கொரா குடைவரையிலும் காணலாம். இதன் அமைப்பும், வடிவமும் பிற்காலக் கோயில்களில் கையாளப்பட்டுள்ளன. கேரளத்தில் இத்தகைய வட்டவடிவக் கோயில்கள் இருக்கின்றன. தமிழகத்தில் பிள்ளையார்பட்டி குடைவரையும், கட்டுமானக் கோயில்களில் அழகர்கோயில் விமானமும் வட்டவடிவினைக் கொண்டவையாகும். மாமல்லபுரத்தில் உள்ள நகுல-சகாதேவ இரதத்தையும், பிற கஜபிரிஷ்ட விமானக் கோயில்களையும் இவ்வணியில் சேர்க்கலாம்.

சாஞ்சி தோரணங்களில் தூணின் நடுப்பகுதியில் உள்ள போதிகையில் ஒவ்வொன்றிலும் ஒவ்வொரு வகையான சிற்பங்கள் செதுக்கப்பட்டிருக்கின்றன. வடக்கு மற்றும் கிழக்குத் தோரணங்களில் யானையின் உருவமும், மேற்கே பூதகணங்களின் உருவங்களும், தெற்கில் சிங்கத்தின் உருவங்களும் அமைக்கப்பட்டுள்ளன. இவை தோரணத்தின் மேற்பகுதியைத் தாங்கிக்கொண்டிருப்பது போல் அமைந்துள்ளன. நாசிக்கில் உள்ள விகாரங்களில் ஒன்றான குடைவரை எண்3-இல் உள்ள தூண்களின் உச்சியினை பூதகணங்கள் தாங்குவது போன்று அமைக்கப்பட்டுள்ளது. பிதால்கொராவில் நுழைவாயிலில் நிறுத்தப்பட்டுள்ள யானைகள் குடைவரையைத் தாங்குவது போன்று அமைந்துள்ளன. இதனையே பிற்காலத்து இந்துக் கோயில்களில் பலவிதமாகப் பயன்படுத்தப்பட்டிருப்பதைக் காணலாம். அதாவது, தக்காணத்து சாளுக்கியர் கோயில்கள் சிலவற்றிலும், பல்லவரின் காஞ்சி கைலாசநாதர் கோயிலிலும் யானைகள் கோயில் விமானத்தைத் தாங்குவது போன்று வடிக்கப்பட்டுள்ளன. மதுரை மீனாட்சி சுந்தரரேசுவரர் கோயிலில் எட்டு வெள்ளை யானைகள் விமானத்தின் மேற்பகுதியைத் தாங்குவதுபோல் கட்டப்பட்டுள்ளது. பல்லவரின் தூண்களின் அடிப்பகுதியில் சிம்மம் அமர்ந்திருப்பது போன்றும், பாய்வது போன்றும் செதுக்கப்பட்டுள்ளது. பௌத்தர் தூண்களின் உச்சியில் உள்ள சிம்மம் பல்லவர்களது தூண்களின் அடிப்பாகத்திலும், பின்பு விஜயநகர், நாயக்கர் காலத்தில் மீண்டும் உச்சிப் பகுதிக்கும் சென்றுள்ளது. சாஞ்சி தோரணத்தில் முகத்தில் புன்முறுவலுடன் தூணின் மேற்பகுதியைத் தாங்குவதுபோல் உள்ள பூதகணங்கள் சைவக் கோயில்களின் பிரஸ்தரப் பகுதியில் அமைந்துள்ள பூதவரியை

அலங்கரிக்கலாயின. காஞ்சி கைலாசநாதர் கோயிலில் பூதவரியில் உள்ள பூதணங்களும் முற்காலப் பாண்டியர் காலத்தைச் சேர்ந்த ஒற்றைக்கல் கோயிலான கழுகுமலை வெட்டுவான் கோயிலிலுள்ள பூதகணங்களும் உயிரோட்டம் கொண்டவையாக பேசும் சாயலில், புன்முறுவலுடன் விமானத்தைத் தாங்குவது போன்றும் இசைக்கருவிகளை இயக்குவது போன்றும், நாட்டியம் ஆடியும் காட்சியளிக்கின்றன. இதுபோன்ற காட்சிகளை கி.பி.14ஆம் நூற்றாண்டு வரைக் கட்டப்பட்ட பெரும்பாலான கோயில்களிலும் காணலாம்.

கிபி.இரண்டாம் நூற்றாண்டைச் சேர்ந்த அமராவதி ஸ்தூபத்தில் தூண்களின் மத்தியில் முழுத்தாமரையும், மேல் மற்றும் கீழ்ப்பகுதியில் (medallions) அரைத்தாமரையும் அலங்கரிக்கின்றன. இதனை கி.பி.7 ஆம் நூற்றாண்டுவாக்கில் வெட்டப்பட்ட முதலாம் மகேந்திரவர்மன் காலத்துப் பல்லவர் குடைவரையில் உள்ள தூண்களிலும் பாண்டியர் குடைவரைத் தூண்களிலும் காணலாம். கால வளர்ச்சியின் காரணமாக இவற்றில், அதாவது தாமரைக்குள்ளேயே மிருகங்கள் மனித உருவங்கள் ஆகியனவும் செதுக்கப்பட்டன.

குப்தர்களுக்கு முந்திய நூற்றாண்டுகளில் ஸ்தூபங்களுக்கு அடுத்தபடியாக அமைக்கப்பட்ட சமயச் சின்னங்கள் மலைகளைக் குடைந்து வெட்டப்பட்ட சைத்தியங்கள் மற்றும் விகாரங்கள் ஆகும். இந்த சைத்தியங்களில் தொன்மையானது கி.மு.100இல் வெட்டப்பட்ட மகாராட்டிரத்தில் உள்ள கோண்டிவிதே சைத்தியமாகும். இதன் உட்சுவர்களில் ஜன்னல்கள் (jalas) வெட்டப்பட்டுள்ளன. கி.பி.முதல் நூற்றாண்டில் வெட்டப்பட்ட பேத்சா என்ற இடத்தில் உள்ள குடைவரைகளில் சைத்தியத்தின் நுழைவுச்சுவரின் ஒரு பக்கத்தில் ஜன்னல் செதுக்கப்பட்டுள்ளது. இந்த ஜன்னல்களின் வளர்ச்சியடைந்த நிலையை குப்தர் காலம் தொடங்கி விஜயநகர-நாயக்கர் காலம் வரையாகக் கட்டப்பட்ட இந்து மற்றும் சமணக் கோயில்கள் பலவற்றிலும் காணலாம்.[3] இதன் வளர்ச்சியடைந்த ஜன்னல்களின் பல்வேறு வகை வேலைப்பாடுகளை மதுரை கூடலழகர் கோயில் விமானச் சுவர்களில் காணலாம்.

---

3. இதுபற்றிய விரிவான விளக்கங்களுக்கு பார்க்க, ஆசிரியரின் Facets of Indian Art and Culture, J.J. publications, Madurai,1995,pp.66-69

புவனேஸ்வரத்திற்கு அருகிலுள்ள உதயகிரியில் உள்ள இராணிகும்பா குடைவரை விசாலமானதாகும். இக்குடைவரையின் அறைகள் கலை நிகழ்ச்சிகள் நடத்தப்படுவதற்காக அமைக்கப்பட்டது போல் தோன்றுவதாக வி.எஸ். அகர்வால் கருதுகிறார்[4]. இங்கு நாடக அரங்கு அமைந்திருக்கலாம் என்பதற்கு ஆதாரமாக இங்குள்ள குடைவரையின் பின்சுவரில் செதுக்கப்பட்டுள்ள சிற்பங்களிலிருந்து உணரமுடிகிறது. இவற்றில் இந்திய இலக்கியங்கள் மற்றும் நாட்டுப்புற இலக்கியங்களிலிருந்து கதைகள் எடுக்கப்பட்டு அவற்றிற்குச் சிற்பவடிவம் கொடுக்கப்பட்டுள்ளன. இந்த அடிப்படையிலேயே பின்னாளில் நாயக்கர் ஆட்சிக்காலத்தில் தமிழகக் கோயில்களில் அமைக்கப்பட்ட மண்டபங்கள் இதிகாச, புராணக்கதைச் சிற்பங்களைத் தாங்கி நாடக அரங்கத்தை நினைவூட்டுவனவாக அமைக்கப்பட்டன. இதன் முழுமையான அமைப்பை மதுரைக்கருகில் உள்ள அழகர்கோயில் கல்யாண மண்டபத்திலும்,[5] திருநெல்வேலி மாவட்டத்தில் தாமிரபரணி ஆற்றைச் சுற்றி உள்ள நவதிருப்பதிகளிலும் காணலாம். முற்காலச் சோழர் காலத்துக் கோயில்கள் பலவற்றில் அதிட்டானக் கண்டப்பகுதியில் இதிகாச, புராண காவியக்கதைகள் சிற்பங்களாக வடிக்கப்பட்டிருந்த போதிலும் அவை மேற்கூறிய நாடக அரங்காக அமையவில்லை.

பௌத்தக் குடைவரைகளின் ஆபரணம் என்று கருதப்படும் கார்லே சைத்தியத்தில் மைய மண்டபத்தின் இரு பகுதிகளிலும், முப்பத்தி ஏழு எண்பட்டை வடிவத்தூண்கள் வைக்கப்பட்டுள்ளன. தூண்களின் அடியில், அடித்தளமாகப் பானை அல்லது கலசம் வைக்கப்பட்டுள்ளது. ஒருகாலத்தில் மரத்தூண்களைப் பாதுகாப்பாக வைப்பதற்கு ஏதுவாக அடியில் மண்பானை வைத்து அதில் மணல்போட்டு தூண்களை வைத்திருக்கவேண்டும். இது, எறும்பு கரையான் ஆகியவற்றிலிருந்து தூண்களைக் காப்பதற்கே ஆகும்.

---

4.   B.C. Sinha, முன்னது ப.74.

5.   மேலும் விவரங்களுக்கு காண்க, ஆசிரியரின் Facets of Indian Art and Culture, J.J. Publications, Madurai,1995,pp.41-44.

இதுவே பின்னாளில் பேத்சாவிலும், கார்லேயிலும் கட்டடக்கலை நுட்பங்களில் ஒன்றாகப் பரிணமித்தது. தூணின் அடியிலிருந்த கலசம், நாசிக்கில் தூணின் உச்சிப்பகுதிக்குச் சென்றது. அதுவே வைதீக இந்துக் கோயில்களில் தூண்களின் பலவித வளர்ச்சிக்கு வழிகோலியது. உதாரணமாக இந்துக்கோயில்கள் அனைத்திலும் சுவரில் உள்ள அரைத் தூண்களின் (pilaster) அலங்காரப் பகுதியில் கலசம் இடம்பெற்றது. முதலாம் பராந்தக சோழன் ஆட்சிக்காலத்தில் கம்ப பஞ்சரமாக தூண் அமைக்கப்பட்டது. முதலாம் இராசராசன் காலத்தில் கீழே கலசம் அல்லது கும்பம் வைத்து அதிலிருந்து தூண் வெளிவருவது போன்று கும்ப பஞ்சரமாகியது[6]. விஜயநகர-நாயக்கர் ஆட்சிக்காலத்தில் இதுமேலும் அழகூட்டப்பட்டது. இதனை மதுரை கூடலழகர் கோயிலிலும், திருமோகூர், திருநெல்வேலி மற்றும் மதுரை மீனாட்சி சுந்தரேசுவரர் கோயில் மண்டபங்களிலும் காணலாம். பௌத்தக் கலையில் பிரபலமடைந்த கலசம் அல்லது கம்பம் வைதீக இந்துக்கோயில்களில் மங்கலச் சின்னமாகவும் மரியாதைக்குரிய சின்னமாகவும் பரிணமித்தது. இதன் விளைவே இன்றளவும் இறைவனுக்கும் முக்கியப் பிரமுகர்களுக்கும் காட்டப்படும் பூர்ணகும்ப மரியாதைச் சடங்காகும்.

அஜந்தாவில் உள்ள 19வது எண் குடைவரை ஒரு சைத்திய மண்டபமாகும். இதில் ஒரு முகப்பு மண்டபமும் இரண்டு தூண்களும் வெட்டப்பட்டுள்ளன. இதன்மேல் உள்ள கபோதத்தில் கூடுகள் அமைந்துள்ளன. கூடுகளுக்குக் கீழே வட்டவடிவக் குமிழ்கள் (circular bosses) செதுக்கப்பட்டுள்ளன. இந்தக் கபோதம், கூடு மற்றும் வட்டவடிவக் குமிழ்களே பிற்காலத்தில் இந்துக் கோயில்களில், குறிப்பாக பல்லவர், முற்காலச் சோழர், முற்காலப் பாண்டியர் கோயில்களில் அலங்கார வேலைப்பாடுகளாக இடம்பெறலாயின. பொதுவாக, வட்டக்குமிழ்கள் மரவேலைப்பாட்டின்போது செருகப்பட்டிருந்த மரச்சட்டங்களையே நினைவுபடுத்துவதாக அமைக்கப்பட்டிருக்கக்கூடும். கபோதக்கூடு அனைத்துக் கோயில்களிலும் இடம்பெற்றிருந்தது. வட்டவடிவக் குமிழ்கள்

6. மேலும் விவரங்களுக்கு காண்க, ஆசிரியரின் இராமேசுவரம் கோயில், மதுரை. பக்.82-83.

பாண்டியர்களது ஒற்றைக்கல் கோயிலான கழுகுமலை வெட்டுவான் கோயிலிலும், சில கட்டிட வகைக் கோயில்களிலும், பெரும்பாலான முற்காலச் சோழர் காலத்துக் கோயில்களிலும் இடம்பெற்றன.[7] அஜந்தாவின் 26வது எண் குடைவரையின் தூண்களின் உச்சியில் கலசப் பகுதியில் பூ அலங்காரம் செதுக்கப்பட்டுள்ளது. இதுவே தமிழக இந்துக் கோயில்களின் தூண்களின் உச்சியில் உள்ள கலசப்பகுதிக்கு மேல் பத்மம் வைப்பதற்கு முன்னோடியாக இருந்திருக்க வேண்டும்.

எல்லோராவில் கி.பி.ஏழாம் நூற்றாண்டைச் சேர்ந்த குடைவரை எண்.10-இல் உள்ள தூண்களின் உச்சியில் பின்னாளைய இந்துக் கோயில்களின் தூண்களில் காணப்படும் நாகபந்தத்தின் தலைகீழ் அமைப்பு காணப்படுகிறது. இங்குள்ள 11வது எண் குடைவரையின் நுழைவாயிலில் இரண்டு பக்கங்களிலும் தென்னிந்திய கோயில்களில் உள்ளது போன்று தண்டங்களில் (club) கைவைத்துக் கொண்டுள்ள துவார பாலகர்களைக் காணலாம்.[8]

மகாராஷ்டிரத்தில் நாசிக்கில் உள்ள குடைவரைகள் பல விகாரங்கள் ஆகும். இவற்றில் குடைவரை எண். 3,8,10 மற்றும் 15 ஆகியவை கி.பி.முதல் நூற்றாண்டைச் சேர்ந்தவை. இவற்றில் தொன்மையானது குடைவரை எண்.10 ஆகும். இதன் தூண்களின் அடிப்பகுதியில் உள்ளது போன்றே உச்சிப்பகுதியிலும் படிக்கட்டு அமைப்பு போன்றதொரு கட்டடக்கலைக் கூறு காணப்படுகிறது. இதன் கீழுள்ள மணி அமைப்புக்கு மேலே பெட்டி போன்ற பகுதியில் நெல்லிக்காய் (amalaka) அமைப்பில் கட்டடம் அமைந்திருப்பதைக் காணலாம். இவ்வமைப்பே பின்னாளைய வட இந்திய இந்துக் கோயில்களின் உச்சியை அலங்கரிக்கின்றது. கி.மு.முதல் நூற்றாண்டில் பாஜாவில் வெட்டப்பட்ட குடைவரை எண்.19-இல் வாயிலின் இரண்டு பக்கங்களிலும் உள்ள தூண்களின் அடிப்பகுதியும், மேல்பகுதியும் நீள்சதுரத்திலும், நடுப்பகுதி எண்பாட்டையாகவும் அமைந்துள்ளன.

---

7. இதற்கு உதாரணமாக புஞ்சை நல்துணையீசுவரர் துடையூர் விஷமங்களேசுவரர், புள்ளமங்கை பிரம்மபுரீசுவரர் போன்ற கோயில்களைக் குறிப்பிடலாம்.
J.C. Harle, முன்னது, ப.134

இது பின்னாளைய இந்துக் கோயில்களிலும் இடம்பெறுகின்ற ஒரு கட்டடக்கலைக் கூறாகும். நாசிக், சாஞ்சி போன்ற இடங்களில் உள்ள சைத்திய சாளரங்கள் (chaitya windows) இந்துக்கோயில் விமானத்தின் உச்சியில் உள்ள நாசிகளுக்கும் முன்னோடியாகத் திகழ்ந்தன.

அஜந்தாவில் உள்ள விகாரக் குடைவரைகளில் உள்ள ஓவியங்களில் கூட விகாரங்களின் அமைப்புகள் காட்டப்பட்டுள்ளன. இதனைப் பார்க்கும்போது கி.பி.10ஆம் நூற்றாண்டின் இறுதியில் தஞ்சையில் முதலாம் இராசராசன் காலத்தில் வரைந்த ஓவியங்களில் சிதம்பரம் நடராசர் கோயிலின் அமைப்பு வரையப்பட்டுள்ளது நினைவுக்கு வருகிறது. அஜந்தாவின் முதலாவது எண் குடைவரையில் உள்ள தூண்களில் கம்புப் பகுதிக்கும் இடையில் மகர அலங்காரங்கள் காணப்படுகின்றன. அதற்கும் கீழே நெல்லிக்கனி போன்றதொரு கட்டடக்கலைக் கூறு காணப்படுகிறது. இந்த மகரங்களே பிற்காலத்தில் இந்துக் கோயில்களில் மகர தோரணங்களாக மலர்ந்துள்ளன. இவை சாளுக்கியர், பல்லவர் மற்றும் பாண்டியர் குடைவரைத் தூண்களில் பின்னாளில் இடம்பெறலாயின. கட்டிட வகைக் கோயில்களில் தேவ கோட்டங்களுக்கு மேலே மகர தோரணங்கள் அமைக்கப்பட்டன.

எல்லோராவில் கி.பி.5ஆம் நூற்றாண்டுக்கும் 9ஆம் நூற்றாண்டுக்கும் இடைப்பட்ட காலத்தில் குடைவரைகள் வெட்டப்பட்டன. இவற்றில் தொன்மையான பௌத்த குடைவரை ஐந்தாவது குடைவரையாகும். இது ஒரு விகாரமாக விளங்கியுள்ளது. இதன் நீண்ட, பெரிய மண்டபத்தைச் சுற்றித் துறவிகள் வாழும் சிறிய அறைகள் வெட்டப்பட்டன. மண்டபத்தின் பின் சுவரின் மத்தியில் ஒரு கருவறை அமைந்துள்ளது. இதன் பக்கச்சுவர்களிலும் கருவறைக்கான இடங்கள் ஒதுக்கப்பட்டுள்ளன. இவ்வமைப்பு அஜந்தாவின் பதினாறாவது குடைவரையின் வளர்ச்சிநிலை என்று கருதப்படுகிறது[9]. இதுவே பின்னாளைய இந்துக்கோயில்களில் வளர்ச்சியடைந்துள்ளது. இதற்கு உதாரணமாக எலிபெண்டா சிவன் குடைவரையைக் குறிப்பிடலாம்[10]. பௌத்த சமயம் தொடர்பான இடங்களில்

---

9. Susan, L. Huntington, முன்னது, Fig.12, 32 மற்றும் 12, 33 பக்.268-269.

அசோகரின் ஆட்சிக்காலத்தில் தனித்து நிற்கும் தூண்கள் நிறுத்தப்பட்டன. ஏறத்தாழ முப்பது இடங்களில் நிறுவப்பட்ட இத்தூண்களில் பத்தில் அவரது கல்வெட்டுக்கள் பொறிக்கப்பட்டுள்ளன. இத்தூண்களில் குறிப்பிடத்தக்கவை சாரநாத், சாஞ்சி, லாரியாநந்தன்கர், பாசர்பக்கீரா, இராம்பூர்வா ஆகிய இடங்களில் உள்ளவையாகும், பௌத்தர்களைப்போன்றே இந்துக்களும், சமணர்களும் இத்தகையத் தூண்களை நிறுவியுள்ளனர். பாக்டீரிய அரசரின் தூதுவராக இந்தியா வந்த ஹெளியோடரஸ் பெஸ்நகர் என்ற இடத்தில் கருடத்தூண் ஒன்றை நிறுவியுள்ளார். இது கி.மு.இரண்டாம் நூற்றாண்டைச் சேர்ந்ததென்பர். இதைப் போன்றே சமணர்களும் கர்நாடக மாநிலத்தில் தனித்தனி தூண்களை அமைத்துள்ளனர். குப்தர்கள் காலத்தில் அலகாபாத்தில் தூண் நிறுத்தப்பட்டது.

இந்தியாவில் பௌத்த சிற்பக்கலையின் தொடக்ககாலம் மௌரியர் காலமாகும். "இந்திய சிற்பக்கலையின் உயிர்ப்பொருளில் மௌரியர் சிற்பக்கலை ஒரு சிறு முக்கியத்துவத்தையே பெறுகிறது" என்று ஸ்டெல்லா கிரம்ரிஸ்ச் குறிப்பிட்டுள்ளார். மௌரியர்களது சிற்பக்கலை இந்தியக்கலை வரலாற்றில் பெரிய மாற்றங்கள் எதையும் ஏற்படுத்திவிடவில்லை எனினும், அடுத்து வருவோர் கற்களைப் பயன்படுத்தலாம் என்ற முன் உதாரணத்தை உண்டாக்கியது பெருமைப்படத்தக்கதே. இதுவரைக் கற்களைப் பயன்படுத்திச் சிற்பங்கள் செதுக்காததற்குக் கற்கள் இறந்தோருடைய சடங்குகளோடு தொடர்பு கொண்டதாகக் கருதப்பட்டது ஒரு காரணமாகும். அசோகர் காலத்தில் வெளிநாட்டுத் தாக்கத்தால் சிற்பங்களைச் செதுக்க ஒரு அழியாத நிரந்தரமான சாதனமாகக் கல் பயன்படுத்தப்பட்டது. பின்னாளில் அது தொடர்ந்தது. சுங்கர்களது கலையானது தன்மையிலும், இயல்பிலும் மௌரியரின் கலையைவிட மாற்றம் பெற்றது. இவற்றிற்கு எடுத்துக்காட்டாக, பார்கூத், சாஞ்சி, புத்த கயா போன்ற இடங்களில் வளர்ந்த கலையைக் குறிப்பிடலாம்.

10. மேலது pl. 13.1.

இவ்விடங்களில் ஸ்தூபங்களைச் சுற்றிலும் அமைக்கப்பட்ட கல்வேலிகளிலும், தோரண வாயில்களிலும் செதுக்கப்பட்ட புடைப்புச் சிற்பங்கள் நேர்த்தியாக அமைக்கப்பட்டன. பௌத்த சமயத்தைச் சார்ந்த இவை, புத்த ஜாதகக் கதை நிகழ்ச்சிகளை அக்கதைகளில் எந்த ஒரு விவரமும் விடுபடாதவாறு மிகத் துல்லியமாகப் படம்பிடித்துக் காட்டுகின்றன. இவற்றைப் பின்பற்றியது போன்று முற்காலச் சோழர் கோயில்களில் அதிட்டானங்களில் மிகச் சிறிய அளவில் நேர்த்தியாக அமைக்கப்பட்டுள்ள கலபாதச் சிற்பங்களும் சிறப்பிடத்தினைப் பெறுகின்றன.

பார்கூத் சிற்பங்களில் மிருகங்கள், மரங்கள், குதிரை வண்டிகள், காளைமாட்டு வண்டிகள், பல்வகை கொடிகள் மற்றும் பிற அரசுச் சின்னங்கள் ஆகியனவும் காணப்படுகின்றன[11]. குறுக்குச் சட்டங்களில் உள்ள முழு அளவிலான பதக்கங்களில் பாதியிலும் தூண்களில் செதுக்கப்பட்டுள்ள அரைப் பதக்கங்களிலும் அழகு மிகுந்த பூ வேலைப்பாடுகள் செய்யப்பட்டுள்ளன. இவ்வமைப்பு பிற்காலத்தில் சாளுக்கிய, பல்லவ கலைகளில் இடம்பெறலாயிற்று.

பார்கூத் சிற்பங்களில் அடுத்தடுத்து நிகழ்ந்ததாகக் கருதப்படும் மூன்று நிகழ்வுகளையும் கலந்து நாடகக் காட்சிபோல் ஒரே சிற்பத் தொகுதியில், வடித்திருப்பது அன்றைய கலை மரபெனலாம். இதுபோன்றே மாமல்லபுரத்து மகிஷமர்த்தினி மண்டபத்தில் உள்ள மகிஷமர்த்தினி சிற்பத்தொகுதியில் போரின்போது சிலர் கீழே வீழ்ந்து கிடப்பதும், சிலர் புறமுதுகிட்டு ஓடுதலும், மகிஷன் ஓடிக்கொண்டே தேவியைத் திரும்பிப் பார்ப்பது போன்றும் காட்சிகள் அமைத்திருப்பதைக் காணலாம். ஜேடவனத்தை வாங்கும் சிற்பத்தொகுதியில் கதை அழகாகச் செதுக்கப்பட்டுள்ளது. ஜேடவனப் பூங்கா, அநாதபிண்டகன் என்னும் வங்கியாளரால் புத்தருக்குப் பரிசாகக் கொடுக்கப்பட்டது. அப்போது தாரைவார்த்துக் கொடுப்பது காட்டப்பட்டுள்ளது. பரிசில் பெறுவோருக்கு கலசத்திலிருந்து நீரூற்றித்

11. G.C. Chauley, முன்னது, பக்.14-15.

தாரைவார்த்துப் பரிசில் வழங்குவது என்பது அக்கால மரபு. இந்து சமயத்தில் திரிவிக்கிரம (வாமனர்) அவதாரத்தில் கூட இறைவனுக்கு மூன்றடி நிலம் தருவதாகக் கூறி செம்பிலிருந்து மன்னன் மகாபலி நீர் வார்ப்பது போன்று. பிற்காலத்தில் சிற்பங்கள் செதுக்கப்பட்டன. சிவபெருமானுக்கும் பார்வதிக்கும் திருமணம் நடைபெற்றதாகக் கூறப்படும் கல்யாணசுந்தரர் சிற்பத் தொகுதியிலும் மகாவிஷ்ணு தன் சகோதரியான பார்வதியைத் தாரை வார்த்துக் கொடுப்பது போல் காட்டப்படுவது மரபாக மலர்ந்தது இங்கு குறிப்பிடத்தக்கதாகும். மேலே சொல்லப்பட்ட ஜேடவனக் காட்சியில் அநாதபிண்டகன் கையில் பாத்திரத்தில் நீர் வைத்து ஊற்ற முயல்வது போல் காட்டப்பட்டுள்ளான். ஆனால் அங்கே புத்தர் உருவம் இல்லை. இதைப் போன்றுதான் 10-11ஆம் நூற்றாண்டு சோழர் காலத்துச் செப்புப் படிமங்களில் ரிஷபாந்திகர் உருவத்தில் ரிஷபம் காட்டப்படாமல் இறைவன் நிற்கும் பாங்கிலேயே அங்கே ரிஷபம் நிற்பதுபோல் தோற்றத்தை ஏற்படுத்தியிருக்கின்றனர். தஞ்சாவூரில் உள்ள அரசு அருங்காட்சியகத்தில் இத்தோற்றம் கொண்ட அழகுமிகு ரிஷபாந்திகர் செப்புத்திருமேனி வைக்கப்பட்டுள்ளது.

பார்கூத்தில் புத்தரின் உருவம் காட்டப்படாமல் குறியீடுகளால் மட்டுமே அவர் அடையாளப்படுத்தப்படுகிறார். அவ்வகையில் அவரது பாதச்சுவடுகள் அங்கு செதுக்கப்பட்டுள்ளன. பாதச் சுவடுகளை மக்கள் வணங்குவதுபோல் பௌத்தக்கலையில் காட்டப்பட்டுள்ளது. இதன் அடிப்படையிலேயே வைணவர்களும் மகாவிஷ்ணுவின் பாதச்சுவடுகளை வணங்கத் தொடங்கினர். இதற்கு முக்கிய உதாரணமாக இராமேசுவரத்தில் கந்தமாதன பர்வதத்தில் உள்ள இராமர் பாதத்தைக் கூறலாம். இதேபோன்று பௌத்தக் கலையில் புத்தரின் பரிநிர்வாணக் காட்சி அவர் சயனித்திருப்பது போல் அமைக்கப்பட்டது. இப்பரிநிர்வாணச் சிற்பங்கள் காந்தாரத்தில் பல பகுதிகளில் கிடைத்துள்ளன. அவை இலண்டன் விக்டோரியா ஆல்பர்ட் அருங்காட்சியகத்திலும், லாஸ் ஏஞ்சல்ஸ் கவுண்டி கலை அருங்காட்சியகத்திலும், சண்டிகரில் உள்ள அரசு

அருங்காட்சியகத்திலும் வைக்கப்பட்டுள்ளன. இவற்றில் பெரும்பாலானவை கி.பி. 2-3 நூற்றாண்டுகளையும், ஒருசில நான்காம் நூற்றாண்டையும் சேர்ந்தவையாகும். புத்தரின் பரிநிர்வாணக் காட்சியே மகாவிஷ்ணுவின் அனந்தசயனக் காட்சியாகக் குப்தர் காலத்தில் மலர்ந்திருக்கக்கூடும். அனந்தசயனத்தின் தொன்மையான சிற்பம் குப்தர்களின் தியோகர் தசாவதாரக் கோயிலில்தான் தோன்றியது. பின்பு நாடு முழுவதும் பரவியது. பார்கூத் வேலியில் ஒரு பக்கத்தில் அமைந்துள்ள சில தாமரைப் பதக்கங்களில் மனித முகம் காணப்படுகிறது. புத்த கயாவிலும் இத்தகைய அமைப்பு இருக்கிறது. இதுவே பின்னாளில், குறிப்பாகப் பல்லவர்களின் கோயில் கபோதங்களில் உள்ள கூடுகளில் மனித உருவங்களைச் செதுக்குவதற்கு முன்னோடியாக இருந்திருக்க வேண்டும்.

புத்த ஜாதகக் கதைகள் தவிர, பார்கூத்தில், இயக்கர், இயக்கியர், படைவீரர் உருவங்கள் நேர்த்தியாக அமைந்துள்ளன. இங்குள்ள ஒரு இயக்கியின் உருவத்தில் முதல் முறையாக சன்னவீரம் காணப்படுகிறது.[12] இந்துக்கோயில் சிற்பக்கலையில் பொதுவாகச் சன்னவீரம் வீரதீரச் செயல்புரிவோருக்கும், படைப்பிரிவில் உள்ளோருக்கு மட்டுமே அணிவிக்கப்படும். இந்திரனுக்கும், சுப்பிரமணியருக்கும் கையில் உள்ள ஆயுதங்கள் ஒரே மாதிரியாக இருப்பதால் அவர்கள் இருவருக்குமிடையே வேறுபாடு காட்டுவது சுப்பிரமணியருக்கு அணிவிக்கப்படும் சன்னவீரமேயாகும்.

புத்த கயாவிலுள்ள ஒரு தூணில் (thaba) சூரியன் நான்கு குதிரைகள் பூட்டிய ஒரு தேரில் பவனிவரும் சிற்பத்தொகுதி உள்ளது. இங்கு காணப்படும் குதிரைகளில் இரண்டு இடது பக்கமும் மற்றவை இரண்டும் வலது பக்கமும் பார்த்துள்ளன. தேரில் சூரியனுக்கு இரண்டு பக்கங்களிலும் இரண்டு பெண்கள் வில், அம்புடன் அமர்ந்துள்ளனர். இரண்டு பக்கங்களிலும் இரண்டு அசுரர்கள் வீழ்ந்து கிடக்கின்றனர்.

---

12. Edith Tomory, முன்னது ப.169

இங்கு கலையில் ஒத்திசைவு (symmetry) அமைப்பது எவ்வாறு என்பதற்கான முன்னோடியைக் காணமுடிகின்றது. பிற்காலத்தில் இந்துக் கோயில்களில் ஒத்திசைவு முறை செம்மையாகப் பின்பற்றப்பட்டுள்ளது. இதற்கு மதுரை மீனாட்சி சுந்தரேசுவரர் ஆலயக் கோபுரச்சிற்பங்களின் அமைப்பு முறையையே எடுத்துக்காட்டாகக் கொள்ளலாம். மேலே குறிப்பிட்ட சூரியன் சிற்பத்தொகுதி சூரியனின் திக்விஜயத்தைக் காட்டுவதாகக் கருதப்படுகிறது. இதனையொத்த சிற்றுருச் சிற்பம் (கலபாதச் சிற்பம்) முற்காலச் சோழர் கோயில்களில் ஒன்றான புஞ்சை நல்துணையீசுவரர் கோயிலில் காணப்படுகிறது.[13]

கஜலட்சுமியின் அதாவது இலட்சுமி நடுவில் அமர்ந்தோ அல்லது நின்றோ இருக்க, அவரது இருபுறமும் யானைகள் நின்று கொண்டு அவருக்கு அபிஷேகம் செய்யும், உருவச் சிற்பங்கள், சாஞ்சியில், தெற்கு கிழக்கு மற்றும் வடக்குத் தோரணங்களில் காணப்படுகின்றன. கிழக்குத் தோரணத்தில் இலட்சுமி சுகாசனத்தில் அமர்ந்துள்ளாள். சாஞ்சியின் இரண்டாவது ஸ்தூபத்தின் படிக்கட்டுத் (balustrade) தூணில் கஜலட்சுமி நின்ற நிலையில் உள்ளாள். அவள் பெரிய மலர்ந்த தாமரையில் நிற்கின்றாள். இச்சிற்பத்திற்குக் கீழே ஒரு இயக்கனும், இயக்கியும்,கையில் தாமரை மலருடன், தாமரையில் நின்று கொண்டிருக்கின்றனர். பின்னாளில் இந்துக் கோயில்களில் வாயிலின் மேல் உள்ள நிலை உச்சியில் கஜலட்சுமி இடம்பெறுவது மரபாக்கப்பட்டது. செட்டிநாடு வீடுகளிலும் நிலைக்கதவின் மேல் கஜலட்சுமியின் உருவம் வைப்பதை மரபாகக் கொண்டுள்ளனர். "பார்கூத் மற்றும் சாஞ்சி ஸ்தூபங்கள் இந்தியக்கலையின் சுடர்விட்டுக் கொண்டிருக்கும் இரு கண்களாகத் திகழ்கின்றன. அவற்றின் மூலம் நாம் பண்டைய இந்திய வாழ்வியலின் வளம்மிக்க பண்பாட்டினையும், சமுதாய, சமய, கலை மரபுகளையும் பற்றி அறிகின்றோம்" என்று

---

13. மேலும் விவரங்களுக்குப் பார்க்க, கு.சேதுராமன் புஞ்சை நல்துணையீசுவரர் கோயில் கண்டச் சிற்பங்கள், வரலாற்றுக் கலம்பகம், தஞ்சாவூர், 1998. ப.200.

குறிப்பிட்டுள்ளது நியாயமான கருத்தாகும். இந்திய இலக்கியங்கள் என்றால் இரட்டைக் காப்பியங்களான இராமாயணமும் மகாபாரதமும் நினைவுக்கு வருவதுபோல இந்தியாவின் பண்டைய கலைமரபிற்கு எடுத்துக்காட்டுகளாக அமைபவை சாஞ்சியும், பார்கூத்துமாகும்.[14] பண்டைய இந்தியக் கடவுளர்கள், பெண் தெய்வங்கள், சமயமரபுகள், பழக்கவழக்கங்கள், கட்டடக்கலை, நுண்கலைகள் போன்ற அனைத்து தரப்புச் செய்திகளையும் அவை தாங்கியுள்ளன. இந்திய, இந்துக்கலையைக் குறியீட்டு அடிப்படையில் ஆராய்வதற்குத் தகுந்த தொடக்கத்தினைப் பார்கூத்திலும், சாஞ்சியிலும் காணலாம்.

❏

---

14. G.C. Chauley, முன்னது, ப.32.

கலைச் சொல் விளக்கம்

அபயஹஸ்தம் அல்லது அபயமுத்திரை	-	பாதுகாப்பதற்கு உத்திரவாதமளிக்கும் முத்திரை.
அஞ்சலிமுத்திரை	-	இருகை கூப்பி வணங்கும் நிலை.
அண்டா	-	(வடமொழியில் முட்டை) ஸ்தூபத்தின் அரைவட்ட வடிவ அமைப்பு.
அவலோகிதேசுவரர்	-	தற்போதைய யுகத்தை வழிநடத்தும் போதிசத்துவர்.
அவதானம்	-	பௌத்தத் துறவிகளின் முந்தைய மற்றும் தற்போதைய வாழ்க்கை நெறிகளைக் கூறும் தொன்மம்.
ஆரம்	-	கழுத்தணி.
ஆசனம்	-	இருக்கை, அமர்ந்திருக்கும் முறை.
ஆயகம் அல்லது ஆர்யகம்	-	ஸ்தூபத்தின் நான்கு பக்கங்களிலும் பிதுக்கமான பகுதியில் வைக்கப்பட்டுள்ள ஐந்து தூண்கள் (அமராவதி).
பூமி ஸ்பரிச முத்திரை	-	புத்தரின் வலது கை விரல்கள் பூமியைத் தொட்டுக் கொண்டிருத்தல். புத்தரின் அனைத்து நல்ல செயலுக்கும் பூமியே சாட்சி.
போதிசத்துவர்	-	ஞானம் பெற்றவர். ஆனால் நிர்வாண நிலையை அடையாமல் உலக மக்கள் நல்வழியில் செல்ல வழிகாட்டுகிறார்.
சைத்தியம்	-	பௌத்தக் கோயில். அதன் உட்பகுதியில் ஸ்தூபம் அமைந்திருக்கும்.

சத்திராவளி	-	குடைவரிசை, ஸ்தூபத்தின் உச்சியில் அமைந்திருக்கும்.
சவுரி	-	விசிறி (சாமரம்).
தர்மச்சக்கரம்	-	பௌத்த தர்மத்தின் சின்னம்.
தர்மச்சக்கரப் பரிவர்த்தன முத்திரை	-	இரண்டு கைகளையும் மார்பில் வைத்துக்கொண்டுஞான முத்திரை காட்டுதல்.
தியான முத்திரை	-	இரண்டு கைகளையும் மடியில் வைத்துக்கொண்டு, ஒரு கையை மற்றொரு கை மீது வைத்தல்.
தியானி புத்தர்கள்	-	தியானம் (யோகநிலை) செய்யும் புத்தர்கள்.
கந்தர்வர்கள்	-	விண்ணுலக மாந்தர்கள்.
ஹார்மிகா	-	ஸ்தூபத்தின் அண்டா பகுதியின் மீது கட்டப்படும் வேலி போன்ற அமைப்பு. இதன் மையத்தில் தான் குடைக்கம்பு (பிரபஞ்சத்தின் அச்சு) இருக்கும்.
ஹீனயானம்	-	அசோகரும் அவருக்குப் பின் வந்தோரும் பின்பற்றிய பௌத்த சமயப்பிரிவு. இவர்கள் புத்தரை மனித உருவில் சிற்பமாக அமைக்காமல் அவரைக் குறியீடுகள் மூலம் காட்டினர்.
சடைமகுடம்	-	சிவபெருமானைப் போன்று போதி சத்துவர்கள் தலையில் சடை முடியை மகுடமாகக் கொண்டனர்.
ஜாதகம்	-	புத்தரின் முந்தைய பிறவிகள் பற்றிய கதை.
கின்னரர்	-	அரைமனித, அரை பறவை உருவங்கள் கொண்டவர்கள்.

கூடு	-	குதிரை லாயம் போன்ற சிறிய அமைப்பு.
லட்சணம் அல்லது இலட்சணம்	-	புத்தரின் உடலில் அமைந்துள்ள குறியீடுகள்.
மகாயானம்	-	கனிஷ்கரும் அவருக்குப் பின் வந்தோரும் பின்பற்றிய பௌத்த சமயப் பிரிவு. இவர்கள் சிற்பங்களில் புத்தரை மனித உருவில் காட்டினர்.
மைத்ரேயர்	-	போதிசத்துவர் பின்னாள் வரப் போகும் புத்தர்: கையில் நீர்ச்செப்பு வைத்திருப்பார்.
பத்மபாணி	-	பத்மத்தைக் (தாமரை) கையில் வைத்திருக்கும் போதிசத்துவர்.
பத்மாசனம் (வஜ்ரபரியங்காசனம்)	-	இரண்டு கால்களை ஒன்றன் மீது ஒன்றாகக் குறுக்காக வைத்து அமர்ந்திருத்தல்.
பரிநிர்வாணம்	-	புத்தரின் இறப்பு நிலை.
பிரதச்சினபாதம்	-	திருச்சுற்றுப் பாதை.
பூர்ண கலசம்	-	நிறைகுடம்.
சங்கம்	-	துறவிகளின் கூட்டமைப்பு.
சங்காராமம்	-	விகாரம், பௌத்தத் துறவிகள் தங்குமிடம்.
சங்கதி	-	புத்தரின் நீண்ட அங்கி அல்லது ஆடை.
சிம்மாசனம்	-	சிங்கத்தின் உருவம் பொறிக்கப்பட்ட ஆசனம்.
ஸ்தூபம்	-	புத்தர் மற்றும் பௌத்தத் துறவிகளின் சாம்பல் பாதுகாக்கப் பட்டுள்ள புனிதமான கோயில் அல்லது நினைவுச் சின்னம். ஸ்தூபத்தையே புத்தராகக் கருதி வழிபட்டனர்.

தாபா	-	பௌத்த ஸ்தூபத்தைச் சுற்றி அமைக்கப்பட்ட வேலியில் நிறுத்தப்பட்ட நேரான தூண்கள்.
தோரணம்	-	ஸ்தூபத்தின் நான்கு பக்கங்களிலும் நிறுத்தப்பட்ட தூண்களாலான வாயில்.பின்னாளயகோபுரங்களுக்கு வழிகாட்டி.
திரிரத்னம்	-	புத்தம், தர்மம், சங்கம் என்பனவாகும்.
உஷ்ணிசம்	-	புத்தரின் தலையில் சுருள் முடிக்கு மேலுள்ள ஞான முடிச்சு.
ஊர்ணம்	-	புத்தரின் நெற்றியில் உள்ள வெள்ளை மயிர்முடிச்சு. ஞானத்தைக் குறிப்பது (சிவபெருமானின் நெற்றிக் கண் போன்றது).
வஜ்ரபாணி	-	வஜ்ரத்தைக் கையில் கொண்டுள்ள போதிசத்துவர். வஜ்ரம் என்பது இரண்டு திரிசூலங்களை ஒன்றுக்குப் பின் ஒன்றாக வைத்திருத்தல் ஆகும்.
வரதமுத்திரை	-	வரம் கொடுக்கும் பாணியில் அமைந்த கை அமைப்பு.
வேதிகா	-	பௌத்த ஸ்தூபத்தைச் சுற்றி அமைக்கப்பட்ட வேலி.
இயக்கர்	-	பௌத்த சிற்பங்களில் புத்தரின் இரு பக்கங்களிலும் நின்று சாமரம் வீசுவர். காவல தெய்வம்
இயக்கி	-	இயக்கரின் பெண்பால் வடிவம், பெண் தெய்வம்.
துஷிதா விண்ணுலம் (சொர்க்கம்)		
திரியஸ்திரிம்ஸா சொர்க்கம்	-	33 கடவுளர்களின் சொர்க்கம்.
சிராவஸ்தி	-	வடக்குக் கோசலத்தின் தலைநகர்.
வித்யாதரர்கள்	-	பறக்கும் விண்ணுலக மாந்தர்.
பிரபை	-	தலைக்குப் பின் உள்ள ஒளி வட்டம்.
பிரலம்பபாத ஆசனம்	-	இரண்டு கால்களையும் கீழே தொங்க விட்டு பாதங்களைத் தரையில் வைத்து அமர்ந்திருத்தல்.

நோக்கு நூற்பட்டியல்

Agrawala, V.S.	-	Saranath, ASI, New Delhi, 1992.
Aiyappan, A. and Srinivasan, P.R.	-	Guide to the Buddhist Antiquities, Govt. Museum, Chennai, 1998.
Anand, Mulk Raj	-	Chitralakshana, Story of Indian Paintings, National Book Trust, India, New Delhi, 1989.
Anand, Mulk Raj	-	Album of Indian Paintings, National Book Trust, India, Delhi, 1973.
Basham, A.L.	-	The Wonder that was India, Rupa & Co., Delhi, 1981.
Barrett, Douglas and Basil Gray-Indian Painting, Art Albert Skira S.A ; Geneva, 1978.		
Brown, Percy	-	Indian Architecture, Buddhist and Hindu Periods, Taraporwala, Bombay, 1965.
Chauley, G.C.	-	Early Buddhist Art in India (300 B.C to A.D. 300), Sundeep Prakashan, New Delhi, 1998.
Coomaraswamy, Ananda K.	-	History of Indian and Indonesian Art, New York, 1965.
Dobbins, Walton, K.	-	The Stupa and Vihara of Kanishka I, The Asiatic Society, Calcutta, 1971.
Harle, James. C	-	Art and Architecture of Indian Sub-continent, Penguin Books, 1986.
Hugo Munsterberg	-	Art of India and South East Asia, Harry N. Abrams, INC. Publishers, New York, 1970.
Marg,	-	Vol.50 No.2, December 1998.

Marshall, Sir John	-	The Buddhist Art of Gandhara, Dept. of Archaeology inPakistan, Cambridge, 1960.
Minakshi, C.	-	Administration and Social Life under the Pallavas, University of Madras, Madras, 1977.
Minakshi, C.	-	Buddhism in South India, in South Indian Studies II, ed. R. Nagaswamy, Madras, 1979.
Panorama of Indian Painting	-	Publication Division, Govt. of India, New Delhi, 1992.
Parimoo, Ratan	-	Life of Buddha in Indian Sculpture, Kanak Publications, New Delhi, 1982.
Lester, Robert C.	-	Buddhism, Harper, San Francisco, 1987.
Rowland, Benjamin	-	The Art and Architecture of India, Penguin Books, U.S.A., 1967.
Sarkar, H. and Misra, B.N.	-	Nagarjunakonda, ASI, New Delhi, 1987.
Sarkar, H. and Nainar, S.P.	-	Amaravati, ASI, New Delhi,1992.
Sethuraman, G.	-	Facets of Indian Art and Cultutre, J.J.Publications, Madurai, 1995.
Sethuraman, G.	-	Ramesvaram Temple(Tamil), J.J.Publications, Madurai, 2000.
Shu Hikosaka	-	Buddhism in Tamilnadu - a new perspective, Institute of Asian Studies, Madras, 1989.
Sinha, B.C.	-	Glorious Art of the Sunga Age, Durga Publications, Delhi, 1985.
Sivaramamurti, C.	-	Indian Sculpture, Allied Publications, New Delhi, 1961.
Sivaramamurti, C.	-	Amaravati Sculptures in the Madras Government Museum, Govt. Press, Madras, 1956.
Sivaramamurti, C.	-	Indian Painting, National Book Trust,

		India, New Delhi, (1970), 1996.
Sivaramamurti, C.	-	South Indian Paintings, National Museum, Delhi, 1968.
Snelling, John	-	The Elements of Buddhism, Element Books Limited, Shaftesbury, 1996.
Srinivasan, P.R.	-	Bronzes of South India, Madras Govt. Museum, Madras, 1994.
Srinivasan, P.R.	-	The Indian Temple Art and Architecture, Prasaranga, Mysore, 1982.
Susan L. Huntington	-	The Art of Ancient India, Weather Hill, New York, 1993.
Taddei, Maurizio	-	Monuments of Civilization - India, Cassell, London, 1977.
Tomory, Edith	-	History of Fine Arts in India and the West, Orient Longman, Madras, 1989.
UNESCO Courier	-	June, 1956.
Waterstone, Richard	-	India, Duncan Baird Publishers, London, 1995.
Werner, Karel	-	ed., Symbols in Art and Religion, Motilal Banarsidass, Delhi, 1991.

☆ ✧ ☆ ✧ ☆ ✧

அஜந்தாக் குகைகள்

அஜந்தாக் குடைவரை முகப்புத் தோற்றம்

சைத்தியம் - அஜந்தா

புத்தரின் ஓவியங்கள் - அஜந்தா

அஜந்தா ஓவியக் காட்சி

புத்தர் பிச்சைகோலம் மகன், மனைவியுடன்

புத்தரின் பரிநிர்வாணம் -
கிடந்தகோலம் - அஜந்தாகுகை

அஜந்தா சைத்தியம்

அஜந்தா குகை முகப்புத்தோற்றம்

பாஜா விகாரம்

பாஜா விகாரம் - துறவிகளின் அறைகள்

பாஜா சைத்தியம் - விகாரம்

பேத்ஜா விகாரம்

புத்தர் நின்றகோலம் - ஆந்திரமாநிலம்

புத்தர்கோயில் - கயா

கன்னேரி பௌத்தக் குகை

புத்தரின் பெருஞ்சிற்பம் - கன்னேரி

பௌத்த சைத்தியம்

கார்லே சைத்தியம் முகப்புச் சிற்பங்கள்

புத்தரின் பிறப்பு - காந்தாரக்கலை

புத்தரின் பிறப்புக்காட்சி -
புதுதில்லி தேசிய அருங்காட்சியம்

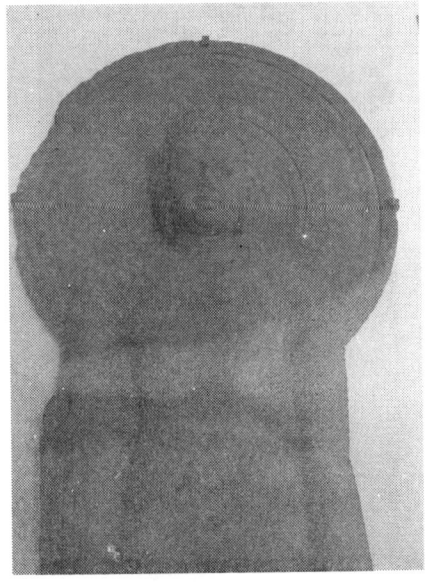

புத்தர் - மதுராகலை

புத்தர் - மதுராகலை

போதிசத்துவர் - காந்தாரக்கலை

அபயமளிக்கும் புத்தர் - காந்தாரக்கலை

புத்தர் சுடுமண் உருவம் - காந்தாரக்கலை

போதிசத்துவர் - காந்தாரக்கலை

யோகநிலையில் புத்தர் - காந்தாரக்கலை

நாளந்தா பல்கலைக்கழகத்தில் நூலாசிரியர்

சாஞ்சி ஸ்தூபம்

சாஞ்சி ஸ்தூபம் - சந்தோரண வாயில்

சாஞ்சி - சந்தோரணம்

அசோகரின் தூண் - செங்கல் ஸ்தூபம் - வைசாலி

போராபுதூர் (ஜாவா) ஸ்தூபம்

புத்தர் செப்புத்திருமேனி - தாய்லாந்து

அமர்ந்தகோலப் புத்தர் - காந்தாரக்கலை

மாயாதேவி கனவு - புத்தர் பிறப்பு -
புதுதில்லி அருங்காட்சியகம்

புத்தர் செப்புத் திருமேனி - தாய்லாந்து

புத்தரின் அமர்ந்தகோலம் -
கொழும்பு அருங்காட்சியகம்

சைத்தியம் - சேடவனம் - அனுராதபுரம்

***